கரிசலில் உதித்த செஞ்சூரியன்

(சோ.அழகர்சாமியின் வாழ்க்கைத் தடம்)

எஸ்.காசிவிஸ்வநாதன்

நியூ செஞ்சுரி புக் ஹவுஸ் (பி) லிட்.,

41-பி, சிட்கோ இண்டஸ்டிரியல் எஸ்டேட்,

அம்பத்தூர், சென்னை - 600 050.

☎: 044 - 26251968, 26258410, 48601884

Language: Tamil

Karisalil Uthitha Censooriyan

(S. Alagarsamyin Vazhkkai Thadam)

Author : **S. Kasiviswanathan**

First Edition: September, 2021

Copyright: Publisher

No.of Pages: 366

Publisher:

New Century Book House Pvt. Ltd.,

41-B, SIDCO Industrial Estate,

Ambattur, Chennai - 600 050.

Tamilnadu State, India.

Email: info@ncbh.in

Online: www.ncbhpublisher.in

ISBN. 978 -81-2344- 120 - 7

Code No. A 4473

₹ 335/-

Branches

Ambattur (H.O.) 044 - 26359906 **Spenzer Plaza (Chennai)** 044-28490027 **Trichy** 0431-2700885 **Pudukkottai** 04322- 227773 **Tanjore** 04362-231371 **Tirunelveli** 0462-4210990, 2323990 **Madurai** 0452-2344106, 4374106 **Dindigul** 0451-2432172 **Coimbatore** 0422-2380554 **Erode** 0424-2256667 **Salem** 0427-2450817 **Hosur** 04344-245726 **Krishnagiri** 0434-3234387 **Ooty** 0423-2441743 **Vellore** 0416-2234495 **Villupuram** 04146-227800 **Pondicherry** 0413-2280101 **Nagercoil** 04652-234990

கரிசலில் உதித்த செஞ்சூரியன்

(சோ.அழகர்சாமியின் வாழ்க்கைத் தடம்)

ஆசிரியர் : எஸ்.காசிவிஸ்வநாதன்

முதல் பதிப்பு: செப்டம்பர், 2021

அச்சிட்டோர்: **பாவை பிரிண்டர்ஸ் (பி) லிட்.,**

16 (142), ஜானி ஜான் கான் சாலை, இராயப்பேட்டை, சென்னை - 14

☎: 044-28482441

All rights reserved. No part of this book may be reprinted or reproduced or utilised in any form or by any electronic, mechanical, or other means, now known or hereafter invented, including photocopying and recording, or in any information storage or retrieval system, without permission in writing from the publishers.

அறிவுக்கண் திறந்து...
போராடக் கற்றுத் தந்த...
ஆசானும் தந்தையுமான
பேராசிரியர் நா.வானமாமலை
ஏஐடியூசி தலைவர் **தோழர் ஆர்.கணபதி**
அண்ணன், தோழர் எஸ்.எஸ்.தியாகராஜன்
ஆகியோர் நினைவுகளுக்கு...
அன்புடன்...

தோழர் சோ.அழகர்சாமி

இரா.நல்லகண்ணு
மூத்த தலைவர்,
இந்திய கம்யூனிஸ்ட் கட்சி,
சென்னை

வரலாற்று நூலுக்கு வாழ்த்துரை

'கரிசலில் உதித்த செஞ்சூரியன்' என தோழர் சோ.அழகர்சாமி அவர்களின் வாழ்க்கை வரலாற்றை எஸ்.காசிவிஸ்வநாதன் எழுதியுள்ளார்.

புஞ்சைப் பிரதேசமான கரிசல் காட்டில் பிறந்த, ஐந்து முறை இந்திய கம்யூனிஸ்ட் கட்சி சட்டமன்ற உறுப்பினராக கோவில்பட்டி மக்களால் தேர்ந்தெடுக்கப்பட்ட தோழர் சோ.அழகர்சாமியின் வரலாறு விவசாயிகளின் பிரச்சனைகளை அரசுக்கு வெளிப்படுத்திய இயக்கங்களாகும்.

'வானம் பொழியுது, பூமி விளையுது; மன்னவன் காணிக்கு எதற்கு கிஸ்தி' எனக் கேட்டவர்களின் பூமி. கிழக்கிந்தியக் கம்பெனி இந்த மண்ணை ஆதிக்கம் செலுத்தியது. அதனை எதிர்த்துப் போராடினார்கள். இந்த வரலாற்றுப் பின்னணியில் மக்களுடைய பிரச்சனைகளுக்கு தீவிரமான போராட்டங்களை நடத்திய அழகர்சாமியின் வரலாற்றை நூலாசிரியர் எழுதியுள்ளார். இந்த வரலாறு தனிமனித வரலாறு அல்ல. அந்த மண்ணுக்காகப் போராடிய போராட்டங்களின் வரலாறாகவும், மக்களின் வரலாறாகவும், மண்ணின் வரலாறாகவும் பதிவு செய்யப்பட்டுள்ளது.

அழகர்சாமி சட்டமன்றத்திலும் போராடினார். களத்தில் இறங்கியும் போராடினார். விவசாயிகளைத் திரட்டியும் போராடினார்.

ஜீவாவின் ஆணையை ஏற்று எட்டயபுரத்தில் பாரதி முற்போக்கு வாலிபர் சங்கத்தை தலைமையேற்று ஆரம்பித்து தொடர்ந்து பாரதிக்கு விழா எடுத்தார். அழகர்சாமியின் முயற்சியினால் இப்போது வரை விடாமல் பாரதி விழா நடந்து வருவது பாராட்டத்தக்கது.

அழகர்சாமியின் வாழ்க்கையை வரலாற்றுப் பின்னணியோடு சிறப்பாக எஸ்.காசிவிஸ்வநாதன் பதிவு செய்துள்ளார். இது ஒரு சிறந்த வாழ்க்கை வரலாற்று நூலாகும்.

இந்நூல் மண்ணின் வரலாறாக, சரித்திரப் பின்னணியோடு அமைக்கப்பட்டுள்ளது சிறப்பாகும்.

ஆசிரியர் எஸ்.காசிவிஸ்வநாதனுக்கு எனது வாழ்த்துக்களைத் தெரிவித்துக் கொள்கிறேன். அனைவரும் வாங்கிப் படித்துப் பயன்பெற கேட்டுக் கொள்கிறேன்.

சென்னை — இரா.நல்லகண்ணு

20.08.2021

முன்னுரை

உங்கள் கரங்களில் தவழும் இந்நூல் தமிழ்நாட்டின் தென் கோடியில் வாழ்ந்து மறைந்த பொதுவுடைமை இயக்கத் தோழர் ஒருவரின் வாழ்க்கை வரலாறு. சோ.அழகர்சாமி என்ற பெயரைத் தாங்கிய இத்தோழர் விவசாயி என்ற அடையாளத்தையும் பள்ளி ஆசிரியர் என்ற அடையாளத்தையும் தன் தொடக்க கால வாழ்க்கையில் பெற்றவர். பின்னர் அவரது செயல்பாடுகளாலும் வகித்த பொறுப்புகளின் அடிப்படையிலும் கம்யூனிஸ்ட், விவசாய இயக்கத் தலைவர், எட்டயபுரம் பாரதி முற்போக்கு வாலிபர் சங்கத்தின் தலைவர், எட்டயபுரம் பால் கூட்டுறவு சங்கத்தின் நிறுவனர், அதன் தலைவர், கோவில்பட்டித் தொகுதியின் சட்டமன்ற உறுப்பினர் போன்ற அடையாளங்களைப் பெற்றவர். இவை மட்டுமின்றி மனிதநேயம் மிக்க போர்க்குணம் கொண்ட மனிதர் என்ற பேரடையாளத்தைப் பெற்றவர். இவர் அணிந்து வந்த வெண்ணிறக் கதர்ச் சட்டையைப் போன்றே வெள்ளை உள்ளம் படைத்தவராய் எளிமையையும் நேர்மையையும் இறுதிவரை தன் அடையாளமாகக் கொண்டு வாழ்ந்து மறைந்தவர்.

இந்நூலாசிரியர் தோழர் எஸ்.காசிவிஸ்வநாதன் இந்திய கம்யூனிஸ்ட் கட்சியின் திருநெல்வேலி மாவட்டச் செயலாளர். அவரது மூத்த அண்ணன், தோழர் எஸ்.எஸ்.தியாகராஜன் தொழிற்சங்கவாதி. இந்திய கம்யூனிஸ்ட் கட்சியின் தமிழ் மாநிலக் கிளையின் துணைச் செயலாளராகப் பணியாற்றியவர். இரண்டாவது அண்ணன் சந்திரசேகரன் தமிழ்நாடு அரசின் மின்வாரியத்தில் பணியாற்றியதுடன் ஒரு தொழிற் சங்கவாதியாகவும் விளங்கியவர். இந்தப் பின்புலம் மட்டுமின்றி தோழர் அழகர்சாமி வாழ்ந்த எட்டயபுரத்தில் வாழ்ந்ததுடன் அவரது உதவியாளராகவும் செயல்பட்டவர். அவருடன் கோவில்பட்டி சட்டமன்றத் தொகுதியின் பல்வேறு கிராமங்களுக்கும் பயணித்தவர். எல்லாவற்றிற்கும் மேலாக எழுத்தார்வம் கொண்டவர். இயக்கத் தலைவர்கள் இம்மாவட்டத்தில் சுற்றுப்பயணம் செய்யும்போது ஆற்றிய சொற்பொழிவுகளையும் மாவட்ட மற்றும் மாநிலம் தழுவிய மக்கள் பிரச்சனைகளையும் கட்டுரை வடிவில் கட்சியின் ‘ஜனசக்தி’ ஏட்டில் எழுதியதுடன் குறுநூல்களாகவும் வெளியிட்டவர்.

இனி, இந்நூல் கூறும் சில செய்திகளை அறிமுகம் செய்து கொள்வோம்.

இந்நூலில் இடம்பெறும் தோழர் அழகர்சாமியின் வாழ்க்கை வரலாறானது பிறப்பு, இளமைக்காலம், குடும்ப வாழ்க்கை, பொது வாழ்க்கை என ஒரே நேர்கோட்டில் செல்வதுதான். இந்நூலில் அவரது பொது வாழ்க்கை அல்லது பொதுப்பணியே அழுத்தம் பெற்றுள்ளது. அவரது பொதுப்பணி என்பது இந்திய விடுதலை இயக்கத்தில் அவர் காட்டிய ஈடுபாட்டில் தொடங்கி இந்திய கம்யூனிஸ்ட் கட்சியின் உறுப்பினராதல் என்பதில் போய் முடிவுற்ற ஒன்றாகும். விவசாய இயக்கம், கூட்டுறவு இயக்கம் என்பனவற்றிலும் இவர் தடம் பதித்தவர். கோவில்பட்டித் தொகுதியின் சட்டமன்ற உறுப்பினராக அய்ந்து முறை தேர்வு செய்யப்பட்டு ஒரு சட்டமன்ற உறுப்பினர் எவ்வாறு செயல்பட வேண்டும் என்பதற்கு முன்னுதாரணமாக வாழ்ந்து காட்டியவர். இவை எல்லாம் அவரது சமூக அரசியல் செயல்பாடுகள்.

இவற்றுடன் நின்றுவிடாமல் இலக்கிய வேட்கையுடன் பாரதி முற்போக்கு வாலிபர் சங்கம் என்ற அமைப்பை, ஜீவாவின் தூண்டுதலில் எட்டயபுரத்தில் நிறுவி அதன் தலைவராகத் தன் இறுதிக்காலம் வரைச் செயல்பட்டவர். இவ் அமைப்பு ஆண்டுதோறும் நடத்திவரும் பாரதிவிழா தமிழ்நாட்டில் நிகழ்ந்துவரும் சிறப்பான இலக்கிய விழாக்களில் ஒன்றாக இடம்பெற்றுள்ளது. அடுத்த ஆண்டில் (2022) தனது அறுபதாவது ஆண்டுவிழாவைக் கொண்டாட இருக்கிறது. இவ்வாறு அவர் ஆற்றிய பணிகள் பன்முகத் தன்மை வாய்ந்தவை.

இதனால் அவரது வாழ்க்கை குறித்த சரியான புரிதலுக்கு அவரது செயல்பாடுகளை மட்டுமின்றி அவர் இணைந்திருந்த இயக்கங்கள், அவர் உருவாக்கி வளர்த்த இயக்கங்கள் என்பன குறித்து அறிந்து கொள்வதும் அவசியமாகிறது. இவ்வுண்மையை இந்நூலாசிரியர் நன்றாகவே உணர்ந்துள்ளார். இதனால்தான் முதல் இரண்டு இயல்களில் அழகர்சாமியின் பூர்வீக ஊர், அவரது குடும்பம், அவரது கல்வி, ஆசிரியப்பணி, தன் மகனேயானாலும் மருத்துவக் கல்வி பயிலப் பரிந்துரைக்க மறுத்தமை என்பனவற்றை அறிமுகம் செய்துவிட்டு வரலாற்றுக்குள் நுழைந்து விடுகிறார்.

மதுரை நாயக்கர் ஆட்சிக்காலம், இக்காலத்தில் அறிமுகமான பாளையக்காரர் ஆட்சி முறை, எட்டயபுரம் பாளையம், கிழக்கிந்தியக் கம்பெனிக்கெதிரான பாளையக்காரர் எழுச்சி, சிறு கிராமங்கள் சூழ இருந்த கோவில்பட்டி என்ற ஊர் ஒரு நகரமாக வளர்ச்சிபெறல்.

விடுதலைப் போராட்ட நிகழ்வுகள் எனக் கடந்த கால வரலாற்றுச் செய்திகள் அணி வகுத்து நிற்கின்றன. இச் செய்திகள் அழகர்சாமியுடன் தொடர்புடைய பகுதிகளுக்கான வரலாற்றுப் பின்புலமாக அமைகின்றன.

இதனையடுத்து வரும் இயல்களில் 1925இல், இந்தியக் கம்யூனிஸ்ட் கட்சியின் தோற்றம், அக்கட்சியின் மீதான காலனிய அரசின் அடக்குமுறை, விடுதலைக்குப் பின் அமைந்த இந்திய அரசும் அதைத் தொடர்ந்தமை, முன்னணி ஊழியர்களின் போராட்ட வாழ்க்கை, இதை எதிர்கொண்டவர்களில் ஒருவராக அழகர்சாமி இருந்தமை குறித்த செய்திகள் இடம்பெறுகின்றன. இதனையடுத்து அவர் தொடங்கிய எட்டயபுரம் கூட்டுறவுப் பால் பண்ணை உருவான வரலாறு, அதன் செயல்பாடு என்பன இடம்பெற்றுள்ளன. முதல் இரண்டு இயல்களில் நமக்கு அறிமுகமான அழகர்சாமியில் இருந்து வேறுபாடான அரசியல் முதிர்ச்சி பெற்ற ஒருவரை இங்கு சந்திக்கிறோம். ஆம் இப்போது அவர் தோழர் அழகர்சாமி. இனி தோழர் என்றே அவரை அழைப்போம்.

தமிழ்நாட்டின் பொதுவுடைமை இயக்கத் தலைவர்களில் ஒருவரான தோழர் ஜீவா தமிழ் இலக்கியத்தில் ஆர்வமும் பயிற்சியும் உடையவர். பாரதியின் மீது மிகுந்த பற்றுக் கொண்டிருந்த அவர் தமிழரின் அடையாளமாகப் பாரதியை முன் நிறுத்திவந்தார். அவரது தாக்கத்தால் நம் தோழரும் பாரதியார் கவிதைகளைப் பயின்று அதில் ஈடுபாடு கொண்டிருந்தார். பாரதி பிறந்த எட்டயபுரத்தில் அவரது நினைவாக மணிமண்டபம் ஒன்று கல்கி கிருஷ்ணமூர்த்தியின் முயற்சியால் கட்டப்பட்டது. இதற்கான செலவுத் தொகையைத் தமிழ் நாட்டிலும், இந்தியாவின் பிற மாநிலங்களிலும் தென் ஆப்பிரிக்கா, சிரிலங்கா, மியான்மர் ஆகிய வெளிநாடுகளிலும் வாழ்ந்துவந்த தமிழர்கள் மனமுவந்து அனுப்பி உதவினர். இவ்வகையில் இம் மண்டபமானது அரசின் நிதி உதவியாலோ ஆலை உரிமையாளர்களின் நன்கொடைகளின் துணையினாலோ அன்றி சராசரித் தமிழர்களின் உணர்வு சார்ந்த நன்கொடையினால் கட்டப்பட்ட சிறப்புடையது. இங்கு அமைக்கப்பட்ட நூலகத்திற்குத் தேவையான நூல்களைத் தமிழ் எழுத்தாளர்களும் பதிப்பாளர்களும் கொடையாக வழங்கினர்.

ஒரு கட்டத்தில் ஆண்டுதோறும் இங்கு நடந்து வந்த பாரதிவிழா ஒரு சடங்கு போன்று மாறிப்போனது. பின்னர் இதுவும் போய் சிவாஜி கணேசன் நடத்தும் பாரதிவிழா, ஜெமினிகணேசன் நடத்தும் பாரதிவிழா

என்ற சுவரொட்டிகளுடன் நடத்தப்படலாயிற்று. பாரதியின் இடத்தை அதை நடத்துவோர் சிக்கெனப் பிடித்துக்கொண்டனர். ‘பாரதி! நீ எங்கு சென்றனையோ’ என்று பாரதி அன்பர்கள் புலம்பும் நிலை ஏற்பட்டது.

இத்தகைய சூழலில் ஜீவாவின் எட்டயபுரம் வருகை அவரது மனக்குமுறல் அதன் எதிரொலியாக நம் தோழரைத் தலைவராகக் கொண்டு ‘பாரதி முற்போக்கு வாலிபர் சங்கம்’ என்ற அமைப்பை உருவாக்கி அதன் சார்பில் 1962இல் இருந்து பாரதி விழாவை நடத்தத் தொடங்கியமை, அது நிகழும் பாங்கு என்பன குறித்து இந்நூலின் ஓர் இயலில் விரிவுபடச் சொல்லப்பட்டுள்ளது. சில இயல்களைக் கடந்த பின்னர் பாரதிவிழா நிகழ்வுகள் சிலவற்றையும் நேர்முக வர்ணனை போல பதிவிட்டுள்ளார். இவ்வாறு நம் தோழரின் வரலாற்றின் ஊடாகப் பாரதியை மையமாகக் கொண்ட அமைப்பொன்று தோன்றிய வரலாற்றை இந்நூலாசிரியர் சுவைபடக் கூறியுள்ளார்.

இதன் தொடர்ச்சியாக தோழரின் இயக்கப் பணிகளுக்குள் நம் கையைப் பற்றி அழைத்துச் செல்வதுபோன்று அழைத்துச் செல்கிறார் நூலாசிரியர். நில உச்சவரம்புச் சட்டத்தை வலியுறுத்தி நடந்த போராட்டம், வரிகொடா இயக்கம், நிலமீட்சிப் போராட்டம் போன்ற போராட்டங்களை அறிமுகம் செய்துள்ளார். வேளாண் விளை பொருட்களுக்கு உரிய விலையின்மை, மழை பொய்த்துப் போய் உருவாகும் வறட்சி, குடிநீர்ப் பஞ்சம் என கரிசல் நிலப்பகுதி விவசாயிகளின் வாழ்வியல் சிக்கல்களை நம் கண்முன்னே கொண்டுவந்து நிறுத்துகிறார். இவற்றுக்கு ஊடாக நம் தோழரின் விவசாய இயக்கப் பணிகளை நமக்கு அறிமுகம் செய்வதுடன் அவர் அடிப்படையில் விவசாய இயக்கப் போராளி என்பதை நம் உள்ளத்தில் பதியச் செய்துள்ளார். இவற்றுக்கிடையில் ஒரு மாயமான் போன்று அவசர நிலை வந்ததையும் அது தந்த போலி நம்பிக்கை குறித்தும் குறிப்பிடுகிறார்.

இவ்வாறு பல்வேறு நிகழ்ச்சிகளை மட்டுமின்றி நம் தோழருடன் இணைந்து பணியாற்றிய தோழர்கள் பலரையும் அறிமுகம் செய்துள்ளார். அவர்களுள் சிலர் இன்று நம்மிடையே இல்லை. சிலர் நம்முடன் வாழ்கிறார்கள். இவர்கள் அனைவரையும் அவர் அறிமுகம் செய்துள்ளமை நம் தோழர் தனி ஒரு மனிதராகக் ‘கூட்டொருவரையும் வேண்டாக் கொற்றவர்’ என்பது போல் செயல்படவில்லை என்ற உண்மையை நாம் அறியச் செய்துள்ளது. ஒரு நல்ல பொதுவுடைமை வாதியின் தலையாய நற்பண்பு இது.

இவர்களில் பலரை நான் அறிவேன். குறிப்பாக எட்டயபுரம் பாரதிவிழாவை தம் இல்லத்தின் மங்கல நிகழ்ச்சி போல் நடத்தி மறைந்த, நினைவில் வாழும் அன்புத் தோழர்கள் கு.ச.சுப்பையா, வே.சதாசிவம், தி.முத்துக்கிருஷ்ணன், இளசை மணியன் ஆகியோரைப் பற்றிய பதிவைப் படிக்கும்போது நான் உணர்ச்சிவயப்பட்டுப் போனேன். இவர்களுடன் எட்டயபுரம் தெருக்களில் சுற்றித் திரிந்ததும், விவாதங்கள் செய்ததும் நினைவுக்கு வந்து உள்ளத்தை நெருடின. இந்த இடத்தில் நம் தோழரைப் பற்றியும் குறிப்பிட விரும்புகிறேன். பாரதியார் விழாவை நடத்தும் அமைப்பின் தலைவர் என்ற முறையில் அழைப்பிதழில் அவர் பெயர் இடம் பெற்றிருக்கும் என்பதைத் தவிர அவர் தன்னை முன்னிலைப்படுத்திக் கொள்வது கிடையாது. தலைவர் என்ற முறையில் தொடக்க விழா நிகழ்ச்சியின் போது மேடையில் காட்சியளிப்பார். அவ்வளவுதான். பின்னர் முன்வரிசையில் பார்வையாளர்களுடன் அமர்ந்து நிகழ்ச்சியைக் கவனிப்பார். தன்னை முன்னிலைப்படுத்திக் கொள்ளும் நோக்கில் குட்டி போட்ட பூனையைப் போல் மேடையில் குறுக்கும் நெடுக்கும் அலைவது, நிகழ்ச்சியின் தலைவரை ஓரங்கட்டிவிட்டு திடீரென வேறு ஒருவரை உரையாற்ற வரும்படி அழைப்பது, அவருக்குப் புகழ்மாலை சூட்டுவது என்பன அவரிடம் கிஞ்சித்தும் கிடையாது.

கோவில்பட்டி சட்டமன்றத் தொகுதியின் உறுப்பினராக இருந்த போது அத்தொகுதியில் அவர் உருவாக்கிய பாரதி நூற்றாண்டு மகளிர் பாலிடெக்னிக், பாரதி நூற்றாண்டு மகளிர் மேல்நிலைப் பள்ளி, பாரதி நூற்றாண்டு கூட்டுறவு நூற்பாலை என்பன குறிப்பிடத்தக்கவை. இவை அனைத்துக்கும் மேலாக வறண்ட கரிசல் பகுதி மக்களுக்காக அவர் உருவாக்கிய கூட்டுக்குடிநீர்த்திட்டம் இப்பகுதி மக்களின் அன்றாட வாழ்வின் அவலத்தைப் போக்கிய ஓர் அற்புதமான திட்டமாகும்.

அவரது இம்முயற்சி தமிழகம் முழுவதும் பயன்படும் அளவுக்கு விரிவடைந்து தமிழ்நாடு அரசின் குடிநீர் வடிகால் வாரியத்தின் தோற்றத்திற்கு வித்திட்டது. இவ்வுண்மையை தம்பி ஜீவபாரதி தொகுத்து வெளியிட்ட தோழரின் சட்டமன்ற உரைகள் நூல் வாயிலாக அறியமுடிகிறது. இந்நூலாசிரியரும் இதைச் சுட்டிக்காட்டி உள்ளார்.

தூத்துக்குடி மாவட்டம் உருவான பின்னர் அந்நகரில் மருத்துவக் கல்லூரி தொடங்கப்பட்டது. இதனால் அங்குச் செயல்பட்டு வந்த அரசு தலைமை மருத்துவமனை மருத்துவக் கல்லூரியின் மருத்துவமனை ஆயிற்று. ஏற்கனவே செயல்பட்டு வந்த தலைமை மருத்துவமனையைக்

கோவில்பட்டி நகருக்கு இடம் மாற்றம் செய்ய முயற்சி செய்து அதில் வெற்றியும் பெற்றார். தொழிற்கூடங்களும் வணிக நிறுவனங்களும் மிகுந்த கோவில்பட்டி நகருக்கென்று தீ அணைப்பு நிலையம் இல்லாத குறையைப் போக்கினார்.

இந்நூலின் சிறப்புக் கூறுகளாகப் பின்வருவனவற்றைத் தொகுத்துரைக்கலாம்:

ஓர் இடதுசாரி இயக்கத்தில் தன்னை இணைத்துக் கொண்ட ஓர் இளைஞரின், இயக்கம் சார்ந்த படிப்படியான வளர்ச்சிநிலை மிகவும் இயல்பான முறையில் சமூக வரலாற்றுப் பின்புலத்தில் அறிமுகம் செய்யப்பட்டுள்ளது.

"வானத்து அமரன் வந்தான் காண் வந்தது போல் போனான் காண்" என்று புலம்புதல் இன்றி, கொச்சைப்படுத்தல் எதுவுமின்றி, ஓர் இயக்கவாதியை இயக்கத்தில் இருந்து பிரித்து 'பொதுமனிதர்' ஆக்காத இயல்பான அறிமுகம் இடம் பெற்றுள்ளது. அத்துடன் தம் வாழ்க்கையில் அவர் பின்பற்றிய நேர்மை, போராட்டக் குணம் என்பனவற்றுடன் அவரது மனிதநேய உணர்வையும் உறவு பேணும் பண்பையும் வெளிப்படுத்தியுள்ளது.

இந் நூலில் தாம் கூறவரும் செய்திகளைப் புரியவைக்கும் நோக்கில் கடந்தகால நிகழ்வுகளையும், மனிதர்களையும் ஆளுமைகளையும் இந்நூலாசிரியர் விரிவாக அறிமுகம் செய்துள்ளார். இவ்வகையில் இவ் வாழ்க்கை வரலாறானது கடந்தகால வரலாற்று நிகழ்வுகளின் பதிவாகவும் அமைந்துள்ளது. இதை வெறுமனே பின்னோக்கிப் பார்க்கும் முறை என்று கூறி எளிமைப்படுத்திவிட முடியாது. இவை வெறும் செய்திகளின் தொகுப்பல்ல. பல்வேறு வண்ணங்களைக் காட்சிப்படுத்தும் 'கலைடாஸ்கோப்' கருவியில் இடம்பெற்றுள்ள பல வண்ணக் கண்ணாடிச் சில்லுகள் போன்று இடம்பெற்றுள்ளன. இவை வாசிப்பவனைப் பல்வேறு களங்களுக்கும் காலங்களுக்கும் அழைத்துச் செல்கின்றன. பல்வேறு காலத்து மனிதர்களையும் இயக்க வாதிகளையும் அறிமுகம் செய்கின்றன. அவர்களது உரைகளைக் கேட்கச் செய்கின்றன. ஆனால் வெறும் செய்திகளின் தொகுப்பாகவோ இட்டு நிரப்பும் உத்தியின் வெளிப்பாடாகவோ அமையாது நூலின் மையத்துடன் இணைந்து நின்று கலைடாஸ்கோப்பைச் சுழற்றிப் பார்க்கும்போது தோன்றும் பலவண்ணச் சித்திரங்கள் காட்சி தருகின்றன.

தமிழகத்தின் நீண்ட அரசியல் வரலாற்றில் ஆங்கிலக் காலனிய ஆட்சியிலும் நாட்டின் விடுதலைக்குப்பின் உருவான ஆட்சிகளிலும் தொடர்ச்சியான அடக்குமுறைக்கு ஆளான கட்சி கம்யூனிஸ்ட் கட்சி தான். இக்கட்சியின் வரலாறு என்பது போராட்டங்களையும் பல்வேறு சித்திரவதைகளையும் இழப்புகளையும் சிறைக்கொடுமைகளையும் எதிர்கொண்ட, குருதி சிந்திய, துப்பாக்கிக் குண்டுகளுக்கு இரையான, தூக்குமேடை ஏறிய தோழர்களின் வரலாறுதான். ஆனால் பல்வேறு வரலாற்றுச் சூழல்களால் இவை தொடர்பான ஆவணங்கள் சேகரிக்கப்படாமலும் பதிவுசெய்து பாதுகாக்கப்படாமலும் போனமையால் இப்பேரியக்கத்தின் வரலாற்று முகம் தூசி படிந்து கிடக்கிறது.

ஏனைய வரலாறுகளைப் போன்று இவ்வியக்கத்தின் வரலாற்றுக்கான தரவுகள் ஆவணக்காப்பகங்களின் கோப்புகளிலோ, நூல்களிலோ கண்டறியமுடியாத ஒன்று. இயக்கத்தின் தோழர்கள் அவர்களின் பணிகளால் பயன்பெற்றோர் என்பவர்களிடமிருந்து பெறும் வாய்மொழிச் சான்றுகளின் வாயிலாகத்தான் பெறமுடியும். இத்தகைய இடர்ப்பாடுகளுக்கு ஊடாகத்தான் தோழர் அழகர்சாமியின் வரலாற்றுச் சித்திரத்தை நூலாசிரியர் தீட்டியுள்ளார்.

இந்நூலாசிரியரிடம் இருந்து மேலும் படைப்புக்களை எதிர்பார்க்கலாம் என்ற நம்பிக்கையை இந்நூல் தோற்றுவித்துள்ளது. நூலின் நாயகருக்குச் செவ்வணக்கம். நூலாசிரியருக்கு நன்றியும் வாழ்த்துக்களும்.

ஆ.சிவசுப்பிரமணியன்

மதுரை
20-8-2021.

மனைவி தாயம்மாளுடன் தோழர் சோ.அழகர்சாமி

தோழர் சோ.அழகர்சாமி குடும்பத்தினர்

வரலாறு பிறந்த கதை

2020ஆம் ஆண்டு கொரோனா ஊரடங்கு அறிவிப்பதற்கு முந்தி, மார்ச் முதல் நாளில் 'ஜனசக்தி' உதவி ஆசிரியர் தோழர் வி.ராஜ்மோகன் பேசினார். "மார்ச் 6ஆம் தேதி தோழர் எஸ்.அழகர்சாமியின் நினைவு தினம். அதற்காக ஒரு கட்டுரை எழுதி உடனே அனுப்ப முடியுமா?" என்று கேட்டார். மறுப்பு எதுவும் சொல்லாமல் உடனே "சரி" என்று சொன்னேன். தொடர்ந்து பிதப்புரம் தோழர் எஸ்.ராமசுப்பு தொடர்பில் வந்தார். 6.3.2020ஆம் நாள் காலை எட்டயபுரம் சங்க அலுவலகத்தில் அழகர்சாமி நினைவு தின கருத்தரங்கம் ஏற்பாடு செய்து விட்டோம். வருகிறாயா... என கேட்டார். நான் வருகிறேன் என்றவுடன், சரி வா எனச் சொல்லிவிட்டு கட் பண்ணிவிட்டார். இந்திய கம்யூனிஸ்ட் கட்சி எட்டயபுரம் கிளையும், தமிழ்நாடு கலை இலக்கியப் பெருமன்ற கிளையான பாரதி முற்போக்கு வாலிபர் சங்கமும் இணைந்து விவசாய சங்கத் தலைவர் அழகர்சாமியின் பிறந்த தினம், இறந்த தினங்களை ஆண்டுதோறும் பொது வெளியிலோ அல்லது அரங்கங்களிலோ விழாவாகக் கொண்டாடி வருகின்றனர். இதற்கான ஏற்பாடுகளை தோழர் எஸ்.ராமசுப்பு முன்னின்று செய்வார்கள்.

06.03.2020ஆம் நாள் போனேன். தம்பி ரமேஷிடம் பேசிவிட்டு, கொஞ்சம் லேட்டாக சங்க அலுவலகம் போனேன். விழா தொடங்கி விட்டது. பின் வரிசையில் அமர்ந்தவாறு கேட்டுக் கொண்டிருந்தேன். திடீரென்று என் பெயர் அழைக்கப்படுகிறது. தட்ட முடியாமல் பேசத் தொடங்கினேன். எனது அரசியல் ஆசான் அழகர்சாமி. வார்த்தைகள் தடுமாற்றம் இல்லாமல் கொட்டத் தொடங்கியது. அவரது குணங்களில் ஒன்றான தனது வரவு செலவுக் கணக்கை சிட்டையில் எழுதி பேரேட்டில் பதிவு செய்வதை வாழ்நாள் முழுவதும் கடைப்பிடித்தார். ஒருநாள் கணக்கை தற்செயலாகப் பார்க்க நேர்ந்தது. அதில் 'கீதா தொலைத்தது ரூ.50' எனவும் எழுதியிருந்தார். துல்லியமாகப் பதியும் ஆற்றலுக்கு உதாரணமாக இதனைக் கூறினேன்.

விழா முடிந்தது. அனைவருக்கும் உணவு வழங்கும் வேளையில், அழகர்சாமியின் இளைய மகள் கீதாராணி என்னிடம் வந்து, தான் தொலைத்த ரூ.50 சம்பவத்தை நெகிழ்ச்சியோடு சொல்லி, அப்பாவை நினைவு கூர்ந்தார். தோழர்கள் பலரும் பாராட்டினார்கள். இளசைமணியன்

உரையாடும்போது, தான் அழகர்சாமியின் வாழ்க்கையைப் பதிய எடுத்த நடவடிக்கைகளைக் கூறிவிட்டு, உன்னிடம் கூட கட்டுரை கேட்டு கடிதம் எழுதினேன் என்றார். உள்ளத்தில் சிறிய நெருடல் ஏற்பட்டது.

எஸ்.ராமசுப்பு "நீ அந்தப் பணியைச் செய்... உன்னால் முடியும்" என்று நம்பிக்கையூட்டினார்.

இரண்டு நாள் கழித்து, சென்னையிலிருந்து அழகர்சாமியின் மூத்த புதல்வி ஜெயபாரதி செல்பேசியில் "அண்ணா, 'ஜனசக்தி'யில் அப்பாவைப் பற்றி எழுதியுள்ள கட்டுரையைப் படித்தேன். நன்றாக உள்ளது" எனப் பாராட்டினார். எழுத முடியுமா... என்ற மலைப்பு ஒரு புறம்... அதற்கான தரவுகளைக் கண்டறிய வேண்டுமே என்ற கவலை மறுபுறம். தோழர் கே.ஜீவபாரதி தொகுத்த 'சட்டப் பேரவையில் சோ.அழகர்சாமி' சட்டமன்றத்தில் பேசிய பேச்சுக்கள் உதவின. காலத்தில் செய்த மிகச் சிறந்த தொகுப்பு. இதற்கான முயற்சி எடுத்தவர் தோழர் இ.எல்.ராமர்.

தோழர் எஸ்.எஸ்.தியாகராஜன் என்னுடைய மூத்த சகோதரர். அவரைப் பற்றி எழுத குறிப்புகள் தருமாறு தோழர் கே.சுப்பராயன். எம்.பி. என்னிடம் பலமுறை கேட்டுக்கொண்டே வருகிறார். என்ன காரணத்தினாலோ அவரைப் பற்றி எழுதத் தொடங்கும் போதெல்லாம் நிலைகுலைந்து போகிறேன். ஆனாலும் எஸ்.எஸ்.டி எனக்களித்த மாபெரும் கொடை அவரது வாழ்நாள் சேமிப்பான புத்தகங்களும், ஆவணங்களும், கட்சி அறிக்கைகளும் என்வசம் உள்ளது. அவை ஒரு பொக்கிஷக் கடல்... அதில் மூழ்கி முத்தெடுக்க முயன்றுள்ளேன். அழகர்சாமியின் நண்பராக, தோழராக, உதவியாளராக உருவாக்கப் பட்டவர் தியாகராஜன். இருவரும் ஒன்றுபட்டுப் போர்புரிந்து செங்கொடியை உயர்த்தியவர்கள்.

முதல் பகுதிகளை எழுதிவிட்டு எஸ்.ராமசுப்புவைத் தொடர்பு கொண்டு படித்துக் காட்டினேன். பிறகு, அவர் தந்த உற்சாகத்தில் எழுதத் தொடங்கி மாவட்ட வரலாறுகளைப் பதிவு செய்த பின் பேராசிரியர் எஸ்.தோத்தாத்ரியிடம் படித்துக் காட்டினேன். அவரும் சரியாக வந்துள்ளதாகக் கூறி, தொடர்ந்து எழுதத் தூண்டினார். சில விவரங்களைக் கேட்க அழகர்சாமியின் மூத்த மகன் ராமமூர்த்தியிடம் தொடர்பு கொண்டேன். அவரும் விவரங்களை விரிவாகக் கூறிவிட்டு, எதற்காக என்றார். அப்பாவின் வாழ்க்கையை எழுதும் விவரத்தைக் கூறினேன். அவர் ரவியிடம் அப்பாவைப் பற்றிய கட்டுரைகளும். புகைப்படங்களும் உள்ளதைக் கூறினார். அழகர்சாமியின் இளைய

மகன் ரவி அமெரிக்காவில் பணிபுரிகிறார். அவரே செல்பேசியில் அழைத்தார். என்னுடைய இளமைக்கால தோழன். அவர் உற்சாகத்தோடு என்னை ஊக்கப்படுத்தினார். தன்னிடமிருந்த படங்களை பென்டிரைவ் மூலம் பதிவு செய்து அனுப்பினார்.

கொரோனா பரவலின் முதல் அலை தொடங்கி விட்டது. பேரிடிகள் விழத் தொடங்கின. இளசை மணியனின் மரணம் கவலை அளித்தது. கண்ணீர் காயும் முன்னே சில தினங்களில் எனது தம்பி ரமேஷ் மரணமும் என்னைத் தடுமாற்றத்தில் தள்ளியது. மனம் நிம்மதியை இழந்தது. தம்பி ரமேஷ் எங்கள் குடும்பத்தின் செல்லப் பிள்ளை. நாங்கள் ஐவர். இன்று தனிமரமாக நான் மட்டும் தவிக்கும் நிலைக்குத் தள்ளப்பட்டதால், எதிலும் கவனம் செலுத்தவோ, எழுதவோ இயலாத நிலைமை ஏற்பட்டது. எதைத் தேட, எதை எழுத என்ற வெறுமை நிலவியது.

இந்நிலையில் நான் தவித்தபோது, என்னை எழுத ஊக்கப் படுத்தியது திருச்சி எம்.செல்வராஜ், வழக்கறிஞர் என்.பாலகிருஷ்ணன் மற்றும் கட்சி மாநிலக் கல்வி இலாகா பொறுப்பாளர் திண்டுக்கல் க.சந்தானம் ஆகியோரே. தம்பியின் துயரத்தைக் கலைந்து ஆறுதல் கூறியதுடன், தொடர்ந்து எழுதத் தூண்டினார்கள்.

இதற்கிடையில் 'பாலன் வாழ்க்கை வரலாறு' எழுதுவதற்கான ஆவணங்களைத் தேடிக் கொண்டிருக்கும் விஷயங்களை பொன்னீலன் மற்றும் பி.கணபதி சுப்பிரமணியன் ஆகியோர் கூறினர். வழக்கறிஞர் கணபதி சுப்பிரமணியனிடம் நான் அழகர்சாமி பற்றி எழுதிக் கொண்டிருந்ததைக் கூறினேன். அவர் உற்சாகமாக நான் எழுதி யுள்ளவைகளின் நகலைப் பெற்றுக் கொண்டு, முழுமையாகப் படித்து திருத்தங்கள் செய்து கொடுத்தவுடன், உடனடியாக முடித்துவிட கட்டளையிட்டார்.

இதற்கிடையில் ரவி பேசும்பொழுது, எழுதத் தூண்டியதோடு மட்டுமில்லாது, நான் எழுதிய அத்தியாயங்களை என் குரலிலேயே பதிவு செய்து எனக்கு அனுப்பினார். அதனைத் தோழர்கள் சிலருக்கு அனுப்பிக் கேட்டு கருத்துக்களைக் கூற வேண்டினேன். பேராசிரியர் நா.ராமச்சந்திரன் "சின்னச்சின்ன வாக்கியங்களாக அமைந்துள்ளன" எனப் பாராட்டி உற்சாகமூட்டினார்.

பெ.சீனிவாசனின் 'தமிழகக் கம்யூனிஸ்ட் வீரர்கள்' நூல் பெரும் உதவியாக இருந்தது. எனது ஆசான் பேராசிரியர் நா.வானமாமலை எழுதி, நெல்லை மாவட்டக் கட்சியின் பொன்விழாவின் போது

வெளியிடப்பட்ட ‘இந்திய கம்யூனிஸ்ட் கட்சி நெல்லை மாவட்ட வரலாறு’ அவரே நேரில் வழிகாட்டுவது போல இருந்தது. சாகித்திய அகாடமி விருது பெற்ற எழுத்தாளரும், எனது தோழருமான சோ.தர்மன் என்னை எழுதுமாறு தொடர்ந்து வற்புறுத்தி வந்தார். எழுத்தாளரும் எனது தோழர் தனுஷ்கோடி ராமசாமியின் மகனுமாகிய சாத்தூர் மருத்துவர் த.அறம் பேசும் போது பல நேரங்களில் ‘மாமா எழுதுங்கள்’ என அன்போடு கூறுவார். பாரதி முற்போக்கு வாலிபர் சங்கத்தின் வெளியீடான 30ஆம் ஆண்டு பாரதி விழா மலர் உதவியது. கோவில்பட்டியின் வளர்ச்சி பற்றி எழுத்தாளர் அப்பணசாமி தான் சேகரித்த தரவுகளைக் கொடுத்து ஆர்வமூட்டினார்.

தோழர் அழகர்சாமி அவர்களுடன் வாழ்நாள் முழுவதும் அவருக்குக் கீழ் பயணித்திருக்கிறேன். அவருடைய ஒவ்வோர் அசைவையும் கவனித்திருக்கிறேன். எனது ஆசானாய் பல விஷயங்களைக் கற்பித்துத் தந்திருக்கிறார். அவரைத் தரையிலிருந்து ஆகாயத்தில் பறக்கும் விமானத்தைப் பார்க்கும் குழந்தை போல் பார்த்து வியந்திருக்கிறேன். அவரோடு போராட்டங்களில் சமமாகப் பங்கேற்கும் வாய்ப்பையும் பெற்றுள்ளேன். பொதுக் கூட்டங்களில் கட்டியங்காரன் போல பேசும் சந்தர்ப்பங்கள் பல நூறு தடவைகள் கிடைத்துள்ளன. அவரையே பதிவு செய்யும் வாய்ப்பு உருவாகும் என்று நினைத்ததே இல்லை. ஒரு நூல் எழுதும் திறமை எனக்கு உண்டா என்று கற்பனை கூட செய்ததில்லை. தனியாக அழகர்சாமி அவர்களோடு நடைப் பயணமாகவோ, பைக்கிலோ செல்லும் வாய்ப்பும் பலமுறை கிடைத்துள்ளது. சில சமயம் அவர் சொல்லுவார் “காசி... வாழ்க்கையை திரும்பிப் பார்க்கிறேன். ஆனால் எந்தத் தடத்தையும் காணவில்லையேடா” என்பார். எனக்கு வியப்பாகவும், புரியாமலும் இருந்த நாட்கள். அவரைப் பதிவு செய்யும் போது கடந்த 40, 50 ஆண்டுகளில் அவர் தடத்தைத் தாண்டி எனக்கு வேறெதுவும் கிடைக்கவில்லை.

தடம்... ஒவ்வொரு நுகர்விலும் அழகர்சாமியே தெரிகிறார். அரசியல், பொருளாதார, சமூக மாற்றங்களில் ஏற்படுத்திய அண்ணாச்சியின் தடங்கள்தான் இந்த வரலாறு. எதை எழுத, எதை விட எனத் தடுமாறும் நிலைதான் ஏற்படுகிறது.

கவிஞர் ஜீவபாரதி தொகுத்த ‘அழகர்சாமியின் சட்டமன்ற உரைகள்’ தொகுப்பு இந்நூல் எழுத பெரிதும் உதவியது. தேர்ந்தெடுக்கப்பட்ட உரைகளை மட்டுமே, நூலின் அம்சம் கருதித் தொகுத்துள்ளார் எனக் கருதுகிறேன். அழகர்சாமியின் ஆணித்தரமான பேச்சுக்கள்தான் தமிழகத்தின் பல வளர்ச்சிக்கு அடிநாதமாக

இருந்துள்ளன. வாரியங்கள் பல உருவாகவும் காரணமாக இருந்துள்ளன. கோவில்பட்டிக்கு சீவலப்பேரி குடிநீர்த் திட்டத்தைக் கொண்டுவர மட்டுமல்ல, தமிழ்நாடு முழுவதும் கிராமங்கள், நகரங்கள் அனைத்திற்கும் பாதுகாக்கப்பட்ட குடிநீர் கிடைப்பதற்கும் அவரே மூலகாரணம். அவரது உரத்த குரலின் விளைவே 'தமிழ்நாடு குடிநீர் வடிகால் வாரியத்தின்' (TWAB) உருவாக்கம்... விவசாயிகளுக்கு விலையில்லா மின்சாரம்... ஊழலை எதிர்த்த ஆவேச இயக்கங்கள்... என மக்களின் தடங்களை அழகர்சாமி முத்திரையாகப் பதித்துள்ளார்.

இ.கம்யூ. மாநிலச் செயலாளர் தோழர் இரா.முத்தரசன், தமிழ்நாடு ஏஐடியூசி பொதுச் செயலாளர் தோழர் டி.எம்.மூர்த்தி, மாநிலத் துணைச் செயலாளரும் பாராளுமன்ற உறுப்பினருமான தோழர் கே.சுப்பராயன், விவசாய தொழிலாளர் சங்கத்தின் அகில இந்தியத் தலைவர் நா.பெரியசாமி, தமிழ்நாடு விவசாய சங்க மாநிலச் செயலாளர் டாக்டர் வே.துரைமாணிக்கம் ஆகியோர் கொடுத்த ஊக்கமும் உற்சாகமும் குறிப்பிடத்தக்கவை.

அன்பான தோழர்கள் வழக்கறிஞர் த.இசக்கித்துரை, செ.லட்சுமணன், ஆர்.சடையப்பன். த.சுப்பையா, ஏ.முத்துக்கிருஷ்ணன், எம்.தங்கவேலு, எம்.எஸ்.பாலகிருஷ்ணன், கே.டி.சி.நகர் க.முத்துகிருஷ்ணன், பி.பரமசிவன், மதன்மோகன் மற்றும் பா.கருப்பசாமி பாண்டியன் போன்றவர்கள் ஆவணங்களை நகலெடுக்கவும், எழுதவும் உதவினார்கள்.

பலருடைய வாழ்க்கை வரலாறுகளைப் படிக்கும் போது வியந்து நெகிழ்ந்து போகிறோம். தோழர்கள் பி.கே.வாசுதேவன் நாயர், இ.எம்.எஸ்.நம்பூதிரிபாடு, என்.கே.கிருஷ்ணன், பெ.சீனிவாசன், பி.ராமமூர்த்தி, பி.சி.ஜோஷி, ராகுல சாங்கிருத்தியாயன் என அடுக்கிக்கொண்டே செல்லலாம். எழுத்தாளர் ஆர்.எஸ்.ஜாக்கப் எழுதிய 'வாத்தியார்' மற்றும் 'மரண வாயிலில்', பாலன் எழுதிய 'ஆயுள் தண்டனை அனுபவங்கள்' போன்ற நூல்களும், ஐ.மாயாண்டி பாரதி பற்றிய தொகுப்பும் கண்ணீர் வரவழைக்கும் புத்தகங்களே.

இதற்கிடையில் தியாகசீலர் ஆர்.நல்லகண்ணு அவர்களிடம் நான் எழுதும் விஷயத்தைச் சொன்னேன். அவர் மிகுந்த மகிழ்ச்சியோடு அழகர்சாமி அவர்களின் போராட்டங்களையும், அவருடைய தோழமையையும் விவரித்து வாழ்த்தினார்.

இந்திய கம்யூனிஸ்ட் கட்சியின் பொதுச் செயலாளர் தோழர் து.ராஜா அவர்கள் என் இளமைக் காலத் தோழர். அவரிடம் எழுதும் முறையைக் கூறவும், வாழ்த்துக்களைத் தெரிவித்து, தனக்கும் அழகர்சாமி அவர்களுக்கும் இருந்த உறவுகளையும் கூறினார்.

தூத்துக்குடி மாவட்டச் செயலாளர் தோழர் எஸ்.அழகுமுத்து பாண்டியன் எனது நெருங்கிய சகா. இந்நூலுக்காக தொல்லைப் படுத்தும் போதெல்லாம், முகம் கோணாமல் விவாதித்து வழிகாட்டிய பெருமை எஸ்ஏபி-க்கு உண்டு.

சோர்வில்லாமல், பதிவுகளை அழகுற கணினியில் வடிவமைத்துக் கொடுத்த கோவில்பட்டி ஐயப்பாஸ் நிறுவனத்திற்கும், அதன் உரிமையாளர் ம.இரவிச்சந்திரன் அவர்களுக்கும் நன்றியைத் தெரிவித்துக் கொள்கிறேன்.

அன்போடு அரவணைத்து 'வரலாற்று நூலுக்கு வாழ்த்துரை' வழங்கிய தியாக சீலர் மரியாதைக்குரிய தோழர் இரா.நல்லகண்ணு அவர்களுக்கும், முன்னுரை வழங்கிய, எங்களால் அன்போடு 'அண்ணாச்சி' என்று அழைக்கப்படுபவரும் பேராசிரியர் நா.வானமாமலையின் தலை மாணவர்களில் மூத்தவர்களில் ஒருவரும், சிறந்த நாட்டுப்புறவியலின் ஆய்வாளரும், விமர்சகருமான பேராசிரியர் ஆ.சிவசுப்பிரமணியன் அவர்களுக்கும், உறுதுணையாக இருந்து ஊக்கம் கொடுத்து என்னை தனக்குள் வைத்துப் பாதுகாக்கும் மனைவி ரெங்கநாயகி, எனது அருமை மகன்கள் மற்றும் குடும்பத்தவர்களுக்கும் நன்றியைத் தெரிவித்துக் கொள்கிறேன்.

சிறந்த முறையில் நூலாக்கி, மக்களிடம் கொண்டு செல்லும் தமிழகத்தின் பாரம்பரிய, அறிவுக் களஞ்சியமாகத் திகழும் முன்னோடி வெளியீட்டகமான நியூ செஞ்சுரி புக் ஹவுஸ் தோழர்களுக்கும், அதன் மேலாண்மை இயக்குநர் தோழர் சண்முகம் சரவணன் அவர்களுக்கும் நன்றி.

25.08.2021 எஸ்.காசிவிஸ்வநாதன்
திருநெல்வேலி

பொருளடக்கம்

1. தடங்களின் வழியில் — 25
2. நேர்மையின் சிகரம் — 35
3. நாயக்கர்கள் ஆட்சி — 41
4. வீரம் விளைந்த மண் — 44
5. பாளையக்காரர்களின் வரலாறு — 47
6. விடுதலையின் ஜோதி — 53
7. ஜமீன்கள் சூழ்ந்த நகரம் — 60
8. ஒரு நகரம் உருவாகிறது — 68
9. விடுதலைப் போரில் — 71
10. கம்யூனிஸ்ட் கட்சி பிறந்தது — 75
11. போராட்டமே வாழ்க்கை — 80
12. பொதுவுடைமையின் வித்துக்கள் — 86
13. அடக்குமுறையும் விளைவுகளும் — 91
14. கூட்டுறவே நாட்டுயர்வு — 95
15. பாரதியின் தாக்கம் — 103
16. பாரதிக்கு மணி மண்டபம் — 107
17. கரிசல் மண் செம்மண்ணாக — 110
18. நிலம் விவசாயிகளுக்கே — 112

19.	விளைச்சல் இல்லை... வரி இல்லை...	115
20.	ஜப்தி செய்த மாடுகள் மீட்பு	119
21.	தொடர் போராட்டங்கள்	123
22.	தனித்துவ வெற்றி	127
23.	ஒரு புதிய முயற்சி	131
24.	விரிவடையும் போராட்டங்கள்	135
25.	நிலமீட்சிப் போராட்டம்	139
26.	விவசாயிகளின் எழுச்சி	146
27.	விவசாயிகளின் வெள்ளைத் தங்கம்	154
28.	அவசரநிலைப் பிரகடனமும் நம்பிக்கையும்	157
29.	குடிநீருக்கு தனிவாரியம்	160
30.	உயிர் காத்தார்	163
31.	தலைவர்களின் சங்கமம்	167
32.	விவசாயிகளின் தலைவராக	171
33.	கிராமப் பயணம்	175
34.	கல்லுக்குள் ஈரம்	179
35.	கோவில்பட்டியில் பொதுவுடைமை இயக்கம்	182
36.	ஒரு சோறு பதம்	190
37.	பாரதியும் ஜீவாவும்	195
38.	ஜீவாவின் தாக்கம்	201
39.	பாரதிக்கு விழா	206
40.	கண்ணும் கருத்துமாக	212
41.	பன்னாட்டு அறிஞர்கள்	217
42.	மகாகவியை மக்களுடைமையாக்கு	223
43.	பாரதி நூற்றாண்டில் கூட்டுறவு நூற்பாலை	230
44.	ரகுநாதன் நூலகம்	235

45.	கருத்தரங்கின் நாயகர்	240
46.	இணை பிரியாத நட்பு	242
47.	நல் ஆசானாய்	247
48.	இளமையின் இனிமை	252
49.	நீங்காத நினைவுகள்	256
50.	பாஞ்சாலி, பீமன்	259
51.	ஆசிரியர் தலைவராக...	261
52.	கடல் தாமரை	265
53.	சம்பந்தியான தோழர்	267
54.	அழகர்சாமியின் வழியில் அய்யலுசாமி	269
55.	ஒரிஜினல் பி.ஏ.	270
56.	வழிகாட்டியின் வழிகாட்டி	271
57.	குடும்ப வாழ்க்கை	272
58.	மனப்பதிவுகள்	278
59.	சட்டமன்றத்தில் அழகர்சாமி	310
60.	தலைவர்கள், தோழர்கள் பார்வையில்	331
61.	செவ்வணக்கம் தோழர் அழகர்சாமி	346

தோழர் சோ. அழகர்சாமியின்
வாழ்வின் தடங்களைத் திரும்பிப் பார்க்கின்றோம்.
எழுத்தில் அடங்காத அழகர்சாமியின்
வாழ்க்கைத் தடங்களைப் பதிய முயன்றுள்ளோம்.
அவருடைய தடங்கள்தான் நம் கண்ணுக்கு
அரசியல், சமூக மாற்றங்களாகத் தெரிகின்றன.
"அரசு மிரட்டியது. போலீசும் அடக்க முயன்றது.
திரண்டு எழுந்த விவசாயிகளுக்கு தலைமை ஏற்று
அழகர்சாமி தைரியமூட்டினார்"

1. தடங்களின் வழியில்

தோழர் எஸ்.அழகர்சாமி கோவில்பட்டி சட்டமன்றத் தொகுதியில் ஐந்து முறை மக்களால் தேர்ந்தெடுக்கப்பட்டவர். மக்கள் தொண்டராய், தோழராய், தலைவராய், ஒரு கம்யூனிஸ்டாக இருந்து, வாழ்ந்து இந்திய கம்யூனிஸ்ட் கட்சிக்குப் பெருமை சேர்த்தவர். எளிய தோற்றத்திற்குச் சொந்தக்காரரர் என்றபோதிலும் அவருடைய கம்பீரம் யாரையும் எழுந்து நின்று கும்பிடவைக்கும். நாலுமுழக் கதர் வேட்டி, கழுத்து வழியாகப் போட்டுக் கொள்ளும் அரைக்கை கதர்சட்டை, காவி நிறத்தில் ஒரு கதர் துண்டு, கருப்பு பிரேம் உள்ள மூக்குக் கண்ணாடி. காங்கிரஸ்காரர்களே கதர் அணிவதை நிறுத்தியபின்பும் தன் இறுதி மூச்சு உள்ளவரை கதரையே நேசித்தார், அணிந்தார். கோவில்பட்டி நகர் மெயின் ரோட்டின் மையத்திலிருந்த சாத்தூர் டீ ஸ்டாலிலோ அல்லது அதற்கு எதிரே இருந்த கே.என்.ஆர் சைக்கிள் கடையின் மாடியில் இருந்த இந்திய கம்யூனிஸ்ட் கட்சி அலுவலகத்திலோ யார் வேண்டுமானாலும் எப்போது வேண்டுமானாலும் சந்திக்கலாம். சாத்தூர் டீ ஸ்டாலின் உரிமையாளர்கள் கோவிந்தசாமியோ அல்லது அவரது தம்பி பால்ராஜோ முகம் சுழிக்காமல் பொறுப்பாகப் பதில் சொல்லுவார்கள். தோழர்களின் சரணாலயமும் சாத்தூர் டீ ஸ்டால் தான்.

அழகர்சாமியிடம் குறைகளையோ, தேவைகளையோ, பொதுப் பிரச்சனைகளையோ சொல்லலாம். காது கொடுத்துக் கேட்பார். தீர்க்கக் கூடிய, செய்ய வேண்டிய காரியங்களை குறிப்பாக எழுதி வைத்துக் கொள்வார். அதில் யாரைச் சந்தித்து பிரச்சனையைச் சொல்ல

வேண்டும் என்பதையும் மறக்காமல் குறித்து வைத்துக் கொள்வார். காலை நேரத்திலோ, உச்சி வெயில் நேரத்திலோ கூட யாராவது உதவி செய்யக் கோரினால் கே.என்.ஆர் சைக்கிள் கடையிலிருந்து வாடகைக்கு ஒரு சைக்கிளையோ, அல்லது நடைப் பயணமாகவோ சென்று அதிகாரிகளையும், பார்க்க வேண்டிய பிரமுகர்களையும் பார்த்து, குறைகளை நிவர்த்தி செய்யும் தன்னலமற்ற தியாகச் சீலர் இவர்.

அனைத்துப் பகுதி மக்களாலும் நேசிக்கப்படும் அன்பான தோழர் இவர். அவர் காலத்தில் வாகன வசதிகள் பெருமளவு பயன்பாட்டுக்கு வராத போதும் அயர்வில்லாமல் பேருந்துப் பயணங்களை மேற்கொண்டவர்.

வழுக்கைத் தலை என்றாலும் தலையின் பின்பக்கம், கொஞ்சம் முடி உண்டு. அதனை சீவிக் கொள்ள சின்ன சீப்பு ஒன்றை எப்போதும் வைத்திருப்பார். நாங்கள் பார்த்துச் சிரிக்கும் நமட்டுச் சிரிப்பையும் அவர் நன்கு அறிந்து கொண்டிருப்பார். ஆனாலும் தெரிந்த மாதிரி காட்டிக் கொள்ள மாட்டார்.

ஏறு நெற்றி, கூர்மையான, அளவான வடிவெடுத்த மூக்கு, நரைத்த வெள்ளை முடிகளால் மீசை இருக்கிறதா இல்லையா எனத் தெரியாமல் மெலிதாக கத்திரி கொண்டு கத்தரித்து விடப்பட்டிருக்கும். செதுக்கிய சிற்பத்திற்கு இருப்பது போல தடித்த அழகான உதடுகள். சோழியை திரட்டி ஒட்ட வைத்தது போல அழகான வெள்ளை வெளேர் பல்வரிசை. சிரித்தால் உள்ளத்திலிருந்து வெளிவரும் அன்பு. அழகர்சாமிக்கு போலியாக, கபடமாகச் சிரிக்கத் தெரியாது.

தூய்மையான வெண்மையான கதராடை. நின்றால் கரிசக் காட்டு சம்சாரிக்கே உரிய நெடிய உயரம். சுமார் ஆறுஅடிக்குக் குறையாமல் இருக்கும். தனக்கு சரியெனப்படும் நேர்மையான, நியாயமான கருத்துக்களை பளிச்சென்று சொல்லி விடுவது தோழர் அழகர்சாமியின் வழக்கம். உள்ளொன்று வைத்துப் புறமொன்று பேசும் வழக்கம் அவருக்கு என்றுமே இருந்ததில்லை.

‘மக்களுடைய தொண்டர்கள்தான் நாம்... அவர்களுக்கு எஜமானர்கள் அல்ல’... என்பதை நிலை நிறுத்திய பெருமகன் அவர். எல்லோரிடத்திலும் பாகுபாடு எதனையும் காட்டாமல் நடந்து கொள்வதும், அனைவரிடத்திலும் வெடிப்புறப் பேசும் பாங்கும் வியப்பிலாழ்த்தும்.

தேர்தல் காலங்களில் எதிர்த்துப் போட்டியிடுபவர்கள் அனைவராலும் கூறப்பட்ட வார்த்தைகள். “அழகர்சாமி நல்லவர்தான்,

வல்லவர்தான். ஆனால் ஆளும் கட்சியில் இல்லாததால் காரியங்களைச் செய்வதில் சுணக்கம் ஏற்படுகிறது". இது உண்மையா என்று பேசிய அவர்களிடம் தனிப்பட்ட முறையில் கேட்டால் அதெல்லாம் ஓட்டுக்காகச் சொல்லும் வார்த்தைகள் என்று பசப்பி விடுவார்கள். அமைச்சர்களையோ, அதிகாரிகளையோ நேரடியாகச் சந்திக்கும் ஆற்றலும், கம்பீரமும் இவரது தனிச்சிறப்பு.

தோழர் அழகர்சாமி 09.08.1926ஆம் நாள் மகாகவி பாரதிபிறந்த எட்டயபுரத்திற்கு அருகிலுள்ள இராமனூத்து என்ற சின்னஞ்சிறு கிராமத்தில் பிறந்தார். இதுவும் எட்டயபுரம் ஜமீன் கிராமம்தான், தந்தை பெயர் சோலைய நாயக்கர். தாயார் பெயர் கோப்பம்மாள்.

சுமார் 50, 60 ஏக்கர் நிலம் சொத்தாகக் கொண்ட விவசாயக் குடும்பம். எட்டயபுரம் ஜமீனிடம் அழகர்சாமியின் தாத்தா காலத்திலேயே வாங்கியது. வானம் பார்த்த பூமி. மழை பெய்தால் கரும் பொன்னாக விளையும். ஒரு கிணறும் உண்டு. அதற்கு அழகர்சாமி தலையெடுத்த காலத்தில் பம்பு செட் போடப்பட்டது. தோழர் அழகர்சாமி இராமனூத்தில் 5வது வகுப்பு வரை கல்வி கற்றார். பின்னர் அங்கிருந்து இரண்டு கல் தொலைவிலுள்ள படர்ந்தபுளியில் 8வது வகுப்பு வரை படித்தார். படர்ந்தபுளி பள்ளிக்கூடத்திற்கு அழகர்சாமியின் தாய்மாமா வில்வண்டி கட்டி அனுப்பி வைப்பாராம். அதற்குமேல் படிக்க வேண்டுமென்றால் எட்டயபுரம்தான் வர வேண்டும். குடும்பச் சூழ்நிலை படிக்க இயலாத நிலைமை ஏற்பட்டது.

அழகர்சாமிக்கு ஏழு வயது இருக்கும்போது தந்தை இறந்தார். மாமா ஆழ்வார்சாமிதான் குடும்பத்தைப் பார்த்துக் கொண்டார். தோழர் அழகர்சாமியின் கல்வியும் நின்றுவிட்டது. மாமாவோ எட்டயபுரம் அரண்மனையில் வேலை வாங்கித் தரவேண்டுமென ஆசைப்பட்டார். அழகர்சாமியின் சிந்தனைகள் முழுவதும் நாட்டு விடுதலையிலும், பொது வாழ்விலேயும்தான் இருந்தது.

புத்தகங்கள் படிக்கும் பழக்கம் அழகர்சாமியின் இளம் வயதில் தொடங்கி வாழ்நாள் முழுவதும் தொடர்ந்தது. பொது வாழ்க்கையில் மூழ்கிய போதும் அவர் படிப்பதைக் கைவிடவில்லை. எதையும் மேலெழுந்த வாரியாகப் படிக்க மாட்டார். செய்தித் தாளாக இருந்தாலும், புத்தகமாக இருந்தாலும் ஆழமாகப் படிப்பதுடன், தேவையானவற்றை குறிப்பும் எடுத்துக்கொள்வார். புத்தகங்களைத் தேடி, விலை கொடுத்து வாங்கியும் வைத்துக் கொள்வார். பழங் கவிதைகள் மற்றும் செய்யுள்கள் மீதும், பாரதியின் கவிதைகள் மீதும் ஆழ்ந்த பற்றுக்

கொண்டிருந்தார். கவிதை, வெண்பாக்களை மனப்பாடமாகச் சொல்லும் திறமையும் அவருக்கு உண்டு.

இந்திய நாடு விடுதலை பெற வேண்டும் என்ற தேசபக்தி உணர்வு அவருக்கு 14 வயதிலேயே தோன்றிவிட்டது.

எட்டயபுரம் அறிஞர்கள் பலரை பேணிக்காத்த சமஸ்தானம் அல்லவா? மகாகவி பாரதி, உமறுப்புலவர், முத்துசாமி தீட்சிதர், சுவாமி தீட்சிதர், கடிகைமுத்துப் புலவர், நாகமுத்துப் புலவர், சோமசுந்தர பாரதி, சுத்தானந்த பாரதி, பெண்பாற் புலவர் சுப்பம்மாள், குருகுகதாஸ்பிள்ளை, ஹெச்.ஏ.அய்யர் என பல மகான்கள் உலாவிய பூமி. திருநெல்வேலி மாவட்டம் தேசிய இயக்கத்திற்கும், விடுதலைப் போராட்டத்திற்கும் முன்னணியில் இருந்த மாவட்டம். தோழர் அழகர்சாமிக்கும் விடுதலைப் போராட்டத்தில் ஆர்வம் பெருகிற்று.

1939-இல் தொடங்கியது இரண்டாவது உலகப்போர். 1942-இல் சோவியத் நாட்டிற்குள் ஹிட்லரின் நாசிசப்படைகள் துவம்சம் செய்யப் புகுந்தன. செய்தித்தாளில் இதனை மட்டுமின்றி வெள்ளையனே வெளியேறு (1942) போராட்டச் செய்திகளையும் படித்தார் தோழர் அழகர்சாமி.

அப்போது காங்கிரஸ் மக்கள் இயக்கமாக பொங்கியெழுந்த காலம். அழகர்சாமிக்கு காங்கிரஸ் சோசலிஸ்ட் கொள்கைகள் மீது நம்பிக்கை மலர்கிறது. காங்கிரஸ் கட்சியின் தீவிர ஊழியராகத் தன்னை வரித்துக் கொண்டார். பாரதி பாடல்களை வீதிகளில் முழங்கி மக்களை சுதந்திர வேள்வியில் இணைத்தார். காந்தியின் மீது பெரும் பற்றும் மரியாதையும் கொண்டிருந்தார்.

கேப்டன் சுப்பிரமணியபிள்ளை, சின்னையாபுரம் ராமசாமி ரெட்டியார் போன்ற காங்கிரஸ் தலைவர்களை அழைத்து வந்து தோழர் அழகர்சாமி அவர்கள் நரசிம்மன் ராயருடன் இணைந்து எட்டயபுரத்தில் பொதுக்கூட்டங்களை நடத்தினார்.

இளமைப் பொழுதுகள் தேச விடுதலை அரசியல் போராட்டக் களங்களாயின. 1945ஆம் ஆண்டு புகழ்மிக்க காங்கிரஸ் தலைவர்கள் டாக்டர் பி.வரதராஜுலு நாயுடு, சட்டநாதக்கரையாளர் ஆகிய தலைவர்களை அழைத்து வந்து எட்டயபுரத்தில் அரசியல் மாநாடு நடத்தினார்.

விடுதலைக்குப் பின் எல்லோரும் எல்லாமும் பெற சமதர்மக் கொள்கையான சோசலிசமே மலர வேண்டும் என்பதில் பெரும் நம்பிக்கை அழகர்சாமிக்கு இருந்தது. சோசலிச லட்சிய ஈடுபாட்டால் ஜெயப்பிரகாஷ் நாராயணன் மீது பெரும் பற்று ஏற்பட்டது. எனவே, சோசலிஸ்ட் கட்சியில் தன்னை இணைத்துக் கொண்டார். தோழர் அழகர்சாமி சோசலிஸ்ட் கட்சியின் 15 தோழர்களைக் கொண்ட விளாத்திகுளம் பிர்க்கா அமைப்பாளராகத் தேர்வு செய்யப்பட்டு பொறுப்பேற்றுக் கொண்டார். சோசலிஸ்ட் கட்சியின் தலைவர் ஜெயப்பிரகாஷ் நாராயணன் - அவரது மனைவி பிரபாவதிதேவி ஆகிய இருவரையும் தம்பதியர் சகிதமாக எட்டயபுரத்திற்கு அழைத்துவந்து வரவேற்புக் கொடுத்தார்.

இருபது வயது இளைஞர் தோழர் அழகர்சாமி 1946-இல் தாலுகா உணவுக் கமிட்டித் தலைவராகப் பொறுப்பேற்றார். சுற்றியுள்ள கிராமங்களுக்கு கண்ட்ரோல் விலையில் உணவுப்பொருட்கள், துணி போன்ற ரேசன் பொருட்களைச் சரியாக விநியோகிக்க ஏற்பாடுகளைச் செய்தார். பொது வாழ்வில் நேர்மை, தூய்மை, கொண்ட லட்சியத்தில் உறுதி என்ற தாரகத்திற்கு சொந்தக்காரரானார் தோழர் அழகர்சாமி. இவரது பொதுவாழ்வு குடும்பத்தில் பொருளாதார நெருக்கடியை உருவாக்கியது. அந்தக்காலத்தில் ஆசிரியர் பயிற்சிபெற இ.எஸ்.எல்.சி எனப்படும் எட்டாம் வகுப்பு போதும்.

1950-53ஆம் ஆண்டுகளில் பயிற்சி பெற்ற ஆசிரியராகப் பணியாற்றினார். அப்போது அவருக்கு மாதச் சம்பளம் ரூ.40. இந்தப் பணம் முழுவதையும் குழந்தைகளின் கல்விக்காகவும், பள்ளி வளர்ச்சிக்காகவுமே செலவிட்டார்.

சோசலிஸ்ட் சோ.அழகர்சாமிக்கு நாகலாபுரத்திலிருந்த தியாகி தோழர் வி.பாலகிருஷ்ணன் மூலம் கம்யூனிஸ்ட் கட்சியுடன் தொடர்பு ஏற்பட்டது. 1947 ஆகஸ்ட் 15-இல் நாடு விடுதலை பெற்றது. விடுதலை பெறும் வரை கம்யூனிஸ்ட் கட்சி தடை செய்யப்பட்டிருந்தது. 1948ஆம் ஆண்டு கம்யூனிஸ்ட் கட்சி மீண்டும் தடை செய்யப்பட்டது. தலைமறைவு காலத்திலிருந்த கம்யூனிஸ்ட் தலைவர்கள் தோழர்கள் பூதலபுரம் ஆர்.வேலுச்சாமித் தேவர், கே.பாலதண்டாயுதம், ஆர்.எச்.நாதன், விருதுநகர் உலகநாதன், மணலி கந்தசாமி ஆகியோருடன் இவருக்கு நட்பும், தோழமையும் உருவாயிற்று. ராமநாதபுரம், திருநெல்வேலி மாவட்ட எல்லையில் உள்ள உள்ளடங்கிய சிறிய கிராமம் பூதலபுரம். கம்யூனிஸ்ட் தலைவர்களின் தலைமறைவு வாழ்க்கை வேலுச்சாமித் தேவரின் பாதுகாப்பில்

நடைபெற்றது. போலீஸின் கெடுபிடிகளால் இடம் மாற வேண்டிய நெருக்கடி ஏற்பட்டது. அழகர்சாமியின் உதவியுடன் ஆர்.வி.தேவர் இராமனூத்தில் தலைவர்களைத் தங்கவைத்தார். பூதலபுரம், நாகலாபுரம், விளாத்திகுளம், எட்டயபுரம். கோவில்பட்டி, கழுகுமலை போன்ற கரிசல்காட்டுப் பகுதிகளில் கம்யூனிஸ்டுகள் தடம் பதித்தனர். தோழர் அழகர்சாமிக்கு இந்தத் தோழர்களின் உறவு புதிய வெளிச்சத்தைக் காட்டியது. போராட்டங்களை கதைகளாகக் களத்தில் கேட்டறிந்து கொண்டார் தோழர் அழகர்சாமி.

தெலுங்கானா ஆயுதந்தாங்கிய போராட்டமும், புன்னப்புரா, வயலார் மற்றும் தஞ்சையின் செம்மயப் போராட்டங்களோடு நெல்லை, தூத்துக்குடி, விக்கிரமசிங்கபுரம், சிவகிரி, களக்காடு, நாங்குநேரி அம்பை போராட்டங்களும் தோழர் அழகர்சாமிக்கு புதுவழியைக் காட்டின. தலைவர்களால் கொடுக்கப்பட்ட சிகப்புப் புத்தகங்கள் தோழர் அழகர்சாமியின் அறிவை விசாலப்படுத்தின.

நெல்லை மாவட்டத்தில் கம்யூனிஸ்ட் கட்சியின் மீது இரண்டு சதி வழக்குகள் போடப்பட்டன. விடுதலைக்கு முன்பு 1940-இல் ஒன்று. விடுதலைக்குப் பிறகு 1948-இல் மற்றொன்று. கல்கத்தாவில் நடந்த கம்யூனிஸ்ட் கட்சியின் இரண்டாவது மாநாட்டில், அப்போது ஆட்சி அதிகாரத்திலிருந்த காங்கிரஸ் அரசை ஆயுதந்தாங்கிய போராட்டத்தின் மூலம் அப்புறப்படுத்தி மக்கள் சார்பான அரசை ஏற்படுத்துவது என்று முடிவு செய்தது. இத்தீர்மானத்தினால் எச்சரிக்கை அடைந்த இளம் காங்கிரஸ் அரசு கம்யூனிஸ்டுகளை வன்முறையில் ஒடுக்க உடனடியான தீவிர முயற்சியை மேற்கொண்டது.

கம்யூனிஸ்டுகள் நரவேட்டையாடப்பட்ட காலகட்டத்தில் 1949ஆம் ஆண்டு தோழர் சோ.அழகர்சாமி அவர்கள் தன்னை இந்திய கம்யூனிஸ்ட் கட்சியில் இணைத்துக் கொண்டார். இராமனூத்தில் கிளை அமைக்கப்பட்டது.

தலைமறைவாக இருந்த தலைவர்கள் ஆர்.எச்.நாதன், விருதுநகர் உலகநாதன், கே.பாலதண்டாயுதம், வேலுச்சாமித்தேவர், மணலி கந்தசாமி போன்ற கம்யூனிஸ்ட் தலைவர்கள் தனது ஊரில், தனது இல்லத்தில் தங்குவதற்கு தோழர் அழகர்சாமி ஏற்பாடு செய்தார். சிறையிலிருந்த கம்யூனிஸ்ட் தலைவர்களுக்கு ஆதரவாக நிதி வசூலில் தீவிரமாக ஈடுபட்டார். கம்யூனிஸ்டுகளை காவல்துறை தேடி அலையும் போது நெஞ்சுறுதியுடன் கம்யூனிஸ்ட் என தன்னைப் பிரகடனப் படுத்திக்கொண்ட மாவீரர் தோழர் அழகர்சாமி. தனது திருமணத்திற்குப்

பின்னர் ஆசிரியர் வேலையை உதறித் தள்ளி விட்டு முழுநேரப் பணியாளனாக கம்யூனிஸ்ட் கட்சியில் தன்னை ஆக்கிக் கொண்டவர் தோழர் அழகர்சாமி. 1952இல் ஜில்லா போர்டு தேர்தலிலும் போட்டியிட்டார். 1953ஆம் வருடம் நிலச்சீர்திருத்தச் சட்டம் கோரி மாவட்ட ஆட்சித் தலைவர் அலுவலகம் முன்பு ஒருவார காலம் தொடர் மறியலில் ஈடுபட்டார். பஞ்ச நிவாரணம் கோரி 1946, 1950-53ஆம் ஆண்டுகளில் சிறைபுகுந்தார்.

கட்சியின் ஒவ்வொரு நடவடிக்கையையும் கூர்ந்து கவனிப்பது மட்டுமின்றி அறிக்கைகளை உணர்வோடு புரிந்து கொள்வார். 1953ஆம் ஆண்டு எட்டயபுரத்தில் தோழர் எஸ்.ராமகிருஷ்ணனை அழைத்து வந்து பொதுக்கூட்டம் நடத்தினார். 1954 முதல் கரிசல் பிரதேசம் முழுவதும், கிராமம், கிராமமாகச் சென்று கட்சிக் கிளைகள், விவசாய சங்கங்களை அமைத்துள்ளார். போராட்டங்களை நடத்தி கைது செய்யப்பட்டு கோவில்பட்டி, விளாத்திகுளம், கொக்கிரகுளம், பாளையங்கோட்டை என சகல சிறைச்சாலைகளிலும் அடைத்து வைக்கப்பட்டுள்ளார் தோழர் அழகர்சாமி அவர்கள். 1964ஆம் ஆண்டு கிராமப்புற உணவுப் பங்கீடு போராட்டத்தில் கலந்துகொண்டு சிறைவாசம் மேற்கொண்டார்.

கட்சியின் முடிவுப்படி கூட்டுறவு அமைப்புக்களை உருவாக்குவதில் ஆர்வம் காட்டினார். இதன் விளைவாக பல கிராமங்களில் அவருக்கு தொடர்பு ஏற்பட்டது. இதன் மூலம் தனக்கு அடுத்த கட்ட தலைவர்களையும் அடையாளம் காட்டினார்.

கோவில்பட்டி தாலுகாவில், பயங்கர பஞ்சம் நிலவிய ஆண்டுகள் 1965 முதல் 1975ஆம் ஆண்டு வரை, விளைச்சல் பொய்த்தது. நியாய விலையும் கிடைக்கவில்லை. விவசாயிகளின் துயரம், பிரம்மாண்டமான வரி கொடா இயக்கம் போராட்டமாய் உருவெடுத்தது. வரிகொடுக்கும் நிலையில் விவசாயிகள் இல்லை. பர்தோலி போராட்டத்தை ஒத்ததாக இது இருந்தது. போராட்டத்தை முன்னின்று நடத்தியவர் தோழர் அழகர்சாமி. இப்போராட்டத்தையொட்டி 1965ஆம் ஆண்டு நிலவரி (வஜா) கோரி ஒரு வாரம், வில்லிசேரி தோழர் என்.ராமசுப்புவுடன் இணைந்து உண்ணாவிரதம் இருந்தார். காங்கிரஸ் அரசும் நம் தலைவர்களும், கம்யூனிஸ்ட் கட்சியும் கேட்டுக் கொண்டதன் பேரில் உண்ணாவிரதம் கைவிடப்பட்டது. அழகர்சாமியை மாட்டு வண்டியில் ஊர்வலமாக பொதுக்கூட்ட மேடைக்கு மக்கள் அழைத்துச் சென்றனர்.

எனினும் காங்கிரஸ் ஆட்சியில் விவசாயிகள் கோரிக்கைகள் புறக்கணிக்கப்பட்டன. கெடுபிடி வசூல் தொடர்ந்தது. அப்போது

கட்சியின் மாவட்டச் செயலாளர் ப.மாணிக்கம், விவசாய சங்க மாவட்டச் செயலாளர் தோழர் ஆர்.நல்லகண்ணு ஆகியோர் வழிகாட்டுதலின்படி வரிகொடா இயக்கம் தொடர்ந்து நடைபெற்றது. விவசாயிகளின் பண்ட பாத்திரங்கள், மாடு கன்றுகள் ஜப்தி செய்யப்பட்டன. நாச்சியார்பட்டி வி.வி.ரெங்கசாமியின் வீட்டிலிருந்த ஜோடி மாடுகள் ஜப்தி செய்யப்பட்டன. அழகர்சாமியின் தலைமையில் போராட்டம் தொடர்ந்தது. வலுவான பிரச்சாரம் காரணமாகவும், விவசாயிகளின் உணர்வினாலும், ஏலம் விடப்பட்ட விவசாயிகளின் உடைமைகளையும், மாடுகளையும் ஏலம் எடுக்க ஒருவரும் முன் வரவில்லை. மூன்று மாதங்கள் கழித்து அரசு பணிந்தது. வேறு வழியின்றி ஜப்தி செய்த பொருள்களையும், மாடுகன்றுகளையும் விவசாயிகளுக்கே திருப்பித் தருமாறு அரசாங்கம் உத்தரவிட்டது. விவசாயிகளோ ஜப்தி செய்யப்பட்டவைகளைத் தமது வீடுகளில் கொண்டுவந்து கொடுக்குமாறு கோரினார்கள். அழகர்சாமி எழுப்பிய இக்கோரிக்கையும் ஏற்கப்பட்டது. வரிகொடா இயக்கம் வெற்றி வாகை சூடியது. என்னால் என்றும் மறக்க முடியாத போராட்டம் இந்த 'வரிகொடா இயக்கம்' என்று மிகுந்த பெருமையுடன் கூறுவார் தோழர் அழகர்சாமி அவர்கள்.

இதற்கிடையில் ஜீவா அவர்களின் வேண்டுகோளை ஏற்று எட்டயபுரத்தில் பாரதி முற்போக்கு வாலிபர் சங்கம் என்ற பெயரில் அமைப்பை உருவாக்கினார். வருடா வருடம் செப்டம்பர் மாதம் அழகர்சாமியின் வழிகாட்டுதலில் மகாகவி பாரதி விழா நடத்தி வருகிறார்கள். தோழர் அழகர்சாமி ஊன்றிய விதை தமிழ்நாடு கலை இலக்கியப் பெருமன்ற கிளையாக, விருட்சமாக விரிந்துள்ளது.

சட்டமன்றத் தேர்தல்களில் போட்டியிட வேண்டுமென கம்யூனிஸ்ட் கட்சி முடிவு செய்தது. தோழர் அழகர்சாமி 1957, 1962 பொதுத் தேர்தல்களில் கோவில்பட்டி தொகுதியில் போட்டியிட்டு வெற்றிவாய்ப்பை இழந்தார். கூட்டுறவு அமைப்புக்களின் பொற்காலம் என 1950களின் பிற்பகுதியைக் குறிப்பிடலாம். எட்டயபுரம், கடலையூர், ஈராட்சி, குளத்துள்வாய்பட்டி, இடைச்செவல், பரம்புக் கோட்டை உட்பட பல ஊர்களில் கூட்டுறவு பால்பண்ணைகளையும், கோவில்பட்டியில் கூட்டுறவு பால் ஒன்றியத்தையும் உருவாக்குவதற்கு காரணகர்த்தாவாக தோழர் அழகர்சாமி இருந்தார். கோவில்பட்டி கூட்டுறவு மார்க்கெட்டிங் சொசைட்டி, கூட்டுறவு வங்கி, பண்டக சாலை, வீட்டுவசதி சங்கம் என பலவற்றை உருவாக்கினார்.

தமிழ்நாடு சட்டமன்றத் தேர்தலில் 1967 முதல் 1989 வரை ஐந்து முறை வெற்றி வாகை சூடினார் தோழர் அழகர்சாமி. 1977 முதல் 1989 வரை சட்டமன்றக் கம்யூனிஸ்ட் கட்சிக் குழுவின் தலைவராக இருந்துள்ளார். இந்திராகாந்தி படுகொலையின் காரணமாக 1984-இல் வெற்றி வாய்ப்பை இழந்தார்.

1972 முதல் தமிழ்நாடு விவசாய சங்கத்தின் தலைவராக இருந்துள்ளார். அகில இந்திய விவசாய சங்கத்தின் துணைத் தலைவராக 1982 முதல் பத்தாண்டுகள் இருந்துள்ளார். இந்திய கம்யூனிஸ்ட் கட்சியின் தமிழ்நாடு மாநிலக் கவுன்சில் உறுப்பினராக 1967 முதல் 1994 வரையிலும், 1971ஆம் ஆண்டிலிருந்து மாநில நிர்வாகக் குழு உறுப்பினராகவும் பணியாற்றிய தோழர் அழகர்சாமி அவர்கள் கட்சியின் மாநிலக் கட்சிக் கட்டுப்பாட்டுக் குழுத் தலைவராகவும் பணியாற்றியுள்ளார்.

1958-ம் ஆண்டு முதல் 1970ஆம் ஆண்டு வரை இராமனூத்து பஞ்சாயத்துத் தலைவராகப் பதவி வகித்துள்ளார். கோவில்பட்டி மார்க்கெட்டிங் சொசைட்டி, கோவில்பட்டி கூட்டுறவு விற்பனை சங்கம், கோவில்பட்டி கூட்டுறவு பால் விற்பனை ஒன்றியம் ஆகியவற்றின் தலைவராகப் பணியாற்றியுள்ளார். நெல்லை மாவட்ட மத்திய கூட்டுறவு வங்கியின் இயக்குநராக 1969 முதல் 1974 வரை பணியாற்றியுள்ளார்.

கோவில்பட்டி கூட்டுறவு வீட்டுவசதி சங்கத்தை உருவாக்கி அதன் தலைவராக 10 ஆண்டுகள் பணி செய்துள்ளார். எட்டயபுரம் கூட்டுறவு பால் வழங்கும் சங்கத்தின் தலைவராக 15 ஆண்டுகள் பணியாற்றி யுள்ளார். தனது வாழ்நாள் முழுவதும் இப்பண்ணையின் மீது கவனம் செலுத்தி வந்துள்ளார்.

1972-இல் கோவில்பட்டிக்கு தாமிரபரணி தண்ணீரைக் குடிநீராகத் தருவதற்கு சீவலப்பேரி குடிநீர்த் திட்டத்தை முன்முயற்சி எடுத்துக் கொண்டு வந்தார். இத்திட்டத்தை எட்டயபுரத்திற்கும், கழுகுமலைக்கும், குழாய் வரும் கிராமங்களுக்கும் கூட்டுக் குடிநீர்த் திட்டத்தை விரிவுபடுத்திக் கொண்டு வந்தார். இத்திட்டம் சாத்தூர் வரை விரிவுபடுத்தப்பட்டுள்ளது. இவரது ஆலோசனையின்படியே தமிழ்நாடு குடிநீர் வடிகால் வாரியம் உருவாக்கப்பட்டு தமிழ்நாட்டு மக்களுக்கு பாதுகாக்கப்பட்ட குடிநீர், கூட்டுக் குடிநீர் திட்டத்தின் கீழ் கிடைக்கிறது. கோவில்பட்டியில் தீயணைப்பு நிலையம், விவசாய ஆராய்ச்சிப் பண்ணையை வேளாண் பல்கலைக் கழகத்துடன் இணைக்கவும் தொழிற்பேட்டையும் இவரால்

விரிவடைந்தது. தீப்பெட்டி, பட்டாசுத் தொழிலைப் பாதுகாக்கவும் பெரும் பங்காற்றினார். எட்டயபுரம் பாரதி கூட்டுறவு நூற்பாலை, மகாகவி பாரதி நூற்றாண்டு பெண்கள் மேல்நிலைப்பள்ளி, `பாரதி நூற்றாண்டு நினைவு தொழில்நுட்பக் கல்லூரி, என பல சாதனைகளைச் செய்திருந்தாலும் தன்னளவில் திருப்தி அடைந்ததே இல்லை. திடீரென பல நாட்கள் தனது பணிகளைப் பற்றி சுயமதிப்பீடு செய்வார். ‘என்னடா வாழ்க்கையை திரும்பிப் பார்த்தால் நாம் எதையுமே செய்யவில்லை. தடங்களையே காணோம்’ எனக் கூறுவதை பலமுறை கேட்டுள்ளோம். எட்டயபுரம் சமஸ்தான நிலங்களை விவசாயிகளுக்குப் பகிர்ந்தளித்து கூட்டுப் பண்ணையும் நடத்தினார்.

1988ஆம் ஆண்டு சோவியத் யூனியனுக்கு 40 நாட்கள் சென்று வந்துள்ளார். மாஸ்கோ, தாஷ்கென்ட், லெனின் கிராட் போன்ற நகரங்களுக்கு தோழர் அழகர்சாமி சென்று வந்திருக்கிறார். சட்டமன்ற உறுப்பினர் என்ற முறையிலும், விவசாயிகள் சங்கத்தலைவர் மற்றும் கட்சியின் தலைவர் என்ற முறைகளிலும் இந்தியா முழுவதும் பெரும்பாலான நகரங்களுக்கும், கிராமங்களுக்கும் சென்றுள்ளார் தோழர் அழகர்சாமி.

தனது இறுதி நாட்களிலும் அவருடைய பொது வாழ்வுப் பணிகளை தொடர்ந்து செய்துள்ளார்.

1952ஆம் ஆண்டு தோழர் அழகர்சாமிக்கு திருமணம் ஆயிற்று. அவரது மனைவியின் பெயர் தாயம்மாள். இவர்களுக்கு நான்கு பிள்ளைகள். அ.இராமமூர்த்தி, ஜெயபாரதி, அ.ரவீந்திரன், கடைசிப் பெண் பெயர் கீதாராணி.

தன் குடும்பத்தைவிட ஊரை, நாட்டை, உலகத்தை நேசித்தார். தோழர் சோ.அழகர்சாமியின் வாழ்வின் தடங்களை திரும்பிப் பார்க்கிறோம். எழுத்தில் அடங்காத அழகர்சாமியின் வாழ்க்கைத் தடங்களைப் பதிய முயன்றுள்ளோம். அவருடைய தடங்கள் தான் நம் கண்ணுக்கு அரசியல், சமூக, பொருளாதார மாற்றங்களாகத் தெரிகின்றன.

நேர்மை, உறுதி, அஞ்சாமை, துணிச்சல், மாறாத அன்பு, நேசிப்பு, கொள்கைப் பிடிப்பு, போர்க்குணம் மிகுந்த போராளி, பொது வாழ்க்கைக்கு இலக்கணம் வகுத்தவர், கலை இலக்கிய ஈடுபாடு, விவசாயிகளுக்கு உதவும் தலைமை, பொது வாழ்வில் ஓய்வின்றி உழைத்த மகத்தானவர், தனது வைராக்கியத்தை இழந்து விடாமல், வாழ்ந்த தோழர் சோ.அழகர்சாமி அரச சிம்மாசனத்தில் அமராமல் கம்பீரமாய் வாழ்ந்தவர்.

இவர் ஒரு வார்த்தை சொன்னால் போதும்,
இடம் கிடைத்து விடும். அவரது சொல்லுக்கு
மிகப்பெரும் மரியாதை இருந்தது

2. நேர்மையின் சிகரம்

ஆழநெடுங்கடல் ஆறு கடந்திவர் போவாரோ
வேழநெடும் படைகண்டு விலங்கிடும் வில்லாளோ
தோழமை என்று சொல்லியசொல் ஒருசொல் அன்றோ
ஏழமைவேடன் இறந்திலன் என்றென்னை ஏசாரோ

என்ற கம்பனின் கவிதைக்கு விடையாய் அமைந்தவர்தான் தோழர் சோ.அழகர்சாமி. எப்படியும் வாழலாம் என இருக்கும் அரசியல் பொது வாழ்வில் இப்படித்தான் வாழ வேண்டும் என இலக்கணம் படைத்தவர். அவருடன் இணைந்து அவருக்குக் கீழ் உதவியாளனாய் பணிபுரிந்த காலம் தொட்டே மனதிற்குள் வியப்பு மேலோங்கும். நாம் கட்சியின் வாழ்க்கையில் முதல் அடி எடுத்து வைத்த போதே நல் ஆசானாய் செயல் மூலம் எடுத்துக் காட்டியவர்.

1969ஆம் வருடம் மே மாதக் கடைசியில் ஒரு பகல் வேளை எட்டயபுரம் பால் பண்ணையில் அமர்ந்து கணக்குகளை கவனமாக சரிபார்த்துக் கொண்டிருந்தார். எதிரில் ஒரு மேஜை மட்டுமே போடக் கூடிய இடம். எதிர்புறம் ஒருவர் அருகில் ஒருவர் அமரலாம். வாசலில் நுழையும் எதிர்புறமுள்ள தாழ்வாரத்தில் சில தோழர்கள் உட்கார்ந்திருந்தார்கள். தகர வேலி போட்ட வாசல் அருகிலே வீட்டிற்கு செல்லும் வராண்டா. அங்கும் ஒரு சின்ன திண்ணை உண்டு. அவரைப் போலவே உயரம் உள்ள ஒரு பையன் எதிரில் நின்று கொண்டிருந்தான். அப்போது அவனுக்கு 17 வயதுதான் இருக்கும். அவர் குரல் ஓங்கி கேட்கிறது. "நீ நன்றாகத்தான் படித்தாய் என்பதை அறிவேன். நல்ல மார்க் எடுத்துள்ளாய். எது உனக்கு தகுதியானது கிடைக்குமோ... அதிலேயே போய்ச் சேர்ந்து கொள். மீனைக் கொடுப்பதைவிட மீன்பிடிக்க சொல்லிக் கொடுப்பது நல்லது. நான் யாரிடமும் சிபாரிசுக்குப் போகமாட்டேன்". எதிரில் நிற்கும் பையனின் முகம் வாடிப்போகிறது. தன் வாழ்வை சிறப்புடன் கொண்டு செல்லவும், மக்களுக்கான மருத்துவ சேவையாற்றவும் அவனுக்கு மிகுந்த விருப்பம் இருந்தது. தேர்வில் எதிர்பாராமல் கொஞ்சம் மதிப்பெண்

குறைந்து விட்டது. அதனால் மருத்துவம் படிக்க முடியுமோ, முடியாதோ என்ற கவலையும் அவனுக்கு இருந்தது. ஆனாலும் போதிய மார்க்குகள் எடுத்து விட்டதாக அவன் நம்பியிருந்தான்.

வெள்ளை அரைக் கை சட்டையும், நீல நிற அரைக்கால் டிரௌசரும் அணிந்திருந்த அந்தப் பையன் குற்றவுணர்ச்சியுடன் தலை கவிழ்ந்து, கண்ணீர் மல்க நின்று கொண்டே இருந்தான். ஊர் உலகத்திலுள்ள பிள்ளைகளுக்கெல்லாம் சிபாரிசு செய்யும் அவர் தனக்காகவும் சிபாரிசு செய்வார் என எதிர்பார்த்தான்.

எதிரில் இருந்த பிதப்புரம் ராமசுப்பு, சு.ச.சிவகுருநாதன், எஸ்.எஸ்.தியாகராஜன், இளசை மணியன் போன்ற தோழர்கள் அந்தப் பையனுக்கான சிபாரிசு செய்யவும், மருத்துவக் கல்லூரியில் இடம் பெற்றுத்தர வேண்டுமென வலியுறுத்திப் பேசினார்கள். பால் பண்ணையின் அன்றைய கணக்காளர் சந்திரசேகர் தலைகுனிந்து நின்றிருந்தார். 'நல்லா படிக்கிற பையன்தானே.... நீங்க முயற்சி எடுத்தால் கட்டாயம் மெடிக்கல் சீட் கிடைக்கும்' என்று பேசினார்கள், வாதாடினார்கள். ஆனாலும் அவர் அசைந்து கொடுக்கவில்லை. தனது கருத்தில் வலுவாக ஊன்றியிருந்தார்.

இப்போதுள்ளது போல், மருத்துவ, மாணவர் சேர்க்கைகளுக்கு நீட் தேர்வு கிடையாது. நுழைவுத் தேர்வுகளும் கிடையாது. மதிப்பெண் அடிப்படையிலும், சிபாரிசுகளின் அடிப்படையிலும் மாணவர்கள் கல்லூரிகளிலோ, வேறு கல்வி நிறுவனங்களிலோ சேர்த்துக் கொள்ளப்படுவார்கள்.

அப்போது அவர் கோவில்பட்டி சட்டமன்ற உறுப்பினர். முதலமைச்சராக 1967-இல் அறிஞர் அண்ணா பொறுப்பேற்று மறைந்த காலகட்டம். பின்னர் கலைஞர் தலைமையில் திமுக ஆட்சி தொடர்ந்து நடந்து கொண்டிருந்தது.

இவர் ஒரு வார்த்தை சொன்னால் போதும், இடம் கிடைத்து விடும். அரசியலில் அவரது சொல்லுக்கு மிகப்பெரும் மரியாதை இருந்தது.

பலரும் சொன்ன சொற்களைக் கேட்டாரேயொழிய, அவருடைய வாய்திறக்க மறுத்தது. ஏனென்றால் அவர்தான் நமது அரசியல் ஆசான்... வழிகாட்டி...

சோ.அழகர்சாமியின் எதிரில் நின்று கொண்டிருந்தவர் மூத்த புதல்வர் ராமமூர்த்தி. தனக்காக மட்டுமல்ல, தனது பிள்ளைகளுக்காகக் கூட யாரிடமும் சிபாரிசுக்குப் போக விரும்பாதவர்தான் அழகர்சாமி.

இதன் விளைவாக, பின்னர் ராமமூர்த்தியின் புதல்வனும் இவரது சகோதரி ஜெயபாரதியின் புதல்வியும் மருத்துவர்களாகி மக்கள் நலன் காக்கும் சேவையில் தங்களை அர்ப்பணித்துக்கொண்டார்கள். சேவை ஆற்றிக் கொண்டிருக்கிறார்கள்.

எட்டயபுரத்தில் தனது வீட்டை அமைத்துக் கொண்ட போதிலும். அழகர்சாமியின் சொந்த ஊர் இராமனூத்து, இன்றைய நாளில் தூத்துக்குடி மாவட்டம், விளாத்திகுளம் சட்டமன்றத் தொகுதிக்கு உட்பட்ட சின்னஞ்சிறிய கிராமம். இப்போதுள்ள மக்கள் தொகையே 744 தான் (2011 கணக்கு). அழகர்சாமி பிறக்கும் போது இராமனூத்தில் 200 வீடுகளுக்கு மேலிருந்தது. பின்னர் வாழ்க்கையைத் தேடி மக்கள் புலம் பெயர்வதும் பெருகிற்று.

எட்டயபுரத்திலிருந்து விளாத்திகுளம் செல்லும் ரோட்டில் சுமார் 1 கி.மீ. தொலைவில் வடக்கில் விலகிச் செல்லும் சாலையில் சென்றால், அரை கி.மீ. தொலைவில் அமைந்துள்ள சின்னஞ்சிறிய கிராமம் இராமனூத்து. எட்டயபுரத்திலிருந்து குறுக்குப் பாதையில் சுமார் 1 கி.மீ. தான் தொலைவு. ரோடெங்கிலும் பசுமையாகத் தென்படும் வேலிக் கருவைச் செடிகள். அதனை அடுத்துள்ள கரிசல் காடு. இக்காட்டில் உள்ள நிலத்தில் சுமார் 60 ஏக்கர் கரிசல் புஞ்சை பூமிக்கு சொந்தக்காரர் சோலைய நாயக்கர், அழகர்சாமியின் தந்தை நல்ல சம்சாரி. ஊரில் மிகவும் மரியாதைக்குரியவர். அழகர்சாமியின் மூத்த முன்னோடிகள் நல்ல சம்சாரிகள். கரிசலில் உழைக்கும் ஆற்றல் மிகு உழைப்பாளிகள்.

இராமனூத்து கரிசல் காட்டுக்கே உரிய அழகிய கிராமம். அந்தக் காலத்திலேயே ஊருக்குள் நுழைபவர்களை வரவேற்க ஊரணி வெட்டப்பட்டு, சுற்றிலும் பிரம்மாண்ட மரங்கள் வளர்ந்து நிற்கும். தண்ணீரையே காண முடியாத பூமி, வானம் கருணை வைத்தால் மழை பொழியும். அந்த மழை நீரைச் சேகரித்து வைத்துக்கொள்ள ஊரணி எனப்படும் அழகிய குளம். ஆடு, மாடுகள், கால் நடைகள் மட்டுமின்றி மனிதர்களின் பயன்பாட்டிற்கும் இந்தக் குளமே உதவியது. கரிசக் காட்டு விவசாயிகள், சோர்வில்லாத கடும் உழைப்பாளிகள். கம்பு, பருத்தி, சோளம், சூரியகாந்தி போன்றவற்றை பயிரிட்டதுடன் குதிரைவாலி, ராகி, மிளகாய்வத்தல் போன்றவற்றையும் விளைவித்தார்கள். சிலருக்கு மட்டும் பம்புசெட் விவசாயம் உண்டு.

கரிசக் காட்டு கிணற்றை எட்டிப் பார்த்தால் தலை சுற்றும். 200, 300 அடிக்குக் கீழேதான் தண்ணி ஊத்து இருக்கும். மழை பெய்தால் தண்ணீர் சிறிது மேலே வரும்.

கரிசல் பூமி... கண்ணுக்கு எட்டிய தூரம் மண் கறுப்பாகவே காட்சி தரும். மழைபெய்தால் காலில் பூட்ஸ்போட்டது போல ஒட்டிக்கொள்ளும் களிமண். சாலைகளே இல்லாத கிராமங்களில் இராமனூத்தும் ஒன்று. மெயின் ரோட்டில் எப்போதாவது ஓடும் பேருந்துகள், வாகனங்கள், கம்மாயில் தேங்கியிருக்கும் தண்ணீரை நம்பி வாழும் உயிர்வாழ் இனங்கள். மழைபெய்து, விதைப்பு முடிந்த சில நாட்களில் பச்சைப் பசேல் என உடை உடுத்திக் கொள்ளும் கரிசல்தாய். வானம் பொய்த்து மழை இல்லாமல் போனால் பாளம் பாளமாய் வெடித்துக் கிடக்கும் கரிசல் மண். சூரியனின் கதிர்களால் காய்ந்திருக்கும் மேல் மண் ஒட்டாஞ்சில்லாய் படர்ந்திருக்கும். கோவில்பட்டி வட்டாரத்து கரிசல் கிராமங்களின் அழகே அழகு.

அழகர்சாமியோடு பஞ்சாயத்து யூனியன் ஜீப்பில் பயணம் போகும் போது அவர் சொல்வது இப்போதும் நம் காதில் ஒலிக்கிறது. சுதந்திரம் பெற்ற பிறகுதான் கிராமங்களுக்கு மெயின் ரோட்டோடு இணைக்க இணைப்புச்சாலை வசதி வேண்டும் என்ற கோரிக்கை மக்களிடம் எழுந்தது. பஞ்சாயத்து ஒன்றியங்களும், பஞ்சாயத்துக்களும் அமைக்கப்பட்ட பிறகே நகரங்களோடு தொடர்பு கொள்ள வேண்டிய அவசியமும், கல்விக்காகச் செல்ல வேண்டிய நிலைமையும் ஏற்பட்டது. 1970களுக்குப் பிறகே டவுன் பஸ்கள் கிராமங்களையும் நகரங்களையும் இணைத்தன.

கரிசக்காட்டு சம்சாரிகள் நல்ல உழைப்பாளர்கள் என்றாலும், தங்களுடைய நிலத்தில் சாலைபோட இடம் ஒதுக்கித் தரமாட்டார்கள்.

தங்களுடைய நிலத்தின் கடைசியில் ஓரமாக உள்ள ஒதுக்குப்புற நிலத்தை மட்டுமே சாலைகளுக்குத் தருவார்கள். சட்டம் போட்டு நிலத்தை அபகரிக்காத அரசுகள் இருந்தன. பல கிராமங்களில் பிரதான சாலைக்கும் ஊருக்கும் போகும் பாதைகள் வளைந்து, நெளிந்து போகும். இதனால் தூரமும் கூடுதலாகும். இணைப்புச் சாலைக்கான செலவும் கூடுதலாக இருக்கும். அழகர்சாமி இந்த மாதிரி சாலைகளைப் பார்க்கும் போதெல்லாம் நெய்க் கரிசல் பூமி இது என கேலியாகச் சொல்வார்.

அழகர்சாமி அவர்களின் ஊர் இராமனூத்து அழகிய கரிசல் கிராமம் தான்.

கி.இரா.வின் புதல்வர் பிரபாகர் வர்ணனையில்... ‘முகப்புல பெரிய ஊரணி. மூனு ஏக்கர் பரப்பளவு இருக்கும். சுத்தி அரை பனைமர உசரத்துக்கு கரைபோட்டு மடையும் கெட்டிருக்காங்க. அந்தக் கரை

வாகரையைச் சுத்தி பெரிய மரங்க'. ராமனூத்து கிராமத்திலும் ஆலமரம், அரசமரம், புன்னரச மரம், வாகை மரம், புளியமரம், வேப்பமரம் என பல வகை மரங்கள். இவை அழகர்சாமி பஞ்சாயத்துத் தலைவராக இருந்த காலத்தில் வைத்து பராமரிக்கப்பட்டவைகளே. வேகாத வெயில்ல வந்தவங்களை அந்த மரங்களின் நிழல்கள் தயிப்பாரிப் போங்கன்னு சொல்லாம சொல்லும். குளத்து தண்ணீல கை, கால், முகம் கழுவிட்டு வந்தா சில்லுண்ணு குளிர்ந்த காத்துப் பட்டு ஊட்டி, கொடைக்கானலுக்கே அழைத்துச் செல்லும்.

வீடுகளெல்லாம் நத்த மண்ண வச்சுதான் கட்டியிருப்பாங்க. மழைக்கும் வெயிலுக்கும் மேல மொகட்டுக்கு பனமரத்து ஓலையும் இப்படி சில வீடுக. மீதி சில "சீ..."ன்னு ஒருவகைப் புல்லு. இது ஒரு ஆள் உயரத்துக்கு மேல வளர்ந்திருக்கும். சிணுக்கு வலி தண்டியில இருக்கும். அத காட்ல போய் அறுத்து நல்லா காயப்போட்டு உலக்கத்தண்டி கனத்தில ஒன்னுபோல ஒரே சயிசா கெட்டி மேச்சல் போட்டாச்சின்னா வெயிலுக்கு எவ்வளவு வெக்கை வெளியில இருந்தாலும் வீட்டுக்குள்ள குளுகுளுன்னு இருக்கும். மழ எவ்வளவு பேஞ்சாலும் ஒழுகாது. இது மாதிரி வீட்டுக்குள்ள தரைத் தளத்துக்கு வெள்ளை சுக்காஞ் சரலும் நத்த மண்ணையும் கூடப் போட்டு, குளத்து தண்ணியெ கொண்டு வந்துவிட்டு நல்லா கொழச்சு ஒரு நாள் ஊற வச்சி, தளத்த போட்டு ஒரு சாண் உயரத்துக்கு ஒண்ணுபோல விரிச்சு விட்டு, மொங்காங்கட்டைய வச்சு நல்லா அடிச்சி இறுக்கி, அதுக்கு மேல பசுமாட்டுச்சாணிய கட்டியாக் கறச்சி மொழுகி ஈரம் காஞ்சவுடனேயே, தென்ன ஈக்கிமாறு வச்சி பரசி கூட்டி தள்ளிட்டா மழுமழுன்னு கல்லுகணக்கா ஆயிரும். இப்படி வாரத்தில ஒருநாள் மொழுகிடுவாங்க.

மாடுகளுக்கான தீவனம் ஒரு வருஷம் வரைக்கும் பாதுகாப்பாக வைச்சிக்கிடுவாங்க. பருவத்துல வெதச்சி வளந்து வந்ததும் மழையில்லாத நேரம் பாத்து அறுத்து மூணு, நாலு நாள் காயவிட்டு, பக்குவமா பொடி முடியா கட்டி, மாட்டு வண்டில பாரம் வச்சு சொமந்து வீட்டுக்குப் பக்கத்தில கண் பார்வையில, மட்டமா அடுக்கி கம்மந்தட்டைய வச்சி சூர்குத்து குத்தி மேச்சல் போட்டு வச்சிருவாங்க.

சில வீடுகள்... அதுவும் பெரிய சம்சாரிகளின் வீடுகள் மட்டும் மட்டப்பா மேற் கூரையோ, நாட்டு ஓடு மேற்கூரையோ போட்டு கட்டியிருப்பாங்க.. கரிச காட்டு கிராமங்களில் ஒன்றான ராமனூத்தும் அப்படித்தான் இருந்தது. மட்டப்பா போட்ட வீடு முன்னால் 4 ஜோடி

மாடுக அசை போட்டபடி இருக்கும் வீட்டுல எப்பவும் உல கொதிச்சுக்கிட்டேயிருக்கும். பெரிய கூட்டுக்குடும்பம். சாதாரணமா 20, 25 பேர் சாப்பிடுவாங்க.

இராமனூத்து கிராமத்தில் சோலைய நாயக்கர்-கோப்பம்மாள் தம்பதியருக்கு 1926ஆம் வருடம் ஆகஸ்ட் மாதம் ஒன்பதாம் நாள் அழகர்சாமி பிறந்தார்.

பல்வேறு பதிவுகளில் அவர் பிறந்த தேதி 5 என்றுதான் உள்ளது. அவரிடம் நேரில் ஒருமுறை உரையாடிக் கொண்டிருக்கும் போது, 'வெள்ளையனே வெளியேறு' போராட்டம் தொடங்கிய தினமான ஆகஸ்ட் 9-ம் நாளே தான் பிறந்த நாள் என்று குறிப்பிட்டார்.

அழகர்சாமி பிறந்த காலம் இந்திய சுதந்திரப் போராட்டம் வீறு கொண்டு எழுச்சி பெற்றுக் கொண்டிருந்த காலம்.

நெடிய வரலாற்றை பின்புலமாகக் கொண்ட அழகர்சாமியின் கால் தடங்களை அறிய பின்னோக்கிச் செல்ல வேண்டும். அழகர்சாமி என்ற மாமனிதரின் விஸ்வரூபம் சமூக வளர்ச்சியோடு பின்னிப் பிணைந்தது. அந்த பின்னோக்கிய பயணங்களின் கால அளவு 500 ஆண்டுகளுக்கும் மேற்பட்டது. விஜயநகரப் பேரரசு இம்மண்ணில் தடம் பதித்த நாட்களிலிருந்து தொடங்கியது.

பாளையத்தின் தலைவர் பாளையக்காரர் எனப்பட்டார். அவர்களுக்கு அவர்கள் ஆண்ட பாளையங்களின் மேல் பரம்பரை உரிமை வழங்கப்பட்டது.

3. நாயக்கர்கள் ஆட்சி

விஜயநகரப் பேரரசின் மன்னன் முதலாம் புக்கர் காகதீய மன்னன் பிராதாபருந்திர தேவனிடம் பணியாற்றிய அரிகரனும், புக்கனும், காகதீய அரசின் வீழ்ச்சிக்குப் பிறகு விஜயநகர அரசை ஏற்படுத்தினார்கள். புக்கரின் மகன் குமாரகம்பணனால் தெற்கில் படையெடுத்து, மதுரை சுல்தான்களை வென்று விசயநகர பேரரசோடு இணைத்தான். 1378இல் குமார கம்பணனால் மதுரை மீட்கப்பட பல போர்கள் நடைபெற்றிருக்கின்றன. தமிழகத்தில் ஆட்சியைக் கைப்பற்ற விசயநகர அரசனால் பல அரசுகளுடன் மோத வேண்டியிருந்தது. கிருஷ்ணதேவராயர் தம்மிடம் படைத்தலைவராக பண்டகசாலை பொறுப்பாளராக கருவூல அதிகாரியாக வருவாய் அதிகாரியாக திறமையாக செயலாற்றி வந்த நாகம நாயக்கரை மதுரைக்கு ஆளுநகராக நியமித்திருந்தார். இவருக்கு விஸ்வநாதன் என்ற மகன் 1495இல் பிறந்தான். கல்வி கேள்விகளில் தேர்ச்சி பெற்ற அவன் போர்ப் பயிற்சிகளில் தேர்ச்சி பெற்றான். 11 வயதிலேயே மன்னர் கிருஷ்ணதேவராயர் உடன் தொடர்பு கொண்டான். தந்தை மதுரையில் மண்டல மண்டலேச்சுவராக நிர்வாகம் செய்யும் போது மகன் பேரரசுடன் நெருங்கிய தொடர்பில் இருந்தான். நாகம நாயக்கர் சோழ மண்டலத்தை வென்ற பிறகு அதனைத் தன்னுடைய நிர்வாகத்தின் கீழேயே வைத்துக் கொண்டதால் கிருஷ்ணதேவராயர் மகன் விஸ்வநாதனையே தந்தையை எதிர்த்து போர் செய்ய அனுப்பினார். ஒரு பெரும் படையுடன் மதுரை வந்து அவரைத் தோற்கடித்து, தந்தை நாகம நாயக்கரை கைது செய்தார். பேரரசர் கிருஷ்ணதேவராயர் தமையனுடைய அரச கடமையை, பற்றினைப் பாராட்டி தந்தையை விடுதலை செய்தார். மேலும் விஸ்வநாதரையே மதுரைக்கு நாயக்கராக (1529) நியமித்தார்.

1530இல் கிருஷ்ணதேவராயர் இறந்து விட்டார். பின் பேரரசரான அச்சுதராயர், சேவப்ப நாயக்கரை சோழநாட்டுக்கு மண்டலேச்சுவராக நியமித்தார். விஸ்வநாத நாயக்கர் மதுரையை ஆண்டு கொண்டிருக்கும் பொழுதே தென் பகுதிகளில் பல்வேறு விதமான போர்கள்

நடைபெற்றன. இவர்களுடன் விஜயநகரப் பேரரசு மோதியது. குறிப்பாக கயத்தாறு குறுநில மன்னன் பஞ்ச பாண்டியர்களும், திருவாங்கூர் அரசர்கள் போன்றோர் கட்டுப்பட மறுத்தனர். மிகப் பிரச்சினையாக இருந்த இவர்களை அடக்க யுத்தம் செய்ய வேண்டிய அவசியம் ஏற்பட்டது.

விஸ்வநாத நாயக்கர் இன்றைய மதுரை, இராமநாதபுரம், திருநெல்வேலி, திருச்சி, கோயம்புத்தூர், சேலம் ஆகிய மாவட்டங்கள் அடங்கிய நிலப்பரப்பையும் கேரளாவின் சில பகுதிகளையும் ஆண்டு வந்தார். இவருடைய அமைச்சராக தளவாய் அரியநாத முதலியார் இருந்தார். புதிய சீர்திருத்தங்களைச் செய்வதற்கும் படை நிர்வாகத்தை சரியாக நடத்துவதற்கும் இவருடைய உதவி சிறப்பாக அமைந்தது.

திருநெல்வேலி சீமையில் பஞ்ச பாண்டியர்களுடைய கலகத்தை அடக்குவதில் அரியநாதர் பெரும் பங்கு வகித்தார். சீர்குலைந்து கிடந்த அரசாங்கத்தை நிலைப்படுத்தி நீதியையும் நிர்வாகத்தையும் ஒழுங்கு படுத்தினார். திருநெல்வேலி நகரம் விரிவுபடுத்தப்பட்டு, பல புதிய கோயில்கள் கட்டப்பட்டன. பழைய கோயில்கள் பழுது பார்க்கப் பட்டன. நீர்ப்பாசன வசதிகளை அதிகரித்து வேளாண்மையில் அதிக கவனம் செலுத்தப்பட்டது. ஆனாலும் மதுரையை தலைநகராகக் கொண்டு ஆட்சி நடத்திய பாண்டிய மன்னனின் வம்சாவழியினர் தொடர் தாக்குதல்களை நடத்திக் கொண்டேயிருந்தார்கள். இவர்களுடன் சமரசம் செய்து கொள்ளவும், விஜயநகர அரசை பாதுகாத்துக்கொள்ளவும் சரியான வழியைக் கண்டறிய வேண்டிய அவசியம் ஏற்பட்டது.

அரியநாத முதலியாரின் ஆலோசனை மற்றும் உதவியுடன்தான் பாளையப்பட்டு முறை கொண்டுவரப்பட்டது. மதுரை நாட்டை 72 பாளையங்களாகப் பிரித்து ஒவ்வொன்றிற்கும் ஒரு பாளையக்காரரை தலைவராக நியமித்தார். பாளையக்காரர்களின் பரம்பரை உரிமையுடன் காவல், நீதி வழங்குதல், வரி வசூலித்தல் ஆகிய அதிகாரங்களும் வழங்கப்பட்டன. விஸ்வநாத நாயக்கர் பதவியை ஏற்ற பிறகும் தென்பாண்டி நாட்டில் பாண்டியர் வழி வந்தவர்கள் என்று கூறிக் கொண்டவர்களும் வேறு சில குறுநில மன்னர்களும் விஜயநகரப் பேரரசின் மேலாதிக்கத்தை ஏற்றுக்கொள்ள விரும்பவில்லை. வாய்ப்பு கிடைத்தபோதெல்லாம் தங்கள் சுதந்திரத்தை நிலை நாட்டிக் கொள்ள முயன்றனர். அவர்களை அடக்கி வைப்பதற்கு வலிமை வாய்ந்த படை அமைப்பு விஜயநகரப் பேரரசுக்குத் தேவைப்பட்டது.

மேலும் விஜயநகரப் பேரரசின் ஏகாதிபத்தியத்தை ஏற்றுக்கொண்ட குறுநில மன்னர்களுக்கு நிர்வாக அமைப்பில் ஒரு நியாயமான இடத்தைத் தர வேண்டிய அவசியம் இருந்தது.

விஜயநகரப் பேரரசு பகுதிகளிலிருந்து தமிழகம் வந்த தெலுங்கு மற்றும் கன்னடத் தலைவர்களுக்கும் நிர்வாகத்தில் ஒரு சிறப்பான இடத்தைத் தர வேண்டியிருந்தது.

விஸ்வநாத நாயக்கர் தனக்கு நம்பிக்கை உடையவர்களையும், தனக்கு நன்றி உணர்வுடன் பணியாற்றி வருபவர்களையும் தகுந்த அனுமதி அளித்து சிறப்பிக்க வேண்டிய அவசியம் இருந்தது.

எல்லாவற்றிற்கும் மேலாக நாயக்கர்களும், தங்கள் விஜயநகரப் பேரரசு ஏகாதிபத்தியத்தை காத்துக் கொள்ள வலிமை வாய்ந்த படை அமைப்பு முறை ஒன்றை மேற்கொள்ள வேண்டியிருந்தது. அதற்கு அவர்கள் தேர்ந்தெடுத்தது தான் பாளையப்பட்டு (பாளையக்காரர்) முறை.

பாளையங்களை (படைகளை) மதுரை நாயக்கருக்கு அனுப்பி வந்தமையால் இவைகள் பாளையப்பட்டுகள் என்று அழைக்கப் பட்டன. பாளையத்தின் தலைவர் பாளையக்காரர் எனப்பட்டார். அவர்களுக்கு அவர்கள் ஆண்ட பாளையங்களின் மேல் பரம்பரை உரிமை வழங்கப்பட்டது.

வசூலித்த வரித் தொகையில் மூன்றில் ஒரு பங்கு மதுரை நாயக்கருக்கு கப்பமாக செலுத்த வேண்டும். இரண்டாவது பங்கைக் கொண்டு அவர்கள் படைகளை பராமரித்து வரவேண்டும். எஞ்சிய பங்கை தன் சொந்த செலவுக்கு வைத்துக் கொள்ளலாம்.

இந்தப் பின்னணியில்தான் கோவில்பட்டியைச் சுற்றி பல பாளையங்கள் இருந்தன. அவற்றைக் குறிப்பிட்டுச் சொல்ல வேண்டு மென்றால், எட்டயபுரம், வெம்பக்கோட்டை, ஏழாயிரம்பண்ணை, இளையரசனேந்தல், குருவிகுளம், கயத்தாறு மற்றும் கடம்பூர் போன்றவற்றைக் குறிப்பிடலாம்.

உற்பத்தி சக்திகளின் திடீர் வளர்ச்சி,
சமூக உறவுகளிலும் மாற்றத்தை ஏற்படுத்தியது.

4. வீரம் விளைந்த மண்

வரலாற்றுப் பின்னணியோடு நெல்லை மாவட்டத்தைப் பார்ப்பதன் மூலமாக சோ.அழகர்சாமியின் சமூக எழுச்சியை அறிந்து கொள்ள முடியும். இந்திய கம்யூனிஸ்ட் கட்சி 1925இல் அவர் பிறந்த ஓர் ஆண்டு முன்பே உருவாக்கப்பட்டாலும் நெல்லை மாவட்டத்தில் முதல் கட்சிக்கிளை 1936ஆம் ஆண்டில் தான் தொடங்கப்பட்டது.

திருநெல்வேலி மாவட்டத்திற்கு என நீண்ட வரலாறு உண்டு. ஆங்கிலேயர் ஆட்சி 18ஆம் நூற்றாண்டின் இறுதியில் நிலைப்பட்டது. அப்போது ஏற்பட்டது ராணுவ, நிலவரி வசூல் பிரிவு. அதற்குமுன் நாயக்க மன்னர்களுடைய வலுவற்ற ஆட்சியில் பிரதேசப் பாளையக்காரர்களே ஆதிக்கம் செலுத்தி வந்தனர். அவர்களிடமிருந்து ஆற்காடு நவாபு போரின் மூலம் பல பகுதிகளைக் கைப்பற்ற முனைந்தார். அவரிடமே வரிவசூல், குத்தகை உரிமைகளைப் பெற்ற பாளையக்காரர்கள் சமயம் வாய்க்கும் போதெல்லாம் ஆற்காடு நவாபை புறக்கணித்து சுயேட்சை மன்னர்களைப் போல நடந்து கொண்டனர். பாளையக்காரர்களை அடக்க உதவிக்கு வந்த கிழக்கிந்தியக் கம்பெனியின் வெள்ளை ராணுவம் படிப்படியாக மாவட்டம் முழுவதிலும் ராணுவ ஆதிக்கத்தை நிறுவிக் கொண்டது. அப்பொழுது அவர்களே நவாபின் வரிவசூல் குத்தகைதாரர் களாக இருந்தனர். பழைய குத்தகைதாரர்களில் சிலர் வெள்ளைக் கம்பெனியின் வரிவசூலிக்கும் உரிமையை எதிர்த்து மக்கள் ஆதரவோடு போராடினார்கள்.

அவர்களில் மேற்குப் பகுதியில் பூலித்தேவரும், வடகிழக்குப் பகுதியில் கட்டபொம்மனும் முக்கியமானவர்கள். சிவகிரிப் பகுதியில் வெள்ளையர் ஆதிக்கத்தை எதிர்த்து சிவகிரி மாப்பிள்ளை வன்னியரும் வீரமும், திறமையும் மக்களைத் திரட்டும் ஆற்றலும் உடையவர்கள்.

பாளையக்காரர்கள் தலைமையில் இப்போராட்டங்கள் நடந்தாலும் அந்நியக் கம்பெனிக்கு இந்த நாட்டில் ஆட்சி உரிமை இல்லை என மக்கள் உணர்ந்து கொண்டிருந்தார்கள். இப்போராட்டங்களில் உயிர்நீத்தவர்களையும், நாடு கடத்தப்பட்டவர்களையும் மக்கள் மாவீரர்களாய் போற்றி வணங்கினார்கள். சில நூற்றாண்டு காலமாக

இவர்களைப் போற்றிய பாடல்கள் காற்றில் கலந்து ஒலித்து வருகின்றன. கூத்துக்களும், நாடகங்களும், கணியான், வில்லிசைப் பாடல்களும் இவர்களின் தியாகத்தை பறைசாற்றுகின்றன. மக்களின் மனதில் எழும் புரட்சி சிற்றலைகள் இவை.

வெள்ளையர் வரிவசூல் குத்தகைதாரர்கள் என்ற நிலையிலிருந்து மாறி நவாபிடமிருந்து ஒப்பந்தம் மூலமே ஆட்சியையும் கைப்பற்றினார்கள். வரிவசூல் பகுதியாக இருந்த திருநெல்வேலி சீமை, திருநெல்வேலி மாவட்டமாக 1801ஆம் ஆண்டு உருவெடுத்தது. மாவட்டத்தை ஆட்சி செய்ய அதிகாரம் படைத்த ஒரு வெள்ளைக்கார கலெக்டர் வந்தான். அவனுடைய கட்டுப்பாட்டின் கீழ் ஆட்சிப் பகுதியாயிற்று.

வாணிபம் செய்ய வந்த ஆங்கிலேய வந்தேறிகள் வரிவசூல் கொள்ளையும், வியாபாரக் கொள்ளையும் அடித்தார்கள். இப்பகுதியின் இயற்கைச் செல்வங்களைப் பயன்படுத்தி தொழில்கள் தொடங்கி பொருளாதாரக் கொள்ளையையும் தொடங்கினார்கள்.

தாமிரபரணியில் குற்றாலம் அருவியாகப் பொழியும் சிற்றாறு சங்கமிக்கும் ஊர் சீவலப்பேரி. இவ்வூரைச் சார்ந்தவர்தான் சின்னச்சாமி அய்யர். மகாகவி பாரதியின் தந்தையாவார். ஆங்கிலத்திலும், தமிழிலும் ஆழ்ந்த புலமை மிக்கவர். பொறியியல் சிந்தனைமிக்கவர். கரிசல் காட்டு பருத்தியை பஞ்சு நூலாக்க முதல்முயற்சியை மேற்கொண்டவர். எட்டயபுரம் அருகிலுள்ள பிதப்புரத்தில் ஆலை அமைக்க அடிக்கல் நாட்டியவர். 'ஊணர்' செய்த சதியால் மாண்டு போனவர். காலத்தை மீறிய கனவுகளாய் சின்னச்சாமி அய்யரின் எண்ணங்களும் வீழ்ந்தன.

விக்கிரமசிங்கபுரத்திலும், தூத்துக்குடியிலும் பின்னர் மதுரையிலும் பஞ்சாலைகளை ஆங்கிலேயர் ஹார்வி சகோதரர்கள் தொடங்கினார்கள். கோரல் மில் என பின்னர் அழைக்கப்பட்டாலும் ஹார்விமில் என்பது தொடக்க காலப் பெயர். கொள்ளை லாபமே நோக்கம் என்றாலும், கரிசல்காட்டு பருத்தியை மூலப் பொருட்களுக்காகவே இந்த ஆலைகள் பயன்படுத்தின. பாரதியின் தந்தை கண்ட கனவு சிதைந்தது, பிரிட்டிஷ் முதலாளிகளின் லாப வேட்டை தொடங்கியது.

உற்பத்தி சக்திகளின் திடீர் வளர்ச்சி, சமூக உறவுகளிலும் மாற்றத்தை ஏற்படுத்தியது. பேரரசர்களின் ஆணைகளாலும், சட்டங்களாலும் செய்ய முடியாத சமுதாய மாற்றங்களை விஞ்ஞானம் கண்டுபிடித்த நீராவி இயந்திரம் செய்துவிட்டது. உற்பத்தி அபரிதமாகப் பெருகியது. உற்பத்தி சக்தியின் வளர்ச்சியால் மேலும் இரு புதிய வர்க்கங்கள் தோன்றியது. வர்க்கப் போராட்டங்கள் புதிய வரலாற்றுக்

கட்டடத்தை நோக்கி நகர்ந்தன. இந்தியா முழுவதும் நிகழ்ந்த மாற்றங்களை நெல்லை மாவட்டத்திலும் இப்பஞ்சாலைகள் ஏற்படுத்தின.

ஏகாதிபத்திய அயல்நாட்டு முதலாளித்துவம் அதற்கு நேர்மாறான இயந்திரத் தொழிலாளி வர்க்கமான பாட்டாளி வர்க்கம், மேலும் சில வர்க்கங்களும் உருவாக இவை காரணமாக அமைந்தது. உள்நாட்டு தரகுமுதலாளிகள், அதிகார வர்க்கம், பொருட்களை வாங்கி விற்பவர்கள் என பலரும் பெருகினர்.

புராதன கிராம சமூக உற்பத்தி - சுயதேவைப் பூர்த்திக்கான சிறுதொழில் உற்பத்தியும், பரிவர்த்தனை சந்தையும் - இந்திய நாட்டின் தேசிய சந்தையோடும், இங்கிலாந்தின் உலகளாவிய சந்தையோடும் தொடர்புபடுத்தப்பட்டது.

கோவில்பட்டி வட்டார கரிசல் காட்டு பருத்தி மேற்படி பஞ்சாலைகளில் நூலாக நூற்கப்பட்டும் துணியாக நெய்யப்பட்டும் உலகெங்கும் கொண்டு செல்லப்பட்டது. உற்பத்தியில் ஈடுபட்டுள்ள வர்க்கங்களின் உறவு வலுப்பட்டது. இவைகள் இம்மாவட்ட வரலாற்றில் புரட்சிகரமான மாறுதல்களை ஏற்படுத்தின.

பிரிட்டிஷ் ஏகாதிபத்தியம் கிராமப் பகுதிகளில் முன்பு அரசியல், பொருளாதார ஆதிக்கம் செலுத்திய பாளையக்காரர்களையும், ஜமீன்தாரர்களையும் நிலவுடைமையாளர்களாக்கி தங்கள் நலனுக்கேற்ற தங்களுடைய ஆதிக்கத்தின்கீழ் வைத்துக் கொண்டது. நிலப்பிரபுக்களை அதிகாரிகளாக்கி அவர்கள் நலனைப் பாதுகாத்துக் கொள்ளும் அதிகாரத்தை அவர்களுக்குக் கொடுத்து தங்கள் மேலாதிக்கத்தை நிறுவி வலுப்படுத்திக் கொண்டது. ஆகவே, கிராமப்புறத்தில் நிலப்பிரபுத்துவத்தோடு நேச உறவு கொண்டு, கிராமப் பொருளாதாரத்தை தங்கள் அந்நிய முதலாளித்துவப் பொருளாதாரத்தின் நலனுக்கேற்ப கட்டுப்படுத்திக் கொண்டது. விஞ்ஞானத்தின் வளர்ச்சியும், ரயில், சாலைப் போக்குவரத்தை தங்கள் வசதிக்கு ஏற்ப நிர்மாணித்துக் கொண்டது.

எனவே, ஏகாதிபத்தியம், வியாபாரத்தின் மூலமும், ராணுவ பலத்தின் மூலமும், அரசியல் தந்திரங்கள் மூலமும் ஆட்சியைக் கைப்பற்றி உற்பத்தி முறையை மாற்றியது. முதலாளித்துவ அமைப்பு அதன் வளர்ச்சிக்கேற்ப, பொருளாதார மாற்றங்களைச் செய்தது. அப்பொழுது இந்திய முதலாளித்துவத் தொழில்கள் அதிகமாக இப் பகுதியில் இல்லை. தொழில்கள் அனைத்தும் நேரடியாக வெள்ளையர்கள் வசமே இருந்தன. இத்தொழில்களுக்குத் தேவையாக மிகச்சிறு தொழில்கள், பரிவர்த்தனைக்கான ஏற்பாடுகள் மட்டுமே இந்தியத் தரகர்கள், உள்நாட்டு முதலாளிகள் வசம் இருந்தன.

இவர்களுக்கு சோமனைத் தவிர வேறு உறவுகளில்லை.
இன்று முதல் தகப்பனாய் இருந்து பார்த்துக் கொள்.
எட்டுப்பிள்ளைகளுக்கு தந்தையானதால் உன்னை 'எட்டப்பன்' என்று நானும், மக்களும் அழைப்போம்.
தெற்கே சென்று உன் சமஸ்தானத்தை அமைத்துக் கொள்.

5. பாளையக்காரர்களின் வரலாறு

கிபி 1378 விஜயநகரப் பேரரசின் விசுவநாத நாயக்கர் மதுரையைக் கைப்பற்றினார். அவருடைய அமைச்சர் அரியநாத முதலியார் அரசியல் சீரமைப்பை ஏற்படுத்தி அமைதியை நிலைநாட்ட சில திட்டங்களை வகுத்தார்.

தென் தமிழ்நாட்டை பல பாளையங்களாகப் பிரித்தார். பாளையம் என்றால் படைத் தொகுதி அல்லது ராணுவம் நிரந்தரமாகத் தங்கும் இடம் என்று பொருள். பாளையக்காரர் என்பவர் அந்தப் படைகளுக்கு வழிவழியாக தலைமையேற்று நடத்துபவர் என்பது பொருள். அந்த பாளையக்காரர்களின் ஆட்சியில் இருக்கும் சிறிய நிலப்பகுதி அல்லது நாடு ஒவ்வொரு பாளையமும் பாளையக்காரரின் முழுப் பொறுப்பில் ஒப்படைக்கப்பட்டது.

பாளையக்காரர்கள் அனைவருக்கும் அவரவர் ஆட்சி செய்யும் பாளையங்களின் மீது வாழையடி வாழையாக உரிமை உண்டு. அந்தப் பகுதியின் காவல், நீதி வழங்குதல், வரி தண்டுதல் ஆகிய பொறுப்புகள் பாளையக்காரர்களின் அதிகாரத்திற்கு உட்பட்டவை. பாளையக்காரர்கள் தங்கள் தண்டி வந்த வரித் தொகையில் மூன்றில் ஒரு பங்கை மதுரை நாயக்கருக்கு திறையாகச் செலுத்த வேண்டும்.

மற்றொரு பங்கைக் கொண்டு, படைகளைத் திரட்டி அவற்றை நிருவகிக்க வேண்டும். எஞ்சிய மூன்றாவது பங்கை பாளையக்காரர்கள் தன் சொந்த செலவிற்கு பயன்படுத்திக் கொள்ளலாம். பாளையக்காரர்கள் மீது குற்றவியல் நடவடிக்கை எடுக்க முடியாது. முறையான அழைப்பு (Call) அனுப்பப்பட்டால் மட்டுமே மேல் அதிகாரிகளை அவர் பேட்டி காண புறப்பட்டு வருவார். இந்த ஒப்பந்தத்தின் மூலம் நாட்டில் அமைதி ஏற்பட்டது. திருநெல்வேலி சீமையில் கயத்தாறு, கரிவலம் வந்த நல்லூர், தென்காசி, வள்ளியூர், சீவலப்பேரி, திருவைகுண்டம்

போன்ற பகுதிகளில் மதுரை நாயக்கருக்கு எதிராக கலகம் செய்து வந்த பஞ்ச பாண்டியயரையும் இத்திட்டத்தின் மூலம் சமாதானப்படுத்த முடிந்தது.

இந்த 72 பாளையங்களில் திருநெல்வேலி சீமையில் மட்டும் 34 பாளையங்கள் உருவாகின. திருநெல்வேலிப் பகுதியில் விஜயநகர அரசுக்கு எதிரான கலகக்காரர்கள் மிகுதியாக இருந்ததால் பாளையங்களின் எண்ணிக்கையும் மிகுந்தன.

காலத்திற்குக் காலம் இந்தப் பாளையங்கள் எண்ணிக்கையில் மாற்றங்கள் ஏற்பட்டு வந்துள்ளன. இதனாலேயே ராமய்யன் அம்மானை, குருகுகதாசப் பிள்ளை, ஜெகவீரபாண்டியனார் ஆகியோர் கொடுத்துள்ள 72 பாளையங்களின் பெயர் பட்டியலில் வேறுபாடுகள் உள்ளதைக் காண முடிகிறது. திருநெல்வேலி பாளையங்களில் பாஞ்சாலங்குறிச்சி, ஏழாயிரம்பண்ணை, காடல்குடி, குளத்தூர், நாகலாபுரம், கோலார்பட்டி, சிவகிரி, சேத்தூர், நெற்கட்டும் செவல், சொக்கம்பட்டி, தலைவன்கோட்டை, எட்டயபுரம், சிறுவயல் ஆகியவை வலிமையுடன் விளங்கின.

தேசிய இயக்க காலத்திற்கு முன்பே உருவான சமஸ்தானம் எட்டயபுரம். வரலாற்றை ஆழமாகப் புரிந்து கொண்டால் இவ்வூரையும், சமஸ்தானத்தையும் நன்கு அறிந்து கொள்ள முடியும். வெறும் எதுகை, மோனைகளுக்காக சொற்சிலம்பம் ஆடியவர்களால் வரலாறு திரிக்கப்பட்டாலும், உண்மையில் பல வரலாறுகளையும், தேச பக்தியையும் இவ்வூரில் காண முடியும்.

சமஸ்தானத்தை ஆட்சி புரிந்தவர்களின் எண்ணம், செயல்களுக்கேற்ப மேல்மட்ட தொடர்புகளும் அமைந்தன.

இங்கிருந்த சினிமா தியேட்டரின் பெயரே பாரதமாதா என்பது தான். காமராசர் காலத்தில் தொடங்கப்பட்ட மதிய உணவுத் திட்டம் இங்குள்ள ராஜா இலவச ஆரம்ப பாடசாலையில் மதிய உணவு குழந்தை களுக்கு வழங்கப்பட்டதை ஆய்ந்தறிந்ததினாலே தான் உருவானது. இப்பள்ளியில் பயிலும் மாணவர்களுக்கு சமஸ்தான அரண்மனையிலேயே உணவு தயாரித்துப் பரிமாறப்பட்டது. தரமான உணவைப் பார்த்து, பரிசோதித்த அன்றைய கல்வித்துறை உயர் அதிகாரியாகப் பணியாற்றிய கல்வியாளர் நெ.து.சுந்தரவடிவேலு அவர்கள் முதலமைச்சர் காமராஜர் அவர்களிடம் சொல்ல, தமிழக பள்ளிக் குழந்தைகளுக்கு மதிய உணவுத் திட்டம் தயாரானது. இது ஒருபுறம் இருக்க, எட்டயபுரம் சமஸ்தானத்தின் சுருக்கமான கதையைப் பார்ப்போம்.

திருநெல்வேலி மாவட்டத்தின் மிகப் பெரிய பாளையம் எட்டயபுரம்.

பாண்டிய மன்னர்களை வென்று விஜயநகர சாம்ராஜ்யம் விரிவுபடுத்தப்பட்டது. அப்போது சித்தூர் மாவட்டம் சந்திரகிரியை ஆண்டவர் குமாரமுத்து நாயக்கர். இவருக்கு இரண்டு மகன்கள். மூத்தவர் நல்லமநாயக்கர், இளையவர் வடலிங்க நாயக்கர்.

விஜயநகரப் பேரரசை ஆண்ட மன்னர் சாம்பு மகாராஜா. தனது கோட்டை, கொத்தளங்களை மிகவும் பாதுகாப்பாக அமைத்துக் கொண்டிருந்தார். பிற வாசல்களை விட, வடக்கு வாசல் வழியே தான் ராஜாவை தரிசிக்க, உரையாடச் செல்பவர்கள் உள்ளே செல்ல முடியும்.

வடக்கு வாசலில் சோமன் என்ற மல்யுத்த வீரன் காவல் காத்து வந்தான். பெரும் உடலும், பயிற்சி செய்த மேனியும், அவன் மீது தடவப்பட்டிருக்கும் வாசனை நறுமண நெய்யும் சூரிய ஒளிபட்டு தகதகக்கும். யாருக்கும் அவனைப் பார்த்தாலே அச்சம் உண்டாகும்.

நீளமான கனத்த தங்கச் சங்கிலியினால் அவனது இடதுகாலில் ஒருமுனையை கட்டியிருப்பான். சங்கிலியின் மற்றொருமுனை வடக்கு வாசல் வாயிலில் கட்டப்பட்டிருக்கும். யார் கோட்டைக்குள் சென்றாலும், தங்கச் சங்கிலிக்கு கீழே குனிந்துதான் செல்ல வேண்டும். மன்னரின் அனுமதி கிடைத்தவர்களும் தங்கச் சங்கிலிக்கு கீழ் குனிந்து தான் செல்ல வேண்டும். அப்படி இல்லையென்றால் சோமனை மல்யுத்தத்தில் வென்ற பின்புதான் மன்னரை தரிசிக்க முடியும்.

நல்லமநாயக்கர் ராஜ கம்பளத்தின் தலைமகன். மகாராஜாவை தரிசிக்கச் செல்லும் போது தங்கச் சங்கிலியை குனிந்து செல்ல விரும்பவில்லை. சோமனை வென்று கோட்டைக்குள் சென்று மன்னரைப் பார்க்க முடிவு செய்தார்.

அச்சமூட்டும் உடல்வாகுடன் இருந்த சோமனுடன் மல்யுத்தம் செய்யப் போவதாக அறிவித்தார். வடக்கு வாசலில் பெரும் மக்கள் கூட்டம் திரண்டது.

இரு மலைகள் மோதின. ஆவேசம் பெருகியது. சுற்றியுள்ள மக்கள் ஆரவாரம் செய்தனர். மன்னனின் காவலன் சோமன் நல்லமநாயக்கனின் காலடியில் வீழ்ந்தான். உயிரை விட்டான். அத்தறுவாயில் அவனது தலையும் துண்டிக்கப்பட்டு நல்லம நாயக்கனின் கரங்களில்... தலைமுடியோடு தலையை வல்லாயுதத்தில்

சொருகி இடது கையிலும், ரத்தம் தோய்ந்த அவனது ஆடைகளை வலது கையிலும் ஏந்தியவாறு சாம்புராஜாவை நேரில் சந்திக்க அரண்மனையின் மைய மண்டபத்திற்குள் நுழைந்தார்.

மக்கள் ஆரவாரத்துடன் அவரைப் பின் தொடர்ந்தனர். சோமனின் எட்டுத் தம்பிகளும் கண்ணீரோடு அரட்டியயபடியே, திக்குத் தெரியாமலேயே நல்லம நாயக்கனைத் தொடர்ந்து நடந்து வந்தனர். விழுப்புண்களை உடலில் தாங்கியபடி, சற்று தள்ளாட்டத்துடன், ஆனால் கம்பீர நடையுடன் நல்லப்ப நாயக்கன் தன்தம்பி வடலிங்க நாயக்கனுடன் ராஜா சாம்புவின் முன் நின்றார்.

வீர யுத்தத்தில் சோமனை வீழ்த்திய போதும், கண்ணீருடன் பின் தொடர்ந்த அவனது எட்டுத் தம்பிகளை அரவணைத்துக் கொண்டார். ஆறுதல் மொழிகளைக் கூறி தந்தையைப் போல் இரு சகோதரர்களும் கருணையோடு தேற்றினார்கள்.

இவை அனைத்தையும் விஜயநகர சாம்ராஜ்யப் பேரரசர் மகாராஜா சாம்பு பார்த்து வியப்பிலாழ்ந்துவிட்டார். வெல்லற்கரிய மாவீரன் சோமனையே வென்று நிற்கும் நல்லம நாயக்கனையும் அவனது சகோதரனையும் பார்த்தார். அவர்கள் பின்னால் நின்று கதறி அழுது கொண்டிருக்கும் சோமனின் தம்பிகளையும் பார்த்தார்.

வியப்பு, உவகை, ஆச்சரியம், சோகம் என நவரசங்களும் சாம்பு ராஜாவிடம் ஒரே சமயத்தில் வெளிப்பட்டன. நல்லம நாயக்கனின் வீரத்தை மெச்சி தென் தமிழகத்தின் பல கிராமங்களையும், செல்வங்களையும் வாரி வழங்கினார். வீர, தீரப் பரிசுகளை வழங்கியதுடன் சோமனின் அசையும் நாக்குடன் கூடிய தலையை தங்கத்தால் செய்து நல்லம நாயக்கனின் இடது கணுக்காலில் அணிவித்தார்.

அத்தோடு மகாராஜா நிற்கவில்லை. கண்ணீரோடு நின்று கொண்டிருந்த சோமனின் எட்டு சகோதரர்களையும் பார்த்தார். நல்லம நாயக்கரின் கருணை மிகுந்த கண்களையும் பார்த்தார். உணர்வுகளைப் புரிந்து கொண்டார். நிர்க்கதியாய் நிற்கும் எண்மரையும் நல்லம நாயக்கனிடம் ஒப்படைத்து "இவர்களுக்கு சோமனைத் தவிர வேறு உறவுகள் இல்லை. இன்று முதல் தகப்பனாய் இருந்து பார்த்துக் கொள். எட்டு பிள்ளைகளுக்கு தந்தையானதால் உன்னை 'எட்டப்பன்' என நானும், மக்களும் அழைப்போம். தெற்கே சென்று உன் சமஸ்தானத்தை அமைத்துக் கொள்" என கருணையோடு உத்தரவிட்டார்.

மேலும் "உன் இடதுகாலில் அணிவித்த சோமனின் தங்கத் தலை விருது பரம்பரை சொத்தாகத் திகழட்டும். சோமனின் ரத்தம் தோய்ந்த உடைகளே உங்கள் சாம்ராஜ்யத்தின் கொடியாகவும் பறக்கட்டும். எனது பிரதிநிதி நீங்கள் தான்" என்றார்.

இளம்புவனத்திற்கு வந்த எட்டப்ப ராஜா இவ்வூரில் அரண்மனை கட்டி குடியேறினார். எட்டயபுரம் உருவானது. அரசியார் பிள்ளைகளை கண் போல் பாவித்ததால் 'கண்ணப்பன்' என மக்கள் விளிக்கின்றனர். எட்டயபுரத்தில் இவர்கள் வாரிசுகள் ராஜாவாக பதவியேற்கும் போது, இடது கணுக்காலில் சோமன் தங்கத் தலை விருதினைக் கட்டியபடி பங்கேற்பார்களாம். அப்போது அந்தத் தலையின் நாக்கு இடம் வலமாக அசையுமாம். சோமனே அங்கீகாரம் அளித்ததாய் அமையுமாம்.

ஒரு காலம் வரை மன்னரின் படம் இல்லம் தோறும் வைத்து வணங்கப்பட்டதாம். 500 கிராமங்கள் வரை எட்டயபுரம் சமஸ்தானத்து ஆளுமையின் கீழ் இருந்தது. பல நூறு வருடங்களுக்கு மேல் சமஸ்தானம் இருந்தது. இங்கு ஆண்டவர்கள் தெலுங்கைத் தாய்மொழியாகக் கொண்டிருந்த போதிலும், தமிழைப் பேணி வளர்த்தனர். இஸ்லாமியர் களையும், கிருத்துவர்களையும் அன்போடு அரவணைத்தார்கள்.

சீறாப்புராணம் இயற்றிய உமறுப்புலவர் இம்மண்ணைச் சார்ந்தவர் தான். ஒவ்வொரு ஆண்டும் 'சந்தனக்கூடு' திருவிழா மன்னரின் அரண்மனை சென்று மன்னரின் வாழ்த்துக்களோடு தொடங்கும். உமறுப்புலவரின் தர்கா பிரசித்தி பெற்றது. மன்னரின் அவையில் ஏராளமான இஸ்லாமியர்களும் இடம் பெற்றிருந்தனர்.

தேம்பாவணி இயற்றிய வீரமாமுனிவர் அருட்பணி செய்த இடமான காமநாயக்கன்பட்டியில் கட்டப்பட்டது தான் புனித பரலோக மாதா ஆலயமாகும். இவ்வாலயம் போர்த்துகீசு கட்டிடக் கலையில் கட்டப்பட்டதாகும். இதற்கான இடமும் எட்டயபுரம் சமஸ்தானத்தாலேயே கொடுக்கப்பட்டதாகும்.

எட்டயபுரம் சிவன் கோவில், பெருமாள் கோவில், கங்கை கொண்டான் சிவன்கோவில். பாலம் மற்றும் கழுகுமலை முருகன் கோவில் ஆகியவற்றைக் கட்டியதும் எட்டயபுரம் சமஸ்தானம் தான். இவைகளை பரம்பரை அறங்காவலர்களாகப் பராமரித்தும் வந்துள்ளனர். முத்துப்புலவர் இயற்றியுள்ள 'எட்டயபுரப் பள்ளு' ஊரின், சமஸ்தானத்தின் பெருமைகளை விவரிக்கிறது. உழவின் சிறப்பும் விவரித்து எழுதப்பட்டுள்ளது. மழையின்மையின் கொடுமைகளையும் எடுத்துரைக்கிறது.

பாளையக்காரர்கள் சகோதரர்களே. இவர்களுக்குள் பங்காளிச் சண்டையுண்டு. ஆனால் வன்மம் கிடையாது. இது குறித்து கவிஞர் திருச்சிற்றம்பலக் கவிராயர் ஒரு கவிதையில்

'பாராண்ட மன்னவர்கள் வேரதிர தமக்குள்ளே
வேண்டாப் பகை வளர்த்து சூழ்ச்சி பல விளைத்து
சோதரரை சோதரரே வீழ்ச்சியுறச் செய்து வந்த
வெய்யதொரு வினைப் பயனால்
ஆறாயிரம் மைல்கட்கப்பால் இருந்துவந்த
சோரர் குலம் இந்நாட்டை
சூழ்ச்சிக்கும் வீழ்ச்சிக்கும் ஆளாக்கி
நம்மையெல்லாம் அடிமை கொண்ட.'

பிரிட்டிஷ் ஏகாதிபத்திய கிழக்கிந்திய கும்பினியார் பகை வளர்த்தனர். அதில் எட்டயபுரமும் தப்பவில்லை. இளசை நாடு எனப்பட்ட எட்டயபுரம் தமிழை வளர்த்தது. சமய ஒற்றுமையை வளர்த்தது. இயல், இசை, நாடகக் கலைகளை வளர்த்தது. இலவச கல்வி, உணவை வழங்கியது.

'வம்சமணி தீபிகை' எட்டயபுரத்தை ஆண்ட அரசர்களின் வரலாற்றைக் கூறும் நூல். சுவாமி தீட்சிதரால் எழுதப்பட்ட நூல். ஆங்கிலத்தில் வரலாறு கணபதி பிள்ளையால் எழுதப்பட்டது. வம்சமணி தீபிகையை பாரதி விவரித்து எழுத விருப்பம் தெரிவித்திருந்தார்.

சுத்தானந்த பாரதி, சோமசுந்தர பாரதி, மாயாண்டி பாரதி போன்றவர்கள் உலவிய பூமி எல்லாவற்றிற்கும் மேலாக மகாகவி பாரதிக்கு மணி மண்டபம் கட்டவும், அவன் பெயரால் அமைந்த கல்விக்கூடங்கள் அமையவும் இடம் வழங்கிய பூமி.

சமஸ்தானம் வீழும் முன்பே விவசாயிகளுக்கு நிலங்களையும் வழங்கிய சமஸ்தானம் சுப்பிரமணியன் என்று பெயர் தாங்கிய கவிஞனுக்கு 'பாரதி' என கலைமகள் பெயர் கொண்ட பட்டத்தையும் வழங்கியது எட்டயபுரம் சமஸ்தானம்.

சுதந்திரப் போராட்ட முழக்கம் இங்கிருந்து ஒலித்தது பாரதிக்கு மட்டுமல்ல அழகர்சாமிக்கும் கூடத்தான்.

வ.உ.சி தலைமையில் போராடி வாதாடிப் பெற்ற ஊதியம் கொடுக்கப்படவில்லை. அரசியலுக்காக, நாட்டின் விடுதலைக்காக கூடுதலாகப் பெற்ற ஊதியத்தையும் இழந்தார்கள். இதுவே இந்தியாவின் தொழிலாளி வர்க்கம் நடத்திய முதல் அரசியல் வேலை நிறுத்தமாகும் என இதனை ஆய்வு செய்த பேராசிரியர் ஆ.சிவசுப்பிரமணியன் பதிந்துள்ளார்.

6. விடுதலையின் ஜோதி

இந்திய விடுதலைப் போராட்டத்தின், ஆரம்ப கட்டத்திலேயே நெல்லை மாவட்டத்திலும் அதன் எதிரொலி கேட்டது. தீவிர வடிவங்கள் கடந்த நூற்றாண்டின் தொடக்கத்திலேயே ஏற்பட்டது. 'சுயராஜ்யம் எமது பிறப்புரிமை' என்ற திலகரின் குரலை பாரதி தன் கவிதையிலும், எழுத்துக்களிலும் வெளிப்படுத்தினார். சிதம்பரனார், சுப்பிரமணிய சிவா, பத்மநாப அய்யங்கார் போன்றோர் அரசியலில் முழங்கினார்கள். விடுதலைத் தழல் பற்றத் தொடங்கியது.

விடுதலைப் போராட்டத்தில் தொழிலாளி வர்க்கத்தைப் பங்கு பெறச் செய்வதே அவ்வியக்கத்தை தீவிரமடையச் செய்யும் என வ.உ.சி கருதினார். சுப்பிரமணிய சிவாவும் மற்றவர்களும் இணைந்து கொண்டனர். 1904இல் வங்கப் பிரிவினையின் போது ஏற்பட்ட கோபமே மக்களின் கனலை வேகப்படுத்தியது. 1905ஆம் ஆண்டில், தூத்துக்குடியில் வெள்ளைக்காரன் ஹார்வி சகோதரர்களின் நூற்பாலையான கோரல்மில்லில் பொருளாதாரக் கோரிக்கைகளுக்காக மட்டுமில்லாமல் அரசியல் விடுதலை இயக்கத்தை ஆதரித்தும் வேலைநிறுத்தம் செய்தார்கள். இந்தத் தொழிலாளர்களுக்கு வ.உ.சி தலைமை தாங்கினார். போராட்டங்களை யொட்டி நடந்த பேரணிகளில் 'வந்தே மாதரம் என்போம்', 'எங்கள் மாநிலத் தாயை வணங்குதும் என்போம்', என்ற பாரதியின் தேசிய போர் முழக்கமும், 'சுயராஜ்யம் எங்கள் பிறப்புரிமை' என்ற திலகரின் கோஷமும், தொழிலாளர்களின் முழக்கங்களாக ஒலித்தன.

மில் கூலிகள் என்று இழிவாக அழைக்கப்பட்ட ஆலைத் தொழிலாளர்கள் சில உரிமைகளைப் பெற, தூத்துக்குடி நகரமே கிளர்ந்தெழுந்து, இப்போராட்டத்தில் ஈடுபட்டது. வழக்கறிஞர்கள்,

வணிகர்கள், சிறு வியாபாரிகள், குதிரை வண்டியோட்டுபவர்கள், கசாப்புக் கடைக்காரர்கள், பலகாரம் விற்பவர்கள், நாவிதர்கள், சலவை, நகரசுத்தி தொழிலாளர்கள், வெள்ளையர்களின் நிறுவனங்களில் பணிபுரிந்த தொழிலாளர்கள் என பல்வேறு தொழில் புரிந்தோர் சுதேசி இயக்கத்தில் ஈடுபட்டனர். இதன் விளைவாக அனைத்துப் பொது மக்களும் கோரல் மில் தொழிலாளர்களின் போராட்டத்திற்கு ஆதரவு கொடுத்தனர். வ.உ.சி தொழிலாளர்களை 'வந்தே மாதரம்' முழக்கமிட வைத்தார். பொருளாதாரக் கோரிக்கைகளை முன் வைத்து நடத்தப்படத் தொடங்கிய வேலை நிறுத்தம் அரசியல் வேலை நிறுத்தமாக மாறியது.

1908 மார்ச் 10ஆம் நாள் விபின் சந்திரபாலின் விடுதலை நாளை தடையை மீறி வ.உ.சி.யும் அவரது சகாக்களும் கொண்டாடினார்கள்.

வ.உ.சி., சுப்பிரமணிய சிவா, பத்மநாப அய்யங்கார் ஆகிய மூவரும் மார்ச் 12ஆம் நாள் கைது செய்யப்பட்டனர். தூத்துக்குடி, திருநெல்வேலியில் ஆவேசத் தீ பற்றி எரியத் தொடங்கியது. இதே ஆண்டு 1908 ஜூலை மாதம் பாலகங்காதர திலகருக்கு பம்பாயில் ஆறு ஆண்டு கடுங்காவல் தண்டனை விதிக்கப்பட்டது. தொழிலாளர்கள் அங்குத் தொடர்ச்சியாக ஆறு நாட்கள் பொது வேலைநிறுத்தத்தில் ஈடுபட்டனர். இதுவே இந்தியாவின் முதல் அரசியல் பொது வேலை நிறுத்தம் என்று மாமேதை லெனின் வரவேற்றார்.

வ.உ.சி.யும், சிவாவும் 1908 மார்ச் 12இல் கைதானதைக் கண்டித்து மக்கள் எழுச்சி கொண்டனர். மார்ச் 13ஆம் நாள் கலகங்கள் வெடித்தன. வ.உ.சி. வாதாடி, போராடி கூலி உயர்வு பெற்று வேலை நிறுத்தத்தை முடித்துக் கொண்ட கோரல் மில் தொழிலாளர்கள் தங்கள் தலைவர்கள் கைது செய்யப்பட்டு சிறையில் அடைக்கப்பட்டார்கள் என அறிந்தவுடன் 1908 மார்ச் 14-லிருந்து 19 வரை வேலை நிறுத்தம் செய்தனர். இதற்கு தொழிலாளர்களது தனிப்பட்ட பொருளாதார கோரிக்கைகள் எதுவுமில்லை. தலைவர்கள் கைது செய்யப்பட்டதைக் கண்டித்தே அவர்கள் அரசியல் வேலை நிறுத்தம் செய்தனர். மார்ச் 20இல் அவர்கள் மீண்டும் வேலைக்குத் திரும்பினர். மார்ச் 7க்கு முன்பு வழங்கப்பட்ட பழைய ஊதியத்தையே பெற்றார்கள். வ.உ.சி தலைமையில் போராடி, வாதாடிப் பெற்ற ஊதியம் கொடுக்கப்படவில்லை. அரசியலுக்காக, நாட்டின் விடுதலைக்காக கூடுதலாகப் பெற்ற ஊதியத்தையும் இழந்தார்கள். இதுவே இந்தியாவின் தொழிலாளி வர்க்கம் நடத்திய முதல் அரசியல் வேலை நிறுத்தமாகும் என இதனை ஆய்வு செய்த பேராசிரியர் ஆ.சிவசுப்பிரமணியன் பதிந்துள்ளார். அவரது பதிவில்...

வ.உ.சி.யும், சிவாவும் கைது செய்யப்பட்டதை அறிந்து தூத்துக்குடி, திருநெல்வேலியில் மக்கள் எழுச்சி கொண்டனர். 1908 மார்ச் 13ஆம் நாள் கடையடைப்புகளும் பிரம்மாண்டமான ஆர்ப்பாட்டங்களும் நடைபெற்றன. துப்பாக்கிச் சூட்டில் 4 பேர் கொல்லப்பட்டனர். வ.உ.சிக்கு 40 ஆண்டுகள் சிவாவிற்கு 8 ஆண்டுகள் சிறைத் தண்டனையை செசன்ஸ் நீதிமன்றம் அளித்தது.

இதனை எதிர்த்து சென்னை உயர் நீதிமன்றத்தில் மேல்முறையீடு செய்தனர். அதனை தலைமை நீதிபதி ஆர்னால் ஒயிட் மற்றும் நீதிபதி மில்லர் என்பவர்கள் விசாரித்துள்ளார்கள். தண்டனையைக் குறைத்தார்கள். இரு நீதிபதிகளும் கோரல்மில் வேலை நிறுத்தம் குறித்து ஆராய்ந்துள்ளனர்.

"சாட்சிகளாக வைக்கப்பட்ட உரைகளில் சில கோரல் மில் வேலை நிறுத்தம் பற்றி பெருமளவில் குறிப்பிடும் உண்மை எங்கள் பார்வையில் படாமலில்லை. 1908 பிப்ரவரி 23இல் நிகழ்த்திய உரையின் ஒரு பகுதி உண்மையிலேயே தொழிலாளர்களைத் தூண்டுவதாகவே அமைகிறது. உரைகளின் மற்ற பகுதிகள் 'புறக்கணிப்பு' (பகிஷ்காரம்) பற்றிய கேள்விகளுக்கு பதில் அளிப்பதாகவே அமைகிறது. தொழிலாளர்களை வேலைநிறுத்தம் செய்யத் தூண்டுவதோ, அந்நிய பொருட்களை புறக்கணிக்கச் சொல்வதோ - எவ்வளவு தவறான பாதையாக இருப்பினும் - குறும்புத்தனம் மிகுந்திருப்பதும் - அரச நிந்தனை இல்லை என்பதை இங்கு சொல்லத் தேவையில்லை. தங்களது கூலி குறித்தும் தாங்கள் நடத்தப்படும் முறை குறித்தும் தூத்துக்குடியிலுள்ள கீழ்த்தட்டு வர்க்கத்தினரின் அதிருப்தி கிளர்ந்தெழுவதற்கும், குற்றம் சாட்டப் பட்டவர்களின் உரைகள் காரணமாக இருந்தன என்ற அரசு தரப்பு சாட்சிகளின் கூற்றிலுள்ள உண்மைகளை நாங்கள் அறியாமலில்லை. இதை எந்தப் பகுத்தறிதலும் இன்றி எங்களால் மதிப்பிட முடிகிறது. ஏன் இதைத் திரும்பவும் சொல்லுகிறோம் என்றால், தொழிலாளர்கள் குறைந்த கூலி வாங்கியதற்கும் தரக்குறைவாக நடத்தப்பட்டதற்கும் உண்மையான சான்றுகளும் இல்லை. உதாரணமாக 1907இல் பிப்ரவரி மாதம் 27ஆம் நாள் முறையாக வேலை நிறுத்தம் செய்த தொழிலாளிகள் சிறிது அளவு கூலி உயர்வு பெற்று வேலைக்குத் திரும்பினர். பின் 1908 மார்ச் 13ஆம் நாள் இரண்டாவது தடவையாக வேலை நிறுத்தம் செய்து மறுபடியும் பழைய கூலிக்கே வேலைக்குத் திரும்பினர்" என்று குறிப்பிடும் நீதிபதிகள் தொடர்ந்து "1908 பிப்ரவரி 27ஆம் நாள் நடந்த வேலை நிறுத்தத்திற்கு முன் தொழிலாளர்கள் அதிருப்தி அடைந்திருப்பதாகத் தனக்கு எந்தப் புகாரும் வந்ததில்லை என்று ஆண்ட்ரூஹார்வி" கூறிய சாட்சியத்தைக் குறிப்பிட்டு தங்களது வர்க்கப் பாசத்தை வெளிப்படுத்தினர்.

மார்ச் 7 முதல் 13 வரை உயர்த்தப்பட்ட கூலியைப் பெற்ற தொழிலாளர்கள் மார்ச் 14 முதல் 19 வரை வஉசி, சிவா கைதைக் கண்டித்து வேலைநிறுத்தம் செய்தார்கள். இதுவே இந்தியாவில் தொழிலாளி வர்க்கம் மேற்கொண்ட முதல் அரசியல் வேலை நிறுத்தமாகும்.

மார்ச் 20இல் மீண்டும் வேலைக்குத் திரும்பிய போது பழைய ஊதியமே வழங்கப்பட்டது. முதல் வேலை நிறுத்தத்தின் போது பெற்ற ஊதிய உயர்வை இழந்ததும் வரலாற்றின் முதல் தடமாகும்.

வ.உ.சி. மற்றும் சிவா-வின் தண்டனைக் காலம் குறைக்கப் பட்டது. சிறையில் தலைவர்கள் பட்ட துயரங்கள் ஏராளம்.

சிதம்பரனாரும், சிவாவும் சிறையில் இருப்பதற்கு அன்றைய நெல்லை கலெக்டர் ஆஷ் என்ற வெள்ளையனே காரணம். இவன் தூத்துக்குடியில் சப்கலெக்டராகப் பணியாற்றிய காலத்திலேயே தேசபக்தர்கள் மீது வழக்குகள் புனையப்பட்டன. ஆஷ் துரை என அழைக்கப்பட்ட இவன் பெயர் ராபர்ட் வில்லியம் டிஎஸ்கார்ட் ஆஷ் என்பதாகும்.

சுதந்திர தேவதையின் பலிபீடத்தில் தங்களை அர்ப்பணம் செய்து கொண்ட குருராம் சிங்குவும், அப்துல்லா, ஷேர்அலி, வாசுதேவ் பல்வந்த் பட்கே, சப்பேகர் சகோதரர்கள், குதிராம் போஸ், மதன்லால் திங்க்ரா போன்றவர்கள் வரிசையில் ஆஷ் கொலையின் மூலம் வாஞ்சிநாதனும் தன்னை இணைத்துக் கொண்டான்.

விடுதலை வரலாற்றில் நிதானமாக, நேர்மையான கோட்பாடுகளை முன்னிறுத்திப் போராடிய மிதவாதிகள் முயற்சிகள் வெற்றி பெறாமல் வெறும் கூச்சல்களாய் மாறுவதைக் கண்டு கொதித்தெழுந்த செயல் வீரர்களின் தீவிர இயக்க காலத்தில் நடைபெற்ற சரித்திர நிகழ்வுதான் வாஞ்சிநாதன் நிகழ்த்திய ஆஷ் படுகொலை. தமிழ்நாட்டில் நடைபெற்ற முதல் அரசியல் கொலையும் இதுதான்.

வேளாண் சிறை புகுந்தான் தமிழகத்தார்
மன்னனென மீண்டான் என்றே
கேளாத கதை விரை விற்கேட்பாய் நீ
வருந்தலை என் கேண்மைக்கோவே!
தாளாண்மை சிறிது கொலோ யாம்புரிவேம்
நீ இறைக்கு தவங்கள் ஆற்றி,
வாளாண்மை நின்துணைவர் பெறுகெனவே
வாழ்த்திநீ வாழ்த்தி! வாழ்த்தி!

என பாரதி வாழ்த்தி அனுப்பிய சிதம்பரனார் வெளியிலும், சிறையிலும் பட்ட துன்பங்கள் ஏராளம்.

அச்சம், அறியாமை, வறுமை ஆகியவற்றில் ஆழ்ந்து கிடந்த தொழிலாளர்களை, போராட்ட குணம் கொண்டவர்களாகவும் அரசியல் விழிப்புணர்வு பெற்றவர்களாகவும் வ.உ.சி. உருவாக்கினார். அவரது பணிகளில் தலையாய பணியாக இது அமைந்தது.

1909ஆம் வருடம் வ.உ.சி. கோயம்புத்தூர் சிறையில் அடைக்கப் பட்டிருந்தார். அவரைப் பார்க்க பரலி சு. நெல்லையப்பர் புதுவை யிலிருந்து போய், வந்து கொண்டிருந்தார். சிறையில் வ.உ.சி. கொடுமைப் படுத்தப்படுவதைப் பற்றி தன்னைச் சந்திக்க வரும் அனைவரிடமும் சொல்லி வந்தார். தாம் தொடர்ந்து கொடுமைப்படுத்துவதாக வ.உ.சி சொல்லியதையும், அதற்குக் காரணம் ஆஷ்துரையே என்பதையும் பரலியார் தன் சகாக்களிடம் சொல்லியுள்ளார். மேலும் 'ஆஷ்துரையின் கொடுமைக்கு முடிவே கிடையாதா' என சிதம்பரனார் அங்கலாய்த்த தாகவும் கூறியுள்ளார்.

தூத்துக்குடி, திருநெல்வேலி கலவரத்தை அடக்க கலெக்டர் விஞ்சும், சப் கலெக்டர் ஆஷ்சும் குரூரமாக நடந்து கொண்டார்கள். ஆஷ் பின்னர் திருநெல்வேலி கலெக்டராக பதவி ஏற்றம் பெற்றான். அரசியல் கைதிகளின் மனதிடத்தைக் குலைக்க வேண்டும் என ஆஷ் முடிவெடுத்தான். சென்னை அரசிடம் அவனுக்கு நல்ல செல்வாக்கு இருந்தது. சிறையிலிருந்த சிதம்பரம் பிள்ளையின் மனதிடத்தை முறிக்க அவன் பல சில்லரைத் தனங்களை மேற்கொண்டான்.

மாடசாமி போன்ற இளம் தேசிய வீரர்கள் வ.உ.சி.யிடம் மிகுந்த நேசமும், பக்தியும் கொண்டிருந்தார்கள். தேசபக்தர் நீலகண்ட பிரம்மச்சாரிக்கு தனிநபர் கொலையில் நம்பிக்கை இல்லை. வ.வே.சு அய்யர் புதுச்சேரிக்குத் திரும்பிய பின்னர், சிதம்பரனாரின் மனவேதனை களையும், உணர்வுகளையும் பரலி சு.நெல்லையப்பர் மூலம் அறிந்து கொண்டார்.

1911 ஜனவரியில் இதற்கான வாய்ப்பு ஏற்பட்டது. நீலகண்ட பிரம்மச்சாரியின் புரட்சிக் குழுவைச் சேர்ந்த வாஞ்சிநாதன் என்ற இளைஞர் அவரைப் பார்க்க புதுச்சேரி வந்தான். நீலகண்ட பிரம்மச்சாரி வட இந்தியா போய்விட்டார். புதுவையில் இல்லை.

வாஞ்சிநாதன் திருவாங்கூர் சமஸ்தான காட்டிலாகாவில் குமாஸ்தாவாக வேலை செய்து கொண்டிருந்தான். செங்கோட்டையைச்

சார்ந்தவன். தொலை தூரத்திலிருந்து வந்திருந்ததால் புதுச்சேரியிலேயே ஒருவாரம் தங்கியிருந்தான். அப்போது இதர தேசியத் தலைவர்களையும் சந்தித்தான். இவனே சிறந்த கருவி என வ.வே.சு. முடிவு கட்டினார். வாஞ்சிநாதனின் மனதை தனது தேசபக்த சிந்தனையால் மாற்றினார். ஆஷ்துரையை சுட்டுக்கொல்ல வாஞ்சி சம்மதித்தான். ஒருவாரம் பயிற்சிக்காக செங்கோட்டை சென்று மீண்டும் புதுச்சேரி திரும்பினான்.

வ.வே.சு.வின் பயிற்சிக்கூடம் தர்மாலயம். வாஞ்சிநாதனை வாஞ்சையுடன் வரவேற்றது. தங்கும் வசதியையும் ஏற்படுத்திக் கொடுத்து, வ.வே.சு. அய்யர் தினம் தினம் வந்தார். போதனைகளை செய்தார். விடியற்காலை 4 மணிக்கு கரடிக்குப்பம் ஓடை வெள்ள வாரியில் கை நடுங்காமலும், குறி தவறாமலும் சுடுவதற்கு கற்றுக் கொடுக்கப்பட்டது. பிரான்சிலிருந்து மேடம் காமா அம்மையார் அனுப்பிய பிரௌனிங் பிஸ்டலும் வந்து சேர்ந்தது. உடலளவிலும், மனதளவிலும் தயாரான வாஞ்சி திருநெல்வேலிக்கு வந்து சேர்ந்தான். அவனுடன் பிஸ்டல் மட்டுமல்ல, பிரசுரங்களும் வந்தன.

ராபர்ட் வில்லியம் டெஸ்டிகார்ட் ஆஷ் திருநெல்வேலியிலிருந்து கொடைக்கானலுக்கு சென்று கொண்டிருந்தான். அவனுடன் ரயிலில் அடுத்த பெட்டியில் வாஞ்சிநாதன் மற்றும் அவனது சகாவும் வந்தனர். ஆஷ் துரையை கொலை செய்ய சரியான சந்தர்ப்பத்தை எதிர்பார்த்துக் கொண்டிருந்தான். மணியாச்சி ரயில் நிலையத்தில் ஆஷ் இருந்த முதல் வகுப்புப் பெட்டியில் ஏறினான். ஆஷ்துரையின் மனைவியைத் தவிர யாருமில்லை. வாஞ்சிநாதன் ஆஷ்சை சுட்டான். அவனது இடது மார்பில், மார்புக் கூட்டின் மேல் எலும்புக்குக் கீழே குண்டு பாய்ந்தது.

கொடுங்கோலன் ஆஷ் வீழ்ந்தான். தென்னிந்தியாவின் முதல் அரசியல் படுகொலை 1911 ஜூலை 17ஆம் தேதி அரங்கேறியது. கழிவறையில் வாஞ்சிநாதன் தன்னையும் மாய்த்துக் கொண்டான்.

ஆஷ் கொலை செய்யப்பட்டான் என கேள்விப்பட்டதை வ.உ.சி. தன் சுயசரிதையில் கீழ்க்கண்டவாறு பாடியுள்ளார்.

ஓரிரவினிலே ஆறிரு மணிக் கென்
அரங்குள் யான்நன்குறங்குங் காலவண்
செறிந்து மிஸ்டர் சிதம்பரம் பிள்ளையென்
றறைந்த சத்தமொன்றனேக தடவை
கேட்டு விளித்துப் பார்த்தேன். அரங்குமுன்
சிறையின் ஜூனியர் சப் அஸிஸ்டென்டு
சர்ஜன் நின்று சௌக்கியம் உசாவிக்

"கலெக்டர் ஆஷைத் தெரியுமா?" என்றான்.
"நன்றாகத் தெரியும்" என்றேன்
"எப்படி" என்றான்.
"யான் இவண் ஏசியதற்கும்
தூத்துக்குடியில் தோன்றிய "சுதேசிக்
கப்பல் கம்பெனி" செத்தொழிவதற்கும்
அவன் காரண "மென்றறைந்தேன்". "ஒருவன்
அவனை நேற்று மணியாச்சி ஜங்ஷனில்
சுட்டுக் கொன்று தன்னையும் சுட்டுச்
செத்தான்" என்றான் - "நல்லதோர் செய்தி
நவின்றாய் நீ நலம் பெறுவாய்" என்றேன்.

வ.உ.சி. மகாகவி பாரதியை மாமா என்று அழைப்பார். மாமா பாரதி கவிதையில் எழுதிய 'கேளாத கதையை விரைவில் கேட்பாய்' என தனது 'மாப்பிள்ளை' சிதம்பரனாருக்கு எழுதிய செய்தியாய் இது அமைந்தது. சிறைக்கு வெளியே இயங்கி வந்த ரகசிய சங்கமும் முடிவுக்கு வந்தது. தேச பக்த தியாகிகளின் பலரின் உயிரையும் பறித்தது.

கோயம்புத்தூர் சிறையில் இருந்த சிதம்பரனார் கண்ணனூர் சிறைக்கு மாற்றப்பட்டார்.

திருநெல்வேலி மாவட்ட வரலாறு அடுத்த கட்டத்தை நோக்கி நகர்ந்தது.

இந்தியாவிலேயே அதிக அளவு பருத்தி விளையும் இடம் கோவில்பட்டி வட்டாரம்தான்.

7. ஜமீன்கள் சூழ்ந்த நகரம்

கோவில்பட்டி தாலுகா ஒட்டப்பிடாரத்தோடு இணைந்து இருந்ததாகவும் பின்னர் தனி தாலுகாவாக உருவானதாகவும் வரலாற்றுத் தகவல்கள் தெரிவிக்கின்றன. ஓட்டப்பிடாரம் தாலுகா தலைநகர். பிரிட்டிஷ்காரன் காலத்தில் அங்கு ஒரு தாழ்த்தப்பட்ட சமுதாயத்தைச் சார்ந்த தாசில்தார் பதவியேற்றார். ஆதிக்க சமுதாயத்தைச் சேர்ந்தவர்கள் அவருக்கு வீடு கொடுக்க மறுத்துவிட்டனர். ஜாதிக் கொடுமைகள் காரணமாக சாத்தூரைத் தாலுகாவாக மாற்றி கோவில் பட்டியில் அவரை குடியிருக்கச் செய்ததாகத் தெரிகிறது. இது கும்பினி ஆட்சியில் நடைபெற்றதாகவும் பேட் என்ற கலெக்டர் அதனைக் குறிப்பிட்டு எழுதியிருப்பதாகத் தகவல்கள் உள்ளன. 1910ஆம் ஆண்டு கோவில்பட்டி தாலுகா உருவானது.

எப்படியோ கோவில்பட்டி ஊர் என்பது 1876க்குப் பின் 1900களில் தான் உருவாகி இருக்கிறது. ஆரம்பத்தில் கோவில்பட்டி எட்டயபுரம் ஜமீனுக்குட்பட்ட இனாம் கிராமம். மிகச் சிறிய கிராமம். இதனுடைய தாய் கிராமம் மூப்பன்பட்டி. இப்பொழுதும் ரயில் நிலையத்திற்கு எதிரில் உள்ள மூப்பன்பட்டி கம்மாய், அதையொட்டி உள்ள கிராமம். கோவில்பட்டியின் தென்புறத்தில் நுழையும் வாயிலில் உள்ள ஊர் மணியாச்சி. இப்பொழுது இனாம் மணியாச்சி என்று அழைக்கப் படுகிறது. நாயக்கர் காலத்தில் படைத்தளபதியாக இருந்த தளவாய்க்கு சொந்தமான கிராமம். கோவில்பட்டியில் வரி வசூல் செய்யும் உரிமை மந்தித்தோப்பு ஜமீன் வசம் இருந்தது. எட்டயபுரத்திற்கு கட்டுப்பட்ட ஜமீன்.

புராண காலங்களிலேயே கோவில்பட்டி பலவிதங்களில் இடம் பெற்றிருக்கிறது. கோவில்பட்டியைச் சுற்றியுள்ள, பாண்டவர்மங்கலம், மந்தித்தோப்பு, குருமலை, செம்பகபேரி, கல்லூரணி, வானரமுட்டி, கழுகுமலை, வில்லிசேரி, இடைச்செவல், ஈராச்சி, குருவிகுளம், இளையரசனேந்தல் என பல கிராமங்களைக் குறிப்பிடலாம்.

அழகர்சாமியின் சொந்த ஊரான ராமனூத்து, ராமனுக்கு குடிக்கத் தண்ணீர் வேண்டும் என்று கேட்டபோது இலட்சுமணனால் அம்பு மூலம் உருவாக்கப்பட்ட ஊற்று... என்ற பொருளில் ராமனூத்து என்று பெயர் வந்தது என்றும், பாண்டவர்கள் தலைமுறை ஒரு காலத்தில் தங்கியிருந்ததால் பாண்டவர்மங்கலம் (படைவீடு) பெயர் வந்ததாகவும் கதைகள் உள்ளன. வானரப் படைகள் தங்கிய காரணத்தால் வானரமுட்டி, மந்தித்தோப்பு போன்ற பெயர்கள் ஏற்பட்டிருப்பதாகவும் கதைகள் உள்ளன. கழுகுமலை சமணர்களின் குகைக் கோவில்கள் உள்ள இடம். இதன் அருகிலேயே வீரிருப்பு என்ற கிராமத்தில் புத்தர் கோவிலும் உள்ளது.

கோவில்பட்டியில் உள்ள செண்பகவல்லி அம்மன் கோவிலுக்கு புராணக் கதைகள் உள்ளன. அகஸ்திய முனிவர் ஈசன் திருமணத்தின் போது வடபுலம் தாழ்ந்து தென்புலம் உயர்ந்த நிலையில் உலகைச் சமன்செய்யும் பொருட்டு இறைவன் ஆணைப்படி அகத்தியர் பொதிகை நோக்கிப் பயணமானார். வழியில் எதிர்த்த அரக்கர்களான வாதாபி மற்றும் வில்லாளன் ஆகியோரை வதைத்ததனால் உண்டான பிரம்மஹத்தி தோஷம் நீங்கப் பெற்றார். பொன்மலை முனிவர்கள் வேண்டுகோளுக்கிணங்க அகத்தியர் தீர்த்தத்தை ஏற்படுத்திவிட்டு தன் பயணத்தைத் தொடர்ந்தார். வெள்ளிமலை சிவ குழுவைச் சார்ந்த வாமனன் நந்திதேவரின் சாபத்தால் வெம்பக்கோட்டையில் வேந்தனாகப் பிறந்த செண்பக மன்னன் என பெயர் பெற்றான். இறைவன் ஆணைப்படி கோவிற்புரி எனும் கோவில்பட்டியில் பூவனாதருக்கு கோவிலும் அமைத்து சாபநிவர்த்தி பெற்றான். செண்பக மன்னனால் தோற்றுவிக்கப்பட்ட இத்திருக்கோயிலில் அம்பாள் செண்பகவல்லி என்று பெயர் பெற்றாள். மதுரையைப் போலவே இங்கும் பெண் கடவுளுக்கே முக்கியத்துவம் தரப்படுகிறது. இக்கோவில் பெண் தெய்வத்தின் பேரால் செண்பகவல்லி அம்மன் கோவில் என்று அழைக்கப்படுகிறது. இந்தக் கோவிலின் நுழைவாயிலில் பிரம்மாண்டமான துவாரபாலகர்கள் சிலைகள் காணப்படுகின்றன. அலங்காரம் செய்வது எல்லா கோவில்களிலும் உள்ள பழக்கம். இங்கு மட்டும் நிற்கும் அம்பாளை உட்கார்ந்தது போல அலங்காரம் செய்கிறார்கள்.

ராமபிரான் இந்தக் கோவிலில் தான் சிவவழிபாடு செய்தார் எனவும், சங்கன், பதுமன் என இரு பாம்புத் தலைவர்கள், இறைவனை பூவன பூக்களால் அர்ச்சித்ததால் இறைவன் பூவனநாதர் என பெயர் பெற்றார் என தல புராணம் கூறுகிறது. கோவில்பட்டிக்கு பெருமை கோவில் என்பதும் உண்மை. இந்த ஊருக்கு கோவிற்புரி, திருமங்கை நகர் என்ற பெயர்களும் உண்டு.

புராணங்களைப் பற்றி இந்த மண்ணிலேயே பிறந்த மகாகவி பாரதி மிகத் தெளிவாகப் புரிந்து கொண்டு எழுதிய கவிதையிலே குறிப்பிடுகிறான்.

உண்மையின் பேர் தெய்வம் என்போம் - அன்றி
ஓதிடும் தெய்வங்கள் பொய்யெனக் கண்டோம்
உண்மைகள் வேதங்கள் என்போம் - பிறிது
உள்ள மறைகள் கதை எனக் கண்டோம்
கடலினைத் தாவும் குரங்கும் - வெங்
கனலிற் பிறந்ததோர் செவ்விதழ் பெண்ணும்
வடமலைதாழ்ந்ததனாலே - தெற்கில் வந்து
சமன்செய்யும் குட்டை முனியும்
நதியின் உள்ளே மூழ்கிப் போய் - அந்த
நாகர் உலகிலோர் பாம்பின் மகளை
விதியுற வேமணம் செய்த - திறல்
வீமனும் கற்பனை என்பது கண்டோம்
ஒன்று மற்றொன்றைப் பழிக்கும் - ஒன்றில்
உண்மை யென்றோதி மற்றொன்று பொய்யேனும்
நன்று புராணங்கள் செய்தார் - அதில்
நல்ல கவிதை பலபல தந்தார்
கவிதை மிக நல்லதேனும் - அக்
கதைகள் பொய்யென்று தெளிவுறக் கண்டோம்
புவிதனில் வாழ்நெறி காட்டி - நன்மை
போதிக்கும் கட்டுக் கதைகள் அவைதாம்

சின்ன கிராமமான கோவில்பட்டி எட்டயபுரம் ஜமீனுக்கு பாத்தியதைப்பட்டது. எட்டயபுரம் ஜமீன் பகுதி கிழக்கு, தெற்கு எல்லைகளைத் தொடுகிறது. இதனால் எட்டயபுரம் அரசர் பயன்படுத்தும் பல்லக்கு பாதை கோவில்பட்டி எல்லையையொட்டி மந்தித்தோப்பு, குருமலையைத் தொட்டுக் கொண்டு செல்கிறது. ஒரு கட்டத்தில் வெம்பக்கோட்டை எல்லைக்குள் எட்டயபுரம் அரசர் பல்லக்கு பாதை செல்வதாக வழக்கு தொடரப்பட்டது. இப்போதும் கோவில்பட்டி அரசு வ.உ.சி உயர்நிலைப்பள்ளி அருகில் எட்டயபுரம் ஜமீனுக்கு சொந்தமான பங்களா உள்ளது. கோவில்பட்டி வடக்கு எல்லைக்கு உட்பட்ட பகுதியில் இளையரசனேந்தல் ஜமீன் உள்ளது. தற்போது உள்ள கிருஷ்ணன் கோவில் பண்ணைத் தோட்டம், காய்கறி மார்க்கெட் ஆகியவை முன்பு இளையரசனேந்தல் பகுதிக்குச் சொந்தமாக இருந்துள்ளது. வெம்பக்கோட்டை ஜமீனும் இளையரசனேந்தல் ஜமீன்

எல்லைக்குள் பிரவேசிக்காமலிருக்க லட்சுமியாபுரம், புளியங்குளம், அப்பனேரி வழியாக கோவில்பட்டிக்குள் வருவார்களாம். குறிஞ்சாக்குளம் ஜமீனும் கிழக்கு எல்லையில் செல்கிறது. தெற்குப் பகுதியில் கடம்பூர் ஜமீன் உள்ளது.

ஜமீன்களின் கதை சுவாரசியமானது. விஜயநகரப் பேரரசு மதுரையை ஆண்ட பொழுது 72 பாளையப்பட்டுக்களை அரசர் விஸ்வநாத நாயக்கர் ஏற்படுத்தினார். அதில் பெரும்பாலானவை தெற்குப் பகுதியிலேயே அமைந்திருந்தன. இளையரசனேந்தல், குருவிகுளம் ஆகிய இரண்டு ஜமீன்களும் கம்மவார் நாயக்கர்களுக்கு சொந்தமானது. கம்மா குலத்தைச் சேர்ந்த ரவில்லா மல்லப்ப நாயுடு ஸ்ரீகிருஷ்ண தேவராயர் அரசருடைய குதிரைப் படைத் தளபதியாக இருந்தவர். மன்னருடைய பிரிய தளபதியாக இருந்தவருடைய ஜமீன்.

அதுபோல குருவிகுளம் ஜமீனும் பெம்மசானி மக்களுக்குரிய பாளையம். இந்த இனத்தின் தளபதி அதி வீர திம்மப்ப நாயுடு. இவரும் மன்னருக்கு நெருக்கமான, நம்பகமான தளபதி. இவர்கள் கண்டி கோட்டா, உதயகிரி, கொண்டவீடு பகுதிகளின் காவலர்கள். குருவிகுளம் ஜமீன் மக்கள் கண்டி கோட்டா பகுதியில் இருந்து வந்ததால் கம்மவார் என்று அழைக்கப்படுகிறார்கள். இவர்களில் மிக முக்கியமான வழித்தோன்றல் பெத்த வீரப்ப நாயுடு. பிரிட்டிசார் கால ஆவணங்களின்படி விஜய் மீனாட்சி நாயுடு எழுதியுள்ளது. மாமன்னர் மதுரை நாயக்கருக்கு வரி செலுத்த அனைத்து பாளையக்காரர்களும், மன்னரின் அவைக்குச் சென்று, தங்கம் அல்லது வெள்ளி தாம்பாளத்தில் மலர்களால் அலங்கரித்து, கப்பம் தொகையை நடுவில் வைத்து, பட்டுத்துணி போர்த்தி காலில் விழுந்து வணங்கி கைகட்டி நிற்க வேண்டும். ஆனால் பெம்மசானி பாளையக்காரர்களுக்கு விதிவிலக்கு உண்டு. இவர்களை மன்னர் கைகுலுக்கி வரவேற்பாராம். பெம்மசானி ஜமீன் குருவிகுளம் மற்றும் இளையரசனேந்தல்; ஏழாயிரம் பண்ணை சிதம்பர வன்னியன் பரம்பரை முத்துசாமி வன்னியன் கட்டபொம்மனுக்கு உதவியதாக கும்பினியாரால் பதவி நீக்கம் செய்யப்பட்டு அந்தமானுக்கு நாடு கடத்தப்பட்டார்.

மதுரையை விட்டு விரட்டப்பட்ட பாண்டிய மன்னர்களில் ஒருவரான வரகுண ராம பாண்டிய மன்னர் 14ஆம் நூற்றாண்டில் தென்காசியை தலைநகராகக் கொண்டு ஆட்சி செய்து வந்தான். அப்போது நாட்டின் வடபகுதியில் கொள்ளையர் கூட்டம் அச்சுறுத்தி வந்தது. கொள்ளையர்களை அடக்க படைத் தலைவர் சீனி வல்லாள

சொக்கர் தலைவர் தலைமையில் படைகளை பாண்டிய மன்னன் அனுப்பினான். கொள்ளையர்கள் அடக்கப்பட்டார்கள். படைத் தலைவரைப் பாராட்டி சீனி வல்லாள சொக்கரை கடம்ப (கதம்ப) மரங்கள் நிறைந்த கடம்பூரைத் தலைநகராகக் கொண்டு 18 ஊர்களுக்கு திசைக் காவல் என நியமித்ததுடன், அவருக்கு சந்திரன் என்ற பூலோக பாண்டியன் சிறப்பு பட்டம் சூட்டி சிறப்பு செய்தான். மேலும் முதல் மன்னராகவும் சீனி வல்லாள சொக்கர் தலைவர் என்ற பூலோக பாண்டியன் கடம்பூர் ஜமீனுக்கு முடி சூட்டப்பட்டார்.

மன்னருக்கு சில உரிமைகளும், கடமைகளும், கட்டுப்பாடுகளும் உண்டு. தண்டிகை, மேளா, பல்லக்கு ஆகியவற்றை மன்னர் மட்டுமே பயன்படுத்த முடியும். அடுத்த மன்னர் யார் என்பதை அவரே முடிவு செய்வார். பார்வையற்றவர்களையும், இறந்தவர் உடலையும் மன்னர் பார்க்கக் கூடாது.

பாளையங்களால் சூழப்பட்ட கோவில்பட்டி செண்பகவல்லியம்மன் கோவிலை வெம்பக்கோட்டை ஜமீன் செண்பக பாண்டியன் புதுப்பித்துக் கட்டியதாக ஆவணங்கள் கூறுகின்றன. இக்கோவில் ஆதியில் அருகில் உள்ள சிறிய கிராமத்தில் இருந்தது. செம்பகபேரி என்ற இந்த கிராமத்தைச் சேர்ந்த ரெட்டியார் பெண் தயிர் விற்பதற்காக கிளாங்காடு வழியாக வருவாளாம். ஒருநாள் தயிர் கொட்டி விட்டதாம். ஊரில், வீட்டில் சொல்லும் பொழுது உடனடியாக விரைந்து வந்து தயிர் கொட்டிய இடத்தைப் பார்த்தார்களாம். அங்கு ஒரு சுயம்பு லிங்கம் தெரிந்ததாம். ஊர் மக்கள் மகிழ்ச்சியோடு அந்த இடத்தில் கோயில் எழுப்பினார்கள். இதே விஷயம் செண்பகராஜா கனவில் தோன்றியதாம். அந்த சுயம்புலிங்கத்தை செம்பகபேரியிலிருந்து எடுத்து வந்து, கிளாக் காடுகள் நிறைந்த அந்தப் பகுதியில் கோவில் எழுப்பி பிரதிஷ்டை செய்ததாகவும், பெரிதாகக் கட்டியதாகவும் சொல்லப்படுகிறது. எப்படியோ செண்பகவல்லி அம்மன் கோவில் உள்ளதால் கோவில்பட்டி என்ற பெயர் சிறந்து நிற்கின்றது. இக்கோவிலின் ஸ்தல விருட்சம் கிளா மரம்.

கோவில் கட்ட வந்தவர்கள் இங்கேயே தங்க வேண்டிய அவசியமும் ஏற்பட்டது. சுற்றிலும் அக்கிரஹாரங்களும், தெருக்களும் உருவாகின. 1876இல் மதுரையிலிருந்து கோவில்பட்டி வழியாக ரயில் பாதை போடப்பட்டது.

சர் இ.டி. செசன் என்பவர் இங்கிலாந்திலிருந்து செகண்ட் ஹான்ட் (இரண்டாம் தர) எந்திரங்களை வாங்கி வந்து 1800களின் கடைசியில்

(1895இல்) ரயில் நிலையத்தின் அருகிலேயே லாயல் டெக்ஸ்டைல் மில் என்ற ஒரு துணி நெசவு ஆலையை ஆரம்பித்தார். இந்த மில் பின்னால் *(1954லில்)* கருமுத்து தியாகராஜ செட்டியார் குழுமத்திற்கு உரியதாகியது. தொடக்க காலத்தில் இந்தத் துணி ஆலைக்கு தேவை மிகவும் இருந்தது. வெள்ளை அதிகாரிகளுக்குத் தேவையான பருத்தி ஆடைகளை நெய்து கொடுத்தது.

கோவில்பட்டி ரயில் நிலையம் பருத்தி மற்றும் தானியங்களையும், பிற பொருட்களையும் வெளியூர்களுக்குக் கொண்டு செல்லவும் இறக்குமதி செய்யவும் வாய்ப்புள்ள இடமாக அமைந்தது. பல ராஜதானிகளுக்கு இங்கிருந்து ஏற்றுமதி இறக்குமதி செய்யப்பட்டது. பெருவாரியாக கொள்முதல் செய்ய ஏஜென்ட்கள் தேவைப்பட்டனர். அந்த ஏஜென்சியை வெம்பக்கோட்டை ஜமீன் பெற்றது. அவர்களிடமிருந்து கமிஷன் ஏஜென்ட்களாக ஏழு செட்டியார்களும், அவர்களிடம் வேலை செய்வதற்கான கூலி ஆட்களும் குடியேறினர்.

கோவில் பணிக்கு பதினோரு ஓதுவார்கள் மற்றும் அவரது குடும்பத்தினர் குடியேறினார்கள். வணிகம் மற்றும் ஜின்னிங் பேக்டரிகளில் கூலி வேலை செய்வதற்காக புலம் பெயர்ந்த மக்கள் வருகை தந்தனர். லாயல் டெக்ஸ்டைல் மில் பெரியதாக, அங்குத் தொழிலாளர்களும் பணியாற்ற வருகை தந்தனர். சுற்றிலும் கிராம நிலங்களை பிள்ளைமார்கள் மற்றும் செட்டியார்கள் விலைக்கு வாங்கி விவசாயம் செய்யத் தொடங்கினார்கள்.

இந்தியாவிலேயே அப்போது அதிக அளவு பருத்தி விளையும் இடம் கோவில்பட்டி வட்டாரம் தான். புன்செய்ப் பயிர்கள் விளையும் இடமும் இதுதான். வானிலிருந்து மழையை எதிர்பார்த்து, வாழுகின்ற பகுதியாக இந்தப் பகுதி கரிசல் மண் இருந்தது. மழையை மட்டுமே நம்பி வேளாண்மையை பூர்வீகத் தொழிலாகக் கொண்ட பல லட்சம் மக்கள் வசிக்கும் பகுதி உண்டு என்றால் அவை இப்பகுதி தான். வருண பகவானை மட்டுமே நம்பி வாழ்க்கை நடத்தும் மக்கள் வசிக்கும் பகுதி இவை. ஆகவே இந்தப் பிரதேசத்தை மானாவாரி வேளாண்மை செய்யும் மக்கள் வாழும் பகுதி என்றும் கந்தக பூமி என்றும் கரிசல் பிரதேசம் என்றும் அழைக்கிறார்கள். இந்தக் கரிசல் நிலத்தை எழுத்தாளர் சோ. தர்மன் விவரிக்கும் போது கரிசல் மண்ணின் நிறம் கன்னங்கரேலென்று இருக்கும். வறட்சியைத் தாங்கும் ஆற்றல் கொண்டது. எவ்வளவு மழை பெய்தாலும் தண்ணீரை உறிஞ்சிக் கொண்டே இருக்கும். தண்ணீரில் நனைந்த பஞ்சு மாதிரி ஆன பின்னரே

தனியே தண்ணீரை வெளியேற்றும். மழை வெளுத்து வெயில் அடிக்க ஆரம்பித்தவுடன் பூமி முழுக்க ஆடை கொண்டு மூடியது போல கரிசல் மண், ஒரு மெல்லிய ஓடு போல உறைந்து மேலே படிந்து விடும். இதன் மூலம் சூரிய ஒளி மண்ணுக்குள் ஊடுருவி நீர்ப்பதத்தை உறிஞ்சாமல் ஈரப்பதத்தைக் காத்துக் கொள்ளும். மேலே அக்னியாய்ப் பொசுக்கும். ஆனால் இந்த அசடை நீக்கிப் பார்த்தால் ஈரப்பதம் அப்படியே இருக்கும்.

மேலும் வேல்ஸ் துரை தென்மாவட்டங்களில் பிரிட்டிஷ் ராணுவ மேஜராக செயல்பட்டவன். வீரபாண்டிய கட்டபொம்மன், ஊமைத்துரை, மருது சகோதரர்கள் போன்றவர்களை அடக்கி அழித்தொழித்தவன். அவன் இந்தக் கரிசல் மண்ணைப் பற்றி தன்னுடைய போர் அனுபவத்தை 'மை மிலிட்டரி ரெமினி சென்சஸ்' என்ற நூலில் கீழ்க்கண்டவாறு குறிப்பிடுகின்றான்.

"இன்றைய பொழுது பட்டாக்கத்திகளையும், ஈட்டிகளையும், வளையங்களையும் பயன்படுத்துபவர்களுக்கு சாதகமாகவும்... துப்பாக்கிகளையும் மருந்துகளையும் உபயோகிப்பவர்களுக்கு பாதகமாகவும் விடிந்தது. ஏனென்றால் நேற்று இரவு பெய்த பெரு மழையில், இந்தக் கரிசல் மண் நன்றாக நீரை உறிஞ்சி சேமித்து வைத்துக் கொண்டது. ஒரு எட்டு கூட நடக்க முடியவில்லை. முழங்கால் அளவுக்கு ஆழமாக கால்கள் புதைகின்றன. ஊமைத்துரையின் ஆட்கள் சர்வ சாதாரணமாக வெறும் கால்களுடன் சேற்றில் நடந்து வந்து எங்களைத் தாக்குகிறார்கள். பூட்ஸ்கள் இல்லாமல் நடக்கத் தெரியாத நாங்கள் பெரும் சேதத்தை அடைந்தோம்."

இந்த வட்டாரம் முழுவதும் கரிசல் பூமியாக இருந்த காரணத்தினால் வேளாண்மை ஆராய்ச்சி நிலையம் கோவில்பட்டியில் 1901ஆம் ஆண்டு ஆங்கிலேயர் ஆட்சிக் காலத்திலேயே அமைக்கப்பட்டது.

கோவில்பட்டியில் வளர்ச்சிக்கு வேளாண்மை ஆராய்ச்சி நிலையம் சிறப்புக் கொடுத்தது என்றால் அது மிகையில்லை. வேளாண்மை ஆராய்ச்சி நிலையம் என்று தொடங்கப்பட்டது. பின்னர் இது பருத்தி மற்றும் சிறுதானிய ஆராய்ச்சி நிலையம் என்று பெயர் மாற்றம் செய்யப்பட்டது. சிறந்த வேளாண்மை ஆராய்ச்சி நிறுவனமான இதனை தமிழ்நாடு வேளாண்மைப் பல்கலைக்கழகம் 1981ஆம் ஆண்டு ஏற்றுக் கொண்டது. மண் பரிசோதனை மூலம் பருத்தி, தானியங்கள், எண்ணெய் வித்துக்கள், பயறு வகைகள், மிளகாய் போன்றவற்றை உயர் விளைச்சல் தரும் விதைகளையும், புதிய பயிர் வகைகளையும்

உருவாக்கும் இடமாக ஆராய்ச்சி மூலம் மாற்றுமிடம். மானாவாரி மற்றும் உழவியல் தொடர்பான ஆராய்ச்சிகளும் ஊட்டச்சத்து மேலாண்மை, பண்ணை செயல்பாடு இவை எல்லாம் இங்கு நடைபெறக்கூடிய முக்கியமான ஆய்வுகள் ஆகும். இதுவரை 55 கண்டுபிடிப்புகளில் பருத்தி, சோளம், கம்பு, மக்காச்சோளம், கேழ்வரகு, தினை, குதிரைவாலி, பனிவரகு, வரகு, சாமை, உளுந்து, பாசிப்பயறு, சூரியகாந்தி, குசும்பா போன்ற புஞ்சை தானியங்களுக்கான ஆராய்ச்சிகள் மேற்கொள்ளப்பட்டு புதிய வகைகள் கண்டுபிடிக்கப்பட்டுள்ளன. இங்குதான் வேளாண் விஞ்ஞானி கோ.நம்மாழ்வார் மற்றும் தென்கச்சி சாமிநாதன் ஆகியோர் பணியாற்றினார்கள் என்பது பெருமைக்குரியது.

1910க்குப் பின் திருநெல்வேலி மாவட்டத்திலிருந்து ராமநாதபுரம் மாவட்டம் உருவாக்கப்பட்டது. 1986க்குப்பின் தூத்துக்குடி மாவட்டம் உருவாக்கப்பட்டது. தூத்துக்குடி மாவட்டத்தின் இரண்டாவது பெரிய நகராக கோவில்பட்டி வளர்ந்தது.

நகரின் இருமுனைகளிலும் இரண்டு பிரம்மாண்டமான பஞ்சாலைகள் ஊரின் அடையாளமாகக் காட்டப்படுகின்றன. ஆனால் அதையும் தாண்டி பிரிந்து கிடந்த பல்வேறு கிராமங்கள் ஒன்றுபட்டு இன்று மிகப்பெரும் நகராக வளர்ந்திருக்கின்றது.

8. ஒரு நகரம் உருவாகிறது

கரிசல் எழுத்தாளர் அப்பணசாமி தன்னுடைய 'கொடக் கோனார் கொலை வழக்கு' புதினத்தில் கோவில்பட்டியைப் பற்றி ஊர்ப் பெயரைச் சொல்லாமலேயே செய்திருக்கின்ற பதிவு:

'வரும் வழியில் சாத்தூர் டீ ஸ்டாலில் ஒரு டீ சாப்பிடலாமா என நினைத்தான். அந்தப் பக்கம் ஒதுங்க நினைக்கையில் தான் டீ கடை முன் ஒரு கூட்டம் பதட்டம் ஏதும் இன்றி நின்று கொண்டிருப்பதைப் பார்த்தான். வழக்கமான கூட்டம் தான். நடுவில் கதர்ச் சட்டையும் வழுக்கைத் தலையுமாக ஒருவர் நின்றுகொண்டிருந்தார். சுற்றி நின்ற எல்லோருக்கும் அவர் நிதானமாக பதில் சொல்லிக் கொண்டிருந்தார். அவர்தான் அந்த ஊரின் எம்.எல்.ஏ. இந்த ஊரின் அதிசயங்களில் இதுவும் ஒண்ணு. ஆனால் இந்த ஊரில் யாரும் அவரைப் பார்க்கலாம். தங்கள் பிரச்சனையைச் சொல்லலாம். அததுக்கு உரிய பதிலைச் சொல்லுவதோடு, தன்னால் முடிகிற காரியங்களை உடனே செய்து கொடுப்பார்.'

அப்போது இந்த ஊரைப் பற்றி கொடையும் நாடாரும் பேசிக் கொண்ட கதைகள் ஞாபகத்துக்கு வந்துச்சு. இந்த டவுன் வந்து நூறு வருஷம் தான் இருக்குமாம். அதுக்கு முன்ன இது கிளாமரக் காடாகவும் பரம்புக் காடாகவும் இருந்துச்சாம். வெள்ளைக்கார துரைமாருக்கு அடுப்புக்காரிக்காக அந்தக் காட்டையெல்லாம் வெட்டி கரி மூட்டம் போடுவாங்களாம். அப்படித்தான் காடு அழிஞ்சுருக்காம். கரிமூட்டம் பத்த வைக்க பக்கத்து கிராமங்களில் சாணி எரு வாங்குவாங்களாம். பல வெள்ளைச்சீலைக்காரிக சாணி பெறக்கி, வரட்டி தட்டி காய வைத்து விப்பாகளாம். வெள்ளைச்சீலை அம்மாமார் அக்காமார் இட்லி விக்க ஆரம்பிக்கிறதுக்கு முந்தி இந்த தொழிலத்தான் செஞ்சாக அண்ணாச்சி என்று கொட சொல்லுவாரு. அருணாச்சல நாடார் கதை சொல்றது ஒரு தினுசுன்னா கொட கதை சொல்றது இன்னொரு தினுசுதாம்.'

கோவில்பட்டி நகரம் 19ஆம் நூற்றாண்டிலேயே வளர்ச்சி பெற ஆரம்பித்தது. சாத்தூரில் நடைபெற்ற கலவரம், சிவகாசியில் நடைபெற்ற கலவரம் போன்றவைகள் மக்களை புலம்பெயரச் செய்தது. புலம் பெயர்ந்த மக்கள் கூலிகளானார்கள். சுற்றுப்புற கிராம மக்கள் வேலை தேடி நகரத்திற்கு வந்தனர். கோவில்பட்டியினுடைய வெயில் தீப்பெட்டி தொழில் நடத்துவதற்கு உதவிகரமாக இருந்தது. வறட்சியும், வேலையின்மையும், கோவில்பட்டியின் சொத்து. இதைப் போக்குவதற்கு தீப்பெட்டித் தொழில் பெருமளவுக்கு உதவியது.

உலகிலேயே தீப்பெட்டி தொழில் நுட்பத்தில் ஜாம்பவான்களாக ஜப்பானும், ஸ்வீடனும் ஒரு காலத்தில் இருந்தது.

ஆதிமனிதன் மூங்கில் மற்றும் துண்டுக் கட்டைகளின் உதவியுடன் ஒன்றோடொன்று, தேய்த்து உராய்வின் காரணமாக, தீப்பொறி பறக்க, அதனருகே உலர்ந்த புல் முதலியவற்றை வைத்து தீ மூட்டினான். பிறகு சிக்கிமுக்கிக் கல் பயன்படுத்தப்பட்டது. இதுதான் மனித குலத்தின் முதல் தீப்பெட்டி ஆகும். ஆனால் இம்முறையில் தீப்பிடிக்க வெகு நேரம் பிடிக்கும்.

ஜப்பான் தீப்பெட்டி உற்பத்தியாளர்கள் இந்தியாவிற்கு வந்து கல்கத்தாவில் இயந்திரக்கருவி மற்றும் அரைகுறையாக கையினால் செய்யும் முறையில் தீப்பெட்டிகளைத் தயாரிக்க இந்தியர்களுக்கு கற்றுக் கொடுத்து பயிற்சி அளித்தனர். கல்கத்தாவில் டாக்டர் எம்.ஜி. நந்தி என்பவர் கையினாலேயே தீப்பெட்டி செய்யும் முறைகளை பயிற்சி அளித்தார். அந்தச் சமயம் சிவகாசியைச் சேர்ந்த அய்ய நாடார் மற்றும் சண்முக நாடார் இத்தொழிலை கற்றுத் திரும்பினார்கள். தீப்பெட்டி ஆபீஸ்கள் உருவாயின. இந்தியா முழுவதும் தீப்பெட்டி பண்டல்கள் கொண்டு செல்லப்பட்டன.

கோவில்பட்டியில் தீப்பெட்டி தொழிற்சாலை ஆரம்பிக்க சாத்தூர் ராமையா கோனார், போஸ் ஆகியோர் முன்னோடியாவர். ரோஜா படம் லேபிளாகப் போட்டு உற்பத்தி செய்தார்கள். தொழிலாளர்கள் அதிகம் கொண்ட கரிசல் பூமியான கோவில்பட்டியில் தீப்பெட்டி தொழில் பிரதானமாக உள்ளது. ஆரம்ப கால கட்டத்தில் கையினால் செய்யப்பட்டு வந்த தீப்பெட்டித் தொழில் தற்போது முழு எந்திர தீப்பெட்டி, பகுதி நேர தீப்பெட்டி என காலத்திற்கு ஏற்ப மாற்றம் பெற்றுள்ளது. நூற்றுக்கணக்கான தீப்பெட்டி ஆபீஸ்கள் அதிகரிக்கின்றன. பகுதி நேர வேலைகள், முழு நேர வேலைகள் என நேரடியாகவும், மறைமுகமாகவும் இரண்டு லட்சம் பேருக்கு வாழ்வாதாரம் கொடுக்கின்றது.

கோவில்பட்டிக்கு முதலில் வந்த தொழில்முனைவோராக ரோஸ் குருப், சிவணைந்தபுரம் நாடார்கள், ஜில்விலாஸ் கலர், ஏழாயிரம் பண்ணை ரத்தினசாமி நாடார், காதிரியா பாய் காம்ரீன் தீப்பெட்டி தொழிற்சாலை போன்றவற்றைக் குறிப்பிடலாம். அச்சகத் தொழிலும் இங்கு வளர்ந்தது. ஆரம்பத்தில் கல்யாணி, சரஸ்வதி போன்ற அச்சகங்களும், பின்னர் தனலட்சுமி, ஒரிஜினல் பிரிண்டிங் பிரஸ் போன்ற பெரும் அச்சகங்களும் உருவாகின. சிவகாசி, சாத்தூர் தொழில்களின் விரிவாக்கம் கோவில்பட்டியில் நடைபெற்றது.

ஊரிலேயே மிகச் சிறப்பான திருவிழா என்று சொன்னால் செண்பகவல்லி அம்மன் கோவில் தீர்த்த திருவிழாவைக் குறிப்பிடலாம். பங்குனி மாதம் தொடங்கும். மாத இறுதி நாளில் தேரோட்டமும், சித்திரை முதல் நாள் தீர்த்தத் திருவிழாவும், அடுத்த நாள் தெப்பத் தேரோட்டமும் சிறப்பாக நடைபெறும். தீர்த்தத்தின் போது நகரம், சுற்று வட்டார கிராமங்களிலிருந்து ஆயிரக்கணக்கான மக்கள் வருவார்கள். பத்ரகாளியம்மன் கோவில் திருவிழா சிறப்பாக 10 நாட்கள் நடைபெறும்.

கோவில்பட்டியில் ஹாக்கி விளையாட்டு பிரசித்தி பெற்றது. இந்திய அளவிலான போட்டிகளை லட்சுமி மில் தொடங்கியது. இதற்காகவே தனி மைதானம் உருவாக்கியது. ரசிகர்களின் கண்களுக்கு விருந்து தான். தற்போது நேஷனல் இன்ஜினியரிங் காலேஜ் இந்தப் பணியை நடத்துகிறது. வீரம் மிகுந்த கோவில்பட்டிக்கு சிலம்பமும் பெயர் கொடுத்துள்ளது. 11க்கும் அதிகமான ஆரம்பப் பள்ளிகளும். சமீப காலமாக 15-க்கும் மேற்பட்ட மெட்ரிக் பள்ளிகளும், 5 கலை அறிவியல் கல்லூரிகளும், 2 பொறியியல் கல்லூரிகளும் மற்றும் பாலிடெக்னிக் கல்லூரிகளும் நகரின் கல்வி வளர்ச்சியைப் பறைசாற்றுகின்றன.

நகரின் இரு முனைகளிலும் இரண்டு பிரம்மாண்டமான பஞ்சாலைகள் ஊரின் அடையாளமாகக் காட்டப்படுகின்றன. ஆனால் அதையும் தாண்டி பிரிந்து கிடந்த பல்வேறு கிராமங்கள் ஒன்றுபட்டு இன்று மிகப்பெரும் நகராக வளர்ந்திருக்கின்றது.

கோவில்பட்டி கடலை மிட்டாய் புவிசார் குறியீடு பெற்றுள்ளது. கரிசலில் விளையும் நிலக்கடலையின் சுவை உலகெங்கும் சுவைக்கப் படுகிறது.

எனவே 1931 இறுதியில் காந்திஜி லண்டனில் இருந்து திரும்பிய பின் நாட்டில் காந்தி - இர்வின் ஒப்பந்தங்கள் எவ்வளவு தூரம் மீறப்பட்டுள்ளன என குற்றம் சாட்டிக் கூறுகையில் கோவில்பட்டி மூன்றாவது இடம் பெற்றது.

9. விடுதலைப் போரில்

தேசிய இயக்க காலத்திலேயே விடுதலைப் போராட்டத்தை தொடங்கிய மண்களில் கோவில்பட்டி தாலுகா முக்கியமானது. வீரம் விளைந்த பூமியாக தலை நிமிர்ந்து நிற்கிறது.

1921ஆம் ஆண்டு மகாத்மா காந்தியும், மகாதேவ தேசாயும் கோவில்பட்டி நகருக்கு விஜயம் செய்தனர். மக்கள் அவர்களை அன்போடு வரவேற்றனர்.

1924 கோவில்பட்டி செட்டியார் பேட்டையில் நெல்லை ஜில்லா காங்கிரஸ் கட்சியின் 5வது மாநாடு நடைபெற்றது. 4000 பேர் கலந்து கொண்டுள்ளார்கள். டாக்டர் வரதராஜுலு நாயுடு, சுரேந்திரநாத் ஆர்யா, சாத்தூர் வழக்கறிஞர் சுப்பிரமணியநாயனார், ஸ்ரீநிவாசவரதய்யங்கார், அவரது துணைவி பத்மாசினியம்மையார், பாப்பாங்குளம் சொக்கலிங்கம் பிள்ளை, தூத்துக்குடி மாசிலாமணி பிள்ளை, ராக்கோல் அம்மையார், சோமாஜுலு போன்றோர் இம்மாநாட்டில் கலந்து கொண்டனர். ஜாதி, மத, இன பேதமின்றி இம்மாநாடு இந்திய சுதந்திரம் ஒன்றையே குறிக்கோளாகக் கொண்டு நடைபெற்றது. பூவலிங்க செட்டியார் வரவேற்புக் குழுத் தலைவராக இருந்து செயலாற்றினார்.

1927இல் மகாத்மா, கஸ்தூரிபாய், ராஜாஜி ஆகியோரை வரவழைத்து சுயராஜ்ய நிதிக்கு ஏராளமான பணத்தை வசூலித்து அளித்து, தனது தேசபக்திப் பெருமையை நிலைநாட்டியது. அதைப் பெருமையோடு ஏற்றுக் கொண்ட மகாத்மா காந்தி குருவிகுளம் ஜமீன்தார் பங்களாவில் தங்கியிருந்து இத்தாலுகாவின் நடவடிக்கைகளைக் கவனித்தார். இந்நேரத்தில் தான் கோவில்பட்டி தாலுகாவின் சந்து பொந்து மூலை முடுக்குகளில் எல்லாம் சுற்றுப்பயணம் செய்து விடுதலை இயக்கப் பிரச்சாரங்கள் செய்தனர்.

கோவில்பட்டி தாலுகா தான் 1923இல் நடைபெற்ற நாகபுரி கொடிப் போராட்டத்திற்கு கழுகுமலை தீனதயாளு லாலாவை

அனுப்பியது. அப்போது ஜில்லா காங்கிரஸ் தலைவராக எல்.ஆர். குருசாமி நாயுடு அவர்கள் இருந்தார்கள். புகழ்பெற்ற தேசபக்தர் எம்.எஸ் சுப்பிரமணிய ஐயர், சிதம்பராபுரம் நைனியப்ப பிள்ளை, குப்புசாமி முதலியார் ஆகியோர் மீது அன்னிய அரசு தொடர்ந்த வழக்கிற்கு வ.உ.சி. அவர்கள் ஆஜரானார்கள். இனாம் அருணாசலபுரம் பெருமாள் ரெட்டியார், கோவில்பட்டி ம.சண்முகம், ஆவுடைநாயகம் பிள்ளை, காந்திமதி செட்டியார் ஆகியோர் இவ்வழக்கிற்கும், தேசப்பணி இயக்கங்களுக்கும் பெரிதும் உதவினர்.

1930இல் போராட்டம் உச்சநிலையை அடைந்துவிட்டது. பலர் கைது செய்யப்பட்டு தண்டிக்கப்பட்டார்கள். பலர் சித்திரவதைக் குள்ளானார்கள். தேசபக்தர்கள் மிகவும் அவதிப்பட்டனர்.

1931இல் கள்ளுக்கடை மறியல், அந்நியத் துணி பகிஷ்கரிப்பு போராட்டம் ஆரம்பமானது. தாலுகா முழுவதும் குடிப்பதற்கு ஒருவர் கூட கிடையாது என்ற நிலை உருவாகிவிட்டது. இதனால் ஆத்திரம் கொண்ட அரசு காந்தி-இர்வின் ஒப்பந்தத்தை மீறி பலரைக் கைது செய்தது. இம் மறியல் போராட்டத்திற்கு பெண்களும். விவசாயிகளும் மூடை மூடையாக அரிசி, பருப்பு, நெய் முதலியன கொடுத்து உதவினார்கள். சு.கந்தப்பிள்ளை, திருப்பதி நாடார், தனுஷ்கோடி செட்டியார், கைலாசம் பிள்ளை மற்றும் பலர் வாரி வாரி வழங்கினர். கோபாலன் மோட்டார் சர்வீஸ் தம்பி பாலசுப்பிரமணியம் பலமாக ஆதரவளித்தார். கோவில்பட்டி பஞ்சாயத்தாக இருந்த காலகட்டத்தில் அதன் தலைவராக இருந்த திரு இராமசாமிதாஸின் புதல்வர், தம்பி பாலசுப்பிரமணியம் கோவில்பட்டி நகராட்சியாக உயர்நிலையானவுடன் அதன் முதல் தலைவராக தேர்ந்தெடுக்கப்பட்டார். பரமசிவம் செட்டியார் போராட்டத் தொண்டர்கள் தங்குவதற்கு வேண்டிய சகல வசதிகளையும் ஆசிரமத்திலேயே இலவசமாக மிகுந்த அக்கறையோடு செய்து கொடுத்தார்கள்.

கழுகுமலையிலும் தீனதயாளு லாலா, சுப்பிரமணியம், கணபதி தேவர், சங்கரலிங்கம் மேஸ்திரி, பூசப் பிள்ளை, சித்திரம்பட்டி சுப்பா நாயக்கர், குளக்கட்டாகுறிச்சி சங்கரப்ப நாயக்கர் முதலானோர் பணம், பொருள் உதவி செய்தனர். மறியல் செய்தவர்கள் காந்தி-இர்வின் ஒப்பந்தத்தை மீறி போலீசாரால் கைது செய்யப்பட்டனர் என்ற விவரத்தை ராஜாஜி காந்திஜிக்கு தெரிவித்தார். இந்த வழக்கைப் பார்வையிட ராஜாஜி அவர்கள் கோவில்பட்டிக்கு இருமுறை வருகைதந்தார். எனவே 1931 இறுதியில் காந்திஜி லண்டனில் இருந்து திரும்பிய பின் நாட்டில் காந்தி-இர்வின் ஒப்பந்தங்கள் எவ்வளவு தூரம் மீறப்பட்டுள்ளன என குற்றம்சாட்டிக் கூறுகையில் கோவில்பட்டி மூன்றாவது இடம் பெற்றது.

தேசபக்தர் இளங்கோ மீது தொடரப்பட்ட வழக்கிற்கும் 'கொக்கு பறக்குதடி பாப்பா' என்ற பாடலை மேடைகளில் பாடியதற்காக விஸ்வநாததாஸ் கைது செய்யப்பட்ட வழக்கிற்கும் வ.உ.சிதம்பரனார் அவர்களே ஆஜரானார். இவ்விரு வழக்குகளும் கோவில்பட்டியிலேயே நடைபெற்றன.

1932இல் போலீசார் செய்த அத்துமீறிய செயல்கள் கணக்கிலடங்கா. பல தேசபக்தர்களின் வீடுகள் சூறையாடப்பட்டன. அவர்களது வீட்டில் இருந்த பொருட்கள் ஜப்தி செய்யப்பட்டன. குடும்பங்கள் நடுத்தெருவில் நிறுத்தப்பட்டன. பலர் சித்திரவதைக்கு உள்ளாகினர். இக்கொடுமைகளையும் தேசபக்தர்கள் புரிந்த மறியலைப் பற்றியும் தூத்துக்குடியில் ஜவகர்லால் நேரு பேசும் பொழுது "ஆணவம் பிடித்த அதிகாரவர்க்கம்' என்று கடுமையாகச் சாடினார்.

அக்காலத்தில் கொள்ளையடித்தவர்கள் கூட தேசபக்தி மிகுந்தவர்களாகவே காணப்பட்டனர். 1942 வெள்ளையனே வெளியேறு போராட்டத்தில் கடலையூரில் போலீசாரால் சுடப்பட்டு 6 தேசபக்தர்கள் இறந்தார்கள்.

ரோஜா தீப்பெட்டி அதிபராக பிற்காலத்தில் விளங்கிய கோபாலகிருஷ்ண யாதவின் சகோதரரான எஸ்.சுப்பையா கோனார் உப்புச் சத்தியாக்கிரகத்தில் கலந்துகொண்டு 6 மாதம் கடுங்காவல் தண்டனை அடைந்தவர். கோபாலகிருஷ்ண யாதவ் 1933 முதல் தேசிய இயக்கங்களில் ஈடுபட்டார். படித்துக் கொண்டிருக்கும் போது கள்ளுக் கடை மறியல், அந்நிய துணி பகிஷ்காரம் ஆகிய போராட்டங்களில் ஈடுபட்ட தொண்டர்களுக்கு போலீசாருக்குத் தெரியாமல் உணவு, உடை போன்ற வசதிகள் செய்து கொடுத்ததால் இவரைப் பள்ளியிலிருந்து நிறுத்தி விட்டார்கள். எனவே கடைகளில் வேலை பார்த்துக் கொண்டே தேசிய இயக்கத்தில் ஈடுபடலானார். 1941 சத்தியாக்கிரகத்தின் போது சென்னை வரை கால்நடையாக நடந்து சென்று போலீசாரால் கைது செய்யப்பட்டு, எட்டு வாரம் சிறைத் தண்டனை அடைந்தார். பின்னர் விடுதலை அடைந்த பின் காந்திஜியின் ஆணைப்படி மீண்டும் பாத யாத்திரை தொடங்கியவரை மதுரை மூன்றாம் எண் காவல் நிலையத்தினர் கைது செய்தனர். பெல்லாரி, அலிபுரம் சிறைகளில் எட்டு மாத காலம் சிறைத் தண்டனை அனுபவித்தார். விடுதலையான பின் தான் செய்து வந்த வேலைகளை உதறிவிட்டு முழுநேர ஊழியனாக மாறினார். 1942 போராட்டத்தில் கலந்துகொண்டு தலைமறைவாகத் திரிந்தவரை 1943 ஜனவரி 26 தேதி கைது செய்தனர். சிவகாசி டெபுடி சூப்பிரண்டால் சித்திரவதைக்கு உள்ளாக்கப்பட்டு, மதுரை சிறையில் ஆறு மாத காலம் அடைத்து வைக்கப்பட்டு, பெரும் கொடுமைகளுக்கு ஆளானார், கோவில்பட்டி வட்டாரத்தின் தேச பக்தர்கள் பெயர்களைப் பதிவிட்டால் பெரும் பட்டியலாக நீண்டு கொண்டே செல்லும்.

விடுதலைப் போரில் விழுந்த மலர்களே, வீரர்களே உங்களுக்கு வந்தனம் செய்கின்றோம். தேசிய இயக்கமும், பொதுவுடைமை இயக்கமும் இந்த மண்ணை வீரம் மிகுந்த மண்ணாக பெருமைப் படுத்தின.

பாரபட்சமற்ற அரசியல்

திராவிட இயககத்தின் வேர்கள் தொடக்க காலத்திலேயே கோவில்பட்டியில் தொடங்கிவிட்டது. பிரிட்டிஷ் அரசிடமிருந்து அல்ல பிராமணர்களிடமிருந்து நமக்கு சுதந்திரம் வேண்டும் என்று பிரகடனம் செய்து தென்னிந்திய நல உரிமைச் சங்கம், நீதிக்கட்சி தொடங்கப்பட்டது. தந்தை பெரியார் அதை முன்னெடுத்தார். சுயமரியாதை என்பது மந்திரச் சொல்லானது. இந்தித் திணிப்புக்கு எதிராகவும், வைதீக எதிர்ப்புக்கும் திராவிட இயக்கம் கோவில் பட்டியிலும் உருவானது. இ.வே.அ.வள்ளிமுத்து தலைமையில் தி.க. உருவானதும். அவரே திமுக உருவாகும்போது முன்னணியில் இடம் பெற்றார். பின்னர் வள்ளிமுத்து அதிமுக-வின் அவைத் தலைவராகவும் உயர்ந்தார். எம்.ஜி.ஆரால் மேலவை உறுப்பினராகவும் ஆக்கப் பட்டார்.

திராவிட இயக்கத்தின் தலைவர்களாக ஏ.பி.கிருஷ்ணசாமி நாடார், கலைமணி எஸ்.எம்.காசி இருந்துள்ளனர். நகராட்சித் தலைவராக மு.பெரியசாமி பொறுப்பு வகித்தார். பெ.தமிழரசன் மற்றும் அவரது மனைவி பெரியநாயகி தமிழரசன் அந்தப் பணியைத் தொடர்ந்தனர்.

அண்ணா திமுக-வின் சிறந்த பேச்சாளராக ந.ஜெயச்சந்திரன் வளர்ந்தார். சட்டமன்றத் தேர்தலில் அழகர்சாமிக்கு ஆதரவாக கூட்டணி அமையும் போதெல்லாம் ம.த.மூர்த்தி பிரச்சாரம் செய்வார்.

இந்திய கம்யூனிஸ்ட் கட்சியிலிருந்து மார்க்சிஸ்ட் பிரிந்தபோது தோழர்கள் வள்ளிநாயகம், எஸ்.டி.மூர்த்தி, பி.ராமசுப்பு, எஸ்.சக்தி ஆகியோர் சி.பி.எம். கட்சியில் செயல்பட்டனர்.

அழகர்சாமி யாருக்கும் பாரபட்சம் காட்டமாட்டார். அவரை விமர்சித்துப் பேசினாலும் முகம் சுழிக்க மாட்டார். விமர்சனங்களைத் தாங்கும் பக்குவம் அவரிடம் உண்டு. எனவே, தேர்தல் கால விமர்சனம்கூட மற்ற கட்சியினரிடம் இருந்து கடும் தாக்குதலாகவோ, தனி நபர் தாக்குதல்களாகவோ அமையாது. எனவேதான், திமுக தலைவர் கே.எஸ்.ராதாகிருஷ்ணனிடம் ‘நீ ஜெயிச்சாலும் நான் ஜெயிச்சாலும் ஒன்றுதான்’ என வாழ்த்துக்களைக் கூற அழகர்சாமியால் முடிந்தது.

இந்தியாவின் அரசியல், பொருளாதார நிலைமைகளை பொதுவாக கணிப்பதற்கும், நமது நாட்டு மக்களின் வாழ்க்கைத் தரம் மேலானதாகவும், மகிழ்வானதாகவும் அமைவதற்கேற்ற நடவடிக்கைகளை எடுப்பதற்கும் இந்தியாவிலுள்ள கம்யூனிஸ்டுகளாகிய நாம் இன்று இந்தக் கூட்டத்தில் கூடியிருக்கின்றோம்.

10. கம்யூனிஸ்ட் கட்சி பிறந்தது

1920க்குப் பின்பு விடுதலைக்கான போராட்டங்கள் தீவிரப்பட்டன. வாஞ்சிநாதன் செய்த ஆஷ் கொலைக்குப் பிறகு சுதந்திரப் போராட்ட வீரர்கள் கடுமையாக வேட்டையாடப்பட்டார்கள். முதல் உலக யுத்தமும் தொடங்கியது. ரஷ்யா 1917இல் விடுதலை பெற்றது. ரஷ்யாவின் புரட்சியை மகாகவி பாரதி வரவேற்று 'மாகாளியின் கடைக்கண் பார்வையில் கிடைத்த வெற்றியாய்' கூத்தாடினான். தமிழகத்தில் அறிவுப்பூர்வமாய் பொதுவுடைமையை வரவேற்றுக் கொண்டாடிய முதல்வன் பாரதியே. வ.உ.சி., பாரதி, சிவா, வ.வே.சு, போன்றோரின் தியாகத்தால் தேசிய இயக்கங்கள் வளர்ந்தன. வெகுமக்கள் உணர்வுடன் காங்கிரஸ் கட்சியின் கீழ் திரண்டெழுந்தனர்.

மோகன்தாஸ் கரம் சந்த் காந்தியின் தென் ஆப்பிரிக்க வாழ்க்கை (1893-1914) தீண்டாமைக்கு எதிரான போராட்டக் களமாக மட்டுமின்றி சுயநலமற்ற நேர்மையான அரசியலுக்கான சோதனைக் களமாகவும் இருந்தது. அங்கு அவர் உருவாக்கிய ஃபினிக்ஸ் பண்ணை மற்றும் டால்ஸ்டாய் பண்ணைகள் என்பன மார்க்சியர்கள் கண்ட ஒரு கம்யூன் வடிவத்தின் மிகச் சிறந்த மாதிரியாக இருந்தன.

1915 ஜனவரி 9ஆம் நாள் தென்னாப்பிரிக்காவிலிருந்து காந்தி ஒரு தலைவராகவே இந்தியா வந்தார். காவியத் தலைவனுக்குரிய வரவேற்பை மக்கள் அளித்தனர்.

தேச விடுதலை இயக்கத்திற்கும், காங்கிரஸ் பேரியக்கத்திற்கும் காந்தி தலைமையேற்றார். காங்கிரஸ் ஏகாதிபத்திய எதிர்ப்பு இயக்கமாக பரிணமித்தது. ஆண்டிற்கு 25 பைசா சந்தா செலுத்தி, சமாதான பூர்வமாகவும், நியாயமான முறையிலும் சுயராஜ்யத்தை அடைவது என்ற காங்கிரஸ் லட்சியத்தை ஏற்றுக் கொண்ட எவரும் அதில் உறுப்பினராகலாம் என்று அந்தக் கட்சி அறிவித்தது.

1919 மார்ச் 18இல் ரௌலட் சட்டம் நிறைவேறியது. இந்திய மக்களின் பேச்சு, எழுத்து, கருத்து, கூட்டம் கூடுவது, ஊர்வலம் ஆகிய உரிமைகளைத் தடை செய்தது. அடக்குமுறையை பிரிட்டிஷ் அரசு கட்டவிழ்த்து விட்டது. ஏகாதிபத்தியத்திற்கே உரிய ஆணவக் கூத்தாட்டம் வலுப்பெற்றது. இம்மென்றால் சிறை வாசம், ஏனென்றால் வனவாசம் என கொடுமையே அறமாக பிரிட்டிஷ் கொடுங்கோன்மை மக்களை அடக்கியாண்டது. பழிவெறிமிக்க அரசு அதிகாரிகளிடமும், பொறுப்பற்ற போலீசாரிடமும் வரம்பற்ற அதிகாரங்கள் வாரி வழங்கப்பட்டன. ரௌலட் சட்டத்தை எதிர்த்து நாடே கொந்தளித்தது. பம்பாயில் லட்சக்கணக்கான தொழிலாளர்கள் வேலை நிறுத்தம் செய்தனர்.

1919 ஏப்ரல் 13 'வைசாகி' என்ற சீக்கிய புத்தாண்டு தினம். இளவேனிற்கால அறுவடைத்திருநாள் மக்கள் கூட்டமாக அமிர்தசரஸ் வருவார்கள். ஜாலியன் வாலாபாக் தோட்டம் ஊரின் நுழைவு முனையில் உள்ளது. ரௌலட் சட்டத்தை எதிர்த்து கண்டனக் கூட்டம். 30 ஆயிரம் மக்கள் குழுமியிருந்தனர். பஞ்சாப் கவர்னர் மைக்கேல் ஓ டயர். இராணுவத் தளபதி ரெஜினால்டு ஹாரி டயர். வெறிபிடித்த பிரிட்டிஷ் காவல்துறையினர் அங்கிருந்த ஒரே நுழைவு வாயிலில் துப்பாக்கிகளை ஏந்தி நின்றிருந்தனர். சுதந்திரம் கேட்ட மக்கள் சுடப்பட்டனர். துப்பாக்கி தோட்டாக்கள் பாய்ந்து 1000 பேர் கொல்லப்பட்டனர். அங்குள்ள கிணற்றில் விழுந்த ஆயிரத்துக்கு மேற்பட்டோர் சாகடிக்கப்பட்டனர். 3000க்கும் அதிகமானோர் படுகாயத்திற்குள்ளானார்கள். துப்பாக்கிகளின் குண்டுகள் தீரும்வரை சுட்டதாக ஜெனரல் டயர் கொக்கரித்தான்.

1920 அக்டோபர் 31இல் ஏஐடியூசி ஆரம்பிக்கப்பட்டது. இதற்கு லாலா லஜபதிராய் தலைவரானார். இந்திய தொழிலாளிவர்க்கத்தின் மத்திய தொழிற்சங்க அமைப்பாக செயல்படத் தொடங்கியது.

'பூரண சுதந்திரம்' என்கிற முதற் குரலை 1922ஆம் ஆண்டு கயா காங்கிரஸ் மாநாட்டில் தோழர் சிங்காரவேலர் எழுப்பினார்.

காந்தி அறிவித்த ஒத்துழையாமை இயக்கம் மக்களை காங்கிரசின் பின்னால் அணிவகுக்கச் செய்தது. 1921ஆம் ஆண்டு 'ஒரு வருடத்திற்குள் சுயாட்சி பெறுவோம்' என்ற முழக்கத்தோடு மகாத்மா காந்தி இதனைத் தொடங்கினார். கோடிக்கணக்கில் மக்கள் நிதியையும் வழங்கி, கொதித்தெழுந்தனர். தந்தை பெரியார் தனது வியாபாரம், சொத்துக்களை இழந்து, தாம் வகித்த 29 பொறுப்புக்களையும் துறந்து,

ஒத்துழையாமை இயக்கத்தில் ஈடுபட்டார். தேசிய விடுதலைப் போராட்டத்தில் முஸ்லீம்கள் அதிகமாகப் பங்கேற்றனர். அகமதாபாத் காங்கிரஸ் மாநாட்டில் இந்தியாவின் முழு விடுதலைக்கான தீர்மானம் கம்யூனிஸ்ட் இயக்க இளம் தலைவர் ஹஸ்ரத் மொஹானி முன் மொழிய சுவாமி குமாரானந்த் வழிமொழிந்தார்.

1921 செப்டம்பர் மாதம் தமிழ்நாடு வந்த காந்தி மதுரை மேல மாசி வீதி ராம்ஜி கல்யாண மண்டபத்தில் தங்கியிருந்தார். மாடியில் நின்று காலை வேளையில் அவ்வழியே சென்று வருவோரைப் பார்த்துக் கொண்டிருந்தார். அப்போது விவசாயிகள் இடையில் சிறு துண்டை மட்டும் கட்டிக் கொண்டு மாட்டை ஓட்டிக் கொண்டு செல்வதைப் பார்த்தார். மற்ற தொழில் சார்ந்தவர்களும் கூட அரைகுறை ஆடைகளுடன் செல்வதைக் கண்டார். இந்திய மக்களின், சம்சாரிகளின் அவலங்கள் அவரைப் பாதித்தது. அப்போதே தன் சட்டை, பேண்ட், தொப்பிகளைத் தூக்கி எறிந்த மகாத்மா காந்தி தன் 10 முழம் வேட்டியிலிருந்து 4 முழம் மட்டும் கிழித்து எடுத்தார். இதுவே என் ஆடை என்று அறிவித்தார். விவசாயிகள் முழுமையாக உடையணியும் காலம் வரும் வரை இதுவே தன் உடை எனக் கூறிய காந்தி வாழ்நாள் முழுவதும் அரை நிர்வாண பக்கிரியாகவே வாழ்ந்தார்.

கேரளத்தில் மாப்பிள்ளைமார் கிளர்ச்சி பொங்கியெழுந்தது. கடும் அடக்குமுறையால் ஒடுக்கப்பட்டது. இதனை ஆதரித்துப் பேசியதற்காக கோவையில் வ.உ.சி. மீது அரசு வழக்கு தொடுத்தது.

எங்கும் போராட்டங்கள் அலையென எழுந்தன. விடுதலை வேள்வி பற்றியெரிந்தது. காந்தியின் ஒத்துழையாமை, சட்டமறுப்பு இயக்கத்தின் அறைகூவலின் படி உத்திரப்பிரதேசம் கொராக்ப்பூர் மாவட்டம் சௌரி சௌரா என்ற ஊரின் மக்கள் எழுச்சியுடன் ஆர்ப்பரித்தனர். பகவான் சுகிர் என்ற தலைவர் அவமானப்படுத்தப் பட்டார். மக்கள் எதிர்ப்பைக் காட்டினர். போலீசார் வெறியுடன் சுட்டனர். 50க்கும் மேற்பட்டோர் கொல்லப்பட்டனர். நூற்றுக்கணக் கானோர் படுகாயமடைந்தனர். குண்டுகள் தீர்ந்தவுடன் போலீசார் காவல் நிலையத்திற்குள் பதுங்கி ஒளிந்தனர். போலீஸ் நிலையம் பொதுமக்களால் தீவைக்கப்பட்டது. 22 போலீசார் செத்து மடிந்தனர். இவ்வழக்கில் 225 பேர் கைது செய்யப்பட்டனர். 19 பேருக்கு தூக்கு தண்டனை, 15 பேர் ஆயுள் தண்டனை பெற்று அந்தமான் தீவுக்கு கடத்தப்பட்டனர்.

சௌரி சௌரா நிகழ்வைக் காரணம் காட்டி காந்தி தன்னிச்சையாக ஒத்துழையாமை இயக்கத்தை நிறுத்தினார். நாடு அதிர்ச்சியடைந்தது.

‘இந்தியாவில் எங்கோ ஒரு மூலையில் உள்ள ஏதோ ஒரு குக்கிராமத்தில் மக்கள் அடக்குமுறை தாங்காமல் தங்களைப் பாதுகாத்துக் கொள்ள பலாத்காரத்தை உபயோகித்து விட்டார்கள் என்பதற்காக, இந்திய சுதந்திரப் போராட்டத்தையே ஒத்திவைப்பதா? ஆம் என்றால் காந்தி கூறும் அகிம்சைக் கொள்கையில் எங்கோ ஒரு கோளாறு இருக்கிறது’ என ஜவஹர்லால் நேரு சிறையிலிருந்தவாறே அறிக்கை வெளியிட்டார்.

இந்திய விடுதலை வலுவான போராட்டங்களின் மூலமே பெற முடியும் என்று நம்பிய தீவிரவாதிகள் பல இயக்கங்களில் தங்களை இணைத்துக் கொண்டனர். கிலாபத் இயக்கம் தொடங்கியது. கம்யூனிஸ்டுகள் கட்சி தொடங்க முயற்சித்ததால் பெஷாவர் சதிவழக்கு, கான்பூர் போல்ஷ்விக் சதி வழக்கு என பலவற்றையும் சந்தித்தார்கள்.

இந்திய கம்யூனிஸ்ட் இயக்கம் ரஷ்ய புரட்சிக்குப் பின்னர் வலுவாகக் கருக்கொண்டது. கம்யூனிஸ்ட் கட்சி உருவாக இந்தியாவில் அனுமதிக்க மாட்டோம் என பிரிட்டிஷ் ஏகாதிபத்தியம் கொக்கரித்த போதிலும், 1925ஆம் ஆண்டு டிசம்பர் 26ஆம் நாள் சதி வழக்கு புனையப் பட்ட கான்பூரிலேயே அமைப்பு நிலை மாநாடு நடைபெற்றது. தமிழகத்தின் முதல் கம்யூனிஸ்ட் தோழர் சிங்காரவேலர் தலைமை ஏற்றார். அவரது தலைமையுரையில் ‘இந்த உலகத்தில் வாழ்கின்ற மக்களின் வாழ்க்கை, மகிழ்ச்சியானதாகவும் இனிமையானதாகவும் அமைய நாம் நடத்திக் கொண்டிருக்கும் நல்லதொரு இயக்கத்தை நசுக்க கம்யூனிச எதிரிகள் முயற்சித்துக் கொண்டிருக்கும் வேளையில், இந்தியாவிலுள்ள அரசியல் பொருளாதார நிலைமைகளை பொதுவாகக் கணிப்பதற்கும், நமது நாட்டு மக்களின் வாழ்க்கைத் தரம் மேலான தாகவும் மகிழ்வானதாகவும் அமைவதற்கேற்ற நடவடிக்கைகளை எடுப்பதற்கும் இந்தியாவிலுள்ள கம்யூனிஸ்ட்களாகிய நாம் இன்று இந்தக் கூட்டத்தில் கூடியிருக்கிறோம்’ என்று குறிப்பிட்ட சிங்கார வேலர் ‘பொதுமக்களாலும், குறிப்பாக நாம் யாருடைய நலனுக்காக இந்த மாநாட்டை நடத்துகிறோமோ அந்த ஆலைத் தொழிலாளர் களாலும், விவசாயத் தொழிலாளர்களாலும் உழைக்கும் சகல பகுதி மக்களாலும் நம் பணி சிறப்பாக பாராட்டப்படும்’ என்ற நம்பிக்கையை வெளிப்படுத்தினார்.

ஏகாதிபத்திய ஆட்சியாளர்களின் இரக்கமற்ற சித்திரவதைகளுக் குள்ளான, உயிர் நீத்த புரட்சிகர தியாகிகளுக்கு அஞ்சலி செலுத்தினார்கள். பிறகு புகழ்பெற்ற கவிஞன் வால்ட் விட்மன் எழுதிய உணர்ச்சிமிகு கவிதையைக் கூறினார்.

"இளைஞர்களின் அந்தச் சடலங்கள்
தூக்குக் கயிற்றில் தொங்கும் அந்தத் தியாகிகள்
குண்டுகளால் துளைக்கப்பட்ட அந்த இதயங்கள்
ஆடாமல் அசையாமல் சிதைக்கப்படாத வீரத்துடன்
அவர்கள் எங்கோ வாழ்கிறார்கள்,
ஓ அரசர்களே! அவர்கள் மற்ற இளைஞர்களில் வாழ்கிறார்கள்
உங்களை எதிர்க்கத் தயாரான சகோதரர்களில் வாழ்கிறார்கள்
அவர்கள் சாவினால் புனிதப்படுத்தப்பட்டார்கள்
அவர்கள் கற்பிக்கப்பட்டார்கள், உயர்ந்தார்கள்
விடுதலைக்காக கொல்லப்பட்டவர்களின் மயானமல்ல இது
ஆனால் விடுதலைக்கான
விதைகளை வளர்க்கும் இடம்
அது மீண்டும் விதைகளைத் தரும்
அவற்றை காற்று வெகுதூரத்திற்கு எடுத்துச் செல்லும்
மழையும் பனியும் அவற்றை வளர்க்கும்"

இந்திய கம்யூனிஸ்ட் கட்சி 1925 டிசம்பர் 26இல் உருவானது. அதே சமயத்தில்கூட, பிற்காலத்தில் இந்திய கம்யூனிஸ்ட் கட்சியின் முக்கிய தலைவர்களாக வர இருந்த கம்யூனிஸ்டுகள் பலர் அதே கான்பூர் சிறையில் வாடிக்கொண்டிருந்தார்கள்.

அதிகார வர்க்கமே, நீ என்னைக் கைது செய்ய முயன்றால்
இங்கு ரத்தம் கரை புரண்டோடும்...
தாமிரபரணி தண்ணீர் செந்நீராகும். ஜாக்கிரதை!

11. போராட்டமே வாழ்க்கை

தோழர் அழகர்சாமி அவர்கள் 1949இல் இந்திய கம்யூனிஸ்ட் கட்சியில் உறுப்பினராகச் சேர்ந்தார். அவரை தியாகி வி.பாலகிருஷ்ணனும், ஆர்.வேலுச்சாமித் தேவரும் கம்யூனிஸ்ட் கட்சியில் சேர்த்தனர். அழகர்சாமி சோசலிஸ்ட் கட்சியில் நம்பிக்கையும், பற்றும் கொண்டவர். இராமனுத்தில் கட்சிக் கிளையைத் தொடங்கிய பின்பு அழகர்சாமி வீட்டு மாடியில் தங்கியிருந்த மணலி கந்தசாமியும், ஆர்.எச்.நாதனும், விருதுநகர் உலகநாதனும் அவருக்கு இந்தியக் கம்யூனிஸ்ட் கட்சியின் வரலாற்றை பாடமாக எடுத்தார்கள்.

தலைமறைவுத் தோழர்களின் புகலிடமாக அந்தக் கிராமம் மாறியது.

திருச்சூரில் மிகவும் வைதீகமான குடும்பத்தில் பிறந்தவர் ஆர்.எச்.நாதன் என்ற கலாசி நாதன். மலேசியாவில் அவருடைய அண்ணன் வைத்திலிங்கம் வழக்கறிஞராகப் பணியாற்றினார். அரசின் பப்ளிக் பிராசிகூட்டராக இருந்த அவரிடம் ஆர்.எச்.நாதன் போய்ச் சேர்ந்தார்.

நாதனுக்கு கல்வியோடு தொழிற்சங்கப் பணிகளிலும் ஆர்வம் ஏற்பட்டது. தோட்டத் தொழிலாளர்களை அணிதிரட்டினார். கைது செய்யப்பட்டு மாண்டலின் சிறையில் அடைக்கப்பட்டார். தொழிலாளர்கள் சிறையைத் தகர்த்து தோழரை வெளியே கொண்டு வந்தனர். எனவே, அவர் கல்கத்தாவிற்கு நாடு கடத்தப்பட்டார். கல்கத்தா மாவட்ட ஆட்சியர் இவரா தீவிரவாதி என சிறு பையனாக காட்சி அளித்த நாதனைப் பார்த்து வியந்தார். படிக்க வைக்கிறேன் என்ற மாவட்ட ஆட்சியரையும் ஏமாற்றி விட்டு டெல்லி சென்று விட்டார். பின்னர் மாற்றுப் பெயரில் சென்னை திரும்பினார்.

சென்னையில் கம்யூனிஸ்ட் கட்சித் தலைமையின் வழிகாட்டுதல்படி இராமநாதபுரம் சென்றார். மக்களின் அன்றாட வாழ்க்கைக்கு மீன்பிடித்தலும், கைத்தறி நெசவும்தான் பெருந் தொழில்களாகும்.

மக்களை அணி திரட்டினார். ஆங்கிலேயரை எதிர்த்துப் போராடினார். மீனவர்கள், நெசவாளர்கள் மத்தியில் சங்கம் கட்டினார். இவரது போராட்டத்தால் காளீஸ்வரா பஞ்சாலையும் வந்தது. தோழர் எம்.வி.சுந்தரத்தோடு இணைந்து கம்யூனிஸ்ட் கட்சியையும் கட்டினார். விவசாயிகளையும் அணி திரட்டினார். கூட்டுறவு சொசைட்டிகளையும் உருவாக்கினார். பொது வாழ்க்கையின் ஆர்வத்தால் நேசிக்கப்பட்ட காதலையும் துறந்தார்.

ஆர்.எச்.நாதன் இராமநாதபுரம் சதி வழக்கில் போலீசாரால் தேடப்பட்டு வந்தார். இதே சதி வழக்கில் இன்னொரு குற்றவாளியாக சேர்க்கப்பட்டவர்தான் விருதுநகர் எஸ்.உலகநாதன்.

சிறுவயது முதலே பிரிட்டிஷ் ஏகாதிபத்தியத்தை எதிர்த்துப் போராடியவர். 1939ஆம் ஆண்டிலேயே கைது செய்யப்பட்டு மதுரை, திருச்சி, கோவை, வேலூர் சிறைகளில் அடைத்து வைக்கப்பட்டவர். மண்டை உடைக்கப்பட்ட பாதுகாப்புக் கைதியாக வேலூர் சிறையில் இரண்டாவது உலக யுத்த காலத்தில் அடைத்து வைக்கப்பட்டார். விருதுநகர் கைவண்டித் தொழிலாளர் சங்கம் உட்பட பல சங்கங்களை உருவாக்கியவர்.

1948ஆம் ஆண்டு கல்கத்தாவில் கூடிய கம்யூனிஸ்ட் கட்சி மாநாட்டில் கலந்து கொண்டு ஊர் திரும்பும் போது கைது செய்யப்பட்டு வேலூர் சிறையில் வைக்கப்பட்டார். ஒன்றரை ஆண்டு கால சிறைவாசத்திற்குப் பிறகு ஹேபியஸ்கார்பஸ் மனு தாக்கல் செய்யப்பட்டதால் விடுதலை செய்யப்பட்டார். ஆனாலும் சாத்தூர், அருப்புக்கோட்டை தாலுகாக்களில் நுழையக் கூடாது என போலீஸ் தடையுத்தரவு பிறப்பித்தனர்.

1949ஆம் ஆண்டு வத்திராயிருப்பில் விவசாயத் தொழிலாளர் ஊர்வலம் உலகநாதன் தலைமையில் நடைபெற்றது. போலீசார் துப்பாக்கியால் சுட்டனர். உலகநாதன் மீது குறி வைத்து சுடப்பட்ட குண்டு குறி தவறி தோழர் சங்குப் பிள்ளையின் மீது பாய்ந்தது. அவர் அதே இடத்தில் கொல்லப்பட்டார்.

உலகநாதன் தலைமறைவு வாழ்க்கை நடத்தியபோது, எதிரிகளின் அடியாட்கள் அவரைக் கொலை செய்ய இரண்டு முறை முயன்றனர். முடியவில்லை. போலீசாரின் தொல்லைகளும் அதிகரித்தது. குடும்பத்தினருக்கும் பல இன்னல்களை விளைவித்தனர். எனவே தோழர் உலகநாதனின் குடும்பம் விருதுநகர் வீட்டைக் காலி

செய்துவிட்டு திருநெல்வேலி மாவட்டத்தில் உள்ள ஒரு கிராமத்திற்கு செல்ல நேரிட்டது.

ஆசிரியராகப் பணிபுரிந்த தோழர் அழகர்சாமியின் மனதில் கம்யூனிசப் போராட்ட உணர்வை விதைத்தவர்கள் தோழர்கள் ஆர்.எச்.நாதனும், விருதுநகர் எஸ்.உலகநாதனும். ஆசிரியர் வேலையை விட்டுவிட்டு இந்திய கம்யூனிஸ்ட் கட்சியின் முழுநேர ஊழியராக மாறினார் அழகர்சாமி - வாழ்க்கை போராட்டக் களமாக மாறியது. திருநெல்வேலி மாவட்டம் முழுவதும் சுற்றிச் சுழன்று மக்கள் போராட்டங்களுக்கு தலைமை ஏற்றி நடத்தி வந்தவர் தோழர் கே.பாலதண்டாயுதம். இவரை தோழர்கள் அன்புடன் பாலன் என்றழைப்பார்கள். சிறு வயதிலேயே தியாகத்தை பரிசோதித்துப் பார்த்து மன உறுதியை வளர்த்துக் கொண்டவர்.

1931ஆம் ஆண்டு மார்ச் 23 மாலை மாவீரன் பகத்சிங் தன்னுடைய சகாக்கள் ராஜகுரு, சுகதேவ் ஆகியோருடன் லாகூர் சிறையில் தூக்கிலிடப்பட்டார். தேசமே கொதித்தெழுந்தது. பிரிட்டிஷாரின் கொடுங்கோல் ஆட்சியின் மீது கோபம் கொந்தளித்தது, நாடு முழுவதும் பிரிட்டிஷ் ஏகாதிபத்திய ஆட்சியின் மீது மட்டுமல்ல, தேசப்பிதா காந்தியின் மீதும் கோபம் அறச்சீற்றமாகப் பொங்கியது.

காந்தி நினைத்திருந்தால் பகத்சிங் மீதான தூக்கு தண்டனையை ரத்து செய்திருக்க முடியும் என மக்கள் நம்பினார்கள். பகத்சிங் சிறையிலிருந்து தன் இளைய தொண்டர்களுக்கு எழுதினான். "பண்டிட் மோதிலால் போன்றோரைத் தவிர, நம் பெருந்தலைவர்கள் எல்லாம், தங்கள் தோள்களில் பொறுப்புக்களைச் சுமந்து கொள்ளும் துணிவற்றிருப்பதால்தான், ஒவ்வொரு முறையும் காந்தியின் முன்பு சரண் அடைகிறார்கள். புரட்சி என்பது ரத்த ஆறு பெருக்கெடுக்கும் ஒரு போராட்டமாகத்தான் இருக்க வேண்டுமென்ற அவசியமில்லை. அது ஒன்றும் வெடிகுண்டு அல்லது துப்பாக்கியின் மீதான பக்தி இல்லை. குறிக்கோளை அடைவதற்கு அவை சில வேளைகளில் வெறும் வழிகளாக அமைவதுண்டு".

இளைஞர் சங்கங்கள் ஆறு லட்சம் கையெழுத்துக்களைத் திரட்டி வைஸ்ராய்க்கு அனுப்பினர். மாளவியா, மோதிலால் நேரு முதலிய தலைவர்களும் வைஸ்ராய்க்கு எழுதினார்கள். ஜவஹர்லால் நேருவை சந்திரசேகர ஆசாத்தும் சந்தித்தார்.

அதே ஆண்டு மார்ச் 5ஆம் நாள் காந்தி இர்வின் ஒப்பந்தம் ஏற்பட்டது. லாகூர் சதி வழக்கில் பகத்சிங், சுகதேவ், ராஜகுரு, மரண

தண்டனையை ஆயுள்தண்டனையாக மாற்ற வேண்டும் என்ற முன் நிபந்தனையை காந்தி ஏற்கவில்லை.

மார்ச் 23 - பகத்சிங் தூக்கு தண்டனையை நிறுத்தும்படி இங்கிலாந்துக்கு தந்தி அனுப்பும்படியும் கவர்னர் ஜெனரலை சந்திக்க வேண்டும் என்றும் மாளவியா, நேரு ஆகியோர் காந்தியிடம் வேண்டினர். நூல் நூற்றுக் கொண்டிருந்த காந்தி மௌன விரதத்தில் இருந்தார். ஒரு காகிதத்தில் 'நான் செய்யக் கூடியதை எல்லாம் முன்பே செய்துவிட்டேன் இனிமேல் ஒன்றுமில்லை. ஆண்டவன் விட்டவழி' என்று எழுதிக்காட்டினார்.

அன்று இரவு 7.28 மணிக்கு மூவரும் தூக்கு மேடையில் நிறுத்தப்பட்டனர். "இன்குலாப் ஜிந்தாபாத்!" "பிரிட்டிஷ் ஏகாதிபத்தியம் ஒழிக!" என்று கோஷமிட்டபடியே தூக்குக் கயிற்றை முத்தமிட்டுத் தொங்கினர்.

இந்தச் செய்தி காட்டுத் தீயாய் நாடெங்கும் பரவியது. பொள்ளாச்சியில் இருந்த 13 வயதுச் சிறுவனின் உள்ளத்தில் பகத்சிங்கின் வீரமரணம் மிகவும் வித்தியாசமான உணர்வை கிளப்பிவிட்டது. தியாகத்திற்கான சோதனையைத் தூண்டிவிட்டது. பாலன் என்ற அந்த இளம் சிறுவன் உள்ளத்தில் மன வைராக்கியத்தை உருவாக்கி, தியாகத்தை பரிட்சை செய்து பார்க்க வைத்தது. சக மாணவர்களைத் திரட்டி வேலை நிறுத்தத்தில் ஈடுபட்டார்.

பகத்சிங் போல் தியாக உணர்வு பெற வேண்டும் என்பதற்காக, தங்கள் கால்களில் விலங்கிட்டும், மேல்நோக்கி ஆணிகள் அறையப் பட்ட செருப்புக்களை போட்டுக்கொண்டும் வெகு தூரம் நடந்து சோதனைப் போட்டிகளை நடத்தினர். இந்தப் போட்டியில் பாலன் வெற்றி பெற்றார்.

தியாகத்தை சோதனை செய்த பாலனுக்கு காலில் ரத்தக்காயம் கொடும் புண்ணாக (செப்டிக்) மாறி தொல்லை கொடுத்தது. அப்படிப்பட்ட நிலையிலும் மனங்கலங்காத பாலன் நெல்லை மாவட்டத்தில் கம்யூனிஸ்ட் கட்சியை வளர்க்க அண்ணாமலைப் பல்கலைக்கழகத்திலிருந்து வெளியேற்றப்பட்ட பின்பு வருகை தந்தார்.

சுதந்திர இந்தியாவில் கம்யூனிஸ்டுகளின் போராட்டம் சோசலிச இந்தியாவாக உருவாக்கத் தொடர்ந்தது. 1948-கல்கத்தாவில் நடந்த கட்சியின் அகில இந்திய மாநாடு முடிந்து மீண்டும் நெல்லை மாவட்டத்திற்கு பிரதிநிதியாகப் பங்கேற்ற பாலன் ரயிலில் திரும்பினார்.

தூத்துக்குடியில் இறங்கியவுடன் கைது செய்யப்படுவோம் என்பதை அறிந்த பாலன் மணியாச்சி அருகிலுள்ள பாண்டியாபுரம் என்ற ரயில் நிலையத்திலேயே இறங்கி தப்பிவிட்டார். தலைமறைவு வாழ்க்கையும் தொடங்கியது.

கண்ணீர் வரவழைக்கும் தலைமறைவு வாழ்க்கை. மக்களோடு மக்களாக ஐக்கியமான தலைவர். பொது நலனே என வாழ்ந்து காட்டிய மாவீரர். போலீசாரின் கண்ணில் விரலை விட்டு ஆட்டியவர். ஒருமுறை விக்கிரமசிங்கபுரத்தில் காவல்காரர்களின் அடக்குமுறை களுக்கு பயப்படாமல் பொதுக் கூட்டத்தில் பேசினார். நான் இந்த மண்ணின் மைந்தன். 'அதிகார வர்க்கமே, நீ என்னைக் கைது செய்ய முயன்றால் இங்கு ரத்தம் கரை புரண்டோடும். தாமிரபரணி தண்ணீர் செந்நீராகும் ஜாக்கிரதை' என கர்ஜித்தவர்.

நெல்லை சதிவழக்கில் பலரும் கைது செய்யப்பட்டுவிட்டனர். ஆனால் பாலனை கைது செய்ய முடியவில்லை. போலீசார் வலைவீசித் தேடியலைகிறார்கள். மக்களோடு மக்களாக பாலன் வாழ்ந்தார்.

கட்சியின் ஆவணங்களை பூதலபுரத்திலிருந்து கொண்டு போக வேண்டிய அவசியம் ஏற்பட்டது. பஸ்ஸில் போக முடியாது. போனால் பிடிபட்டுவிடுவோம் என்பதையும், ஆவணங்கள் அவர்கள் கையில் கிடைத்தால் என்ன கதியாகும் என்பதையும் பாலன் நன்கறிவார். வேறுவழியின்றி அலுமினிய பாத்திர வியாபாரியாக பாலன் மாறினார். கச்சிதமாக, பொருத்தமான வேடம் தான். ஆனாலும், பாலனின் சிவந்த அழகிய உருவம் கரிசக் காட்டு சம்சாரிகளுக்கு பழக சிறிது நாட்கள் பிடித்தன.

ஊர், ஊராய் நடந்து செல்லும் பாத்திர வியாபாரியை, தலைக்காட்டுபுரம் என்ற கிராமத்தில் பெண்கள் சுற்றி வளைத்து விட்டனர். அழகான பாலனை சீண்டிப் பார்த்து, தலைச்சுமையை இறக்க பெண்கள் வற்புறுத்தினர். நல்ல நேரம் அந்த ஊரில் கட்சி இருந்தது. தோழர் சு.ச.சிவகுருநாதன் பார்த்துவிட்டு பெண்களை விரட்டி விட்டார். 1972ஆம் ஆண்டு பாரதிவிழாவிற்கு வந்த போது பாலனே சொன்ன மறக்க முடியாத தகவல் இது.

"காலைல பூதலபுரத்திலேயிருந்து புறப்பட்டு நடந்தே வர்றேன். நல்ல பசி. வெயில். தலையில சுமை வேற. எட்டயபுரம் பக்கத்திலிருக்கிற ராமனூத்து கிராமத்திற்குப் போயி குளத்தங்கரையில சுமையை இறக்கி வைச்சுட்டு தோழர்களை தேடிப்பார்க்கிறேன். அழகர்சாமி எங்கேன்னு கேட்கும்போதே தோழர்கள் அங்கும் இங்கும்

ஓடற காட்சியை பார்த்துட்டேன். நல்ல பசி. கிறக்கமா வேற இருந்துச்சு... அவங்களுக்கோ தலைவர் வந்துட்டாரு... அவருக்கு நெல்லுச் சோறு போடனுமின்னு ஆச... ஓடுறாங்க... நிறுத்திக் கேட்டபோது, எட்டயபுரம் போயி அரிசி வாங்கிட்டு வந்து அரைமணி நேரத்தில் நெல்லுச்சோறு சாப்பாடு போட்டுட்ரோம்னாங்க எனக்கோ பசி... அதெல்லாம் வேண்டாம். இப்ப என்ன இருக்குன்னு கேட்டேன். கம்பஞ் சோறுதான் இருக்குன்னாங்க சரி தொட்டுக்க என்ன வெஞ்சனம்னு கேட்டேன். கருவாட்டுக் குழம்புன்னாங்க. எனக்கு அதுக்குமுன்னால கருவாட்டுக் குழம்பு சாப்பிட்டு பழக்கமில்ல... ஆனாலும் வேற வழியில்ல கொண்டுவாங்க. அது போதும்ன்னேன். சுடச்சுட கம்பஞ் சோறும், கருவாட்டுக் குழம்பும் என்ன ருசி சாப்பிட்டு முடிக்கவும், அழகர்சாமி வரவும் சரியாக இருந்தது."

பாலன் கட்சிக்கு ஏற்பட்டுள்ள நிதி நெருக்கடிகளை அழகர் சாமியிடம் விவரித்தார். கொடிய பஞ்சம் நிலவுகின்ற நேரத்திலும் மக்களிடம் நிதி கேட்டால் மறுக்க மாட்டார்கள் என்பதை அழகர்சாமி சொல்லிவிட்டு, பாலன் கவலைப்படாதீர்கள். ஊர் ஊராய் சென்று விரைவில் வழக்கு நிதியை தந்து விடுகிறோம். மேலும் பஞ்சத்தை எதிர்த்துப் போராட மக்களைத் திரட்டுகிறோம் என்றார். அன்றிரவு பாதுகாப்பாக அழகர்சாமியின் வீட்டில் இருந்துவிட்டு மறுநாள் பாலனின் பயணம் தொடர்ந்தது.

ஆசிரியர் அழகர்சாமிக்கு தோழர்கள் ஆர்.ஹெச்.நாதன், விருதுநகர் உலகநாதன், மணலி கந்தசாமி, பாலன், வேலுச்சாமித் தேவர் ஆகியோருடைய நட்பும் ஏற்பட்டது.

12. பொதுவுடைமையின் வித்துக்கள்

தமிழகத்தில் கம்யூனிஸ்ட் கட்சி தோற்றம் பெற்றது.

இளம் வயதில் துடிப்பு மிக்க அழகர்சாமிக்கு எல்லோரும் சமநிலை பெறவேண்டும். ஏற்றத்தாழ்வில்லாத நிலை வரவேண்டும் என்பதிலும் பெரும் விருப்பம் இருந்தது.

நாடு விடுதலை பெற்ற பின்பு சோசலிஸ்ட் கட்சியின் மீதும், காங்கிரஸ் கட்சியின் மீதும் இருந்த மோகம் குறையலாயிற்று.

புதிய இடம் தேடி மனம் அலைபாயத் தொடங்கியது. 1948-ஆம் ஆண்டு ஜவஹர் வாலிபர் சங்கம் ஆரம்பித்தார். காந்தியின் மீதும், நேருவின் மீதும் பக்தி மேலிட்டது. நாடு பிரிட்டிஷ்காரனிடமிருந்து விடுதலை பெற்றுவிட்டது. பாரதி மணிமண்டப திறப்பு விழாவில் மனதில் ஒரு புதிய இந்தியாவை உருவாக்கி விடுவார்கள் என்ற நம்பிக்கை ஏற்பட்டது.

இந்த நம்பிக்கை கொஞ்சம் கொஞ்சமாக தகரத் தொடங்கியது. இளைஞனுக்கே உரிய ஆவேசமும் துடிப்பும் அழகர்சாமிக்கு மேலோங்கியது. ஜீவாவின் ஆவேசமும், பாரதியின் கனவுகளும் நிச்சயம் இந்தக் காங்கிரஸ் அரசாங்கத்தால் நனவாகாது என்பதை உணரத் தொடங்கினார்.

நெல்லை மாவட்டத்தில் 1936க்குப் பிறகு கம்யூனிஸ்ட் கட்சி வேர்விடத் தொடங்கியது. கிளைகளும் துளிர்த்தன. கட்சியின் நெல்லை மாவட்ட முதல் மாநாடு 1939-ஆம் ஆண்டு சாம்பவார் வடகரையில் நடைபெற்றது. 1940-ஆம் ஆண்டு முதல் சதி வழக்கும் போடப்பட்டு 1943-ஆம் ஆண்டு தண்டனையும் வழங்கப்பட்டுவிட்டது. கேரளாவிலிருந்து வருகை தந்த ராமச்சந்திர நெடுங்காடி, வி.மீனாட்சி நாதன், கழுகுமலை கே.அழகிரி, பி.சீனிவாசன், வஜ்ரவேலு ஆகியோர் தண்டனையும் பெற்றார்கள். கே.பாலதண்டாயுதம், ப.மாணிக்கம் போன்றோரும் நெல்லை மாவட்ட கட்சிப் பணிகளில் ஈடுபட்டார்கள்.

தூத்துக்குடி, விக்கிரமசிங்கபுரத்தில் பஞ்சாலைத் தொழிலாளர்களின் போராட்டங்களும் வலுப் பெற்றன. புகழ்பெற்ற அண்ணாச்சிகள் தூத்துக்குடி சங்கர நாராயணன், விக்கிரமசிங்கபுரம் உலகநாதன், சிந்துபூந்துறை சண்முகம் ஆகியோரின் பணிகளும் வலுவான அமைப்பை உருவாக்க அடித்தளம் அமைத்தன.

பாலன் என்று தோழர்களால் அன்போடு அழைக்கப்பட்ட பாலதண்டாயுதம் 1944இல் கட்சி அமைப்பாளராக நெல்லை மாவட்டம் வந்தார். விவசாய இயக்கம் நஞ்சைப் பாசனப் பகுதிகளான அம்பாசமுத்திரம், நாங்குநேரி வட்டாரத்திலிருந்து கோவில்பட்டி தாலுகாவின் கரிசக் காட்டுப் பகுதிகளுக்கும் பரவியது. நெல்லை மாவட்ட விவசாய சங்கம் உருவாக்கப்பட்டது. விவசாய இயக்க ஊழியர்களுக்கு அரசியல், ஸ்தாபன கல்வி புகட்டுவதற்கென விவசாய சங்க ஊழியர்களின் முகாம் ஒன்று கோவில்பட்டி தாலுகா ஜமீன்தேவர்குளத்தில் (பழைய பெயர் வாகைத்தாவூர்) ஏற்பாடு செய்யப்பட்டது.

விவசாய இயக்கத்தின் தந்தை பி.சீனிவாசராவ் வந்து வழிகாட்டினார். இம்முகாமில் பூதலபுரம் ஆர்.வேலுச்சாமித்தேவர் பங்கேற்றார். 1942 ஆகஸ்ட் போராட்டத்தில் காடல்குடி போலீஸ் ஸ்டேஷனுக்கு தீ வைத்ததாக கைது செய்யப்பட்டு சிறை சென்று தண்டனை அனுபவித்து கம்யூனிஸ்டாக வெளியே வந்த தலைவர் வேலுச்சாமித் தேவர்.

வெள்ளையனே வெளியேறு போராட்டம் தீவிரம் கொண்ட கிராமங்களில் காடல்குடியும் ஒன்று. காடல்குடி ஒரு ஜமீன் தலைநகர். வீரகஞ் செயபாண்டியன் என்ற பாளையக்காரர் ஆண்ட பகுதி. இவருடைய மனைவியின் பெயர் சண்முகத்தாய் அம்மாள். இவர் வீரபாண்டிய கட்ட பொம்மனின் தாயார் ஆறுமுகத்தாய் அம்மாளின் உடன் பிறந்த சகோதரி. வீரபாண்டிய கட்ட பொம்மனுடன், வீரகஞ் செயபாண்டியனும் விடுதலைக்கு முழக்கமிட்டதால், 16.10.1799-ஆம் நாள் வெள்ளையர்களால் தூக்கிலிடப்பட்டார்கள்.

வீரகஞ் செயபாண்டியன்-சண்முகத்தாய் அவர்களுக்கு இரண்டு புதல்வர்கள். இளையவர் குசல வீரகஞ் செயபாண்டியன். 12.10.1801இல் மருது சகோதரர்களின் வாரிசுகளோடு தூக்கில் இடப்பட்டுள்ளார்.

வீரஞ்செறிந்த இந்த ஜமீனின் வாரிசு இசைமகா சமுத்திரம் ஸ்ரீ நல்லப்ப சுவாமிகள் காடல்குடியைச் சார்ந்தவர்கள். நல்லப்பசாமி

பாண்டியன் என்ற விளாத்திகுளம் சாமிகள் ராக ஆலாபனை செய்வதில் இசைமேதை.

காடல்குடியில் வெள்ளையனே வெளியேறு போராட்டம் தீவிரம் கொண்டிருந்தது. சுதந்திரப் போராளி அருணாசலபுரம் பெருமாள் ரெட்டியார், ராமசாமி ரெட்டியார் உட்பட பலர் அங்குப் பேசியிருக்கிறார்கள். தீவிர போக்குடைய அன்றைய போராளிகளில் வேலுச்சாமித்தேவர், பூதலபுரம் சண்முகம் பிள்ளை, கட்டத்தலைவன்பட்டி துரைராஜ் ஆகியோர் இங்கு முன்கையெடுத்து போராடியிருக்கிறார்கள்.

அருணாசலபுரம் பெருமாள் ரெட்டியார் தலைமையில் வேலுச்சாமித் தேவர், சின்னையாபுரம் இராமசாமி ரெட்டியார் போன்ற தலைவர்கள் காடல்குடியில் கண்டனக் கூட்டம் நடத்தினார்கள். நாகலாபுரம் வி.பாலகிருஷ்ணன், எட்டயபுரம் துரைராஜ் சேர்வை, ராமசாமி சேர்வை, செந்தூரப்ப நாயக்கர் முதலியவர்கள் காவல் நிலையத்துக்கு நெருப்பு வைத்தார்கள் என திருநெல்வேலி மாவட்ட சுதந்திரப் போராட்ட வரலாற்றுத் தொகுப்பில் குறிப்பிடுகிறார் சோமையாஜுலு.

இப்போராட்டத்தில் கைது செய்யப்பட்ட பூதலபுரம் வேலுச்சாமித் தேவர், நாகலாபுரம் வி.பாலகிருஷ்ணன் ஆகியோர் சிறையில் கம்யூனிஸ்டுகளாகி கம்யூனிஸ்ட் கட்சியில் இணைந்து போராடினார்கள்.

1948 - இந்திய கம்யூனிஸ்ட் கட்சியின் கொள்கையும், நடைமுறையும் கல்கத்தாவில் நடந்த கட்சி காங்கிரசில் (மாநாடு) மாற்றப்பட்டது. இடதுசாரி தீவிரப்போக்கில் கட்சி செலுத்தப்பட்டது. கல்கத்தா தீஸிஸ் என சொல்லப்பட்டது.

பதுக்கலையும், கள்ளமார்க்கெட்டையும் எதிர்த்துப் போராட்டங்கள் வெடித்தன. சிவகிரியில் வழிப்பறி என வழக்கு போட்டு தோழர்கள் கே.செல்லையா, எஸ்.சுப்பிரமணியன், டி.லெட்சுமணன், கே.கந்தையாத் தேவர், கே.ராமச்சந்திரன், ராஜாத்தேவர் ஆகியோர் கைது செய்யப் பட்டார்கள். இவர்களுக்கு மூன்று ஆண்டுகள் சிறைத் தண்டனை விதிக்கப்பட்டது. வி.ராமையா, ஆர்.கருப்பையா, கு.ம.ராசாத்தேவர் ஆகியோருக்கு இரண்டாண்டுகளும், டி.ஆர்.கணேசனுக்கு ஓராண்டு சிறைத் தண்டனையும் விதிக்கப்பட்டது.

தூத்துக்குடியிலும் தீவிர உணவு இயக்கத்தை நெல் கொள்ளை என வழக்கு போட்டு பல தோழர்கள் தண்டிக்கப்பட்டனர். தோழர் பாலன் மீது பிடிவாரண்டு போடப்பட்டது. பாலன் கைதாகாமல்

தலைமறைவானார். மக்களே பாதுகாப்பு அரண்களாய் கம்யூனிஸ்ட் தோழர்களைப் பாதுகாத்தார்கள்.

அடக்குமுறையின் நடுவேயும், கட்சித் தளங்கள் உள்ள இடங்களிலெல்லாம் தீவிர நிகழ்ச்சிகள் நடைபெறுவதை போலீஸ்காரர்களால் தடுக்க முடியவில்லை. இயக்கமும் பரவிக்கொண்டு வந்தது. பல வழக்குகள், கொள்ளை, கொலை, அரசைக் கவிழ்க்க சதி, நாச வேலை, அரசுக்கும் மக்களுக்கும் இடையே பகைமையை வளர்த்தல் என்பது போன்ற பல குற்றச்சாட்டுக்கள் விசாரணையில் இருந்தன.

1948 ஆகஸ்ட் மாதம் முதல் கைதுகள் தொடங்கின. நெல்லை சதி வழக்கு, இராமநாதபுரம் சதி வழக்கு, மதுரை, திருச்சி, தஞ்சை, சென்னை, கோவை என ஊர் பெயர்களிலெல்லாம் கம்யூனிஸ்டுகளை அடக்க சதி வழக்குகள் போடப்பட்டன. தலைவர்கள் தலைமறைவாய் மக்கள் மத்தியில் உலா வந்தனர். இருக்க இடம் தந்தாலே கம்யூனிஸ்ட் என முத்திரை குத்தி கைது செய்யப்படும் கொடுமையான காலச் சூழலில்தான் தோழர் சோ.அழகர்சாமி இந்திய கம்யூனிஸ்ட் கட்சியில் 1949-ஆம் ஆண்டு உறுப்பினராகச் சேருகிறார்.

தியாகி வி. பாலகிருஷ்ணன் சுதந்திரப் போராட்ட வீரர். பாரதியின் பாடல்களைக் கற்றுத் தேர்ந்தவர். இவரது சொந்த ஊர் கவுண்டன்பட்டி. நாகலாபுரம் அருகிலுள்ள சிற்றூர். 1922ஆம் ஆண்டு பிறந்த பாலகிருஷ்ணன் 15 வது வயதிலேயே சுதந்திரப் போராட்டத்தினால் ஈர்க்கப்பட்டார். 1937இல் நாகலாபுரத்தில் நடைபெற்ற காங்கிரஸ் மாநாட்டில் பங்கு கொண்டார். போராட்ட வீரர் முத்துராமலிங்கத் தேவர் தலைமை ஏற்ற மாநாடு. தேவரின் பேச்சில் ஆவேசம் கொண்ட பாலகிருஷ்ணன் 25 இளைஞர்களைக் கொண்ட காங்கிரஸ் தொண்டர் படை அமைத்தார். இளம் படையினருக்கு தலைமை தாங்கினார். விடுதலை வேட்கை கொண்டு பாரதி பாடல்களை வீதிகள் தோறும் பாடிக்கொண்டே, கிராமம் கிராமமாக மாநாட்டு பிரச்சாரத்தையும் செய்து வந்தார். 1942இல் காந்தியின் தனிநபர் சத்தியாக்கிரகத்தில் பங்கேற்க அனுமதி கேட்டார். சின்னஞ்சிறு இளைஞனானதால் மகாத்மாவின் அனுமதி கிடைக்கவில்லை. இதனால் மனம் தளர்ந்தாலும் ஆங்கிலேயரை வெளியேற்ற வேண்டும் என்ற ஆவேசம் மட்டும் குறையவே இல்லை. பொங்கியெழுந்த புரட்சித் தீயில் பாலகிருஷ்ணன் தன்னையும் இணைத்துக் கொள்ளத் துடித்தார். 1942இல் சுதந்திர வேட்கையில் ஆர்வம் கொண்ட மக்களை ஒருங்கிணைத்து இந்திய சுதந்திர முன்னேற்ற நிலையம் என்ற அமைப்பைத் தொடங்கினார். அதன் அமைப்பாளனாகத் தன்னை

அறிவித்து போராட்டக் களம் காணத் துடித்தார். காங்கிரஸ் சுற்றறிக்கைகளையும், விடுதலையின் அவசியம் குறித்தும், மகாகவி பாரதியின் பாடல்களும் அடங்கியவைகள் சிறு பிரசுரங்களாக மக்களிடம் விநியோகிக்கப்பட்டன. இந்திய சுதந்திர முன்னேற்ற நிலையம் பயிற்சிப் பாசறைகளை அமைத்தது. சிலம்பம், மற்போர் உட்பட பல கலைகள் இளைஞர்களுக்கு சொல்லித் தரப்பட்டன. பாலகிருஷ்ணன் முன்னணியில் நின்றார்.

அரசியல் தெளிவும் வளர்ந்தது.

போராட்டக் களத்தில் புடம் போட்டு எடுக்கப்பட்ட வி.பாலகிருஷ்ணன் அவர்கள் மூலம் மணலி கந்தசாமியால் கம்யூனிஸ்ட் கட்சியில் இணைக்கப்பட்ட தோழர் அழகர்சாமி அவர்கள் இராமனூத்தில் கிளையை உருவாக்கினார். ஆசிரியர் அழகர்சாமிக்கு தோழர்கள் ஆர்.எச்.நாதன், விருதுநகர் உலகநாதன், மணலி கந்தசாமி, பாலன், ஆர்.வேலுச்சாமித் தேவர் ஆகியோருடைய நட்பும் ஏற்பட்டது. இராமநாதபுரம் சதி வழக்கு குற்றவாளிகளான இவர்களை போலீஸ் தேடிக் கொண்டிருந்தது. நெல்லை சதி வழக்கில் தேடப்படும் குற்றவாளிகள் ஆர்.வேலுச்சாமித் தேவரும், கே.பாலதண்டாயுதமும் சோ.அழகர்சாமியின் தோழர்களானார்கள்.

கட்சி சட்டரீதியாகச் செயல்படும் உரிமையை அடைந்து விட்டது. தொடர்ந்து மக்களுக்காக பகிரங்கமாக இயங்க முடியும் என்பதை அறிந்தவுடன் அழகர்சாமியின் மனதில் உவகை பொங்கியது.

13. அடக்குமுறையும் விளைவுகளும்

தோழர் அழகர்சாமி அவர்களை இந்திய கம்யூனிஸ்ட் கட்சிக்குள் இழுத்த போராட்டங்களில் மிக முக்கியமான போராட்டம் தெலுங்கானா போராட்டம். 3000 கிராமங்கள் மீட்கப்பட்டன. உழுபவனுக்கே நிலம் சொந்தம் என்பது நடைமுறைப்படுத்தப்பட்டது. ஹைதராபாத் நிஜாம் மன்னனின் ராணுவத்தை நேரில் சந்தித்தது. மக்கள் எழுச்சியில் வென்றாலும் பின்னர் வீழ்த்தப்பட்டது.

சுதந்திரத்திற்கு முன்பு இந்தியாவிலிருந்த 601 சமஸ்தானங்களில் 555 இந்திய அரசைச் சார்ந்தன. மற்றவை பாகிஸ்தான் பகுதிகளாகியது.

சமஸ்தானங்கள் இந்தியாவுடன் சேர்க்கப்பட்டதும், அவற்றில் நிர்வாக, நிலவரிச்சீர்திருத்தங்கள் செயல்படுத்தப்பட்டதும் இந்திய அரசு அமைப்பை வலுப்படுத்தின. நிலப்பிரபுத்துவ சக்திகளுக்கு பலத்த அடி கொடுத்தன. ஆயினும், இந்தப் பிரச்சனை சமரசமாக தீர்க்கப்பட்டது. மன்னர்களின் நிலவுடைமையானது பெரும் பகுதிகள், அரண்மனைகளும், பிற செல்வங்களும் அவர்களுக்கே உரியவையாக ஆக்கப்பட்டது. அவர்களுக்கு பெருந்தொகைகள் மானியமாக (பரிவூதியம்) கொடுக்கப்பட்டது.

இந்தப் பின்னணியில் இந்திய கம்யூனிஸ்ட் கட்சி கல்கத்தா தீஸிஸ்சை மாற்றிக் கொண்டது. கடும் அடக்குமுறைகள் சிறைவாசம், தலைமறைவு, உயிர்ச்சேதம், தியாகங்களைச் செய்து மீண்டெழுந்தது.

சூறைக்காற்றில், சுனாமியில் சுற்றிச் சுழன்று மீண்டெழுந்தது செங்கொடி இயக்கம். பிற்போக்கு நிலச்சுவான்தார்களையும், பெருமுதலாளிகளையும் எதிர்த்து, சகல ஜனநாயக கட்சிகளுமடங்கிய ஒரு ஐக்கிய முன்னணியை தொழிலாளிவர்க்கத்தின் தலைமையில் அமைப்பதுதான் கம்யூனிஸ்ட் கட்சியின் கொள்கையில் மிக முக்கியமான அம்சம் என்பது வலியுறுத்தப்பட்டது.

19.07.1950ஆம் நாள் பம்பாயில் எஸ்.ஏ.டாங்கே ஜனநாயக அணியைப் பற்றி விவரித்தார்.

ஆங்கிலோ - அமெரிக்கா ஏகாதிபத்தியங்களின் ஏவல்களுக்கு பணியக் கூடாது என்பதை மறுப்பவர்களையும், நிலப்பிரபுத்துவ முறையை ஒழிப்பதற்கு (இதை ஒழிப்பதன் மூலம் மட்டும்தான் உணவுப்பிரச்சினையைத் தீர்க்க முடியும்), ஒத்துக் கொள்ளாதவர் களையும் எதிர்த்து நிற்கும் அணிதான் ஜனநாயக அணி. இன்று, தேசத்தின் ஒவ்வொரு பொருளாதார கேந்திரத்திலும் அதிகாரம் செலுத்தும் பெரும் சிண்டிகேட் முதலாளிகளின் ஆதிக்கத்தை ஒழிப்பதற்கு ஒத்துக்கொள்ளாதவர்களையும், பாடுபட்டுழைக்கும் மக்களின் குறைந்தபட்ச வாழ்க்கைக் கோரிக்கைகளை ஏற்றுக் கொள்ளாதவர்களையும் எதிர்த்து நிற்கும் அணிதான் ஜனநாயக அணி.

கம்யூனிஸ்ட் கட்சிக்குள், அரசியல் கொள்கை, நடைமுறைகள் இவைபற்றி நடந்து வரும் சர்ச்சையைப் பற்றி அறிந்து கொள்ள மக்கள் மிகவும் ஆவலாயிருந்தார்கள்.

இதில் அழகர்சாமி அவர்களும் உள்ளடக்கம். இந்த அக்கறை கட்சியின் பலத்தினால் அல்ல. உலகத்தில் கம்யூனிஸ்ட் சக்திகளுக்கு இருக்கும் மகத்தான செல்வாக்கையொட்டி சோவியத்யூனியன், செஞ்சீனாவில் அது தெட்டத் தெளிவாகத் தெரிவதைக் கொண்டு ஏற்பட்டிருந்தது.

கம்யூனிஸ்ட் கட்சி தனது பழைய கொள்கைளை மாற்றிக் கொண்டதா என்பதை அறிந்து கொள்ள மக்கள் விரும்பினார்கள். கம்யூனிஸ்ட்களது பழைய கொள்கை என்ன என்பதை மக்கள் எவ்வாறு புரிந்து கொண்டிருந்தார்கள். அரசும், பத்திரிகைகளும் வியாக்யானப் படுத்தியதிலிருந்து, எத்தகைய அபிப்பிராயம் நிலவி வந்தது என்றால், கம்யூனிஸ்டுகள், எல்லாவிடங்களிலும், சந்து பொந்துகளிலும், ஆயுதங் தாங்கிய எழுச்சிக்கு திட்டமிடுவதைத் தவிர வேறு ஒன்றும் செய்யவில்லை என்பதாகும். துரதிர்ஷ்ட வசமாக இத்தகைய அபிப்பிராயம், கம்யூனிஸ்ட் கட்சித் தலைமையின் ஒருபகுதி கையாண்ட சில தாறுமாறான நடவடிக்கையால், ஓரளவுக்கு பலமடைந்தது.

இத்தகைய அபிப்பிராயம் தவறானது என்பதை டாங்கே எடுத்துக் காட்டி விவரித்துள்ளார்.

“இன்றைய நிலைமைகளை சீர்தூக்கும்போது நேரு சர்க்காரை நீக்கவும், இந்தியாவில் ஒரு மக்கள் ஜனநாயக சர்க்காரை ஏற்படுத்து வதற்கும், ஒரு வெற்றிகரமான ஆயுதம்தாங்கிய போராட்டம் ஒன்று தான் ஒரே வழியென்ற அபிப்பிராயத்தை கொண்டவர்களல்ல நாங்கள் என்பதை அழுத்தம் திருத்தமாகக் கூறியது கம்யூனிஸ்ட் கட்சி. மேலும்

கட்சி நிகழ்ச்சிக் குறிப்பில் இது நிச்சயமாக இல்லை என்பதையும் விளக்கினார். கட்சியின் தலைமையில் அதற்கேற்ப மாறுதல்கள் நடைபெற்றுக் கொண்டிருந்தன.

கட்சியின் முந்தைய கொள்கை இடதுசாரி செக்டேரியின் கொள்கை என்று நிர்ணயிக்கப்பட்டுள்ளதையும் விளக்கமாக எடுத்துரைத்தது. நண்பர்களாக இருந்திருக்கக் கூடியவர்கள் பலரை நண்பர்களாகக் கொள்ளாமல் அவர்கள் எதிரிகளாகப் பாவித்ததை சுயவிமர்சனத்தோடு ஏற்றுக் கொண்டது. அக்கொள்கை மாற்றப் பட்டிருப்பதையும் ஒப்புக் கொண்டது. ஒரு ஜனநாயக அடிப்படையில், நமது கொள்கையை ஒப்புக் கொள்பவர்களான விவசாய வர்க்கப் பகுதிகளையும், சிறு சிறு தொழிலுற்பத்தியில் ஈடுபட்டுள்ளவர் களையும், கடந்த காலத்தில், நம்முடைய நண்பர்களாக நாம் நடத்தவில்லை''.

கட்சியின் பொதுக் காரியதரிசியாக இருந்த தோழர் பி.டி.ரணதேவ் நீக்கப்பட்டு, மத்திய கமிட்டி மெம்பரில் ஒருவரான தோழர் சி.ராஜேஸ்வரராவ் பொதுக் காரியதரிசியாக்கப்பட்டிருந்தார்.

மேலும், தீர்க்கப்பட வேண்டிய உடனடியான பிரச்சனைகளையும் கட்சி தெளிவுபடுத்தியது. உடனடியாக கட்சி நினைக்கும் வேலைகள் நிறைவேற்றப்படுவது, எல்லா ஜனநாயக நாடுகளிலும் வழங்கப்படும் உரிமைகள் அதாவது ஒரு அரசியல் கட்சியாக இயங்குவதற்குரிய சகல ஜனநாயக உரிமைகளையும் கம்யூனிஸ்ட் கட்சிக்கு வழங்குவதற்கு நேரு தலைமையிலான சர்க்கார் தயாராக இருக்கிறதா என்பதைப் பொறுத்திருக்கிறது என்று கூறியதுடன், தீர்க்கப்பட வேண்டிய முக்கியமான பிரச்சனைகள் உணவு, வேலை கொடுத்தல், உழைப்பாளி மக்களுக்கு வேலை, கூலி, இவைகளைக் கொடுப்பதாகும். சட்டப் பூர்வமான சகல வழிகளையும், சகல ஜனநாயக வழிகளையும் கடைப் பிடிக்க கட்சி தயாராகவிருக்கிறது என்பதை டாங்கே பேட்டியில் கூறினார்.

இந்திய கம்யூனிஸ்ட் கட்சி பகிரங்கமாக இயங்க ஒரு ஜனநாயக வழியில், ஐக்கிய அணி ஒன்று ஏற்படுத்தப்படும். இதில் ஐக்கிய விவசாய சங்கம், தொழிற்சங்கத்தையும் இணைத்து ஏற்படுத்த விரும்புகிறது. இந்த அணியில், எந்தக் கட்சியையும் சேர்க்கக் கூடாது என்று கட்சி கருதவில்லை. தொகுத்துக் கூறினால் இந்தியாவில் ஒரு உண்மையான மக்கள் ஜனநாயக சர்க்காரை ஏற்படுத்துவதற்காக, சகல ஜனநாயக கட்சிகளும் அடங்கிய ஒரு ஐக்கிய முன்னணியை அமைப்பதுதான் கட்சியின் திட்டம் என்று இந்திய கம்யூனிஸ்ட் கட்சி பிரகடனப்படுத்தியது.

ஒரு ஜனநாயக வழியென்பது சட்டரீதியாகத்தான் இருக்க வேண்டும் என்பதில்லை. ஒரு போராட்டத்தை சட்டரீதியாக, சட்ட விரோதமாக நடத்தும் வழிகள் எவை, எவை என்று முடிவு கட்டுவது ஒரு கஷ்டமான காரியமாகும். ஏனென்றால், நேரு தலைமையில் நடக்கும் காங்கிரஸ் ஆட்சியில் காலையில் சட்டரீதியானது என்று கருதப்பட்ட விஷயம் மாலையில் சட்டவிரோதமானது என்று சில வேளைகளில் ஆகிவிடுகிறது.

கட்சிக்குள் அபிப்பிராய பேத சர்ச்சைகள் முடியாத காலம். கம்யூனிஸ்ட் கட்சி கொள்கையைப் பற்றிய சில விஷயங்களில் சர்ச்சைகள் இருக்கின்றன. ஏன் தீர்க்கமான குழாம்கள் இருக்கின்றன. இரண்டு பிளவாக இருக்கின்றன என்று அபத்தமான கருத்துக்களும் வெளிப்பட்டன. இதற்கு இத்தகைய விவாதங்களைக் கிளப்பி விடுபவர்களுக்கு, கம்யூனிஸ்ட் கட்சியின் நடைமுறைத் தன்மையைப் பற்றி ஒன்றும் தெரியாதவர்கள் என்றும், பெரும்பான்மையோரின் அபிப்பிராயமும், கம்யூனிஸ்ட் கொள்கைகளுக்கு விசுவாசமாக இருப்பதும் தான் கட்சியை நன்றாக நிலை நிறுத்தியிருக்கிறது. கொள்கை வித்தியாசங்கள் அடிக்கடி கட்சிக்குள் இருந்து வந்திருக்கின்றன. ஆனால் அத்தகைய வித்தியாசங்கள், தனிநபர்களோ, குழாம்களோ, தனிப்பட்ட நடவடிக்கைகளில் ஈடுபடுவதற்கு இடமளித்ததில்லை. அதற்கு மாறாக, கட்சிக் கொள்கையின் மீது அநேகவித கருத்துக்களைக் கொண்ட பல குழுக்கள் இருக்கின்றன. இரண்டல்ல அதற்கு மேலும் இருக்கின்றன என்பது உண்மைதான் என கம்யூனிஸ்ட் கட்சி தெளிவுபடுத்தியது.

தோழர் பி.டி.ரணதேவ், தனது அரசியல் தவறுகளுக்காக, கட்சியிலிருந்து நீக்கப்பட்டாரா என்ற கேள்வி உலவியது. அதனை கட்சி மறுத்து, கட்சி உத்தியோகஸ்தர் ஒருவர் இழைக்கும் தவறுக்கு, அந்தப் பதவியிலிருந்து, அவரை நீக்குவார்களேயொழிய, அதற்காக கட்சியிலிருந்து அவரை நீக்கி விடுவது அவசியமில்லை. பொதுக் காரியதரிசி பதவியிலிருந்து பி.சி.ஜோசி மாற்றப்பட்டது ஒரு உதாரணம்.

தோழர் எஸ்.அழகர்சாமி அவர்களுக்கும், மற்ற இளம் தோழர்களுக்கும் கட்சியின் மாநிலத் தலைமை ரிப்போர்ட் செய்தது. கட்சி சட்ட ரீதியாக செயல்படும் உரிமையை அடைந்து விட்டது, தொடர்ந்து மக்களுக்காக பகிரங்கமாக இயங்கமுடியும் என்பதை அறிந்தவுடன் அழகர்சாமியின் மனதில் உவகை பொங்கியது.

கூட்டுறவு அமைப்புக்கள் நல்ல மனிதர்களின் கரங்களில் இருக்கும் போது நன்மைகளையும், அல்லாதவர்கள் தலைமைக்கு வரும் போது அவர்களின் சுயலாபத்தைப் பெருக்கும் இடங்களாகவும் மாறியது.

14. கூட்டுறவே நாட்டுயர்வு

இந்தியா மிகப் பெரும் விவசாயிகள் நிறைந்த நாடு. 70 சதத்திற்கும் மேலான மக்கள் கிராமப்புறங்களிலேயே இன்றும் வாழ்கின்றனர். உலகத்திலேயே அதிகமான பரப்பளவில் சாகுபடி நடைபெற்றாலும், குறைவான விளைச்சலையே பெறுகின்றனர். 250 ஆண்டுகளுக்கும் மேலாக அடிமை நுகத்தடியிலேயே விவசாயிகள் வாழ்ந்தனர். பிரிட்டிஷ் ஆட்சியின் கொடுமைகளினால் பெரும் பஞ்சங்களை மக்கள் எதிர்கொண்டனர். சுரண்டலின் உச்சகட்டமாக ஏகாதிபத்தியம் திகழ்ந்தது. பஞ்சமும், நோய்களும் மெய்யடியாருக்கு மட்டுமின்றி, மக்களையும் வாட்டி வதைத்தது. பஞ்சத்திற்கான காரணங்களைக் கண்டறிய பிரிட்டிஷ் அரசு முடிவு செய்தது.

எனவே, கடந்த நூற்றாண்டின் தொடக்கத்தில் பஞ்சங்களையும், பட்டினிச் சாவுகளையும் ஆராய ஒரு கமிஷனை நியமனம் செய்தது. எது எப்படியிருந்தாலும் அதனுடைய ஆய்வு முடிவுகளில் வலியுறுத்தப்பட்ட ஒரு முக்கிய அம்சம் "கூட்டுறவு" என்பதாகும். இதன் தொடர்ச்சியாக 1904-ஆம் ஆண்டு கூட்டுறவு "கடன் வழங்கும் சங்கங்கள் சட்டம்" உருவாக்கப்பட்டது.

இச்சட்டம் பிரச்சினைகளின் ஒரு அம்சத்தை தொட்டுக் காட்டியது. இச்சட்டத்தின் குறுகிய வரையறைகளைக் களைய 1912-ஆம் ஆண்டு "புதிய கூட்டுறவு சொசைட்டிகள் சட்டம்" இயற்றப்பட்டது. பிரிட்டிஷ் ஆட்சியாளர்கள் சுய அதிகாரம் மிக்க ஆட்சியாளர்களாக மாறியதை வரலாறு விவரிக்கிறது. மிண்டோ-மார்லி சீர்திருத்தங்கள் மற்றும் பல சீர்த்திருத்தங்கள் கொண்டு வரப்பட்டன.

இதுபோன்ற அரசியலமைப்புச் சீர்திருத்தங்கள் மூலம் நம்மை "மேய்ப்பவர்களாக" பிரிட்டிஷ் ஆட்சி மேலாதிக்கம் செய்தது.

தங்களைப் பாதுகாத்துக் கொள்வதில் திறமைமிக்க பிரிட்டிஷ் ஆட்சியாளர்கள் "கூட்டுறவு" என்பதைப் பிரகடனப்படுத்தினர்.

தொடர்ச்சியாக பம்பாய், சென்னை உட்பட பல மாநிலங்களில் கூட்டுறவு சட்டங்களை உருவாக்கி தங்களை நிலைப்படுத்திக் கொள்ள முயன்றனர்.

1947இல் இந்திய விடுதலைக்குப்பின், கூட்டுறவு இயக்கங்கள் நாடுதழுவிய இயக்கங்களாக மாறி மக்கள் வாழ்வில் மாற்றத்தைக் கொண்டு வரும் என வலுவான பிரச்சாரம் மேற்கொள்ளப்பட்டது. மக்களின் பங்களிப்பு உள்ளது என்ற தோற்றத்தை "கூட்டுறவு" என்பது ஏற்படுத்தியது. ஆனால் உண்மையில் மக்களை கடலளவு பிரச்சினைகளிலும் தள்ளியது. கூட்டுறவு அமைப்புகள் நல்ல மனிதர்களின் கரங்களில் இருக்கும் போது நன்மைகளையும், அல்லாதவர்கள் தலைமைக்கு வரும் போது அவர்களின் சுயலாபத்தைப் பெருக்கும் இடங்களாகவும் மாறியது.

இந்திய அரசாங்கம் 1956-ஜூன் மாதம் ஒரு கமிட்டியை அமைத்தது. "எளிமையான வகையில் கூட்டுறவு சங்கங்கள் பணிபுரியும் விதத்தில் மாற்றி அமைக்க" உருவாக்குவது என்பதே இதன் நோக்கம் என அறிவித்தது. பொருளாதார வளர்ச்சியை நாட்டில் உருவாக்குவதே கூட்டுறவு அமைப்புகள் தான் என்று கூறப்பட்டது. கூட்டுறவு கட்டுமானத்தில் சுபிட்சம் பெருகும் எனப் பிரச்சாரம் செய்யப்பட்டது. இதற்காக எளிமையான, அரசின் கட்டுப்பாட்டில் இயங்கும் வகையில் முறைப்படுத்திட பதிவு செய்வதும், ஜனநாயகப் படுத்துவதும் கூட்டுறவு சங்கங்களுக்கு அவசியமாயிற்று. இந்தக் குழு "கூட்டுறவு சட்டங்களை இயற்றும் கமிட்டி" என அழைக்கப்பட்டது.

கூட்டுறவு சட்டங்களை எளிமையாக்குவது, அதன் மூலம் நாட்டின் முன்னேற்றத்தை உருவாக்குவது.

கடன் வழங்குவது
சந்தைப்படுத்துவது
முன்கொண்டு செல்வது
ஒருங்கிணைப்பது
பால் உற்பத்தியைப் பெருக்குவது
பண்ணை விவசாயம்
சிறுதொழில், கிராமத்தொழில் மற்றும் இதர தொழில்களை வளர்ப்பது
தொழிலாளர் ஒப்பந்தம், கட்டுமானம் மற்றும் வீடுகட்டுவது
போக்குவரத்தை மேம்படுத்துவது

என பல்துறை வளர்ச்சிக்கு "கூட்டுறவே நாட்டுயர்வு" என்ற கருத்து மக்களிடையே பலமாக விதைக்கப்பட்டது. மேலும், விவசாயத்தை

மேம்படுத்தவும், கிராமப்புற விவசாயிகளுக்கு கடன் கிடைக்கவும் கூட்டுறவுத் துறை அவசியமானதாகியது.

இரண்டாவது ஐந்தாண்டுத் திட்டத்தில் "கிராமப்புற மேம்பாடு என்பதே பிரதான குறிக்கோள்" எனக் கூறப்பட்டது. 53,700 கூட்டுறவு சொசைட்டிகள் 1960இல் இருந்தது. மேலும் 30,500 புதிய சேவை கூட்டுறவு அமைப்புகள் ஏற்படுத்திட திட்டமிடப்பட்டது. கூட்டுறவு வங்கிகள், விவசாயிகள் கடன் பெற எளிதாக உதவியது.

கம்யூனிஸ்ட் கட்சியும் கிராமப்புற மக்களின் வாழ்வு மேலோங்க கூட்டுறவு அமைப்புக்களைத் தொடங்க வழிகாட்டியது. நிலச் சீர்திருத்தத்திற்கான பணிகளை மேற்கொள்ள கூட்டுறவு இடைக்கால நிவாரணி என்பதை ஏற்றுக் கொண்டது. நாக்பூரில் கூடிய காங்கிரஸ் கட்சி மாநாடு கூட்டுறவு அமைப்புக்களை வலுப்படுத்துவதன் மூலமே கிராமப்புற வளர்ச்சி ஏற்படும் என்பதை சுட்டிக் காட்டியது.

கம்யூனிஸ்ட் கட்சி கீழ்க்கண்ட வழிகாட்டுதல்களை வெளிப் படுத்தியது.

"விவசாயம் பெருமளவு வளர்ச்சியடையாமல், திட்டமிட்ட வளர்ச்சி பற்றிப் பேச முடியாது. விளைபொருட்கள் தேக்கமடையு மானால், உணவுப் பற்றாக்குறை மின்னல் வேகத்தில் நிகழும். உணவு தானியங்களை பெருமளவு இறக்குமதி செய்தால், நம் நாட்டின் அந்நியச் செலாவணியில் வீழ்ச்சி ஏற்படும். இரண்டாவது ஐந்தாண்டுத் திட்டத்திற்குத் தேவையான மூலதனத்தில் பற்றாக்குறை ஏற்படும். இவையெல்லாம் நமது நாட்டு விவசாயத்தின் வீழ்ச்சியுறும் தன்மையைக் காட்டுகின்றன. அடிப்படைத் தொழிலான விவசாயத்தில் 70 சதவிகித மக்கள் ஈடுபட்டுள்ளனர். எனவே, விவசாய உற்பத்திக்கு முன்னுரிமை தருவதும், விளைச்சலைப் பெருக்குவதுமே பிரதான உடனடிக் கடமையாக நாட்டிற்கு உள்ளது.

விவசாயத்தில் புரட்சிகரமான மாற்றங்களைக் கொண்டு வரவேண்டும். அதற்கு வேளாண்மையில் ஈடுபட்டுள்ளவர்களுக்கு அடிப்படையில் வளர்ச்சி காண உதவ வேண்டும். முழு பாதுகாப்பு, நிலச்சீர்திருத்தம், உபரிநிலங்களை விநியோகிப்பது, தரிசு நிலங்களை ஏழ்மையில் உழல்பவர்களுக்குக் கொடுத்து வெள்ளாமையைப் பெருக்க வேண்டும். விவசாயத் தொழிலாளர்களுக்கு உபரி, தரிசு நிலங்கள் வழங்கப்பட வேண்டும்.

இந்தப் பார்வையை காங்கிரஸ் மற்றும் முற்போக்காளர்களுக்கு ஏற்படுத்திட வேண்டும். திட்டக்குழு நிலச் சீர்திருத்தங்களுக்கு

முன்னுரிமை தரவேண்டும். ஆனால் பல மாநிலங்களில் பல்வேறு சட்டங்கள் நிலச் சீர்திருத்தத்திற்காகப் போடப்பட்டுள்ளது. இதனால் ஏற்பட்டுள்ள தோல்விகளை கட்சி உணர்ந்துள்ளது. நிலப்பிரபுத்துவம் பல தடைகளை எழுப்புகிறது. கம்யூனிஸ்ட் கட்சி பல வழிகாட்டுதலை பட்டியலிட்டு வழங்கியது.

பால் விநியோக சங்கங்கள் மற்றும் சொசைட்டிகள் கூட்டுறவுத் துறை இயக்கங்களின் வளர்ச்சிக்கு பெரிதும் பங்களித்தன. இது இந்தியாவின் பெரும் பிரச்சினைகளின் ஒரு துளியை தொட்டது. பால்வளம் பெருகியது. நியாயமான விலையில் பால் கிடைத்திட கூட்டுறவுத்துறை பெரும் பங்காற்றியது.

கூட்டுறவுத் துறையின் மீது கட்சியின் வழிகாட்டுதல்கள் அழகர் சாமியைக் கவர்ந்திழுத்தது. ஆசிரியர் மட்டுமல்லாது கம்யூனிஸ்டாகிய அவர் விவசாயிகளை சங்கமாக அணி திரட்ட கூட்டுறவு அமைப்புகளை உருவாக்குவதில் மிகுந்த ஆர்வம் காட்டினார்.

1956-63 காலகட்டத்தில் கோவில்பட்டி வட்டாரத்தில் கூட்டுறவு பால் பண்ணைகளைத் தொடங்கினார்கள். எட்டயபுரம், கடலையூர், ஈராட்சி, இடைச்செவல், பரம்புக் கோட்டை, மந்தித்தோப்பு என பல ஊர்களில் கூட்டுறவு பால்பண்ணைகளை அழகர்சாமி உருவாக்கினார். பால் உற்பத்தியைப் பெருக்க விவசாயிகள் மாடுகளை வாங்கவும், வளர்க்கவும், கடன் கிடைக்கவும் ஏற்பாடுகளை மேற்கொண்டார். சுற்று வட்டார கிராமங்களிலிருந்து பாலை பண்ணைக்குக் கொண்டு வரவும், அவற்றை தரம் குறையாமல் பொது மக்களிடம் விற்பதற்கும் பெரிதும் உதவினார். கரிசல் காட்டு விவசாயிகள் வாழ்வில் வெள்ளிமலை என வாழ்வு வளம் பெற்றது.

ஒரு கட்டத்தில் பால் உற்பத்தி மிகவும் பெருகிய போது கோவில்பட்டியில் கூட்டுறவு பால் ஒன்றியத்தை அமைத்து சுற்று வட்டாரப் பண்ணைகளிலிருந்து பாலை சேமித்து கோவில்பட்டி நகரத்திலும் விற்பனை செய்யவும், மிஞ்சியப் பாலை குளிரூட்டப்பட்ட அறைகளில் சேமிக்கவும் ஏற்பாடுகளைச் செய்தார். ஒவ்வொரு பால் பண்ணையிலிருந்தும் தினமும் இரண்டு சைக்கிள்களில் பால் கொண்டு வரப்பட்டது.

ஆரம்பத்தில் வாடகை கட்டிடத்தில் இயங்கிய பால்பண்ணைகள் சொந்தக் கட்டிடத்தில் இடம் பெயர்ந்தன. கோவில்பட்டி கூட்டுறவு பால் ஒன்றியம் மந்தித்தோப்பு சாலையில் தனக்கென ஒரு கட்டிடத்தை கட்டியது. இதற்கான கட்டுமானப் பணிகளை பொறியாளர்

எஸ்.எஸ்.தியாகராஜன் மேற்கொண்டார். தலைவராக எம்.ஏ.கெங்கையா பொறுப்பேற்றார். பால் விற்பனை மட்டுமின்றி பால்படு பொருட்களான பால்கோவா, நெய், வெண்ணெய், பால்அல்வா போன்றவைகளும் தயாரித்து மக்களுக்கு விற்பனை செய்யப்பட்டன. இதற்கான "ஸ்டால்" களும் அழகர்சாமியால் உருவாக்கப்பட்டது. விவசாயிகள் மட்டுமின்றி பண்ணைகளில் பணிபுரிய ஊழியர்களும் அமர்த்தப்பட்டார்கள். இன்றைய காலத்தில் "ஆவின்" என வர்த்தக பெயர் தாங்கி நிற்கும் பால் பண்ணைகளின் அமைப்பிற்கும், தொடங்க கால வளர்ச்சிக்கும், அழகர்சாமியின் பங்கு மகத்தானது. அவரது தொடர் முயற்சிகளின் பலனாக பால் பண்ணைகள் மட்டுமின்றி கூட்டுறவுத் துறைகளில் பல அமைப்புகள் கோவில்பட்டி வட்டாரத்தில் உருவாக்கப்பட்டன. வேளாண்மை மார்க்கெட்டிங் சொசைட்டி, கூட்டுறவு கடன் வழங்கும் வங்கி, கூட்டுறவு வீடுகட்டுவோர் சங்கம், கூட்டுறவு பல்பொருள் அங்காடி, கூட்டுறவு நில அடமான வங்கி என்று பல அமைப்புகளை கோவில்பட்டியில் உருவாக்கினார். திருநெல்வேலி மாவட்ட மத்திய கூட்டுறவு வங்கி இயக்குநராக பத்து ஆண்டுகளுக்கும் மேலாக பணி புரிந்தார். இவை பற்றி சட்டமன்றத்திலும் விரிவாக பலமுறை பேசியுள்ளார். அவரது குரல் எப்போதும் கூட்டுறவு மானியங்களின் மீது பேசும் போது நிச்சயம் ஒலிக்கும்.

அவர் சட்டமன்ற உறுப்பினராக ஆனவுடன், 1968ஆம் ஆண்டு மார்ச் 21ஆம் நாள் ஆற்றொழுக்கு நடையில் பேசும்போது "கிராமப் பகுதிகளில் இருக்கும் கூட்டுறவுச் சங்கங்களில் பெரும்பகுதி வேறு எந்தவிதமான சேவைகளையும் செய்யவில்லை என்றாலும் கூட, அதிகமான கடனை வழங்குவதில் முழுப்பங்கை ஏற்று நடத்தி வருகிறது. நகர கூட்டுறவு ஸ்டோர்களும் ஓரளவு பலன் அளித்து வருகிறது.

நில அடமானப் பாங்குகள், சென்ற காலத்தில் அதிகமான கடன் பளுவில் மூழ்கி கஷ்டத்தில் இருந்த விவசாயிகளை மீட்பதற்கு கடன் கொடுத்து உதவியிருக்கிறது. இருந்தாலும் கூட கடன்கள் கிடைப்பதில் இருக்கக்கூடிய சிரமங்களையும் காலதாமதங்களையும் அரசு மாற்ற நடவடிக்கை எடுக்க வேண்டும்.

எதிர்காலத்தில் விவசாயிகளுக்கு சர்க்கார் மூலம் கொடுக்கக் கூடிய கடன்களெல்லாம் கிணறு வெட்ட, பம்புசெட் அமைக்க, டிராக்டர்கள் வாங்க என உள்ள அத்தனை கடன்களுக்கும் இனிமேல் கூட்டுறவு அடமான பேங்க் மூலமாகத்தான் கொடுக்க வேண்டுமென்று சர்க்கார் சொல்லியிருக்கிறது. ஆனால் இப்போது கூட கூட்டுறவுத் துறை மூலம் வழங்கப்படும் கடன்களின் குறிக்கோள் நிறைவேறவில்லை.

நான்காவது ஐந்தாண்டு திட்டத்தில் குறிக்கோள் ரூபாய் 80 கோடி. 1966-1967ஆம் ஆண்டு குறிக்கோள் ரூ.50 கோடி குறுகிய கால கடன் கொடுக்கப்பட வேண்டும் என்பது. ஆனால் கொடுத்த அளவு 31 கோடியே 40 லட்சம்தான். 1967-68இல் குறிக்கோள் அளவு 58 கோடி கொடுத்தது 27.92 கோடிதான் கடன் பெறுவதில் உள்ள நிபந்தனைகள் அதிகம் எனவே, கடன் வாங்குவது குறைவாக இருக்கிறது. வட்டி விகிதத்தைக் கூட்டியிருப்பதும் காரணம்.

ஒரு சிலர் கடனைத் திருப்பிச் செலுத்தாததால் கடனைத் திருப்பிச் செலுத்தியவர்கள் கூட கடன் பெற முடிவதில்லை. சில இடங்களில் தலைவர், செயலாளர், நிர்வாகஸ்தர்கள் என்பவர்களும் பினாமி லோன்கள் போட்டு பலரின் பெயர்களில் பணத்தை சுருட்டுகிறார்கள். பல ஊழல்கள் நடந்திருப்பதால் பலர் கடனை திரும்பக் கட்டியிருந்தும், அந்தச் சங்கங்களுக்கு கடன் கிடைக்காத நிலை ஏற்பட்டுள்ளது.

இப்போதுள்ள நிலையில், புதிதாக அமைக்கப்பட்டிருக்கும் கமிட்டி சில மாறுதல்களைச் செய்ய வேண்டும்.

நில அடமான வங்கிகளில் உள்ள கஷ்டங்கள் போக்கப்பட வேண்டும். குறிப்பாக அந்த நிலம் எப்படிச் சொந்தம், யாரிடமிருந்து வாங்கினீர்கள், 12 வருட வில்லங்கச் சான்று போதாது, அவர்களுக்கு குழந்தைகள் இருக்கிறதா என்றெல்லாம் கேட்பது கைவிடப் பட வேண்டும்.

12 ஆண்டுகள் வில்லங்கச் சான்றுகள், நிலத்தின் மதிப்பு ஆகியவற்றை கிராமத்தில் நடைமுறையில் உள்ள விலையைப் பார்த்து கடன் கிடைக்க வழி செய்ய வேண்டும்.

விதிகளில் மாற்றம் செய்து, எளிய முறையில் கடன் பெற வழிவகை செய்ய வேண்டும். கூட்டுறவுக் கடன்களை வசூலிப்பதிலும் உரிமை இருக்க வேண்டும். மூன்றாம் மனிதர் கடன் கொடுத்து வசூலிப்பது போன்ற நிலைமைகள் போல்தான் கூட்டுறவு சங்கங்களும் வசூலிக்க வேண்டியிருக்கிறது. முன்னால் யாரிடமாவது வில்லங்கங்கள் இருந்தால் அதுபோகத்தான் மீதி கிடைக்கிறது.

அடுத்தபடியாக கூட்டுறவு ஸ்டோர்கள். கட்டுப்பாடு பொருள்கள் கூட்டுறவு முறையில் கிடைக்கிறது. கூட்டுறவு ஸ்டோர்களில் நஷ்டம் ஏற்படக் காரணம் பில் போடுவதும், முறைப்படுத்தப்படுவதும்தான். தனியார் கடைகளில் பில் போடுவதில்லை. தனியாரிடம் விற்பவர் களுக்கு வரியில்லை. கூட்டுறவில் வரி உண்டு. எனவே கூட்டுறவு

சங்கங்களுக்கு விற்பனை வரியிலிருந்து விலக்கு அளிக்க வேண்டும். ரூ.10 ஆயிரம் வரை கூட்டுறவுகளுக்கு வருமான வரியும் விதிக்கக் கூடாது.

வீடுகட்டும் சங்கங்கள் ஆங்காங்கு இருந்தாலும் அவை திறமையாக செயல்படவில்லை. காரணம் விதிகள், பிளான் போட்டு அனுப்புவதிலுள்ள காலதாமதமும் ஆகும். கிராமங்களில் வீடுகள் கட்ட வீடு கட்டும் கூட்டுறவு சங்கங்கள் அமைக்க வேண்டும்.

லேபர் காண்ட்ராக்ட் சொசைட்டிகள் ஆரம்பிக்க விதிகள் உள்ளன. காண்ட்ராக்டர்கள் தங்களுக்கு ஏற்படும் பாதிப்பினால், பெயருக்கு ஆரம்பித்து முடக்கிவிட்டனர். எனவே, ஒவ்வொரு பஞ்சாயத்திலும் சங்கம் அமைத்து பஞ்சாயத்து யூனியன் வேலைகளை இந்த லேபர் காண்ட்ராக்ட் சொசைட்டிகள் மூலம் செய்ய வேண்டும்.

அடுத்தபடியாக கூட்டுறவுப் பண்ணைகள் பல இடங்களில் ஆரம்பிக்கப்பட்டு சரியாக இயங்கவில்லை. சென்ற கால அரசு கடன், மானியம் கொடுக்கப்படும் என அறிவித்தார்கள். கடனையும், மானியத்தையும் போலியான கூட்டுறவுப் பண்ணைகளை அமைத்து கிடைப்பதைப் பங்கு போட்டுக் கொண்டு விட்டார்கள்.

தரிசு நிலங்கள் உள்ள இடங்களை நியாயமாக பாடுபடக் கூடியவர்களுக்குக் கொடுத்து, விவசாயிகள், குடியானவர்கள் கூட்டுறவு சங்கங்களை ஆரம்பித்து அவற்றிற்கு விசேச சலுகைகள் அளித்து கூட்டுறவுப் பண்ணைகள் சிறந்த முறையில் பணியாற்றும் விதத்தில் நடவடிக்கைகளை மேற்கொள்ள வேண்டும்.

விவசாயிகளை கூட்டாகச் சேர்த்து சங்கங்கள் அமைக்கப் படவேண்டும். சிறிய விவசாயிகளால் டிராக்டர் வாங்க முடியாது. ஆனால் பழைய முறையில் விவசாயம் செய்ய முடியாது. நவீன விஞ்ஞான முறைகளைக் கையாண்டால்தான் நாம் அபிவிருத்தி அடைய முடியும். இந்த முறையில் விவசாயிகள் கூட்டுறவுப் பண்ணைகளை அமைக்க வேண்டும். அதற்கேற்ப விதிகளை மாற்ற வேண்டும்.

நெசவாளர் கூட்டுறவு சங்கங்கள் அவர்கள் கடன்பெற வேறு மில்களில், தொழில்களில் மூலதனம் போட்டிருந்தாலும், அதையும் சொத்துக் கணக்கில் எடுத்துக் கொள்ள வேண்டும். ஒரு லட்சம் ரூபாய் பெறுமானமுள்ள கட்டிடம் இருந்தாலும் அதற்கு ரூபாய் 60 ஆயிரம் கூட மதிப்பு போடுவதில்லை. அதனால் நெசவாளர்கள் கடன்

பெறுவதில் கஷ்டங்கள் இருக்கின்றன. அதனால் பல கூட்டுறவு நெசவாளர் சங்கங்கள் படுத்துவிட்டன. தேவையற்ற நிபந்தனைகளை மாற்ற வேண்டும்.

சூப்பர் மார்க்கெட்ஸ் எல்லா நகரங்களிலும் இப்போது ஆரம்பிக்கப்படுகின்றன. ஆனால் அங்குப் போதுமான ஊழியர்கள் இல்லை. அங்குப் போதுமான ஊழியர்களை நியமிப்பதும் இல்லை. வாடிக்கையாளர்களை கவனிப்பதும் இல்லை. தனிப்பட்டவர்கள் கடையைப் போல் வியாபாரம் பெருக அக்கறை செலுத்தப்பட வேண்டும்" என்று குறிப்பிட்டார்.

அழகர்சாமியின் உயிர் மூச்சு இருக்கும் வரை கூட்டுறவுக்கு பாடுபட்டார். 1975-76ஆம் ஆண்டுகளில் எட்டயபுரம் ஜமீனிலிருந்து மீட்கப்பட்ட நிலங்களை உழுபவனுக்கு கிடைக்கச் செய்து, அங்குக் கூட்டுப் பண்ணை விவசாயம் நடத்த முயற்சித்தார். எஸ்.ராமசுப்பு, சு.ச.சிவகுருநாதன், விவசாயப் பண்ணை சண்முகவேலு, அரண்மனை சண்முகவேலு போன்ற தோழர்களின் உதவியுடன் சிறப்பாக பண்ணை விவசாயம் நடைபெற்றது. தொடர முடியவில்லை.

அழகர்சாமியின் மருமகள், மூத்த புதல்வர் ராமமூர்த்தியின் மனைவி கீதா "வீட்டு வசதி சொசைட்டிக்கு மாமா தலைவராக இருந்த போது அடிக்கடி எங்கள் வீட்டிற்கு மதிய உணவு உண்பதற்கு முன் அறிவிப்பின்றி வருவார்கள். அப்பொழுது வீட்டில் என்ன உணவு உள்ளதோ அதை உண்பார்கள். அவர் ருசிக்கு சாப்பிட மாட்டார். பசிக்குத்தான் உண்பார்கள். அவரின் வாழ்க்கை மட்டும் எளிமையானது அல்ல. உண்ணும் உணவும் எளிமையானதுதான்" என்கிறார். சங்கத்தின் பணத்தைத் தொடாமல் வாழ்ந்த மகத்தான தலைவர் அவர்.

இறுதி நாட்களில் கூட எட்டயபுரம் கூட்டுறவுப் பால் பண்ணையில் தான் வாழ்க்கை கழிந்தது. பல போராட்டங்களுக்கு விவசாயிகளைத் திரட்ட கூட்டுறவு அமைப்புகளோடு இணைந்த அவரது உழைப்பே அடித்தளமாக இருந்தது. அவருடைய போராட்டங்களுக்கு உறுதுணையாக மக்களைத் திரட்டவும், மக்களோடு நெருக்கமான உறவு கொள்ளவும் கூட்டுறவு அமைப்புகள் முக்கிய காரணியாக இருந்தன. அழகர் சாமியின் சட்டமன்றத் தேர்தல் வெற்றிகளுக்கும் இதுவும் முக்கியப் பங்களித்தது.

"நான் சாதாரண ஜனங்கள் மீது ஈடுபாடு கொண்டவன் என்கிறதாலே எனக்கு அது ரொம்பப் பிடிக்கும், ஏன்னா பாரதி அடித்தட்டு மக்களுடைய கஷ்டங்களைப் புரிந்து, எப்படியெல்லாம் சொல்லியிருக்கான் என்கிற சிந்தனை வந்தவுடனேயே பாரதி கவிதைகளை வாங்கிப் படிக்க ஆரம்பிச்சுட்டேன்"

15. பாரதியின் தாக்கம்

இந்திய நாட்டில் பண்பட்ட சிந்தனையுள்ளவர்கள் நெடுங் காலத்திற்கு முன்பே இருந்துள்ளனர். இரு ஆயிரம் ஆண்டுகளுக்கு முன்னர் பிறந்த கணியன் பூங்குன்றனார், 'யாதும் ஊரே யாவரும் கேளிர்' என பிரகடனம் செய்துள்ளது சீரிய சிந்தனையைக் காட்டுகிறது.

'இரந்தும் உயிர்வாழ்தல் வேண்டின் பரந்து கெடுக உலகியற்றியான்' எனச் சீற்றத்துடன் வள்ளுவன் கூறுவதும் 'பிறப்பொக்கும் எல்லா உயிர்க்கும்' என்பதும் 'இயற்றலும் ஈட்டலும் காத்தலும் காத்த வகுத்தலும் வல்லது அரசு' என அரசின் கடமையை வகுத்திருப்பதும், 'பகுத்துண்டு பல்லுயிர் ஓம்புதல் நூலோர் தொகுத்தவற்றுள் எல்லாம் தலை' என்று முத்தாய்ப்பு வைத்துள்ளதும், 'உள்ளுவதெல்லாம் உயர்வுள்ளல்' என்றவாறு அவர் நிற்கக் காணலாம்.

'மனிதகுலம் முன்னேற வேண்டும், பசியும், பிணியும் மனிதர்களை வாட்டக்கூடாது. பிறப்பால் ஏற்றத்தாழ்வு கூடாது' என்ற சிந்தனைகள் நல்ல நோக்குடன், லட்சியதாகத்துடன் பிறந்தவை.

இந்த ஆசைகளையும், கனவுகளையும், விழைவுகளையும் சமூக நெறியாக்குவது எவ்வாறு... நடைமுறைக்குக் கொண்டு வர எது வழி? தீயநோக்குகளும் சிந்தனைகளும் மனிதர்களுக்குத் தோன்றியது ஏன்... சுரண்டல் எவ்வாறு சிலரால் செய்ய முடிகிறது. பலர் ஏன் சுரண்டப்படுகிறார்கள்.

விடை தேட முயன்றார் கார்ல் மார்கஸ்

விஞ்ஞான ரீதியாக, நடுநிலை தவறாது நின்று ஆராய்ந்தார்.

மார்க்ஸ்க்கு முன்பே வளர்ச்சி எதுவும் இல்லாத காலத்திலேயே நம் சான்றோர் உச்சி மீது மெச்சத் தகுந்த சிந்தனைகளைச் செய்தது வியப்பை அளிக்கிறது. ஆனால் அவை கனவுகளாய் கரைந்துவிட்டன.

மார்க்சிற்கும், எங்கல்ஸுக்கும் மனிதகுல வரலாறு, உயிரினம் தோன்றி வளர்ந்துள்ளது குறித்து டார்வின் ஆய்வு செய்து எழுதிய நூல் அடிப்படை சிந்தனையை வளர்த்தது. மேலும் ஐரோப்பிய நாடுகளில் தொடங்கி வளர்ந்து கொண்டிருந்த தொழிற்புரட்சி, அதுபற்றிய பொருளியல், அரசியல் விளக்க நூல்கள், ஜெர்மானிய தத்துவஞானி ஹெகலின் தத்துவ வெளியீடுகள் என பல ஆய்வுகளையும் மிக ஆழமாகப் பரிசீலிக்கும் ஆய்வில் மனிதகுல சான்றோர்கள் கனவாகக் கண்டதை நனவாக்க என்னவழி என சிந்தித்து வெளியிடப்பட்ட சித்தாந்தம்தான் மார்க்சியம்.

மனித குலத்தை மார்க்சிய வழியில் செம்மைப்படுத்த புரட்சிகர மாற்றம் தேவை. அத்தகைய புரட்சிகர மாற்றத்தைக் கொண்டுவர ஒரு புரட்சிகரக் கட்சி தேவை. அந்தக் கட்சி புரட்சிகர சிந்தனை, செயல்பாடு உடையதாக இருப்பது அவசியம்.

இந்தப் பின்னணியில்...

நம் நாடு பிற நாட்டவர்க்கு அடிமைப்பட்ட பின்னர் விடுதலை வேட்கைத் தீயாகக் கொழுந்து விட்டெரிந்து கொண்டிருந்தது.

ராமனூத்து அழகர்சாமி பிறந்த ஊர். அதன் அருகில் உள்ள எட்டயபுரம் ஜமீன்தாரின் சமஸ்தான கோட்டை. இங்குப் பிறந்தவர்தான் சுப்பிரமணிய பாரதியார்.

அடிமைப்பட்ட பாரதத்தில் சுதந்திரப்பள்ளு பாடிய கவிஞன். பொதுவுடமை இயக்கத்திற்கு பள்ளியெழுச்சி பாடிய 20-ஆம் நூற்றாண்டின் முதற்கவிஞன். பொதுவுடைமைக் கருத்துக்கள் இவர் நெஞ்சில் ஆழமாக வித்திட்டிருந்தது. கம்யூனிஸ்ட் கட்சி இந்தியாவில் தோன்றும் முன்னரே வாழ்ந்து மறைந்துவிட்டார். பொதுவுடைமை என்ற கருத்தை தமிழுக்குத் தந்த முதல் நவீன கவிஞன்.

ஏழையென்றும் அடிமை யென்றும்
எவருமில்லை – சாதியில்
இழிவுகொண்ட மனிதர் என்பது
இந்தியாவில் இல்லையே....
தாதர் என்ற நிலைமை மாறி
ஆண்களோடு பெண்களும் சரிநிகர்

சமானமாய் வாழ்வோம் இந்த நாட்டிலே
எல்லோரும் ஓர் நிலை
எல்லோரும் ஓர் விலை
எல்லோரும் இந்நாட்டு மன்னர்
முப்பது கோடி ஜனங்களின் சங்கம்
முழுமைக்கும் பொதுவுடைமை

ஒப்பில்லாத சமுதாயம் உலகத்திற்கோர் புதுமை பாரத சமுதாயம் வாழ்கவே! ஆகாவென்றெழுந்தது பார் யுகப்புரட்சி!

பாரதியின் ஆவேச முழக்கங்கள் அழகர்சாமியின் நெஞ்சில் பதிந்தது.

பாரதி மணிமண்டபத் திறப்பு விழாவிற்குப் போய் பாரதிக்குள் காலமெல்லாம் சிறைப்பட்டுக் கொண்டவர். சமூகப் போராளியாக, பாரதி விரும்பிய லட்சிய புரட்சியாளராக வாழ்ந்த அற்புதமனிதர் சோ.அழகர்சாமி. எங்கிருந்து புறப்பட்டு பாரதியில் சங்கமிக்கிறார் அழகர்சாமி. அவருடைய வார்த்தைகளிலேயே கேட்போம்.

“எனக்கு 20 வயசு. 1946ஆம் ஆண்டு அந்தச் சமயத்தில் அந்த ஊர்ல நாயக்கரு... தேவரு... மணியாரரு என்று நிறைய சண்டைகள் நடந்து கிட்டிருக்கும். ஒரு தடவ மூணு கொலை நடந்து போச்சு. எனக்கு கொஞ்சம் காங்கிரஸ் ஈடுபாடு. எல்லோரையும் கூட்டி வைச்சு ஒரு காங்கிரஸ் கமிட்டியை ஆரம்பிச்சேன். 46 ஜோடி மாடுகள் வரிசையா வர காந்தி, நேரு எல்லார் படத்தையும் வைச்சு ஊர்வலம் வந்தோம். தேங்காய் உடைச்சு, சூடம் கொளுத்தி, மாலையெல்லாம் போட்டாங்க.

ஒரு சங்கீத கச்சேரியும் வைச்சோம். அதிலிருந்து ஜனங்களுக் கெல்லாம் ஒரு கவர்ச்சி ஏற்பட்டுப் போச்சு. அப்புறம் 1948இல் ஜவஹர் வாலிபர் சங்கம் ஆரம்பிச்சோம். நல்ல பையன்களெல்லாம் வந்து சேர்ந்தாங்க. கொஞ்சம் புஸ்தகம் சேகரிச்சு ஒரு வாசிப்பு சாலை தொடங்கினோம்.

இந்தச் சூழ்நிலையில் 1947இல் எட்டயபுரத்தில் பாரதி விழா. என்ன வாங்கன்னு கூப்பிட்டாங்க... கேக்கறத்துக்காக நான் போயிருந்தேன். பாரதி பாடல்களை மேடையில சொல்வாங்கல்ல. அதை கேட்கக் கேட்க எனக்கும் பாரதி மேல ஆசை. உழவுக்கும் தொழிலுக்கும் வந்தனை செய்வோம் என்று சொல்லும்போது நான் சிறுபிள்ளையி லிருந்தே சாதாரண ஜனங்கள் மீது ஈடுபாடு கொண்டவன் என்கிறதாலே, எனக்கு அது ரொம்பப் பிடிக்கும். ஏன்னா பாரதி அடித்தட்டுமக்களுடைய

கஷ்டங்களைப் புரிந்து, அவங்களுக்கு எப்படியெல்லாம் வழி சொல்லியிருக்கான் என்கிற சிந்தனை வந்தவுடனேயே பாரதி கவிதைகளை வாங்கிப் படிக்க ஆரம்பிச்சிட்டேன். (பொன்னீலனிடம் பேசியவை)

பாரதியின் கவிதைகளால் ஈர்க்கப்பட்ட அழகர்சாமியால் தொடர்ந்து காங்கிரஸ் கட்சியில் இருக்க முடியவில்லை. தாயைத் தேடும் பிள்ளையானார்.

தியாகி பாலகிருஷ்ணனும், ஆர்.எச்.நாதனும் விருதுநகர் உலகநாதனும், பாலதண்டாயுதமும், மணலி கந்தசாமியும், பூதலபுரம் வேலுச்சாமித் தேவரும் வழிகாட்டும் தோழர்களாக மாறினர். படர்ந்தபுளி பள்ளியில் படித்த அழகர்சாமிக்கு பாரதி வழியில் பொதுவுடைமை மீது நாட்டம் பெருகியது.

ராமனூத்தில் மக்கள் மனதில் அன்பை விதைத்தார். ஊர் மக்கள் அந்த அன்பில் திளைத்தனர். ஊர் மக்கள் அனைவருக்கும் ஊர் வேலை பொறுப்புக்களை கமிட்டியாகப் போட்டு பகிர்ந்தளித்தார். ஊரில் அனைவரும் ஒற்றுமையாக வாழ வழிவகுத்தார். தலைமைப் பண்பு அழகர்சாமியின் பிறவிக் குணம் என்பது வெளிப்பட்டது.

இதன் பயனாக அழகர்சாமியே 1958லிருந்து பஞ்சாயத்துத் தலைவராக 'போட்டியின்றி' (unopposed) ஏகமனதாகத் தேர்வு செய்யப்பட்டார்.

1947 அக்டோபர் 11ஆம் நாள் திறப்பு விழா நடைபெற்றது.
பாரதியின் படம் தாங்கிய சிறப்பு ரயில்
சென்னையிலிருந்து கோவில்பட்டி வந்தது.
ஒரு லட்சம் மக்கள் திரண்டனர். இந்த நிகழ்வுகளில்
அழகர்சாமி தன்னையும் ஈடுபடுத்திக் கொண்டார்.

16. பாரதிக்கு மணி மண்டபம்

எட்டயபுரம் மகாகவி பாரதி பிறந்த மண். அழகர்சாமிக்கு தமிழ் மீது தீராத காதல் உண்டு. பழைய பாடல்களையும், வெண்பாக்களையும் மனப்பாடமாய் சொல்லுவதை பலமுறை கேட்டு அனுபவித்துள்ளோம். ஒரு திரைப்படத்தில் எட்டு எட்டாய் மனித வாழ்வை பிரிச்சுக்கோ என்ற வரியைக் கேட்டவுடன் அது எந்த தமிழ் இலக்கியத்திலிருந்து எடுக்கப்பட்டது என்பதையும், அந்த வெண்பாவை மடமடவென்று சொல்லியதும் காதுகளில் ரீங்காரமிட்டுக் கொண்டுள்ளது.

பல அறிஞர்கள் சோ.அழகர்சாமியின் மீது மிகுந்த பற்றும், மரியாதையும் கொண்டவர்கள். இளம் வயதில் ஜீவா எட்டயபுரம் பாரதி விழாக்களுக்கு வருவதும், பேசுவதும் தொடர்ந்து நடைபெற்றுக் கொண்டிருந்தன.

அழகர்சாமி காங்கிரஸ் கட்சியிலும், சோசலிஸ்ட் கட்சியிலும் இணைந்து சேவை புரிந்து கொண்டிருந்த காலத்திலேயே ஜீவாவின் பேச்சில் கிறங்கிப் போனவர்.

பாரதி அன்பரும், பாரதி மணி மண்டபம் உருவாகக் காரணமாக இருந்தவருமான, ஆசிரியர் கே.பி.எஸ்.நாராயணன் இவரது நண்பர். பாரதி மணி மண்டபம் உருவான வரலாற்றை அவர் கீழக்கண்டவாறு விவரிக்கிறார்.

“எட்டயபுரம் ஒரு ஜமீனின் தலைநகர். மகாகவி பாரதி பிறந்தது இந்தத் தேசத்திற்கே பெருமையைக் கொண்டு வந்துள்ளது என்பதை இந்த ஊர்க்காரர்களுக்கே தெரியாத காலம் அது. அந்தக் காலத்தில் பாரதி ஒரு தேசியக் கவியா? வேதாந்தக் கவியா? என்ற விவாதங்கள் ஏதுமில்லை. பாரதியை ஒரு புலவன் என்று மட்டுமே தெரிந்து வைத்திருந்தார்கள்.

பாரதியாரைப் பற்றிக் கேட்டால் அவரது தந்தை சின்னச்சாமி அய்யர் பிதப்புரத்தில் ஜின்னிங் பாக்டரி வைத்து மூழ்கிப் போன செய்தியை கதை கதையாய் சொல்லுவார்கள். தேசமோ அடிமைப்பட்டு அடிமை மோகத்தில் வீழ்ந்து கிடந்த காலம்" என விவரிக்கிறார்.

நாராயணன், பேராசிரியர் முத்துசிவன் வழிகாட்டுதலில் பாரதி பாடல்களை கற்றுத் தேர்ந்தார். கள்ளுக்கடை மறியல் போராட்டங் களிலும், காங்கிரஸ் மேடைகளிலும், தியாகி பாலகிருஷ்ணன் வழி காட்டல்களிலும் பாரதியை கண்டு உணர்கிறார் அழகர்சாமி. நெல்லையில் தொ.மு.சி.ரகுநாதன், தி.க.சிவசங்கரன், நா.வானமாமலை, அண்ணாச்சி சண்முகம் போன்றோர் முயற்சியில் நெல்லை வாலிபர் சங்கம் அமைக்கப்பட்டது. கே.பி.எஸ்.நாராயணன், ச.பா.பிச்சைக்குட்டி போன்ற இளைஞர்கள் அக்கூட்டங்களில் பங்கேற்றனர். பாரதி பாடல்களைக் கற்றுத்தேர்ந்தனர். கே.பி.எஸ். நாராயணன் எட்டய புரத்தில் பாரதி பெயரால் ஒரு சங்கத்தை நிறுவினார்.

பாரதி இலக்கிய மன்றம் என்ற பெயர் தாங்கிய அம்மன்றம் இளசை முரசு என்ற கையெழுத்து பத்திரிகையையும் வெளியிட்டது. பல அறிஞர்கள் பேச அழைக்கப்பட்டனர். பொது வாழ்வில் பிரவேசிக்கத் துடித்த அழகர்சாமி அப்போது மாணவன், எட்டாம் வகுப்பு (ESLC) படித்து பயிற்சி ஆசிரியராக ராமனூத்திலேயே பணியாற்றியவர். இளைஞன். இலக்கியங்களில் ஈர்க்கப்பட்டவர். அழகர்சாமியும் வருகை தந்ததை கே.பி.எஸ். நாராயணன் சொல்லியுள்ளார். ஆசிரியர் நாராயணனுக்கு இளைஞர்களை ஈர்க்கும் சக்தி உண்டு.

நெல்லை ஜில்லா தமிழிசை மாநாட்டை நடத்த பாரதி இலக்கிய மன்றத்தினர் விரும்பினார்கள். அதற்காக ரசிகமணி டி.கே.சி., கல்கியை சந்தித்தார்கள்.

இவர்களை மாநாட்டிற்கு அழைத்தபோதே, அன்றைய பிரபல நடிகர், பாடகர் எம்.கே.தியாகராஜ பாகவதரும் வருவார் என கல்கி கூறினார்.

1945இல் எட்டயபுரத்தில் தமிழிசை விழா நடைபெற்றது. கல்கியிடம் பாரதி பெயரில் ஒரு வாசக சாலையாவது அமைக்க பாரதி இலக்கிய மன்றத்தினர் வேண்டினார்கள். கல்கியும் ஏற்றுக் கொண்டார். இதனை 'கல்கி' பத்திரிகையிலும் எழுதினார். தமிழ் மக்கள் பாரதியின் மீதிருந்த பற்றால் அள்ளி வழங்கினர். நிதி ரூபாய் நாற்பதாயிரத்தையும் தாண்டியது. கல்கி இதழில் நிதியளித்தோர் பட்டியல் வெளியிடப்பட்டது.

வாசகசாலை பாரதி மணிமண்டபமாக உருவெடுத்தது. எட்டயபுரம் ஜமீன் இலவசமாக நிலம் வழங்கியது. 1945-ஆம் ஆண்டு அடிக்கல் நாட்டு விழா நடைபெற்றது. ராஜாஜி தலைமை வகித்தார். விழாவில் டி.கே.சி., நாமக்கல் கவிஞர், டாக்டர் சுப்பராயன், கல்கி கிருஷ்ணமூர்த்தி போன்ற இளைஞர்கள் தலைவர்களாய் பங்கேற்றனர். தமிழகம் முழுவதிலிருந்து 10 ஆயிரம் பேர் விழாவில் பங்கேற்க வருகை தந்தனர்.

மண்டபம் கட்டத் தொடங்கியவுடன் மீண்டும் நிதி வேண்டு கோளை கல்கி வெளியிட்டார். லட்சம் ரூபாயை மக்கள் குவித்தனர். பாரதி மீது தீராக் காதல் கொண்ட இளைஞர் நல்லகண்ணு கூட நிதி வசூலித்துத் தந்துள்ளார்.

1947 அக்டோபர் 11-ஆம் நாள் திறப்பு விழா நடைபெற்றது. பாரதியின் படம் தாங்கிய சிறப்பு ரயில் சென்னையிலிருந்து கோவில்பட்டி வந்தது. ஒரு லட்சம் மக்கள் திரண்டனர். இந்த நிகழ்வுகளில் அழகர்சாமி தன்னையும் ஈடுபடுத்திக் கொண்டார். பொதுச் செயலாளர்களில் ஒருவராக செயல்பட்ட கே.பி.எஸ்.நாராயணனை மண்டபத்தார் கண்டு கொள்ளவில்லை.

இந்த வடு அழகர்சாமி அடி மனதில் ஆழமாகப் பதிந்திருந்தது. எனவேதான் 1975-ஆம் ஆண்டு செப்டம்பர் 13-ஆம் நாள் நடைபெற்ற பாரதி முற்போக்கு வாலிபர் சங்கம் நடத்தி வரும் மகாகவி பாரதிவிழாவில் வயது முதிர்ந்த பாரதி மண்டப ஸ்தாபகர் கே.பி.எஸ்.நாராயணன் அவர்களுக்கு பொன்னாடை போர்த்தி, அவர் எடுத்த முயற்சிகளைப் பாராட்டி அழகர்சாமி பேசினார்.

அழகர்சாமியின் காலடித் தடம் பட்டதால்
கரிசல்காட்டு மண் செம்மண்ணாயிற்று

17. கரிசல் மண் செம்மண்ணாக

தோழர் அழகர்சாமியின் அரசியல் பணிகள் கரிசல் காட்டு விவசாயிகளோடும், நெல்லை மாவட்ட விவசாயிகளோடும் நெருங்கிய உறவு கொண்டது. இந்தியா சுதந்திரம் பெற்ற 15 ஆண்டுகளிலேயே மூன்று ஐந்தாண்டுத் திட்டங்கள் போடப்பட்டு செயலில் இருந்தன. தொழில்கள் முதலாளித்துவ முறையில் வளர்ந்தன. 70 சதவிகித மக்கள் விவசாயத்தை மட்டும் நம்பியே வாழ்ந்து வந்தார்கள்.

நாட்டு அரசியல் போக்கை அழகர்சாமி கூர்ந்து கவனித்து வந்தார். ஏகாதிபத்திய சக்திகள் நம் நாட்டுடன் இறுக்கமான பிணைப்பை உருவாக்க முயன்று கொண்டிருந்தனர். இதனால் நாடு பாதிக்கப்பட்டது. நாணய மதிப்பு குறைக்கப்பட்டது. ஐந்தாண்டுத் திட்டங்களுக்கு ஆபத்து ஏற்பட்டு, ஓராண்டுத் திட்டங்களாக மாறிடும் கவலையும் தொனித்தது. பெரும் முதலாளிகளும், ஏகாதிபத்தியமும் சேர்ந்து சதி செய்து நிர்ப்பந்தங்களை உருவாக்கி மக்கள் மீது திணித்தனர். பி.எல்.480 எனப்பட்ட அமெரிக்க பொதுச் சட்டம் 480-ன் கீழ் அமெரிக்காவிட மிருந்து கோதுமையைப் பெற்றனர். ‘அன்னக்காவடி’ ஒப்பந்தம் மூலம் இந்தியா அமெரிக்காவிடம் தஞ்சமடைந்தது.

நமது நாட்டின் விவசாயப் பொருளாதாரம் சீரழியும் நிலைக்குத் தள்ளப்பட்டது. நம்நாடு அந்நிய நாடுகளையே உணவுக்கு எதிர்பார்த்து ஏங்கி நிற்கும் அவல நிலைக்குத் தள்ளிவிட முயன்றார்கள்.

ஆசியாவிலேயே இந்தியா பஞ்சாலைத் தொழிலில் முன்னின்றது. இதை முறியடிக்கவும் ஏகாதிபத்திய நாடுகள் சதி செய்தன. அமெரிக்காவிலிருந்து நீண்ட இழைப் பருத்தி இறக்குமதியானது.

உலக வங்கியும், இந்திய விவசாயத்தை சீர்குலைக்கும் முயற்சிகளில் இறங்கியது. பருத்தி உற்பத்தியைக் குறைக்க வேண்டும் என்று ஆலோசனை வழங்கியது. இந்தச் சூழ்ச்சியினால் நாட்டின் பொருளாதாரம் பாதித்தது. சீன, பாகிஸ்தான் ஆக்கிரமிப்பும் இந்தக் காலகட்டத்தில்தான் நடைபெற்றது. பிரதமர் சாஸ்த்ரி “ஜெய் ஜவான் ஜெய்கிசான்” என்ற முழக்கத்தைத் தந்து எல்லையில் ராணுவத்தினர் போல், கிராமங்களில் விவசாயிகள் உற்பத்தியில் ஈடுபட வேண்டுமென்றார்.

1967 பொதுத் தேர்தலில் காங்கிரஸ் தோற்றது. காங்கிரஸ் தோற்ற பிறகு ஏற்பட்ட இடைக்காலத்தில் பெரு முதலாளிகளும், நிலப் பிரபுத்துவ பிற்போக்காளர்களும் மக்கள் மீது தாக்குதல் நடத்திடத் தொடங்கினர். சுதந்திரா, ஜனசங்க கட்சிகள் தங்கள் காரியங்களை சாதிக்க சூழ்ச்சி செய்தனர்.

ஜனநாயக இயக்கங்களை சீரழிக்க, மக்களிடையே பிளவுபடுத்தும் நடவடிக்கைகள் மேலோங்கின. தொழில் வளர்ச்சி பெருகவில்லை. விவசாயம் கடும் நெருக்கடியை சந்திக்கக் கூடிய நிலை இருந்தது.

தோழர் அழகர்சாமி வலுவான கம்யூனிஸ்ட் கட்சி கிளைகளையும், விவசாய சங்கங்களையும் கோவில்பட்டி வட்டாரத்தில் கட்டினார். ஊர், ஊராக அவரது பயணம் அமைந்தது.

கிராமப்புறங்களில் வர்க்க ஸ்தாபனங்களை உருவாக்குவதில் கட்சி முழுமுயற்சி எடுத்தது எனில், அதற்கு அழகர்சாமி அவர்களின் அயராத உழைப்பே அடித்தளமாய் அமைந்தது. அழகர்சாமி அரசியல் பிரச்சாரத்தோடு நின்றுவிடவில்லை. கிராம மக்களின் வாழ்க்கைத் தேவைகளைப் புரிந்துகொண்டு அதனை நிவர்த்திக்க வழிதேடினார். கிராம மக்களின் பொதுப் பிரச்சனைகளில் ஆர்வம் காட்டி சேவை உணர்ச்சியுடன் வேலை செய்தார். இதற்கு கூட்டுறவு பால்பண்ணைகளும், கடன் வழங்கும் கூட்டுறவு சங்கங்களும் உதவின.

விவசாயத்தில் நவீன முறைகள் புகுத்தப்பட்ட காலகட்டம். 1960-களின் மத்தியில் பசுமைப் புரட்சி வந்தது. நிலத்தின் விளைச்சலை மேலும், மேலும் பெருக்க வேண்டிய அவசியமும் தேவையும் எழுந்தது.

அழகர்சாமியின் காலடித் தடம் பட்டதால் கரிசல்காட்டு மண் செம்மண்ணாக ஆயிற்று. 1965ஆம் ஆண்டு உள்ளாட்சி தேர்தல் வந்தது. இந்திய கம்யூனிஸ்ட் கட்சி காட்டிய வழியில் தோழர் சோ. அழகர்சாமி தலைமையேற்று நடத்திய அரசியல், ஸ்தாபன நடவடிக்கைகள் கரிசல் கிராம பஞ்சாயத்துக்களில் வெற்றியைத் தேடித்தந்தது.

நாகலாபுரம், பூதலபுரம், கவுண்டன்பட்டி, ராமனூத்து, பெருமாள்பட்டி, இடைசெவல், ஒனாமக்குளம், குறுக்குச் சாலை, சில்லாநத்தம், வேடநத்தம், சூரங்குடி, ஈராட்சி ஆகிய கிராமங்களில் இந்திய கம்யூனிஸ்ட் கட்சித் தோழர்கள் பஞ்சாயத்துத் தலைவர்களாக தேர்வு செய்யப்பட்டனர். மேலும் கம்யூனிஸ்ட் ஆதரவு பஞ்சாயத்து யூனியன் சேர்மன்களாக ஓட்டப்பிடாரம், கோவில்பட்டி யூனியன் சேர்மன்கள் தேர்வு செய்யப்பட்டனர்.

இந்த வெற்றிகளுக்குப் பின்னால் பல போராட்டங்கள் இருக்கின்றன.

விவசாயிகள் இயக்கத்தின் தந்தை பி.சீனிவாசராவின் ஆழமான கருத்தை அழகர்சாமி ஏற்றுக்கொண்ட காரணத்தால் கிராமம் கிராமமாக விவசாயிகளை அணி திரட்டுவதில் ஊக்கம் பெற்றார்.

18. நிலம் விவசாயிகளுக்கே

நிலம் -

விவசாயத்திற்கு ஆதாரம்.

மனித வாழ்வுக்கு அடித்தளம்.

வானும், காற்றும் பொதுவில் இருக்கும்போது நிலமும், நீரும் ஏன் தனியுடைமையானது?

அழகர்சாமியின் மனதில் நெடுநாட்களாக எழுந்து வளர்ந்த கேள்வி. எனவே அவருடைய சிந்தனைகள் நிலச்சீர்திருத்தம் அவசியம். சுதந்திர இந்தியாவில் இவை செயல்படுத்தப்பட வேண்டும் என்பதை நோக்கியே அமைந்தது.

சுதந்திர இந்தியாவில், விவசாய உற்பத்தி முறை விஞ்ஞான ரீதியாக, முதலாளித்துவ முறையில் வளர்ந்து வந்ததால் அதையொட்டி பல்வேறு பிரச்சனைகள் தோன்றியிருந்தன.

உற்பத்தி முறையில் நவீன விவசாயம், மின்சாரம், நீர்ப்பாசனம், கடன் வழங்குமுறை, நில உறவு முறையில் மாற்றம், உற்பத்திப் பொருளுக்கு நியாயவிலை ஆகியவைகள் பிரதானமானவைகள். விவசாயம் மற்ற தொழில்களைப் போன்றதன்று. நல்லவித்து, உரம், உழைப்பு, நீர்வசதி ஆகிய நான்கும் ஒருங்கே அமைந்திருந்தாலும், இயற்கை அதற்கு ஒத்துவர வேண்டும். இவை ஐந்தும் இணைந்து உற்பத்தி பெருகினாலும், உற்பத்தி செய்த பொருளுக்கு கட்டுப்படியான விலை கிடைப்பது இல்லை. பெரும் வர்த்தக சூதாடிகளும், பெரும் முதலாளிகளும், விவசாயிகளின் உற்பத்திப் பொருட்களை குறைந்த விலைக்கு வாங்கி, விலையை உயர்த்தி விற்று கொள்ளையடிக்கும் நிலை நீடிக்கிறது. சர்க்காரின் கொள்கைகள் இதற்கு ஆதரவாக ஊக்கமளித்து வருகிறது.

விவசாயத்தை விஞ்ஞான முறையில் அபிவிருத்தி செய்து விவசாயிகளை அரசு ஊக்குவித்தாலும், விவசாய உற்பத்திக்குரிய அடிப்படைத் தேவைப் பொருட்களை காலா காலத்தில் நிர்ணய விலையில் கிடைக்க வழி செய்யாததினால், விவசாய உற்பத்தி மிகவும் குறைந்தது. எதிர்பார்த்த அளவு பசுமைப் புரட்சி பலனை கொடுக்காத சூழ்நிலை நிலவிய காலமாக அது இருந்தது. பசுமைப் புரட்சித் திட்டத்தில் நிலப்பிரபுக்களும், பணக்கார விவசாயிகளும் அதிக பலன் பெற்றார்கள்.

கலப்படம் சகல இடங்களிலும் இருந்தது. இதற்கு விவசாயம் விதிவிலக்கல்ல. உரம் ரசாயனமாக மாறியது. வித்துக்கள் வீரிய வித்துக்களாக விலை பெறத் தொடங்கியது. பூச்சி மருந்துகள் இயற்கையிலிருந்து மாறி தொழிற்சாலைகளில் தயாராகத் தொடங்கியது.

நிலம் மட்டும் தனியார்களின் கையில் குவிந்து கிடந்தது. அரசின் நிலக் கொள்கைகளைக் கண்டித்து வலுவான போராட்டங்கள் வெடித்துக் கிளம்பின. காங்கிரஸ், திமுக அரசுகளின் நிலச்சீர்திருத்த சட்டங்களில் பல ஓட்டைகள் இருந்தன.

நில உச்ச வரம்பு சட்டத்தைத் திருத்தி நிலமற்ற விவசாயத் தொழிலாளர்களுக்கு நில விநியோகம் செய்திட வேண்டுமென்று 1961-ஆம் ஆண்டு மாநிலம் தழுவிய மறியல் போராட்டம் நடைபெற்றது. இப்போராட்டத்தில் அழகர்சாமி பங்கேற்று ஒரு வாரம் சிறை சென்றார்.

தமிழகத்தில் காங்கிரஸ் தலைமையிலான அரசு கொண்டு வந்த நில உச்சவரம்பு சட்ட மசோதாவைத் திருத்தி நிலமற்ற விவசாயத் தொழிலாளர்களுக்கு நில விநியோகம் செய்ய வேண்டி போராட்டங்கள் விவசாயிகள் சங்கத்தின் சார்பில் நடைபெற்றது. இதன் தயாரிப்பிற்காக விவசாயிகளின் தலைவர் பி.சீனிவாசராவ் எழுதிய கட்டுரையில், 1958இல் கம்யூனிஸ்ட் கட்சியின் தலைமையில் இருந்த கேரள சர்க்கார் நிலவுறவு மசோதாவை வெளியிட்டது. நில உச்சவரம்பை 5 பேர்கள் உள்ள ஒரு குடும்பத்திற்கு இருபோக நிலம் 15 ஏக்கர் என இந்த மசோதா நிர்ணயித்தது.

இந்திய அளவிலும் இது ஒரு பெரிய பிரதிபலிப்பை ஏற்படுத்தியது. இதனால் தான் காங்கிரஸ் மகாசபை கூட நிலச் சீர்திருத்தத்திற்கான தன் பெயர் போன நாகபுரி தீர்மானத்தை நிறைவேற்ற வேண்டிய நிர்ப்பந்தம் ஏற்பட்டது. எல்லா மாநிலங்களும் 1959-இறுதிக்குள் நிலவுடைமை உச்சவரம்புச் சட்டங்களை நிறைவேற்ற வேண்டுமென்று இந்தத் தீர்மானம் பணித்தது.

சென்னை மாநில அரசும் 1960 ஏப்ரல் 6-ஆம் தேதியன்று நிலவுடைமைக்கு உச்சவரம்பு கட்டும் ஒரு மசோதாவைக் கொண்டு வந்தது. இந்த மசோதா பிரசுரிக்கப்படுவதற்குள்ளாகவே, நிலவுடைமைக்கு உச்சவரம்பு கட்டும் நோக்கத்தையே சிதறடிக்கும் முறையில் நிலச்சுவான்தார்கள் தமது நிலங்களை மற்றவர்கள் பெயருக்கு மாற்றுவதையெல்லாம் முடித்து விட்டார்கள். இந்த நிலமாற்றங்களை ரத்து செய்ய அரசு எத்தகைய நடவடிக்கையும் எடுத்துக் கொள்ளவில்லை. இந்த மாற்றங்களுக்கெல்லாம் அரசும் உடந்தையே என்பதை கம்யூனிஸ்ட் கட்சி மக்களிடம் அம்பலப்படுத்தியது.

சென்னை மாகாண உச்சவரம்பு நிர்ணய மசோதா 30 ஸ்டாண்டர்டு ஏக்கர் என்று உணர்வான உச்ச வரம்பை நிர்ணயித்தது மட்டுமின்றி, இதர ராஜ்யங்களின் மசோதாக்களில் உள்ள எல்லா பாதகமான அம்சங்களும் இம்மசோதாவிலும் இருந்தன.

விவசாயிகள் இயக்கத்தின் தந்தை பி.சீனிவாசராவின் ஆழமான கருத்தை அழகர்சாமி ஏற்றுக்கொண்ட காரணத்தால் கிராமம் கிராமமாக விவசாயிகளை அணிதிரட்டுவதில் ஊக்கம் பெற்றார். அழகர்சாமி அதற்காக கூட்டுறவு பால் பண்ணைகளையும் அமைத்தார்.

இந்தியாவில் பசுமைப்புரட்சி என்பது 1960களில் இந்திய உணவுத் தயாரிப்பில் ஏற்பட்டுள்ள முன்னேற்றத்தைக் குறிக்கிறது. விடுதலை பெற்ற இந்தியா உணவுத் தட்டுப்பாட்டிலிருந்து விடுபட்டு வீரிய ஒட்டு விதைகள், மேம்பட்ட உர வகைகள், மேம்பட்ட வேளாண்மை செயல்முறைகள் மற்றும் நீர்ப்பாசன வளர்ச்சித் திட்டங்களின் ஒருங்கிணைந்த பயன்பாட்டால் வேளாண்மை மேம்படுத்தப்பட்டு உணவு தன்னிறைவு பெறுவதே பசுமைப் புரட்சி எனப்படுகிறது.

வரிவசூலை கெடுபிடி செய்து வசூலிக்கக் கூடாது என வலியுறுத்தி ஆர்ப்பாட்டங்கள், இயக்கங்கள், பேரணிகள், பொதுக்கூட்டங்கள் அடுக்கடுக்காக நடைபெற்றன. அரசு செவி சாய்க்கவில்லை. எனவே தோழர் அழகர்சாமி அவர்களும் தோழர் என்.ராமசுப்பு அவர்களும் உண்ணாவிரதம் மேற்கொண்டனர்.

19. விளைச்சல் இல்லை... வரி இல்லை...

தோழர் அழகர்சாமி அவர்களின் போராட்டக் குணம் பல சந்தர்ப்பங்களில் பகிரங்கமாக வெளிப்படும். தீர்வுகாண விடாத முயற்சிகளை மேற்கொள்வது, கரிசக்காட்டு சம்சாரிகளிடையே பெரிய நம்பிக்கையை விதைத்தது.

விவசாயத்தை அபிவிருத்தி செய்ய பெரும்பகுதி கிணற்றுப் பாசனத்தையே நம்பியிருக்கும் நிலைமையே அன்று இருந்தது. இந்நிலை இப்போதும் மாறிவிடவில்லை. பசுமைப்புரட்சியை நோக்கி இந்தியா காலடித்தடம் பதித்தது, 1960-ஆம் ஆண்டுகளின் மத்தியில்தான். கிணற்று பம்பு செட்டுகளுக்கு மின்சார இணைப்பு கொடுக்கப்பட்டு வந்தது. நீர்ப்பாசனத்தில் மானாவாரிக் குளங்களும், நீர்ப் பாசன கால்வரத்தும், பூமிக்கடியிலிருந்து கிணற்று நீரும் பயன்படுத்தப்பட்டு வந்தன.

என்ன வளம் இல்லை இந்தத் திருநாட்டில்... ஏன் கையை ஏந்த வேண்டும் வெளிநாட்டில்... என கேள்விகளும் எழுந்தன. ஆனாலும் விவசாயிகளுடைய வாழ்வு முன்னேறவில்லை. நல்ல வித்து, உரம், உழைப்பு, நீர்வசதி ஆகிய நான்கும் இருந்தாலும், இயற்கையும் ஒத்துழைக்க வேண்டும். பூச்சி நோய்க் கிருமிகள் தாக்காமல் பயிர்களைப் பாதுகாக்க வேண்டும். இவையெல்லாம் இருந்து உற்பத்தியைப் பெருக்கினாலும் உற்பத்தி செய்த பொருளுக்கு உழைப்புக்கேற்ற நியாயவிலை கிடைப்பதில்லை. இதனால் விவசாயிகளின் துயரம் பெருகிக் கொண்டே சென்றது.

பருவமழை தவறினால் வர்த்தகப் பயிர்களான பருத்தி, மிளகாய் வத்தல் போன்றவை சரியாக விளையாது. இடைத் தரகர்கள் விலையைக் குறைத்து கொள்முதல் செய்வார்கள்.

பருவ நிலைக் கோளாறுகளோடு, முதலாளித்துவ மார்க்கெட் முறைகேடுகளும் விளைபொருளுக்கு நியாய விலை கிடைக்காத கொடுமைகளை உருவாக்கும்.

விவசாயத்தில் புதுமுறை உற்பத்தி பரவி வந்தது. இதனை விவசாயிகள், உணர்வுபூர்வமாக ஏற்றபோதிலும் அரசும், அதிகாரிகளும் ஒத்துழைக்காத எதிர்மறைப் போக்கையே கையாண்டனர். புதிய, வீரிய வித்துக்கள் தயாரிப்பை பெரிய தனியார் கம்பெனிகளுக்கு தாரை வார்த்ததால் அதன் விலையும் அதிகமாகி விவசாயிகளினால் வாங்க முடியாத அவலமும் நீடித்தது.

கிணறு வெட்டுவதற்கு அரசு கொடுக்கும் கடனில் குறைகள் பெருகியது. வெளியில் கடன் வாங்க வேண்டிய நிலைமைக்கு விவசாயிகள் தள்ளப்பட்டார்கள்.

மின்சாரத்தைப் பயன்படுத்துவதிலும், இணைப்பைப் பெறுவதிலும் துயரமே நீடித்தது. மீட்டர் வாடகை உயர்ந்தது. யூனிட்டுக்கு 9 பைசாவிலிருந்து 12 பைசாவாகக் கூடியது. கலப்பு உரங்களில் கலப்படம், கள்ள மார்க்கெட், ரசாயன உரத்தின் விலை உயர்வு, விவசாயத்தில் டிராக்டர், புல்டோசர் போன்ற நவீன இயந்திரங்கள் நுழைவு, பினாமிகள் பெயரில் நிலப் பிரபுத்துவ ஆதிக்கம் போன்றவைகள் மேலோங்கியே இருந்தது.

சுதந்திர இந்தியாவில் சர்க்காரின் கொள்கைகளும், அதிகாரிகளின் கொடுமைகளும் ஆட்டம் போட்டன. பசுமைப் புரட்சிக்கு முன் நில உறவு முறையில் மாற்றம் ஏற்படவில்லை. தொடர் போராட்டங்களை நில உச்சவரம்பு சட்டம் கொண்டுவர நடத்தியும் பலன் எதுவும் நிகழவில்லை. காங்கிரஸ் ஆட்சியில் கொண்டு வரப்பட்ட நில உச்ச வரம்பு சட்டம் 'கழுதை தேய்ந்து கட்டெறும்பான' கதையாகவே ஆனது. உழுபவனுக்கு நிலம் கிடைப்பது குதிரைக் கொம்பாக ஆனது.

மாநிலத்தில் எதிர்பார்க்கப்பட்ட மிச்ச நிலம் 83 ஆயிரம் ஏக்கர் இறுதியாக அறிவிக்கப்பட்டது 63 ஆயிரம் ஏக்கர். குறிப்பிட்டு வெளியிடப்பட்டது 24,480 ஏக்கர். அதிகாரிகள் வசம் வந்ததாக சொல்லப்பட்டது 17,509 ஏக்கர். இதில் நெல்லை மாவட்டத்தில் அறிவிக்கப்பட்டது 5428 ஏக்கர். எடுக்கப்பட்டது 3405 ஏக்கர். இந்த நிலங்களும் விநியோகிக்கப்படவில்லை. இது 1965ஆம் வருடங்களின் நிலைமை.

உச்ச வரம்புச் சட்டத்திலிருந்து தப்பித்துக் கொள்வதற்காக பினாமி பட்டாக்களில் ஆயிரக்கணக்கான ஏக்கர் நிலங்கள் ஒளிந்து

கொண்டிருந்தன. இனாம் சட்டங்களும் முறையாக அமல்படுத்தப் படவில்லை.

விவசாயத்தில் ஏற்பட்ட இன்னல்களைக் களைய சர்க்கார் எந்த நடவடிக்கையும் முறையாக எடுக்காத நிலையில் விவசாயிகளுக்கான வரிகளை வசூலிப்பதில் கடும் நடவடிக்கைகளை எடுத்தது.

1966 பிப்ரவரியில் விவசாயிகள் திரண்டெழுந்தனர். வரிவசூலை கெடுபிடி செய்து வசூலிக்கக் கூடாது என வலியுறுத்தி ஆர்ப்பாட்டங்கள், இயக்கங்கள், பேரணிகள், பொதுக் கூட்டங்கள் அடுக்கடுக்காக நடைபெற்றன. எதற்கும் அரசு செவி சாய்க்கவில்லை. எனவே தோழர் எஸ்.அழகர்சாமி அவர்களும், தோழர் என்.ராமசுப்பு அவர்களும் உண்ணாவிரதம் மேற்கொண்டனர்.

கோவில்பட்டி தாலுகா, மதுரை - திருநெல்வேலி நெடுஞ்சாலை ஓரமிருக்கும் வில்லிசேரி ராமசுப்பு அவர்களின் சொந்த ஊர். அதன் அருகிலிருக்கும் இடைசெவல் பலரால் அறியப்பட்ட ஊர். எழுத்தாளர்கள் கி.ராஜநாராயணனும், கு.அழகிரிசாமியும், காருக்குறிச்சி அருணாசலமும் இடைசெவலுக்கு பெருமை சேர்த்தார்கள். அதற்கு அருகிலுள்ள கிராமத்தின் பெயர்தான் வில்லிசேரி. சற்று பெரிய கிராமம். தெலுங்கு பேசும் சம்சாரிகள் நிறைந்த ஊர். அனைவரும் சிறந்த உழைப்பாளர்கள். ஆண், பெண் இருபாலரும் கடின உழைப்பாளர்கள். கரிசல் நிலத்தில் அவர்கள் காலை முதல் மாலை வரை பாடுபட்டும் உரிய பலன் மட்டும் கிடைக்கவில்லை.

ஜப்திக்கு எதிரான, கெடுபிடி வசூலுக்கு எதிரான போராட்டங்களில் வில்லிசேரி முதன்மையில் நின்றது. அனுபவ அறிவும், யதார்த்தங் களையும் புரிந்து கொண்ட விவசாயிகள், தமிழ்நாடு விவசாய சங்கத்திலும், இந்திய கம்யூனிஸ்ட் கட்சியிலும் தங்களை இணைத்துக் கொண்டனர். இவர்களை இணைத்த பெருமை என்.ஆர். என்று அழைக்கப்படும் என். ராமசுப்புவைச் சாரும். சற்று பெரிய சம்சாரி. அவருடைய வீடு காரைக்கட்டிடம். செங்கல்களால் வைத்து கட்டப்பட்ட கரிசக்காட்டு சம்சாரியின் வீடு. முன்பக்கம் தொழுவம். நாலைந்து ஜோடி மாடுகள் கூளத்தை அசை போட்டபடி, நின்று கொண்டோ படுத்துக் கொண்டோ இருக்கும். பெரியதிண்ணை. ராமசுப்பு மட்டுமல்ல அவரது மனைவி, பிள்ளைகள், தாயார் என குடும்பமே உழைப்பாளிகள் நிறைந்ததுதான். ஆனாலும் அவரது வீடு சிமெண்ட் வைத்துப் பூசப்படவே இல்லை.

யார் உதவி என்று கேட்டாலும், தயங்காமல் இருப்பதைக் கொடுப்பவர் ராமசுப்பு. ஒரு கட்டத்தில் விவசாய வேலைகளை விட விவசாயிகளுக்கு வேலை செய்வதில் மிகுந்த ஆர்வமும், ஊக்கமும் கொண்டார். இந்த உணர்வுகளை ஊட்டியது தோழர் அழகர்சாமி தான் என்பதும், அதனை வெளிப்படையாகச் சொல்வதிலும் பெருமிதமும் கொள்வார்.

நிலத்தீர்வையில் ரூபாய்க்கு 25 பைசா சர்சார்ஜ் விதிக்கப்பட்டது. விலைவாசி ஏறிக்கொண்டே சென்றது. வறட்சி கோரத்தாண்டவம் ஆடியது. அறிவிக்கப்பட்ட திட்டங்கள் கூட கைவிடப்பட்டன. இந்நிலையில் கூடுதலாக 25% என்பது பெரும் சுமையாக ஏறியது.

பொறுமையை இழந்தார்கள் விவசாயிகளும், கம்யூனிஸ்டுகளும். 1966 பிப்ரவரி மாதம் வரி உயர்வைக் கண்டித்து உண்ணாவிரதம் இருக்க முடிவு செய்யப்பட்டது. கோவில்பட்டி பழைய பேருந்து நிலையம் எதிரில் தோழர்கள் எஸ்.அழகர்சாமி, என்.ராமசுப்பு ஆகியோர் உண்ணாவிரதத்தைத் தொடங்கினர். இதே காலகட்டத்தில் அம்பையில் ஆர்.நல்லகண்ணு, வி.பி.நாயகம் ஆகியோர் உண்ணாவிரதம் இருந்தனர். கடனா, ராம நதிகளில் அணை கட்டப்பட வேண்டுமென்பது அவர்களது கோரிக்கைகள்.

கிராமங்களிலிருந்து விவசாயிகள் மாட்டு வண்டிகளை கட்டிக் கொண்டு சாரிசாரியாக கோவில்பட்டி வந்து வாழ்த்தினார்கள். தன்னெழுச்சியாக மக்கள் திரண்டது கண்டு திகைத்து நின்றது அரசாங்கம். கோவில்பட்டி வட்டாரம் முழுவதிலிருந்து ஆதரவு உண்ணாவிரதங்களும் வெடித்தன. சுற்று வட்டாரத்திலிருந்த 50க்கும் மேற்பட்ட பஞ்சாயத்து தலைவர்களும் ஒருநாள் ஆதரவு உண்ணா விரதமிருந்தனர். கோவில்பட்டி செம்மயமாகியது. பிரம்மாண்டமான மாட்டுவண்டிப் பேரணியும் நடைபெற்றது. விவசாயிகளின் கோரிக்கைகள் சட்டமன்றத்திலும் எதிரொலித்தது.

8 நாட்கள் தொடர் உண்ணாவிரதமிருந்த சோ. அழகர்சாமி, என். ராமசுப்பு ஆகியோரைப் பார்க்க வருவாய்த் துறை அமைச்சரும், ரெவின்யூ போர்டு உறுப்பினரும் நேரில் வருகை தந்தனர். உயர்த்தப்பட்ட ரூபாய்க்கு 25 பைசா என்ற சர்சார்ஜ் 10 பைசாவாகக் குறைக்கப்பட்டது. பின்னர் மாநிலம் பூராவும் சர்சார்ஜ் கைவிடப்பட்டது. அரசு 1374ஆம் ஆண்டு பசலிக்கு நிலவரியை கைவிட ஒத்துக் கொண்டனர். உண்ணாவிரதத்தை கம்யூனிஸ்ட் கட்சித் தலைவர் மணலி கந்தசாமி முடித்துவைத்தார்.

“அரசு மிரட்டியது. போலீசும் அடக்க முயன்றது. திரண்டு எழுந்த விவசாயிகளுக்கு தலைமை ஏற்று அழகர்சாமி தைரியமூட்டினார்”

20. ஜப்தி செய்த மாடுகள் மீட்பு

1965-ஆம் ஆண்டு வானம்பார்த்த கரிசல் பூமி முழுவதும் கொடும் வறட்சி. வானம் பொய்த்துவிட்டது. தாது வருஷப் பஞ்சம், தக்காணப் பஞ்சங்களைப் பார்த்து பழகிய மண். “வயிற்றுக்கு சோறுண்டு கண்டீர், இங்கு வாழும் மனிதருக்கெல்லாம்” என பாரதி பிறந்த கரிசல் மண் உணவின்றியழுதது. பிழைப்பதற்கு வழியின்றி வேதனையில் மக்கள் பதறினர். துடித்தனர்.

கோவில்பட்டி தாலுகா முழுவதும் 1374ஆம் பசலிக்கு வரி வஜா செய்ய வேண்டும் என்று கோவில்பட்டியில் 18.4.1966ஆம் நாள் மிகப்பெரிய மாநாடு தோழர் அழகர்சாமியின் தலைமையில், அவர் முன் முயற்சி எடுத்து நடத்தினார். சட்டசபையில் தோழர் எம்.கல்யாணசுந்தரம் இப்பிரச்சனையைக் கவனிக்க நடவடிக்கை எடுத்தார், பேசினார், அரசின் கவனத்திற்குக் கொண்டு சென்றார்.

பஞ்சாயத்து வீட்டுத் தீர்வைக்காகவும், பம்பு செட்டு லோன், கிணறு லோன் பாக்கிகளுக்காகவும், 20 வருடத்திற்கு முந்திய காலத்தில் எட்டயபுரம் ஜமீன்தாருக்கு கொடுக்க வேண்டியதாக உள்ள பாக்கிகளுக்காகவும் ஏக காலத்தில் அதிகாரிகள் வசூலில் இறங்கினார்கள். விவசாயிகளின் வீடுகளில் ஜப்தி நடைபெற்றது. எட்டயபுரம் ஜமீனுக்குட்பட்ட இளம்புவனம், கடலையூர், செவந்திபட்டி, சின்னமலைக்குன்று, சாத்தூரப்ப நாயக்கன்பட்டி, இடைசெவல், வில்லிசேரி ஆகிய கிராமங்களில் கெடுபிடி வசூல் அதிகமாயிருந்தது.

கு.பக்தவச்சலம் தலைமையிலான அன்றைய அரசு வரிவஜா செய்ய முடியாது என்று பதில் கூறிவிட்டது. எனவே தொடர்ந்து வரிகொடா இயக்கம் நடைபெற்றது. வட்டாரம் முழுவதும் கிளர்ச்சி நடத்தப்பட்டது.

கிராமம் கிராமமாக மெகபோன் பிரச்சாரமும் நடைபெற்றது. வரிகொடாதவர்கள் மீது பல கிராமங்களில் ஜப்தி நடந்தது. வெங்கலப்

பாத்திரங்களும், வீடுகளின் கதவுகளும் கூட வரி பாக்கிக்காக ஜப்தி செய்யப்பட்டன.

ஆளும் அரசோ மக்களின் கண்ணீரை அலட்சியப் படுத்தியது. விவசாயிகளின் துயரம் சகலதரப்பிற்கும் இருந்தது. சிறு, நடுத்தர, பெரு விவசாயிகள், விவசாயத் தொழிலாளர்கள் என பாகுபாடே இல்லை. கரிசல் காட்டின் மக்கள் தலைவர் அழகர்சாமியின் தலைமையில் திரண்டனர். இந்திய கம்யூனிஸ்ட் கட்சியும், தமிழ்நாடு விவசாய சங்கமும் இணைந்து கிராமம், நகரம், பேரூராட்சிகள் என பாகுபாடின்றி சென்று மக்களை அணி திரட்டினர்.

கோவில்பட்டி, சங்கரன்கோவில், விளாத்திகுளம், எட்டயபுரம், குறுக்குச்-சாலை, இடைசெவல், வில்லிசேரி, கயத்தாறு, கழுகுமலை, வானரமுட்டி என பல ஊர்களுக்குச் சுற்றி வந்தார் அழகர்சாமி. கரிசல்காடுகளில் அவர் காலடி படாத நிலமே இல்லை. கரிசலின் கிராமங்கள் அழகர்சாமிக்கு அத்துபடியாகியது.

இவருக்கு உறுதுணையாக இருந்தவர் நாச்சியார்பட்டி வி.வி.ரெங்கசாமி, ஒல்லியான, உயரமான இவர் சற்று பெரிய சம்சாரி. தாலுகா விவசாய சங்கச் செயலாளர். வானரமுட்டியின் அருகிலுள்ள மிகச்சிறிய கிராமமான நாச்சியார்பட்டியைச் சேர்ந்தவர். விவசாயிகள் சங்கத்தின் தலைவரான வி.வி.ஆர் கட்சியின் கட்டளையை ஏற்று, விவசாயிகளின் துயர் களைய அழகர்சாமியுடன் இணைந்து ஊர் ஊராய் பயணப்பட்டார்.

தமிழகத்தின் முதல்வராக கு.பக்தவச்சலம் அவர்கள் இருந்தார். விவசாயிகளின் பஞ்ச வாழ்க்கையை அரசும், அதிகாரிகளும் கிஞ்சித்தும் புரிந்து கொள்ளவில்லை. இருந்தாலும் அதிகாரிகளை சந்தித்து முறையிட்டார் அழகர்சாமி. பதில் எதுவும் கிடைக்கவில்லை. தொடர்ந்து வரிவசூலை கொடுமையான வழியில் கெடுபிடி செய்து பண்ட, பாத்திரங்களை மட்டுமல்ல, விவசாயிகள் வீட்டுக் கதவுகளையும் கூட ஜப்தி செய்தனர்.

விவசாயி வி.வி.ரெங்கசாமியின் வீட்டிலும் வரி கொடுக்காத காரணத்தால் ஜப்தி நடவடிக்கையில் இறங்கினர். ‘ஊர், ஊராய்ப் போய் வரிகட்டாதே என்று வி.வி.ஆரும், அழகர்சாமியும், கம்யூனிஸ்ட் கட்சிக்காரர்களும் தானே பிரச்சாரம் செய்கிறீர்கள். ஆனால் உங்களோட மாடு கொழு கொழுன்னுதான இருக்கு. அதனால அந்த ரெண்டு காளை மாட்டையுமே ஜப்தி பண்ணியிருக்கோம். வானரமுட்டி பவுண்ட் (கால்நடைகளை அடைக்கும் சிறை)ல வந்து வரியைக் கட்டி

எடுத்துச் செல்லுங்கள்' என அதிகாரிகள் எகத்தாளமாகப் பேசி மாடுகளை பத்திச் சென்றனர்.

செய்தி கேள்விப்பட்டு மக்கள் கொதித்தனர். வி.வி.ஆர். ஊர் திரும்பியதும், ஜப்தி பற்றி அழகர்சாமியிடம் தெரிவித்தார். வரிகொடா இயக்கமும் தொடர்ந்தது. வறட்சியும், வறுமையும் மக்களை ஆட்டிப்படைத்தது முக்கிய காரணம். இருந்தால்தானே கொடுக்க. விவசாயிகளின் குரல் அரசின் காதுகளில் நுழையவில்லை.

ஜப்தி செய்த பொருட்களை 15 நாளைக்கு ஒருமுறை ஏலம் விடுவார்கள். அதிகாரிகளால் உயிர் உள்ள மாடுகளும் பொருளாகவே பாவிக்கப்பட்டது. அழகர்சாமி தலைமையில் விவசாயிகளும், மக்களும் அணி திரண்டு யாரும் ஏலம் கேட்க வேண்டாம் என ஊர் ஊராய்ச் சென்று பிரச்சாரமும் செய்தார்கள். கிராமம் தோறும் ஊர்க் கூட்டம் போட்டு ஏலம் கேட்க வேண்டாம் எனவும் முடிவு செய்தார்கள்.

அரசு மிரட்டியது. அதிகாரிகளும், போலீசும் அடக்க நினைத்தது. திரண்டெழுந்த விவசாயிகளுக்கு தலைமை ஏற்று அழகர்சாமி தைரிய மூட்டினார்.

இந்தியக் கம்யூனிஸ்ட் கட்சியின் நெல்லை மாவட்டத் தோழர்கள் திரண்டு வந்தனர். அரசு அதிகாரிகள் கழுகுமலை, கோவில்பட்டி, எட்டயபுரம், குறுக்குச்சாலை என பல இடங்களுக்கு மாடுகளையும் அழைத்துச் சென்று ஏலமிட முயன்றார்கள். அங்கெல்லாம் மக்கள் திரண்டனர். அதிகாரிகளால் ஏலமிட முடியவில்லை. ஒவ்வொரு முறையும் ஏலம் ரத்து செய்யப்பட்டது. அதிகாரிகள் மக்கள் முன் தலை குனிந்து நின்றனர். 100 நாட்களுக்கும் மேலாக ஏலமிட முயன்றும் தோற்கடிக்கப் பட்டனர்.

இதனிடையே அழகர்சாமியும், அன்றைய விவசாய சங்க மாவட்டச் செயலாளர் ஆர்.நல்லகண்ணுவும், தோழர் எம்.கல்யாணசுந்தரம் தலைமையில் முதல்வரையும், வருவாய்த்துறை அமைச்சரையும் பல முயற்சிகளுக்குப் பிறகு நேரில் சந்தித்தனர். தமிழகத்தின் முதல்வர் கு.பக்தவச்சலம், வருவாய்த்துறை அமைச்சர் ராமையா, புதுக்கோட்டை, தூத்துக்குடி, கொடைக்கானல், என பல இடங்களுக்கு சுற்றுப்பயணம் சென்றனர். இவர்களைப் பின்தொடர்ந்து அழகர்சாமியும் மற்ற தலைவர்களும் சந்திக்க பயணப்பட்டனர்.

சந்தித்தபோது விவசாயிகளின் பிரச்சனைகளையும் மழை யின்மையால் வறுமையில் வாடும் அவலத்தையும், அரசின் கொடிய

கெடுபிடி வசூலையும், ஜப்தி, ஏல நடவடிக்கைகளையும் விரிவாக எடுத்துக் கூறினர். இறுதியில் அரசு பணிந்தது.

நூறு நாட்கள் கழித்து வி.வி.ரெங்கசாமியின் காளை மாடுகளை விடுவித்தனர். ஆனால், அழகர்சாமி எங்கு ஜப்தி செய்தீர்களோ அங்கேயே அந்த இரண்டு காளை மாடுகளையும் கொண்டு போய் கட்ட வேண்டும் என்றார். அதற்குப் பணிந்து அரசு அதிகாரிகளே தோழர் வி.வி.ரெங்கசாமி வீட்டிற்கே, கொண்டுவந்து ஜப்தி செய்த தொழுவத்திலேயே மாடுகளைக் கட்டினர்.

மக்கள் போராட்டம் வென்றது. மக்கள் தலைவராய் அழகர்சாமி திகழ்ந்தார். போராட்டத்திற்கு மூலகாரணமான வி.வி.ரெங்கசாமி பின்னர் நில அடமான வங்கியின் தலைவராகத் தேர்வு செய்யப்பட்டார்.

அழகர்சாமியிடம் பின்னொருநாளில் இப்போராட்ட அனுபவங் களைப் பற்றி பேசிக்கொண்டிருந்தோம். இப்போராட்டம் "பர்தோலி போராட்டம்" போன்றது என்றார். இதனைச் சொல்லும் போது முகம் சிவந்து உணர்ச்சிவசப்பட்ட நிலையில் இருந்தார். மேலும், அவர் விவரிக்கையில், "பர்தோலி, குஜராத் மாநிலம் சூரத் நகருக்கு அருகில் இருக்கும் சிறிய நகரம். 1920 ஆம் ஆண்டுகளின் முற்பகுதியில் கொடிய பஞ்சம் நிலவியது. பிரிட்டிஷ் காலனிய அரசாங்கம், விவசாயிகள் வரிவிலக்கு கேட்டபோது, மும்பை மாகாண அரசின் மூலம் வரியை மேலும் 30 சதம் உயர்த்திக் கெடுபிடி செய்தது. விவசாயிகள், வல்லபாய் படேல் தலைமையில் அணிதிரண்டு போராடினார்கள். அரசு வரி தர மறுத்துவர்களின் நிலங்களைப் பற்றுகை செய்து ஏலத்தில் விட்டது. வரி கொடுக்க இணங்கியவர்களையும், ஏலத்தில் சொத்துக்களை வாங்கியவர்களையும் மக்கள் சமூகப் புறக்கணிப்பு செய்தனர். அரசுக்கு எதிர்ப்பு வலுவானது. கடைசியில் பிரிட்டிஷ் அரசாங்கம் இறங்கி வந்து வரிவிலக்கு செய்தது. வரிவிகித உயர்வு இரண்டாண்டுகளுக்கு ஒத்தி வைக்கப்பட்டது" என்று விளக்கமாகக் கூறினார். அப்போது "நம் மக்களில் ஒருவர் கூட மாடுகளை ஏலம் எடுக்கக் கூட முன்வரவில்லை என்பது நமக்கு கிடைத்த பெரிய வெற்றி" என்றார்.

தோழர் இரா. நல்லகண்ணு எழுதிய 'இந்தியாவின் நண்பன் ரஷ்யாவே' என்ற சிறு வெளியீடு 1965-ஆம் ஆண்டு வெளியிடப்பட்டது. தோழர் அழகர்சாமி இந்நூலுடன் வீதியில் வலம் வந்தார்.

21. தொடர் போராட்டங்கள்

1964இல் கட்சி பிளவுண்ட பிறகு தோழர் எஸ்.அழகர்சாமி, கொள்கை உணர்வோடு இந்திய கம்யூனிஸ்ட் கட்சியிலேயே முனைப்புடன் பணியாற்றினார்.

கிராமம் கிராமமாகச் சென்று மக்களை சந்திப்பதில் பேருவகை கொண்டார். இளைஞர் அழகர்சாமிக்கு கரிசல் வட்டாரம் முழுவதும் தோழர்கள் பெருகினார்கள்.

தோழர் ப.மாணிக்கம் நெல்லை மாவட்டச் செயலாளராக பணியாற்றி அழகர்சாமிக்கு சிறந்த வழிகாட்டியாகவும், தலைவராகவும் தோழராகவும் திகழ்ந்தார். பின்னர் மாநிலத் தலைமைக்கு சென்றிட்ட போதிலும் அழகர்சாமிக்கு அரிய ஆலோசனைகளையும், இயக்கங்கள் நடைபெற வேண்டிய பாதையையும் வகுத்துக் கொடுத்தார். நெல்லை மாவட்ட விவசாய சங்கத்தின் செயலாளராக தோழர் ஆர்.நல்லகண்ணு செயலாற்றிய காலம்.

பி.எம் என்று தோழர்களால் அன்புடன் அழைக்கப்படும் ப.மாணிக்கம் அரசியலில் கூர்நோக்கு உற்றவர். மார்க்சியத்தில் ஆழமான தெளிவு படைத்தவர் சமூக, பொருளாதார பிரச்சனைகளை அலசி ஆராய்ந்து அறிவு பூர்வமாக கருத்துக்களை முன் வைப்பார். சமகாலப் பிரச்சனைகளில் தொலைநோக்குப் பார்வையோடு அணுகுவார். பிரச்சனைகளின் போக்குகளை ஒரு தீர்க்கதரிசியின் ஞானத்தோடு சொல்லுவார். அமைப்பு நிலையில் உறுதியான நிலையெடுப்பார். ஊழியர்களை களைப்பாற்றுவார். தவறென்றாலும் கண்டிப்பார். சமூகப் போராளிகளுக்கும், வர்க்கப் போராளிகளுக்கும் வழிகாட்டியாக செயலாற்றியவர்.

1965 ஏப்ரலில் விலைவாசி உயர்வைத் தடுக்கக் கோரியும், நியாய விலைக் கடைகள் திறக்க வேண்டுமெனவும், வரிவஜா செய்ய

வேண்டுமெனவும் வலியுறுத்திய ஆர்ப்பாட்டம் கோவில்பட்டியில் நடத்தப்பட்டது. நூற்றுக்கணக்கான விவசாயிகள் கொளுத்தும் வெயிலையும் பொருட்படுத்தாமல் தாலுகா ஆபீஸ் முன் நடந்த ஆர்ப்பாட்டத்தில் பங்கேற்றனர். தோழர் அழகர்சாமி அவர்களின் சிறந்த குணங்களில் ஒன்று விடாப்பிடியாகப் போராடுவது. விலைவாசி உயர்வுக்கெதிராக போராடிய போதே அரசின் ஆணவப்போக்கு நிலத்தீர்வையில் வெளிப்பட்டது. நிலத்தீர்வையில் 25 பைசா சர்சார்ஜ் விதிக்கப்பட்டது. இதைக் குறைக்க வேண்டுமென பல ஊர்களில் அழகர்சாமி கூட்டங்கள் போட்டு பேசினார். வறட்சி நிலை பற்றியும், வரிவஜா நிவாரணம் பற்றியும் ஏராளமான துண்டுப் பிரசுரங்கள் வெளியிடப்பட்டன. போஸ்டர்கள் அச்சடித்து ஒட்டப்பட்டன.

தமிழ்நாடு விவசாயிகள் சங்க மாநிலத் தலைமையிலிருந்து கோரிக்கை மகஜரில் விவசாயிகளிடம் கையெழுத்து வாங்க கேட்டுக்கொள்ளப்பட்டது. வாங்கப்பட்ட கையொப்பங்களில் பாதிக்கும் மேற்பட்ட எண்ணிக்கை கோவில்பட்டி தாலுகாவில் பெறப்பட்டவைகளே.

விவசாய சங்கம் சார்பில் தாலுகா அலுவலகத்தில் தாசில்தாரை தலைவர்கள் சந்தித்தார்கள். கூட்டங்கள், இயக்கங்கள், போராட்டங்கள் எங்கும் செங்கொடி அமைப்பு கரிசல் காட்டில் விரிந்து கொண்டே சென்றது.

தமிழ்நாடு விவசாய சங்கத்தின் மாநில மாநாட்டை 1965இல் நெல்லை மாவட்டம் கீழ் ஆம்பூரில் நடத்திட தோழர் ஆர்.நல்லகண்ணு அவர்களுடன் அழகர்சாமி அவர்களும் பாடுபட்டார். மாநாட்டில் கேரளாவின் கம்யூனிஸ்ட் தலைவர் அச்சுதமேனன் அவர்கள் பங்கேற்றார்.

'தமிழ் வாழ்க! இந்தி ஒழிக!' என மொழிப் போராட்டம் இந்தித் திணிப்பைக் கண்டித்து தீவிரமாக 1965இல் வெடித்துக் கிளம்பியது. மாணவர்கள் வீதிகளில் இறங்கிப் போராடினார்கள். இந்திய கம்யூனிஸ்ட் கட்சியின் போராட்டங்கள் மக்களின் நல்வாழ்வுக்காக இருந்தது. அழகர்சாமி மற்றும் தோழர்கள் களத்தில் இறங்கிப் போராடினார்கள். இந்திய கம்யூனிஸ்ட் கட்சியின் மொழிக் கொள்கை என்ன? என்ற கேள்வி பலரிடமும் எழுந்தது. தாய் மொழியே நம் மொழி என்பதை விளக்கினோம். தமிழால் முடியும் என்ற கொள்கையை விளக்க கோவில்பட்டியில் மாநாடு நடத்த அழகர்சாமி தலைமையில் ஏற்பாடுகள் செய்யப்பட்டது. பேராசிரியர் நா.வானமாமலை அவர்கள்

இதனை விளக்கி சிறு வெளியீடு ஒன்றை வெளியிட்டார். மாணவர்கள் சிறப்புரை ஆற்றினார்கள். ஆசிரியர்கள், மாணவர்கள் பங்கேற்ற மாநாட்டில் மொழிக்கொள்கை விளக்கப்பட்டது. கட்சியின் 40வது ஆண்டுவிழா, வியட்நாம் தினம் என மக்களை இயக்கிக் கொண்டிருந்த அழகர்சாமி 1965ஆம் வருடம் செப்டம்பர் 1ஆம் நாள் நடைபெற்ற டெல்லி ஆர்ப்பாட்டத்திலும் பங்கேற்றார்.

சோவியத் புரட்சியின் வெற்றி விழா ஒவ்வொரு ஆண்டும் நவம்பர் 7ஆம் நாள் திருவிழாவாகக் கொண்டாடப்படும். தோழர் இரா. நல்லகண்ணு அவர்கள் எழுதிய 'இந்தியாவின் நண்பன் ரஷ்யாவே' என்ற சிறுவெளியீடு 1965ஆம் ஆண்டு வெளியிடப்பட்டது. தோழர் அழகர்சாமி இந்நூலுடன் வீதியில் வலம் வந்தார். கிராமங்களில் தோழர்களுடன் சென்றார். மக்களின் போராட்டங்களின் விளைவாக 1967ஆம் ஆண்டு தேர்தலில் அழகர்சாமி சட்டமன்ற உறுப்பினராகத் தேர்ந்தெடுக்கப்பட்டார். இதன் தொடர்ச்சியாக 1967-ஆம் ஆண்டு நவம்பர் புரட்சி தினத்தின் 50வது ஆண்டு விழா கம்யூனிஸ்ட் கட்சியால் கோவில்பட்டி வட்டாரத்தில் மிகச் சிறப்பாக கொண்டாடப் பட்டது. கோவில்பட்டி எட்டயபுரம் உட்பட பல கிராமங்களில் பொதுக் கூட்டங்கள் நடத்தப்பட்டன.

இந்திய சோவியத் கலாச்சாரக் கழகமும் கோவில்பட்டி, எட்டயபுரத்தில் உருவாக்கப்பட்டது.

மக்களுக்காகப் போராடும் தொண்டர்களைத் தாக்குவது தொடர்ந்தது. போலீஸ்காரர்களின் தாக்குதல் மக்கள் மீது சர்வ சாதாரணமாகியது. போலீஸ் கிராம மக்கள் மீது சந்தேகக் கேஸ் போடுவது அதிகமானது. அரசியல் கட்சி ஊழியர்கள் தாக்கப்பட்ட போதும், கொடுமைகளுக்கு ஆளாக்கப்பட்ட போதும் இந்திய கம்யூனிஸ்ட் கட்சி பொங்கி யெழுந்தது. அழகர்சாமி கட்சித் தோழர்களையும், தொண்டர்களை மட்டுமின்றி சர்வ கட்சியினரையும் ஒருங்கிணைத்துப் போராடினார்.

அழகர்சாமி சட்டமன்ற உறுப்பினராகத் தேர்வு செய்யப்பட்ட பின்னர், சட்டமன்றத்தில் கீழ்க்கண்டவாறு பேசினார்:

"போலீஸ் இலாகாவின் நடவடிக்கைகள் ஜனநாயக நாட்டுக்கு உகந்த முறையில் இல்லை. குறிப்பாக உழைக்கக்கூடிய ஏழை எளிய மக்கள் போலீஸ் இலாகாவின் மூலமாக பலவிதமான தொந்தரவுகளுக்கு ஆளாகிறார்கள். ஆங்கிலேயர் ஆட்சியில் போலீஸ் இலாகா மக்களை அடக்கி ஒடுக்குவதற்காக அமைக்கப்பட்டது. அதே முறைகள் தான்

இன்னமும் தொடர்ந்து நடைபெற்று வருகின்றன. குற்றம் செய்தவர்கள் உண்மையாகக் கண்டுபிடிக்கப்பட்டு தண்டிக்கப்படுவதில்லை. குறிப்பாக ஹரிஜனங்கள் வசிக்கக் கூடிய பகுதிகளுக்கு வந்து பார்த்தால் தெரியும். ஒரு குற்றமும் செய்யாத தாழ்த்தப்பட்ட மக்களைப் பிடித்து பொய்யாகப் பல கேஸ்கள் அவர்கள் மீது போட்டு வதைக்கிறார்கள். கள் குடித்தார்கள் என்றோ, சாராயம் காய்ச்சினர் என்றோ ஏழை, எளிய மக்கள் தண்டிக்கப்படுகிறார்கள்.

சாதாரண ஜனங்களின் வாழ்க்கையில் போலீஸ் குறுக்கிடுகிற போது, அதை எடுத்துச் சொல்ல பொதுஜனப் பிரதிநிதிகள் போகிற போது அவர்களுக்குக் கொடுக்க வேண்டிய மரியாதையைக் கொடுப்பதில்லை.

சந்தேகக் கேஸ்கள் என்று போட்டு சாதாரண ஏழை எளிய மக்களுக்கு போலீஸ்காரர்கள் இழைத்து வருகிற கொடுமை சொல்ல முடியாது. திடீரென்று போகிறார்கள். அங்குள்ளவர்கள் அத்தனை பேர்களையும் பிடித்து வந்து விடுகிறார்கள். சந்தேகக் கேஸ்கள் என்று போடுவதைத் தடுத்து நிறுத்த வழி செய்ய வேண்டும்."

வாழ்க்கை அனுபவத்திலிருந்து மக்களின் பிரச்சனைகளை சட்டமன்றத்தில் வாதாடியவர் தோழர் எஸ்.அழகர்சாமி. போலீஸ்காரர்களின் அடக்குமுறைகளுக்கு எதிராகப் போராடியதன் விளைவே, அழகர்சாமியால் சட்டமன்றத்தில் ஆழமாகக் கருத்துக்களைச் சொல்ல முடிந்தது.

அடித்தட்டிலுள்ள போலீஸ்காரர்களின் துன்ப துயரங்களையும் அவர் நன்கு அறிந்திருந்தார். எனவேதான் போலீஸ்காரர்களுக்காகவும் குரல் எழுப்பினார். "போலீஸ்காரர்கள் குறைந்த வருமானத்தினால் கஷ்டப்பட்டுக்கொண்டு வருகிறார்கள். வீட்டுவசதி இல்லாமல் இருக்கிறது. அதையும் கவனிக்க வேண்டும்" என்றார்.

தொடர்ந்து இன்றைய தினங்களில் இவையெல்லாம் மாறியுள்ளது.

"காவல்துறை உங்கள் நண்பன்" என்ற போர்டுகள் தொங்குகிறது. பொது வாழ்வுப் பிரமுகர்களின் கருத்துக்கள் காது கொடுத்து கேட்டு, உதவுகிறார்கள். சந்தேகக் கேஸ் போடுவது முற்றிலும் ஒழிக்கப்பட்டு விட்டது, என்றாலும் வேறு வகையில் வழக்குகள் போடப்படுகின்றன.

காவல்துறையினரின் துயரங்கள் தீரவும், அவர்களே போராடவும் வலு ஏற்பட்டது. வீடுகள் "காவலர் குடியிருப்பு"களாக அரசால் கட்டித்தரப்பட்டுள்ளது.

மாற்றங்கள் மட்டுமே மாறாதது என்பதை அறிந்து செயல் பட்டவர் தோழர் அழகர்சாமி.

முற்போக்கான நிலை எடுக்க மக்களின் ஆதரவைத் திரட்ட வேண்டும். நல்ல காரியங்களை ஆதரிக்க நாம் முன்னின்று மக்களைத் திரட்ட வேண்டும்.

22. தனித்துவ வெற்றி

தொடர் போராட்டங்கள், எடுத்த காரியங்கள் யாவிலும் வெற்றி. சோ.அழகர்சாமியின் போராட்டங்களும், தன்னலமற்ற செயல்பாடுகளும் மக்கள் மத்தியில் பெரும் மதிப்பை ஏற்படுத்தியது.

1967ஆம் ஆண்டு பொதுத் தேர்தல் அறிவிக்கப்பட்டது. மாநில அளவில் சரியான முறையில் கூட்டணி அமையவில்லை. மக்கள் மத்தியில் காங்கிரஸ் செல்வாக்கை இழந்து வந்த காலம். கோவில்பட்டி தொகுதியில் நமக்கு பலம் இருந்த போதிலும் வாக்குகள் சிதறினால் காங்கிரஸின் கை ஓங்கும். இந்திய கம்யூனிஸ்ட் கட்சி தோழர் அழகர்சாமியை வேட்பாளராகத் தேர்வு செய்தது. 1957 மற்றும் 1962 தேர்தலில் போட்டியிட்டு கணிசமான வாக்குகளைப் பெற்றிருந்தார். அந்தத் தேர்தல்களில் சுயேட்சை வேட்பாளர்களின் வெற்றிக்குக் காரணம் வாக்குகள் சிதறியது என்பது தெரிந்தது. 1962இல் கோவில்பட்டி தொகுதியில் 15387 வாக்குகளை அழகர்சாமி இந்திய கம்யூனிஸ்ட் கட்சி வேட்பாளராக இருந்து பெற்றிருந்தார். சென்ற தேர்தலில் திமுகவும் போட்டியிட்டுள்ளது. திமுக பெற்ற வாக்கு 5030. இரண்டு கட்சிகளின் வாக்குகளையும் சேர்த்தால் நிச்சயம் கம்யூனிஸ்ட் கட்சி வென்றிருக்கும்.

அகில இந்திய அளவில் 1967ஆம் ஆண்டு பொதுத் தேர்தலில் காங்கிரசை வீழ்த்த வேண்டுமென்பதே கம்யூனிஸ்ட் கட்சியின் நிலை. நாணய மதிப்பைக் குறைத்தது, பி.எல்.480 மூலம் அமெரிக்காவிடம் கையேந்தி கடன் பெற்றது, விவசாயிகளுக்கு யூரியா கிடைப்பதில்லை. மக்கள் நலன்கள் புறக்கணிக்கப்பட்டது. மொழிக் கொள்கை, விலைவாசி ஏற்றம், குறிப்பாக அரிசி விலை ஏற்றம் போன்றவைகள் மக்களிடம் காங்கிரஸ் மீது வெறுப்பை ஏற்படுத்தியது. மொழிக் கொள்கையில் காங்கிரசின் தடுமாற்றம், இந்தி எதிர்ப்புப் போராட்டமும் மக்களை ஆவேசப்படுத்தியது. விலைவாசிகள் ஏற்றத்தால் மக்களின் வாழ்க்கைத்தரம் தீவிரமாக மோசமாகி விட்டது. ஆட்சியாளர்களுக் கெதிராக போராட்டங்கள் வெடித்துக் கிளம்பியது. ஜவஹர்லால்

நேருவின் மறைவிற்குப் பிறகு காங்கிரசும் உள்கோஷ்டி சண்டைகளில் சிக்கியிருந்தது. வேலை, வாழ்க்கை சம்பந்தப்பட்ட பொருளாதாரப் பிரச்சனைகள் மட்டும், மக்களைத் தூண்டி இயக்கவில்லை. வடக்கே பசுவதைத் தடை கிளர்ச்சியும், தெற்கே, குறிப்பாக தமிழ்நாட்டில் இந்தி எதிர்ப்பும் குறிபொருளுள்ள சூசகங்களாகும். இவ்விரு கிளர்ச்சிகளிலும் அவற்றைத் துவக்கிய கட்சிகள் தொழிலாளி வர்க்க அபிப்பிராயத்தையும் கணிசமான அளவுக்கு பாதிக்க முடிந்தது.

இந்தி எதிர்ப்புப் போராட்டத்தை மிருகத்தனமாக காங்கிரஸ் நசுக்கியது. குறிப்பாக மாணவர்களை காங்கிரஸ் தாக்கியது. இவை மக்களிடமிருந்து காங்கிரசை தனிமைப்படுத்தியது. அதிருப்தியை மக்கள் பலமான அளவில் தெரிவிக்கவும், காங்கிரஸ் ஆட்சியை முடிவுக்குக் கொண்டு வரச்செய்யக் கூடிய அரசியல் மாற்றத்தின் மீது உள்ள விருப்பத்தை முன் நிறுத்த இவை போதும் என மக்கள் நினைத்தார்கள். நாம் தமிழக அளவில் தேர்தலில் வெற்றிமுகத்தைப் பெறவில்லை.

இது குறித்து கட்சியின் அகில இந்தியச் செயலாளர் தோழர் பூபேஷ் குப்தா திருவொற்றியூர் கூட்டத்தில் "தமிழக தேர்தல் முடிவு ஆச்சரியத்தைக் கொடுக்கவில்லை. நாம் தனிமைப்படுத்தப்பட்டோம். தமிழகத்தின் தோல்வி பெரிய அரசியல் தோல்வியாகும்" என்றார். விரிவாக அன்றைய அரசியல் நிலைமைகளை விளக்கிய குப்தா தமிழகத்தைப் பற்றி கீழ்க்கண்டவாறு குறிப்பிட்டார். "இங்கு நாம் படுதோல்வி அடைந்தோம். இதற்குக் காரணம் தந்திரத்தில் ஏற்பட்டதல்ல. நம் தலைமையின் அரசியலே இதற்குக் காரணம். தேசிய கவுன்சில் சரியான பார்வை கொடுத்தது. அது இங்கு அமலாக வில்லை. காங்கிரசைப் பற்றியும், அதிருப்தியைப் பற்றியும் சரியான பார்வை வேண்டாமா? சமாளிக்கும் என்று நினைத்தோம். திமுகவைப் பற்றிய பார்வையும் தவறு. அதைப் பிற்போக்கு என்று நினைத்தோம். பல ஜனநாயக கோஷங்களையும் வைத்து திமுக கூட்டணி முன்னேறுவதைக் கவனிக்கவில்லை. மறுத்தோம். திமுக பிற்போக்கு என்றால் காங்கிரஸ் முற்போக்கா? இதுதான் பெரிய தவறு. நாம் இரு அணியையும் சமாளிக்க முடியுமென நினைத்தோம். நடைமுறையில் மார்க்சிஸ்ட் கட்சி கொடுக்கும் தொந்தரவையும் குறைத்து பார்த்தோம். எனவே தவறுக்கு மேல் தவறு ஏற்பட்டது. திமுக தலைவர்களை அணுகுவதில் தயக்கம். ஏதோ ஒப்புக்காகப் பார்ப்பது, கடிதம் எழுதுவது என்பது நடைமுறையானது. ரூபாய் மதிப்பைக் குறைத்து மக்களைச் சுட்ட காங்கிரஸின் பேரில் அல்லவா கோபம் ஏற்பட

வேண்டும். திமுக எதிர்ப்பு நடைமுறையில் காங்கிரஸ் ஆதரவாகத் தானே பிரதிபலிக்கும். ஓட்டுக்களை செல்லாததாக்குங்கள் என்ற முடிவு யாருக்கு லாபமளிக்கும்?

நடைமுறை இப்படி ஆன பின் காங்கிரஸ் எதிர்ப்பு என்று கர்ஜனை செய்தாலும் மக்கள் எப்படி நம்புவார்கள். இக்கால கட்டத்தில் காங்கிரஸ் ஆதரவுப் போக்கு என்பது மக்கள் எதிர்ப்பு என பார்த்ததில் ஆச்சரியமென்ன?

தி.மு.க-வைப் பற்றி சில வார்த்தைகள் கூறுவது அவசியம். எல்லையில்லா விவாதம் நடத்தி நம்மை நாமே அரசியலில் செயலற்றவர்களாக்குவது சரியல்ல. அதைச் செய்துள்ளோம். பொதுவாக தி.மு.க. ஜனநாயக கோஷங்களின் அடிப்படையில் தானே காங்கிரசை எதிர்த்தது. எனவே அது ஓர் ஜனநாயக எதிர்க்கட்சிதான். அவர்கள் நிலை நிதானமாக கால் எடுத்து வைப்பது. அவர்கள் அணியை தொழிலாள வர்க்க நிலைக்குக் கொண்டு வரவேண்டும். காங்கிரசில் உள்ள பிற்போக்கை தயவு தாட்சண்யமின்றி முறியடிக்க வேண்டும். நாம் சரியான நிலை எடுத்து முன்னேற வேண்டும்.

சி.என்.ஏ (அண்ணா) ராஜ்ய சபையில் இருந்த காலத்தில் நிகழ்த்திய பிரசங்கங்கள் நம் இயக்கத்துக்கு உதவியானவைகளே. அங்கு நாம் நல்உறவு வைத்திருந்தோம். இன்று (1967-க்குப் பிறகு) மக்கள் சபையில் 25 மெம்பர்கள் கொண்ட மூன்றாவது எதிர்க்கட்சியாக இருக்கிறார்கள். முற்போக்கு எதிர்க்கட்சிகளுக்கு அழைப்பு அனுப்பும் போது அவர்களுக்கும் நாம் அனுப்புகிறோம். தனிப்பட்ட விருப்பு வெறுப்பால் பயனில்லை.

தி.மு.க. சர்க்காரைப் பொறுத்த வரையில் நமது அணுகும் முறை, உதவியளிப்பதாக இருக்க வேண்டும். காங்கிரஸ் அரசையோ அல்லது சுதந்திரா அரசையோ எப்படி நாம் பார்ப்போமோ அப்படி இருக்கக் கூடாது. முற்போக்கான நிலை எடுக்க மக்களின் ஆதரவைத் திரட்ட வேண்டும். நல்ல காரியங்களை ஆதரிக்க நாம் முன் நின்று மக்களைத் திரட்ட வேண்டும்.

மார்க்சிஸ்ட் கட்சியிலும் சிந்திப்பார்கள் தனித்தியங்க வேண்டும், அணி கூடாது என்ற அவர்களின் நிலை வெற்றி பெறவில்லை. நம் இரு கட்சிகள் தான் பிரதான இடதுசாரி கட்சிகள். நாம் சேர்ந்து நிற்பது நாட்டுக்கு அவசியம். தமிழகத்திற்கு இன்றியமையாதது. பல இயக்கங்களில் ஒன்றுசேர வேண்டும்.

இத்திருப்பத்துடன் தமிழகத்தில் கட்சி முன்னேற முடியும். முன்னேறும் என நம்புகிறேன்".

பூபேஷ் குப்தாவின் நீண்ட விளக்கத்திற்கும், வழிகாட்டுதலுக்கும் அடிப்படையான காரணமாக கோவில்பட்டி சட்டமன்றத் தேர்தலின் அணி சேர்க்கை அமைந்திருந்தது.

நெல்லை மாவட்டத்தில் தூத்துக்குடி, கங்கைகொண்டான், கோவில்பட்டி தொகுதிகளிடையே இந்தியக் கம்யூனிஸ்ட் கட்சிக்கும், திமுக-விற்கும் ஒரு உடன்பாடு ஏற்பட்டது. இதைப்பற்றி நெல்லை மாவட்டக் கவுன்சில், ஸ்தல மகாசபை, கமிட்டிகளின் அபிப்பிராயங்களை பூர்ணமாகக் கேட்டறிந்தும், இரண்டு முறை மாவட்டக் குழுக் கூட்டத்தைக் கூட்டி கலந்தே முடிவு செய்தது. மாநிலத் தலைமையும் தீர்க்கமாக வழிகாட்டியது.

கோவில்பட்டி சட்டமன்றத் தொகுதியில் தோழர் எஸ். அழகர்சாமி வெற்றி பெற்றார்.

காலை 11 மணிக்கு விளைபொருளுக்கு நியாயவிலை நிர்ணய மாநாடு ஆரம்பித்து நடந்தது. பகல் 1 மணிக்கு தாயார் காலமான தந்தி வந்தது. உடன் விருதுநகர் சென்று பாடியை எடுத்து வந்து 5 மணிக்கு ஊர் வந்து சேர்ந்தோம்.

23. ஒரு புதிய முயற்சி

'விவசாயிகளின் விளை பொருளுக்கு நியாயவிலை வேண்டும். இது நெடுங்காலமாக விவசாயிகள் எழுப்பி வரும் கோரிக்கை.

விவசாயி தனது பண்டங்களுக்கு நேர்மையான, நியாயமான விலை பெறுவதற்கு வழி செய்வது மட்டுமின்றி, வர்த்தகர் என்ற கௌரவமான பெயருடன் நடமாடும் கள்ள மார்க்கெட்காரரர்கள், சூதாட்டப் பேரக்காரரர்கள், சமுதாய விரோதிகள் இவர்கள் கொள்ளை அடிப்பதிலிருந்து, வாங்குவோருக்கு பாதுகாப்பு அளிக்கவும், அரசாங்க வர்த்தக திட்டம் அவசியமாகும். உணவு தானிய வர்த்தகத்தில் தனியார் நடத்தை மானக் கேடானதாகும். பற்றாக்குறை நிலையை அனுகூலப்படுத்திக் கொண்டு அதர்மமாகச் சுரண்டுகிறார்கள். சிறிது காலத்துக்கு முன்பு உணவு வர்த்தகம், விலைகளை உயர்த்தி, இருப்புக்களை பதுக்கி, செயற்கையான பற்றாக்குறையை உண்டுபண்ணிவிட்டது. ஏராளமான மக்களை பஞ்சத்தில் பரிதவிக்கச் செய்து சாதாரண மக்களின் துயரத்திலிருந்து கொள்ளை லாபமடித்தது. தனியார் வர்த்தகத்திற்காக இப்பொழுது பரிந்து பேசுவோர், சுதந்திரம், ஜனநாயகம் முதலியவற்றின் பெயரால் அரசாங்க வர்த்தகத்தை எதிர்த்து கோஷம் செய்வோர் ஆகிய இவர்கள், இந்திய மக்களின் பரம விரோதிகள் என பகிரங்கங்கப் படுத்தப்பட வேண்டும்' என அகில இந்திய விவசாயிகள் சங்கத்தின் பதினாறாவது மாநாட்டுத் தலைமை உரையில் ஏ.கே.கோபாலன் பிரகடனப்படுத்துகிறார்.

ஒரு சம்சாரியான அழகர்சாமி இக்கருத்துக்களால் கவரப்படுகிறார். அவர் சட்டமன்ற உறுப்பினராக இக்கருத்துக்களை சட்டமன்றத்திலும் பிரதிபலித்தார். 1968 மார்ச் 30இல் பேரவை விதி 42-ன் கீழ் அவசரமும், பொது முக்கியமும் உள்ளதாக விளைபொருளுக்கு நியாய விலை கோரி ஒத்திவைக்கும் தீர்மானத்தை முன் மொழிந்தார். அப்போது

உரையாற்றுகையில் "நெல்லை, ராமநாதபுரம் மாவட்டங்களில் பிரதானப் பணப்பயிரும், ஏற்றுமதி மூலமாக சர்க்காருக்கு அந்நியச் செலாவணி சம்பாதித்துக் கொடுக்கும் மிளகாய் வற்றலும், அதிமுக்கிய மூலப்பொருளான பருத்தியும் இவ்வாண்டு விலை மிகவும் குறைந்த நிலையிலும், கொள்வாரற்றுக் கிடப்பதால் மேற்கண்ட பொருள்களுக்கு நியாயமான அடிப்படை விலை நிர்ணயித்து சர்க்காரே கொள்முதல் செய்ய வேண்டும். மார்க்கெட்டிங் சொசைட்டிகளுக்கு மட்டுமே மிளகாய் வற்றல் ஏற்றுமதி லைசென்ஸ் வழங்கி வெளிநாடுகளுக்கு ஏற்றுமதி செய்ய வேண்டிய நடவடிக்கைகளை எடுக்கவேண்டும்" என்று எடுத்துரைத்தார். தொடர்ந்து விலை ஏற்ற, இறக்கக் கொள்ளைகளை விவரித்தார். பின்னர், "கூட்டுறவு மார்க்கெட்டிங் சொசைட்டி மூலமாக முன்பு வெளிநாடுகளுக்கு அனுப்பினார்கள். இப்போது ஒரு தனி நபருக்கு ஏற்றுமதி லைசென்ஸ் கொடுக்கப் பட்டிருப்பதால், அந்த உரிமையை அதிக விலை கொடுத்து வாங்க-போட்டி இல்லாத காரணத்தினால்-முன் வரவில்லை. இந்த இரண்டு பொருள்களுமே பணப்பயிர்களாக இருக்கின்றன".

"அதுவும் விற்காமல் இருப்பதால் விவசாயிகள் வாங்கியிருக்கக் கூடிய கடனைக் கூட திருப்பிக் கொடுக்க முடியாமல் கஷ்டப்படுகிறார்கள். ஆகவே, அரசாங்கமே இவற்றை வாங்கி வெளிநாடுகளுக்கு ஏற்றுமதி செய்ய வேண்டும். மில்களுக்கு பருத்தியை அரசே கொடுக்க வேண்டும்" என்றார். ஆனால் அழகர்சாமியின் ஒத்திவைப்பு தீர்மானம் அனுமதி மறுக்கப்பட்டது.

ஆனாலும், அழகர்சாமி விவசாயிகளின் விளைபொருட்களுக்கு நியாயவிலை கோரிக்கையை மாநாடு நடத்தி அரசாங்கத்தின் கவனத்தை ஈர்க்கத் திட்டமிட்டார். இதற்காக கோவில்பட்டியில் 16.6.1968-ஆம் நாள் தாலுகா விவசாயிகள் சங்கக் கூட்டத்தை கூட்டினார். ஆர்.நல்லகண்ணு அவர்களும் பங்கேற்று வழிகாட்டினார். அதில் ஜூலை 8, 9 தேதிகளில் "விவசாய விளைபொருள் நியாய விலை மாநாட்டை" கோவில்பட்டியில் நடத்த முடிவு செய்யப்பட்டது. உழவர்களின் கோரிக்கைகளை முதலமைச்சரின் கவனத்தை ஈர்க்க சென்னைக்கு நேரில் செல்ல கட்சியின் மாநிலச் செயலாளர் எம்.கல்யாணசுந்தரம் வழிகாட்டினார்.

ஜூன் 19-ஆம் நாள் சென்னை சென்று மாநில விவசாய சங்கத் தலைவர்கள் கூடி கோரிக்கைகளை தயார் செய்தனர். தோழர்கள் எம்.காத்தமுத்து, ஏ.கே.சுப்பையா, ஆர்.நல்லகண்ணு, ஏ.ஆதிமூலம்,

வி.வி. ரெங்கசாமி, எம்.கல்யாணம் ஆகியோருடன் எஸ்.அழகர்சாமி அன்று மாலையே முதலமைச்சர் அறிஞர் அண்ணாவை சந்தித்தார். இரவு 7 மணி வரை விவாதித்து விவசாயிகளின் மகஜரை முதல்வரிடம் அளித்தனர்.

பிரச்சனைகளை நன்கு அறிந்தவர் அழகர்சாமி. எனவே அவரே விவசாயிகளின் கோரிக்கைகளை முதல்வரிடம் பேசினார்.

விளைபொருட்களுக்கு நியாய விலைகோரிய மாநாட்டுக்காக கோவில்பட்டி தாலுகா முழுவதும் அழகர்சாமி விவசாயிகளை திரட்டுவதிலும், வசூல் செய்வதிலும் ஈடுபட்டார். கவிஞர் கு.ச.சுப்பையா, மந்தித்தோப்பு கெங்கையா, கோவில்பட்டி பஞ்சாயத்து ஒன்றிய சேர்மன் நந்திராஜ், கோட்டூர் மைனர் ராமசாமி மற்றும் பல தோழர்கள் வசூலுக்கு உடன் சென்றனர். ஓய்வின்றி இரவு பகலாக பல கிராமங்களுக்குச் சென்று வசூலுடன், விவசாயிகளையும் அணிதிரட்டினர்.

அழகர்சாமியின் டைரியில் கீழ்க்கண்டவாறு எழுதப்பட்டுள்ளது.

1968-ஆம் ஆண்டு ஜுலை 8 திங்கள்-

"காலை 11 மணிக்கு விளை பொருள்களுக்கு நியாய விலை நிர்ணய மாநாடு ஆரம்பித்து நடந்தது. பகல் 1 மணிக்கு தாயார் காலமான தந்தி வந்தது. உடன் டாக்ஸியில் விருதுநகர் சென்று பாடியை எடுத்து வந்து 5 மணிக்கு ஊர் வந்து சேர்ந்தோம்".

மேலும் குறிப்பேடு என்ற இறுதிப் பகுதியில் ஒரு புதிய முயற்சி என தலைப்பிட்டு கீழ்க்கண்டவாறு எழுதியுள்ளார்.

8.7.68 காலை 11 மணிக்கு கோவில்பட்டி சரஸ்வதி தியேட்டரில் கோவில்பட்டி தாலுகா விவசாயிகளின் விளைபொருள்களுக்கு நியாயவிலை நிர்ணய மாநாடு ஆரம்பம். வரவேற்றுப் பேசினேன். சட்டமன்ற உறுப்பினர்கள்.

திரு நல்லசிவம் அவர்கள்
திரு S. பாலசுப்ரமணியம் அவர்கள்
திரு K.N. குமாரசாமி அவர்கள்
திரு A.R. மாரிமுத்து அவர்கள்
திரு A.A. சுப்பராஜா அவர்கள்

மற்றும் தமிழக விவசாயிகள் சங்க செயலர் எம்.காத்தமுத்து. உதவி செயலரும் மாவட்ட விவசாய சங்கச் செயலருமான ஆர்.நல்லகண்ணு

மற்றும் கோவில்பட்டி மற்றும் ஓட்டப்பிடாரம் பஞ்சாயத்து யூனியன் தலைவர்கள் பங்கு கொண்டு சிறப்பித்தனர். நான் முழுமையாக பங்கு கொள்ள முடியவில்லை.

இம்மாநாட்டின் முடிவுப்படி 31.7.68ஆம் நாள் விவசாயிகள் வேலை நிறுத்தம் செய்ய வேண்டுகோள் விடப்பட்டது. தொடர் போராட்டங்களுக்கு இது வித்திட்டது.

தோழர் அழகர்சாமியின் நாட்குறிப்பில்...

31.7.68 - விவசாய விளை பொருள்களுக்கு
நியாய விலைகோரி பல ஊர்களில்
வேலை நிறுத்தம் நடைபெற்றது.

விஜயாபுரியில் போலீஸ் படை வீடுகளுக்கும், சேதம் ஏற்படுத்தி விட்டதாக தகவல் தெரிந்து, அழகர்சாமி டி.எஸ்.பியை நேரில் சந்தித்து நியாயம் கேட்டுள்ளார்.

ஒரு புதிய முயற்சியாக போராட்டங்களுக்கு விதைபோட்டது, இம்மாநாடு. விவசாயிகளின் வேலைநிறுத்தம் என்பது ஒரு புதிய முயற்சியேயாகும்.

இந்தச் சம்பவம் மேல்வர்க்கத்தின் மத்தியிலோ அல்லது மேல் சாதிக்காரர்கள் மத்தியிலோ இப்படி 44 பேர்கள் கூட இல்லை. 4 பேர்கள் எரிக்கப்பட்டிருந்தால் கூட இந்த நாடே எந்த நிலையில் இருக்கும் என்பதை இந்தச் சபை சற்று சிந்தித்துப் பார்க்க வேண்டும்.

24. விரிவடையும் போராட்டங்கள்

தமிழ்நாடு சட்டமன்றத்தில் இந்திய கம்யூனிஸ்ட் கட்சியின் சார்பில் விவசாயிகளின் வேதனையை அழகர்சாமி வெளிப்படுத்தினார். அவருடைய கண்டன உரைக்குப் பின்னால் தஞ்சைத் தரணியின் வரலாறே உள்ளடங்கியிருந்தது.

தென்னாட்டின் நெற்களஞ்சியம் காவிரி பாயும் தஞ்சைத் தரணி. 'சோழவள நாடு சோறுடைத்து' என்பது முதுமொழி. நெல்வயல்கள், தென்னந்தோப்பு, மாந்தோப்பு என பசுமை நீக்கமற நிறைந்திருக்கும். ஆனால் இவையனைத்தும் பெரும் நிலப்பிரபுகளுக்கும், மிராசுதாரர்களுக்கும், கோவில், மடங்களுக்குமே சொந்தமாகவிருந்தன. டிரஸ்டிகளாகவும் இவர்களே இருந்தார்கள். லேவாதேவிக்காரர்கள் வட்டியை குட்டி போட வைக்கும் வித்தையும் அறிந்தவர்கள். கிராமங்களும் அதன் வருவாய்களையும் இவர்களே வசப்படுத்திக் கொண்டிருந்தனர். வளம் மிகுந்த இந்த நிலவுடைமையாளர்கள் வைத்ததே சட்டம்.

இந்தக் கும்பலின் செல்வ வளத்தை பெருக்க சேற்றில் இறங்கி இரவு பகலாய் அடிமைகளாய் பாடுபட்டவர்கள் பண்ணையாட்கள். நாட் கூலி 2 படி (தஞ்சை வழக்கப்படி சின்னப் படி) அதாவது 2 கிலோ நெல் மட்டுமே கூலியாகக் கிடைக்கும். வருடக்கூலி ரூ.160-170 தான். குடும்பத்தோடு, சிறு குழந்தைகள் கூட வேலை செய்தாக வேண்டும்.

சிறு குற்றம் செய்தாலும் சாணிப்பால், சவுக்கடிதான். கொடுமைகளே அறமாகிப் போனது. பெரும்பாலும் நீராகாரமே உணவு.

வாரத்திற்கும், குத்தகைக்கும் உழுது பயிரிடுபவர்களுக்கும் பாதுகாப்பு இல்லை.

சிறு நிலச் சொந்தக்காரர்கள் கூட வாழ முடியவில்லை. பெரும் நிலப்பிரபுக்களின் பொருளாதாரப் பிடிக்குள் அகப்பட்டு தவித்தார்கள்.

கடன்பட்டு, கலங்கி நின்று, துக்காணி நிலத்தையும் பெரும் மிராசுதாரர் களுக்கு பறிகொடுத்து சுரண்டல் கூண்டிற்குள் கரைந்து போனார்கள்.

சமூகக் கொடுமைகளும் தலைவிரித்தாடின. இந்தப் பின்னணியில் விவசாய சங்கம் தோழர் பி.சீனிவாசராவ் தலைமையில் தொடங்கப்பட்டது. நெடிய போராட்டங்கள் 'கன்னடம் பிறந்து தமிழகம் பாயும் காவிரி ஆற்றைப் போல' கர்நாடகத்தில் பிறந்த பி.சீனிவாசராவ் கம்யூனிஸ்ட் கட்சியின் ஆணைப்படி விவசாயிகளை 'கிசான் சபா'வின் கீழ் அணிதிரட்டினார். 'தூக்கிப் பிடித்தால் செங்கொடி, திருப்பிப் பிடித்தால் தடியடி' என விவசாயிகள் உரிமை முழக்கம் எழுப்பினர். சாணிப்பால், சவுக்கடிக்கு முற்றுப்புள்ளி வைக்கப்பட்டது.

சிறைவாசம், படுகொலைகள், முத்தரப்பு ஒப்பந்தங்கள், தடையுத்தரவுகள், துப்பாக்கிச் சூடு, குண்டாந்தடிகள் என பல தியாகங்களைக் கடந்து சில சட்ட உரிமைகளையும் பெற்றார்கள்.

விவசாயிகளை நிலத்தை விட்டு வெளியேற்றக் கூடாது என்ற வாழ்வுரிமையைப் பெற்றுக் கொடுத்தது விவசாயிகள் சங்கம்.

நில வெளியேற்றத் தடைச்சட்டம் கிசான் சபா போராட்டத்தால் கிடைத்தது. காங்கிரஸ் காலத்தில் 30 ஸ்டாண்டர்டு ஏக்கர் எனவும், திமுக வின் ஆரம்ப காலத்தில் 15 ஸ்டாண்டர்டு ஏக்கர் எனவும் நில உச்சவரம்பு சட்டங்கள் இயற்றப்பட்டன. இதிலும் பல ஓட்டைகள் இருந்தன.

ஆனாலும் கூலி உயர்வு கேட்கும் வர்க்கப் போராட்டங்கள் தொடர்ந்தன.

50 ஆண்டுகளுக்குப் பிறகு, கிசான் சபா தமிழ்நாடு விவசாய சங்கம், தமிழ்நாடு விவசாய தொழிலாளர் சங்கம் என மாறியது. இந்திய கம்யூனிஸ்ட் கட்சியிலிருந்து மார்க்சிஸ்ட் கட்சி பிரிந்தது. அக் கட்சியின் உணர்விற்கேற்ப செங்கொடி சங்கமும் பிரிந்தது.

விவசாயத்திலும் பல மாறுதல் ஏற்பட்டது. நில உரிமையாளர்கள் சங்கம் என்ற பெயர் "நெல் உற்பத்தியாளர் சங்கம்' என பெயர் மாற்றம் பெற்றது. அதன் தலைவர் வர்க்கப் போராட்டத்தை நசுக்கிவிடத் துடித்தார்.

கீழ்வேளூர் அருகிலுள்ள கீவனூர் காவல் நிலையத்திற்கு உட்பட்ட கிராமம் கீழவெண்மணி. இங்குள்ள விவசாயத் தொழிலாளர்கள் தங்கள் கூலியை அரை லிட்டர் உயர்த்தித் தருமாறு பலமுறை கேட்கிறார்கள். முத்தரப்பு மாநாடு நடைபெற்று இடைக்கால

ஏற்பாடாக அரை லிட்டர் நெல்லை கூலி உயர்வாகக் கொடுக்குமாறு மாவட்ட ஆட்சித் தலைவரும் வலியுறுத்தினார்.

ஆனால், மிராசுகளும், அதிகாரிகளும் இதனை அமலாக்கவும், ஒத்துழைக்கவும் மறுத்தார்கள். இரண்டு விவசாயத் தொழிலாளர் சங்கத் தலைவர்கள் கொல்லப்படுகிறார்கள். மீண்டும் முத்தரப்புக் கூட்டம் கூட்டப்பட அரசு அதிகாரிகள் தயாராக இல்லை. பேச்சு வார்த்தை களின்றி காவல்துறையும் ஏவிவிடப்பட்டது. விவசாயத் தொழிலாளர்களின் முன்னணித் தோழர்கள் கைது செய்யப்பட்டு சிறையில் அடைக்கப் பட்டார்கள்.

இந்தப் பின்னணியில் நெல் உற்பத்தியாளர் சங்கத்தின் தலைவர் ஆணையின்படி அந்தக் கொடுரம் நடந்தேறியது.

1968 டிசம்பர் 25ஆம் தேதி முன்னிரவில் கீழவெண்மணியிலிருந்த 30 குடிசைகளுக்கு சட்ட விரோத கும்பல் தீ வைக்கிறது. விவசாயத் தொழிலாளி ராமையாவின் குடிசையில் வன்முறை பேயாட்டத்திற்கு பயந்து உயிரைப் பாதுகாத்துக் கொள்ள பயத்தோடு பதுங்கியிருந்த ஆண்கள், பெண்கள், முதியவர்கள், குழந்தைகள் என 44 இன்னுயிர்கள் கருகி மடிந்தனர். எதிர்ப்பட்ட ஆண்கள் துப்பாக்கியால் சுடப்பட்டனர். சிலருக்கு அரிவாள் வெட்டும், சுளுக்கு மற்றும் தடியினால் தாக்கப்பட்டதால் பலத்த காயமும் ஏற்பட்டது.

வெந்து தணிந்தது ராமையாவின் குடிசை. எலும்புகளும் சாம்பலும் தான் மிஞ்சின.

கொடுமைகளைக் கேட்டவுடன் அழகர்சாமி துடிதுடித்துப் போகிறார். தஞ்சை விரைகிறார். தலைவர்கள் எம்.காத்தமுத்து, கே.டி.கே.தங்கமணி, ஏ.எம்.கோபு, ஆர்.நல்லகண்ணு மற்றும் மாவட்டத் தோழர்களுடன் கீழவெண்மணி கிராமத்திற்கு செல்கிறார். வர்க்கப் போரில் எரிக்கப்பட்ட மனித உடல்கள் கரிக்கட்டை போல் காட்சி தந்தன. கண்ணீர் பெருகியது. நெஞ்சம் விம்மியது. முதலமைச்சர் அண்ணாவை விவசாயிகள் தலைவர்களுடன் சந்திக்கிறார். ஒரு மாத காலத்திற்குள் தமிழ்நாடு சட்டமன்றக் கூட்டம் கூட்டப்படுகிறது.

1969 ஜனவரி 29 அன்று ஆளுநர் பேருரை மீது தனது ஆவேச வேதனை உரையை கீழ்க்கண்டவாறு பதிவு செய்துள்ளார்.

“சென்ற மாதம் தஞ்சை மாவட்டத்தில் நடந்த கீழவெண்மணி சம்பவம் நம்முடைய தமிழகத்தையே தலைகுனிய வைத்த சம்பவம்

ஆகும். அந்தச் சம்பவத்தில் சுட்டு எரிக்கப்பட்டவர்கள் 44 பேர்கள். அந்த 44 பேர்களும் சாதாரண அரிசன வகுப்பைச் சார்ந்தவர்கள் என்பதாலும், அவர்கள் விவசாயத்தில் ஈடுபட்டிருக்கக்கூடிய கூலிகள் என்பதாலும்தான் இன்று அது அரசுக்கு அவ்வளவு முக்கியத்துவம் வாய்ந்ததாகப்படவில்லை.

இந்தச் சம்பவம் மேல் வர்க்கத்தின் மத்தியிலோ அல்லது மேல் சாதிக்காரரர்கள் மத்தியிலோ இப்படி 44 பேர்கள் கூட இல்லை 4 பேர்கள் எரிக்கப்பட்டிருந்தால் கூட இந்த நாடே எந்த நிலையில் இருக்கும் என்பதை இந்தச் சபை சற்று சிந்திக்க வேண்டும்.

இந்தச் சம்பவத்திற்கு மேல்வர்க்கத்தினர் ஆளாகியிருந்தார்கள் என்றால், தஞ்சை மாவட்டம் முழுவதும் குடிசைகள் பிய்த்தெறியப் பட்டிருக்கும். இந்தச் சம்பவம் இரவு 7 மணிக்கு ஆரம்பித்து 10 மணி வரை நடந்திருக்கிறது. அந்த வட்டாரத்திலே எந்தச் சம்பவம் நடந்தாலும் தடுத்து நிறுத்துவதற்குண்டான போலீஸ் ஏற்பாடுகள் இருக்கிறது என்று ஐ.ஜி அவர்கள் அறிக்கை விட்டதைப் பத்திரிகையில் பார்த்தேன். இரண்டு மைல் தூரத்தில் போலீஸ் ஸ்டேஷன் இருந்தும், 3 மணி நேரமாக அந்தப் பச்சிளம் குழந்தைகளும், தாய்மார்களும் வேதனைப்படும் நேரத்தில் போலீஸ் அந்த இடத்துக்கே போகவில்லை.

அதுமட்டுமில்லாமல், மறுநாள் காலை 10 மணிக்குத் தான் ராமையா வீட்டில் செத்து, கருகிக் கிடந்த 44 பிணங்களைப் பார்க்க முடிந்தது என்பதை இந்தச் சபை சிந்தித்துப் பார்க்க வேண்டும். அது மட்டுமில்லாமல், சம்பந்தப்பட்ட சட்டமன்ற உறுப்பினர் சர்க்காருக்கு முன் கூட்டியே பல தகவல்களை இம்மாதிரி கொலைகள் உண்டாவதற்கான பயங்கரம் ஏற்பட்டுக் கொண்டிருக்கிறது" என தெரிவித்திருந்தார்.

ஆகஸ்ட் மாதத்தில் முதல் வாரம் எங்களுடைய இந்திய கம்யூனிஸ்ட் கட்சியைச் சார்ந்த 12000க்கும் அதிகமான பேர்கள், தலைவர்கள் எல்லாம் கைது செய்யப்பட்டு சிறைகளில் 2000 பேர்கள் இருக்கக்கூடிய இடங்களில் 7000க்கும் அதிகமானவர்கள் அடைத்து வைக்கப்பட்டிருக்கிறார்கள்.

25. நிலமீட்சிப் போராட்டம்

நில உச்சவரம்புச் சட்டத்தில் அடிப்படை மாற்றம் வேண்டுமென்று சட்டமன்றத்திலே தோழர் அழகர்சாமி 1969 மார்ச் 14ஆம் தேதியில் பேசியது:

"இந்த வருவாய்த்துறை மானியத்தின் மீது என்னுடைய வெட்டுத் தீர்மானத்தை ஆதரித்து ஒரு சில வார்த்தைகள் சொல்ல முன் வருகிறேன். மாண்புமிகு அமைச்சர் அவர்கள் சில முற்போக்கான விஷயங்களையெல்லாம் கொண்டு வந்திருக்கிறார்கள். அதற்காக என் பாராட்டுகளைத் தெரிவித்துக் கொள்கிறேன். ஜமாபந்தி முறை ஒழிப்பு வரவேற்கக்கூடிய விஷயம்.

ரெவின்யூ போர்டை எடுப்பது என்பதும் வரவேற்கத் தக்க விஷயம்தான். கிராமப் பகுதியில் சில அடிப்படையான மாறுதல்களைக் கொண்டு வருவதற்கான நடவடிக்கைகளை எடுக்க வேண்டும். இதில் என்னுடைய ஆலோசனை என்னவென்றால், நில உச்சவரம்புச் சட்டத்தைத் திருத்தவேண்டும் என்பது. சென்ற காலத்தில் உச்சவரம்புச் சட்டத்தின் மூலம் நாம் எதிர்பார்த்த எந்தவிதமான மிச்ச நிலமும் கிடைக்கவில்லை. அது மாத்திரமல்ல... மிக மிக பிரயோஜனமில்லாத சட்டமாகவும் அது ஆகிவிட்டது. ஆகவே, இந்த உச்சவரம்பு சட்டத்தில் அடிப்படையாக ஒரு மாற்றத்தைக் கொண்டு வந்து ஒரு குடும்பத்திற்கு 15 ஸ்டாண்டர்டு ஏக்கர்தான் என்று இருக்கக்கூடிய நிலையை அந்த நோக்கம் நிறைவேறக்கூடிய முறையில் திருத்தம் செய்ய வேண்டும். சாதாரண, பாடுபடக் கூடிய மக்களுக்கு நிலம் இல்லாத ஏழை மக்களுக்கு நிலம் கிடைக்கக் கூடிய வகையில் இந்தச் சட்டத்தை திருத்தம் செய்ய வேண்டும் என்று கேட்டுக் கொள்கிறேன். இன்று சர்க்கார் புறம்போக்கு நிலங்கள் விநியோகம் செய்வது சரியாக இருப்பதாக எனக்குத் தெரியவில்லை. புறம்போக்கு நிலங்களை, சர்க்கார் நிலங்களை விநியோகம் செய்கின்ற காலத்தில் நிலம் இல்லாத ஏழை ஹரிஜன விவசாயிகளுக்கு மட்டும் முதலிடம் கொடுத்து, அடுத்த

படியாக நிலம் இல்லாதவர்களுக்குத்தான் விநியோகம் செய்யப்பட வேண்டும். நிலம் இருப்பவர்களுக்கும் இப்பொழுது புறம்போக்கு நிலங்கள் விநியோகம் செய்யப்படுகிறது. அந்தந்த வட்டங்களில் பஞ்சாயத்து அளவில், சர்வகட்சி குழுக்களை அமைத்து அதன் மூலமாக புறம்போக்கு நில விநியோகத்திற்கு ஏற்பாடு செய்ய வேண்டும் என தெரிவித்துக் கொள்கிறேன்."

கம்யூனிஸ்ட் கட்சியினுடைய குரலை அழகர்சாமி சட்ட மன்றத்தில் எதிரொலித்தார். உழுபவனுக்கு நிலம்!

இதுவே தேச விடுதலை இயக்கத்தின் மூலமந்திரம்!

மக்களின் சங்க நாதம்!

சுதந்திரம் பெற்ற எந்த நாடும் மேற்கொள்ளவேண்டிய முதல் பொருளாதார சீர்திருத்தம் உழுபவனுக்கு நிலம் தரும் நிலச் சீர்திருத்தம். ஜனநாயகவாதிகளுக்கும் இதில் உடன்பாடு உண்டு. பொருளாதார தேக்கத்தை உடைக்க வறுமையைத் துடைக்க உணவுப் பிரச்சனை, நிலப் பிரச்சனை, வேலைப் பிரச்சனை ஆகியவைகளை தீர்க்க இந்த வழிதான் ஒரே வழி. விடுதலைப் போராட்ட காலத்திலேயே இந்த முழக்கம் எழுப்பப் பட்டது. தேசப் பிதா காந்தியும்கூட உழுபவனுக்கே நிலம் சொந்தம் ஆக்கப்பட வேண்டும் என்று கூறினார்.

1936இல் இந்திய அளவில் விவசாயிகள் சங்கம் உருவாக்கப்பட்ட பொழுது வைக்கப்பட்ட முழக்கம் இதுதான்.

இந்திய நாட்டில் 65 சதம் மக்கள் விவசாயத்தை சார்ந்துள்ள நிலை உள்ளது. நிலச்சீர்திருத்தம் ஒரு முக்கியப் பிரச்சனையாகும்.

விடுதலைக்குப் பின்னர் நமது விவசாயிகளின் ஆதாரத்தைப் பெருமளவில் அதிகரிக்கும் வகையில் நாட்டில் பல்வேறு விவசாய சீர்திருத்தங்கள், நிலச் சீர்திருத்தங்கள் மேற்கொள்ளப்பட்டன. ஆனால் அவை முழுமையாக நடைமுறைப்படுத்தப்படவில்லை. 1960இல் காமராஜர் ஆட்சிக் காலத்தில் 30 ஸ்டாண்டர்டு ஏக்கர் என்று நில உச்ச வரம்பு தமிழகத்தில் கொண்டுவரப்பட்டது. உழைக்கின்ற விவசாயிகளுக்கு மிச்ச நிலம் எதுவும் கிடைக்கவில்லை.

எனவே, 'திராவிட முன்னேற்றக் கழகம் ஆட்சிக்கு வந்தவுடன் நிலச் சீர்திருத்தம் செய்யப்பட வேண்டும்' என்ற கோரிக்கை பிரதானப்படுத்தப்பட்டது.

'சட்டத்தின் மூலம் ஏழைகளுக்கு நிலம் வழங்கி வருகிறோம். எதற்காக கம்யூனிஸ்ட் கட்சி இந்தப் போராட்டத்தை நடத்தவேண்டும்' என்ற கேள்வியை ஆளும் திமுக எழுப்பியது.

வடவன் நம்மவனுமல்ல, நல்லவனும் அல்ல என்றெல்லாம் பிரச்சாரம் செய்த தென்னாட்டுத் தலைவர்களுக்கு நீலகிரி மலையில் இந்தியப் பெரும் முதலாளி பிர்லாவிற்கு 50,000 ஏக்கர் நிலம் ஒரே குவியலாக இருக்கிறது. தமிழ்நாட்டிற்குள் 30,000 ஏக்கர் இருக்கிறது. இதில் 7000 ஏக்கர்தான் தேயிலை, காப்பித் தோட்டம் ஆகியிருக்கிறது. மீதமெல்லாம் தரிசாக இருக்கிறது. இந்தத் தரிசு நிலம் நிலம்பூர் கோவிலகம் ஜென்மிக்கு சொந்தமாக இருந்தது. ஜென்மி ஒழிப்புக்குப் பிறகு அரசுக்கு சொந்தம். அதை பிர்லாவுக்கு தாரைவார்க்க திமுக அரசு திட்டமிட்டது. கம்யூனிஸ்டுகளின் நிலமீட்சிப் போராட்டத்தை இரும்புக் கரம் கொண்டு அடக்குவோம் என்று சொன்னார்கள். பிர்லாவுக்கு கரும்புக் கரம். கம்யூனிஸ்டுகளுக்கு இரும்புக் கரம். பிர்லாவின் இந்த 'ஓவேலீ' எஸ்டேட்டுக்கு பத்தாவது மைல் தூரத்தில் பந்தலூர் என்ற ஊர் இருக்கிறது. 1948ஆம் ஆண்டில் இருந்து மாவட்ட கலெக்டர் உணவு உற்பத்தியைப் பெருக்குவதற்காக 6 ஆயிரம் ஏழை விவசாயிகள் பயன்படுத்திய நிலத்திலிருந்து அவர்களை வெளியேறும் படி நோட்டீஸ் கொடுத்திருக்கிறார்கள். நில வெளியேற்றம் செய்வதற்கு அடக்குமுறையில் இறங்கினார்கள்.

கேரளாவில் 70 ஆண்டு காலமாக 76 ஆயிரம் ஏக்கர் அரசாங்க நிலத்தை வெள்ளைக்கார கண்ணன் தேவன் தேயிலை கம்பெனியார் ஆக்கிரமிப்பு செய்து வைத்திருந்தனர். அச்சுதமேனன் ஆட்சியில் அவர்களை வெளியேற்றி விட்டு உழைக்கக்கூடிய விவசாயிகளுக்கு சொந்தமாக மாற்றிக் கொடுத்தது.

மதுரை மாவட்டத்தில் ஏகபோக முதலாளி ஒருவர் குடும்பத்தினருக்கு பழமுதிர் பண்ணை என்று 3600 ஏக்கர் நிலத்தில் பட்டா வழங்கி கரும்புக் கரம் நீட்டினார்கள். அதே வட்டாரத்தில் 12 ஆயிரம் ஏக்கர் நிலத்தில் காட்டை வெட்டி கழனியாக்கிய ஏழை விவசாயிகளுக்கு நிலத்தை விட்டு வெளியேற நோட்டீஸ் கொடுத்தார்கள்.

இங்கே தருமபுரம் ஆதீனத்திற்கு பல்லாயிரம் ஏக்கர் நிலங்கள் சொந்தமாகவே இருக்கின்றன. நிலச் சட்டங்கள் செய்தும், பட்டாக்கள் வழங்கியும், விவசாயிகள் யாருக்கும் ஒரு சென்ட் நிலம்கூட தமிழகத்தில் கிடைக்கவில்லை.

திமுக எதிர்கட்சியாக இருக்கின்றபொழுது, அதன் தலைவர் அண்ணாதுரை கூறினார்:

'சிறைக்குள் தள்ளி கிளர்ச்சியை அடக்கிய எந்த வல்லரசும் வரலாற்றில் இடம் பெற்றதில்லை. பாசிசத்தின் முதல் அடி பயங்கரமானதாக இருக்கும். ஆனால் அதன் வீழ்ச்சி எதிர்பாராத நேரத்தில் இருக்கும். திடீரென சரியும்'.

'சரியா? இது முறையா? என்று கேள்விகளைக்கூட எதிர்த்தா பேசுகிறாய், என்னிடமா கேள்வி என்ற அதிகார மொழி பேசி அடக்கப் பார்ப்பது அறிவுடைமை அல்ல. ஆண்மைத்தனமும் ஆகாது. அது கேவலம். முட்டாள்தனம்'.

'அடக்குமுறை, நியாயமான போராட்டத்தை நடத்துவதற்கு இடையூறாக சலுகையோ, உரிமையோ தந்துவிடாது. சோர்ந்து கிடக்கும் சிலரையும் எழுப்பி விடும்'.

'லட்சிய வெறிக்கும் ஆதிக்க வெறிக்கும் இடையே போராட்டம் நடைபெற்றால், ஆதிக்கப்பித்து வெற்றி பெற்றது என்பதற்கு உலக சரித்திரத்தில் ஆதாரமே கிடையாது. லட்சியங்கள் வாகை சூடிற்று என்ற உண்மை ஏராளமாகக் காணக்கிடைக்கிறது'.

பேரறிஞர் அண்ணாவினுடைய எந்தச் சொல்லும் இவர்களுடைய காதுகளில் ஏறவில்லை.

'உடலை ஒடுக்கலாம். உணர்ச்சியை மாய்க்க முடியாது'.

நிலப்பிரபுத்துவம் நாட்டை சுடுகாடு ஆக்கியது. நாடு முழுவதும் போராட்டக் கனல் கொழுந்துவிட்டு எரிந்தது.

இந்திய கம்யூனிஸ்ட் கட்சி தீர்மானம் நிறைவேற்றி, நிலமீட்சிப் போராட்டத்தை அறிவித்த உடன் தமிழக அரசு 1970ஆம் ஆண்டு நில உச்சவரம்பு திருத்தச் சட்டம் ஒன்றை நிறைவேற்றியது. அதன் நோக்கம் கீழ்க்கண்டவாறு அமைந்தது.

'1961ஆம் ஆண்டு சட்டம் அமலாக்கப்பட்ட பிறகும் விவசாய நில உடைமையில் ஏற்றத்தாழ்வு இருந்து வருவதாகவும், இதன் காரணமாக சிலர் கையில் நிலம் குவிந்துள்ள நிலை இருந்து வருவதாகவும், அதைத் தடுக்கவே திருத்தச் சட்டம் கொண்டு வருவதாகவும்' கூறினர்.

ஆனால் நடைமுறையில் 30 ஸ்டாண்டர்டு ஏக்கர், 15 ஸ்டாண்டர்டு ஏக்கர் என்று கூறப்பட்டாலும் விநியோகத்திற்கு உபரி நிலம் கிடைக்கவில்லை. இன்று இரு சட்டங்களிலுமே குடும்பத்தை அடிப்படையாகக் கொண்டு உச்சவரம்பு நிர்ணயிக்கவில்லை. நிலப்பராதீனத்திற்கு சட்டங்களில் இடமளிக்கப்பட்டன. இதன் காரணமாக பினாமி ஏற்பாடுகளுக்கு வழி வகுத்துத் தரப்பட்டது. இச்சட்டங்கள் உழுபவனுக்கே நிலம் என்ற நோக்கத்தோடு இயற்றப்படவில்லை. விதிவிலக்குகள் தரப்பட்டன. இந்த நிலைமைகளால் உபரி நிலம் கிடைக்கவில்லை.

'நில உச்ச வரம்பில் தனிநபர் அடிப்படையை ரத்து செய்து குடும்பத்திற்கு என திருத்த வேண்டும். 5 பேர் கொண்ட குடும்பத்திற்கு 15 ஸ்டாண்டர்டு ஏக்கர் என நிர்ணயிக்க வேண்டும். எப்படி இருந்தாலும் குடும்பத்திற்கு 20 ஸ்டாண்டர்டு ஏக்கருக்கு மேல் அனுமதிக்கக்கூடாது. 1955ஆம் ஆண்டு முதல் நில உச்சவரம்பை அமலாக்க வேண்டும். குடும்பத்தில் உள்ளவர்கள் பேரால் உள்ள தனித்தனி நிலச் சொத்துக்களை குடும்பத்தின் பொதுச் சொத்தாகக் கருதி வரம்பை நிர்ணயிக்க வேண்டும்'.

'கீழூற்று இறைவைப் பாசனமும், நீர்ப்பாசன வசதிகளும் பெருகி உள்ளதால் நிலங்கள் திருத்தப்பட்டு புஞ்சை நிலங்கள் நஞ்சை நிலங்களாகி இருக்கின்றன. நிலத்தின் மதிப்பு உயர்ந்துள்ளது. எனவே நிலவரியை அடிப்படையாகக் கொண்டு ஸ்டாண்டர்டு ஏக்கர் நிர்ணயம் செய்திருப்பதை ரத்து செய்து, வட்டாரத்துக்கு வட்டாரம் நிலத்தின் தன்மை, நீர் வசதி, உற்பத்தித் திறன், உற்பத்திச் செலவு, வருமானம் ஆகியவற்றை கணக்கில் எடுத்துக் கொண்டு ஸ்டாண்டர்டு ஏக்கரை நிர்ணயிக்க வேண்டும்'.

'நில உச்ச வரம்பு சட்டத்தில் உள்ள விதி விலக்குகள் ரத்து செய்யப்பட வேண்டும். தொழில் நிறுவனங்கள், வர்த்தக நிலையங்கள், கல்வி நிறுவனங்கள், பால் பண்ணை ஆகிய நிறுவனங்களுக்கு நிலம் வைத்துக் கொள்ள அனுமதித்துள்ள விதிவிலக்குகளை ரத்து செய்ய வேண்டும். விளை நிலங்கள் மூலம் வருமானம் பெறுவதற்கு அனுமதிக்கக்கூடாது. தொழில்களை நடத்துவதற்குத் தேவையான இடம் மட்டும் அனுமதிக்கலாம்'.

கோவில்கள், மடங்கள், மசூதிகள், கிறிஸ்தவ மத ஸ்தாபனங்கள், மருத்துவமனைகள், கல்வி போன்ற ஸ்தாபனங்களுக்கு அறக்கட்டளை மூலம் கிடைத்துள்ள நிலங்களிலும், சொந்த நிலம் ஆனாலும் அந்த நிலங்கள் அனைத்தும் அரசு எடுத்து, இப்பொழுது உழுது பயிரிடும் குத்தகைதாரர்களுக்கு 5 ஏக்கர் வீதம் உரிமையாக்கப்பட வேண்டும். மீதமுள்ள நிலத்தை விவசாய தொழிலாளர்களுக்கு விநியோகிக்க வேண்டும். நிறுவனங்களின் பராமரிப்பு செலவிற்காக அரசிடம் தஸ்திக் போன்று மானியம் பெறும் உரிமை அளிக்க வேண்டுமே தவிர நிலச் சொத்து வைத்துக் கொள்ள அனுமதிக்கக் கூடாது.

விறகு, பழத் தோட்டங்கள், தோப்புகள் ஆகியவற்றின் விதிவிலக்குகளை ரத்து செய்ய வேண்டும்.

காபி, தேயிலை, ரப்பர் தோட்டங்களுக்கு வரம்பற்ற விதிவிலக்கு இருக்கக் கூடாது. அத்தகைய தோட்டங்கள் ஆரம்பிக்கப்பட்ட

காலத்தில் அனுமதிக்கப்பட்ட நிலங்களைத் தவிர மற்ற நிலங்களை அரசு எடுத்துக் கொள்ள வேண்டும்.

உச்சவரம்பில் மிச்சமாகும் நிலத்தை அந்த நிலத்தில் பயிர் வைத்து விவசாயம் செய்யும் விவசாயிகளுக்கும் நிலமில்லாத விவசாயத் தொழிலாளர்களுக்கும் வழங்க வேண்டும்.

சாகுபடி செய்யும் குடிவார குத்தகைதாரர்களை எக்காரணத்தைக் கொண்டும் நில வெளியேற்றம் செய்வதிலிருந்து தடை ஏற்படுத்த வேண்டும். அவர்களுக்கு நிலம் சொந்தமாக்கப்படும் முறையில் சட்டம் இயற்றப்பட வேண்டும்.

குத்தகை விவசாயிகளுக்கு பாதுகாப்பு, விவசாயத்தைக் கொண்டு ஜீவனம் செய்யக்கூடிய நிர்ப்பந்தத்தில் உள்ளவர்களுக்கு பாதுகாப்பு என உயரிய நோக்கங்களோடு கோரிக்கைகள் முன் வைக்கப்பட்டன. மேலும் இந்தச் சட்டத்தை அமல் ஆக்குவதற்கு கிராம கமிட்டிகள் அமைக்க வேண்டும் என்றும் வலியுறுத்தப்பட்டது.

தமிழ்நாடு முழுவதும் கிளர்ந்தெழுந்தது. அரசு அடக்குமுறையை கட்டவிழ்த்து விட்டது. ஆயிரக்கணக்கான விவசாயிகளும், விவசாயத் தொழிலாளர்களும், சமூக ஊழியர்களும் கைது செய்யப்பட்டனர். சிறையில் அடைத்து வைக்கப்பட்டனர். அரசு இரும்புக் கரம் கொண்டு அடக்குவேன் என கொக்கரித்தது. இரும்புக் கரத்தை கரும்புக் கரமாக மாற்றுவோம் என்று இந்திய கம்யூனிஸ்ட் கட்சியின் போராட்டக் குழு அறிவித்தது.

1970ஆம் ஆண்டு ஆகஸ்ட் மாதம் 15ஆம் தேதி நிலங்களில் இறங்குவோம் என்ற அறிவிப்பை அரசு அறிந்து கொண்டது. அதன் விளைவு 9ஆம் தேதியே கைதுகள் தொடங்கிவிட்டன. வீடு புகுந்து இரவுகளில் தொண்டர்கள் கைது செய்யப்பட்டார்கள். அப்பாவிகள் கூட விட்டு வைக்கப்படவில்லை. சிறைச் சாலைகள் நிரம்பி வழிந்தன.

1970 ஆகஸ்ட் 25 அன்று நில மீட்புப் போராட்டம் பற்றி அழகர்சாமி சட்டமன்றத்திலே பேசினார்.

தலைவர் அவர்களே! சமீபத்தில் ஆகஸ்ட் மாதத்தில் முதல் வாரம் எங்களுடைய இந்திய கம்யூனிஸ்ட் கட்சியைச் சேர்ந்தவர்கள், விவசாய சங்கத்தைச் சேர்ந்தவர்கள் 12 ஆயிரத்திற்கும் அதிகமான பேர்கள், தலைவர்கள் எல்லாம் கைது செய்யப்பட்டு, சிறைகளில் 2 ஆயிரம் பேர்கள் இருக்கக்கூடிய இடங்களில் 7 ஆயிரத்திற்கும் அதிகமானவர்கள் அடைத்து வைக்கப்பட்டிருக்கிறார்கள். சிறைகளில் போதுமான வசதிகள் இல்லாமல் கஷ்டப்படுவதாக தகவல்கள் வந்துள்ளன. நண்பர்

திரு.சங்கரய்யா அவர்கள் சொன்னது போல இது நிலப்பறி கிளர்ச்சி அல்ல, நில மீட்சி கிளர்ச்சி இயக்கமாகும்.

கொள்ளையடித்து சட்டத்திற்குப் புறம்பாக அதிகமான நிலம் வைத்திருக்கக் கூடியவர்களது நிலங்கள், புறம்போக்கு நிலங்கள் முதலியவற்றை நில மீட்சி செய்ய வேண்டுமென்றும், அந்த நிலக் கொள்ளையர்களை அம்பலப்படுத்தி அந்த நிலங்களை எடுத்து நிலமற்றவர்களுக்குக் கொடுக்க வேண்டும் என்ற கோரிக்கையை வலியுறுத்தும் அடிப்படையில் இந்தக் கிளர்ச்சி போதிய முன்னறிவிப்புகள் செய்யப்பட்ட பின்பே நடக்க இருந்தது.

தேசிய இயக்க காலத்தில் நடந்த உப்புச் சத்தியாக்கிரகம் போன்ற இந்தச் சத்தியாக்கிரகத்தில் யார்? யார்? ஈடுபடப் போகிறார்கள் என்பதாக பெயர்கள் அறிவிக்கப்பட்டதும், அறிவிக்கப்படாதவர்களையும், இன்னும் இவர்களுக்காக வழக்காடுவார்கள் என்று வழக்கறிஞர்கள் பலரையும் கும்பினி அரசு போல இந்த அரசும் கைது செய்திருக்கின்றது.

இந்த மாதிரியான ஒரு நியாயமான கிளர்ச்சியில் ஈடுபட இருந்தவர்கள் மட்டுமல்ல, ஈடுபடக்கூடும் என்பதாகவும் நினைத்து 12 ஆயிரம் பேர்களுக்கு மேற்பட்டவர்களை இந்த அரசு கைது செய்திருக்கின்றது. ஆகவே, இந்த அவசரமான, அவசியமான, பொது முக்கியத்துவம் வாய்ந்த விஷயத்தைப் பற்றி விவாதிக்க சபையின் மற்ற நடவடிக்கைகளை ஒத்தி வைக்க வேண்டும் என்று கேட்டுக் கொள்கிறேன்'.

நில மீட்சிப் போராட்டம் தொடங்கும் முன்பே அழகர்சாமி 1970 ஏப்ரல் 8 - அன்று சட்டமன்றத்தில் பேசினார்.

கிராமப்புறங்களிலுள்ள ஏழை எளிய விவசாயிகள் சுதந்திரமுள்ள மனிதனாக வாழவேண்டும் என்றால். நிலவுடைமை அவர்களுக்கு மாற்றப்பட வேண்டும் அவர்கள் தலைநிமிர்ந்து நாட்டினுடைய சுதந்திரமான பிரஜையாக வாழவேண்டும் என்றால், கிராமப்புறத்தில் இருக்கக்கூடிய விவசாயிகள், உழைக்கக்கூடியவர்கள் நிலத்தில் பாடுபடக்கூடியவர்கள் ஆகியவர்களிடமிருந்து நிலச் சொந்தக்காரர்கள் வாரத்தின் பெயரால், வருமானத்தை சுரண்டிக் கொண்டு போகக்கூடிய நிலையை மாற்ற வேண்டும். உழைப்பவர்களுக்கு நிலம் சொந்தம் என்ற நிலை ஏற்பட வேண்டும்."

**உழவுக்கும் தொழிலுக்கும் வந்தனை செய்வோம் – வீணில்
உண்டுகளித் திருப்போரை நிந்தனை செய்வோம்**

- பாரதியார்

கோவில்பட்டியில் நடந்தது என்ன?
கடையடைக்கப்பட வேண்டும் என்று விவசாயிகள்
கேட்டுக் கொண்டார்கள். ஆனால் ஆளுங்கட்சியைச்
சேர்ந்தவர்களும் போலீசும் சேர்ந்து கொண்டு
சைக்கிள் செயின் போன்றவற்றை கையில்
வைத்துக் கொண்டு தாக்கியிருக்கிறார்கள்.

26. விவசாயிகளின் எழுச்சி

1967க்குப் பிறகு பசுமைப் புரட்சி புகுத்தப்பட்டது. இது தமிழக விவசாயத்தின் திசை வழியை மாற்றி அமைத்தது. நவீன விவசாய முறைகள் விவசாயத்தில் உற்பத்தி சக்திகளின் வளர்ச்சியை பல மடங்கு பெருக்கியது. மேலும் முதலாளித்துவ உற்பத்தி உறவுகள் விவசாயத்தில் மேலோங்கிய நிலைக்கு வரத் தொடங்கியது. விவசாயத்திற்கு அத்தியாவசியமான நீர்ப்பாசன ஏற்பாடு ஐந்தாண்டுத் திட்டங்கள் மூலமாக மரபுவழியான பிரதேசங்களோடு மட்டும் நில்லாது, மேட்டு நில தமிழகத்திலும் வளர்க்கப்பட்டன. நீர்ப்பாசன சாகுபடிக்கு வராத நிலம் தமிழகத்தில் 60 சதவிகிதம் இருந்தது. பசுமைப் புரட்சிக்கு முன் ஆற்றுப் பாசனம், கண்மாய்ப் பாசனம் ஆகிய இரண்டு பாசன முறைகளுக்கு மட்டுமே முக்கியத்துவம் அளிக்கப்பட்டது.

பசுமைப் புரட்சி காலத்தில் கிணற்றுப் பாசன முறை முதன்மை நிலைக்கு வந்தது. கிணற்றுப் பாசனம் மேட்டு நிலத் தமிழகத்தில் வேளாண்மையை நவீனப்படுத்தியது. மின் எந்திர நீர்ப்பாசன வளர்ச்சி பசுமைப் புரட்சியின் ஒரு விளைவாகும்.

நிலச்சீர்திருத்தச் சட்டங்களும், குத்தகைப் பாதுகாப்பு சட்டங்களும் நில உறவு முறைகளில் சில குறிப்பான மாற்றங்களை உருவாக்கியது. இந்தச் சட்டங்களுக்குள் காணப்படும் பலகீனங்களைப் பயன்படுத்தி பினாமி நில உடைமையும் வளர்ந்தது. ஆனாலும் சந்தை உறவும் புதிய ஊக்கம் பெற்றது. குறிப்பாக, கிணற்றுப் பாசனப் பகுதிகளில் நிலத்தடி நீர் பயிர் சாகுபடிக்கு பயன்படுத்தப்பட்டதும், சந்தை சார்ந்த பணப்பயிர் பெருகியதும் காரணமாய் நிலத்தின் மதிப்பும் கூடியது. இதனால் நில உடைமையாளர்கள் குத்தகையாளர்களை வெளியேற்றி விட்டு தாமே சொந்த சாகுபடி செய்யத் தொடங்கினர். சொத்துடைமை உறவுகளில் ஏற்பட்ட மாற்றம் வேளாண்மையில் குறிப்பிடத்தக்கதாம்.

தமிழகத்தில் நகர்மயமாகும் போக்கு மேலோங்கியது. பருத்தி, கரும்பு, நிலக்கடலை, மிளகாய் போன்றவை கூட பணப்பயிர்களாகின.

நவீன ஆலைகளுக்கு வேண்டிய இந்த மூலப்பொருள் உற்பத்தியின் கேந்திரமாக விவசாயம் மாற்றப்படுவதற்கு மரபுவழி நகரங்களும், கிராமங்களும் இணைக்கப்படுவதும் வர்த்தக மயமாக்கப்படுவதும் அவசியமானதாகும், நவீன வேளாண்மைக்குரிய இடைநிலை சந்தைகளாக நகரங்கள் வளர்ச்சி பெற்றன. இதோடு கிராமங்களும் நகர்மயமாயின. நவீன நுகர்பொருள் கலாச்சாரத்துக்குள் கிராமங்களைக் கொண்டு வர வேண்டியது முதலாளிகளுக்கு அவசியமாய் இருந்தது.

விவசாயத்திற்கு குறிப்பாக கிணற்றுப் பாசனத்திற்கு மின்சாரம் அவசியத் தேவையாக அமைந்தது.

1967இல் தமிழ்நாட்டில் ஆட்சி மாற்றம் நிகழ்ந்தது. காங்கிரஸ் ஆட்சி மாறி திமுக ஆட்சி பொறுப்பேற்றது. 1970இல் தமிழக அரசு ஒரு யூனிட் மின்சாரத்தை 8 பைசாவிலிருந்து 10 பைசாவாக உயர்த்தியது. இதனை எதிர்த்து விவசாயிகள் போராட்டம் வெடித்தது. கோவையில் பிரம்மாண்டமான விவசாயிகள் பேரணி நடைபெற்றது. டிராக்டர்களில் நகரை நோக்கி வந்தனர். ஜூன் 15ஆம் நாள் சாலை மறியலும் 19ஆம் நாள் “பந்த்” (முழு அடைப்பு) போராட்டமும் அறிவிக்கப்பட்டது. அடக்கு முறை கோலோச்சியது. மூன்று விவசாயிகள் சுட்டுக் கொல்லப் பட்டனர். அதன் பின்னரே அரசு இறங்கி வந்தது. 10 பைசா என்பது ஒரு பைசா குறைக்கப்பட்டு 9 பைசா ஒரு யூனிட் மின்சாரம் வழங்குவது என நிர்ணயிக்கப்பட்டது.

மீண்டும் 1972 ஜனவரியில் ஒரு யூனிட் மின்சாரம் 9 பைசாவிலிருந்து 12 பைசாவாக அரசு உயர்த்தியது. மார்ச் மாதம் விவசாய சங்கங்கள் ஒன்று சேர்ந்து 12 அம்ச கோரிக்கைகளை அரசுக்கு சமர்ப்பித்தது. மே 9ஆம் நாள் மறியல் போராட்டம் தொடங்கியது. அரசு விவசாயிகளையும், அவர்க்ளுக்கு ஆதரவாக போராடி மறியல் செய்தவர்களையும் கைது செய்து சிறையில் அடைத்தது.

விவசாயிகள் இயக்கத் தலைவர்கள் நாராயணசாமி நாயுடு, டாக்டர் சிவசாமி, எம்.காத்தமுத்து, ஏ.ஆதிமூலம், முகவை அழகிரிசாமி, ஆர்.நல்லகண்ணு, சோ.அழகர்சாமி, பி.முத்துமாணிக்கம், உட்பட விவசாயிகள் இயக்கத் தலைவர்கள் தமிழகம் முழுவதும் சுற்றிச் சுழன்று வந்தனர். கோவையில் மட்டுமல்ல, தமிழகம் முழுவதும் கே.பாலதண்டாயுதம் உட்பட கம்யூனிஸ்ட் தலைவர்கள் கர்ஜனை செய்தனர்.

தமிழகத்தின் மேட்டு நிலப் பகுதிகளான கொங்கு மண்டலத்திலும், கரிசல் காடுகளிலும் வலுவான போராட்டம் நடைபெற்றது. சிறைகள் நிரம்பி வழிந்தது. ஜூன் 2 முதல் 4 வரை நகரங்களுக்கு காய்கனி களையும், பாலையும் கொண்டு வர விவசாயிகள் மறுத்தனர். நகர்ப்புற மக்களிடம் கொந்தளிப்பு ஏற்பட்டது. போராட்டம் மேலும் மேலும் வலுப்பட்டது. அரசு அசைந்து கொடுக்கவில்லை.

மாநிலம் தழுவிய பந்த் போராட்டம் ஜூலை 5ஆம் நாள் அறிவிக்கப்பட்டு நடந்தது. முற்றாக போக்குவரத்து தடைப்பட்டது. விவசாயிகள் மாட்டு வண்டிகளையும், டிராக்டர்களையும் சாலையின் குறுக்கே நிறுத்தினர். ஒவ்வொரு கிராமமும் வீறு கொண்டு நின்றது. போக்குவரத்து முற்றாக ஸ்தம்பித்தது.

தமிழகமே போராட்டத்தால் வீறுகொண்டெழுந்தது. கோவில்பட்டி சுற்றுவட்டாரம் முழுவதும் பொங்கியெழுந்தது. நமக்கு பெரிய அனுபவத்தையும், போராட்டத்தையும் கற்றுக் கொடுத்தது.

சாத்தூரில் துப்பாக்கிச் சூடு சீனிவாசன், நம்மாழ்வார் என இருவர் கொல்லப்பட்டனர். சாத்தூர் எழுத்தாளர் தனுஷ்கோடி ராமசாமி தனது ‘தோழர்’ நாவலில் இந்தத் துப்பாக்கிச் சூடு சம்பவங்களையும் அருமையாகப் பதிவு செய்துள்ளார்.

கொடுமையிலும் கொடுமை கோவையில்தான். பெத்தநாயக்கன் பாளையத்தைச் சார்ந்த விவசாயிகள் ஆறுமுகம், முத்துசாமி, சாந்தமூர்த்தி, மணி, இராமசாமி என்ற முத்து, பிச்சைமுத்து, கோவிந்தராஜுலு, விவேகானந்தன், இராமசாமி என ஒன்பது பேர் கொல்லப்பட்டனர். பல்லடம் அருகே அய்யம்பாளையத்தில் முத்துக்குமாரசாமி, சுப்பையன் என இரு விவசாயிகள் கொல்லப்பட்டனர். போராட்டத்தை அடக்க விவசாயிகளை குண்டுகளுக்கு இரையாக்கினர். பலர் காயங்களுடன் ஊனமுற்றனர்.

அருமைத் தலைவர் கே.பாலதண்டாயுதம், அன்று கோவை பாராளுமன்ற உறுப்பினர். துப்பாக்கி சூட்டில் விவசாயிகள் செத்து மடிந்ததைக் கேட்டவுடன் துடிதுடித்துப் போனார். விவசாய சங்கத் தலைவர்களுடன் சம்பவ இடத்திற்கு விரைந்தார். கண்ணீருடன் சிதைந்த உடல்களை வாகனத்தில் சுமந்து கொண்டு கோவை வீதிகளில் வலம் வந்தார். ஆவேசமாக அரசுக்கு எச்சரிக்கை விடுத்தார்.

தமிழ்நாடு விவசாயிகள் சங்கத்தலைவர் அழகர்சாமி வீதிகளில் கண்டனக்குரல் எழுப்பினர். சட்டமன்றத்தில் தன் சகாக்களுடன்

இணைந்து அமைச்சரவை மீது நம்பிக்கையின்மைத் தீர்மானமும், அமைச்சரவையின் தனி ஒரு கொள்கையைக் கண்டிக்கும் தீர்மானமும் கொண்டு வந்தார். இத்தீர்மானங்கள் மீதும், துப்பாக்கிச் சூட்டை கண்டித்தும், 1972-ஆம் ஆண்டு ஆகஸ்ட் 11ஆம் நாள் ஆவேசமாகப் பேசினார்:

"இங்கே பேசிய ஆளும் கட்சியினர் பலர் இந்தக் கிளர்ச்சியின் போது அதில் சேர்ந்திருந்த கம்யூனிஸ்ட் கட்சியினரால் பல வன்முறைகளும், பலாத்காரங்களும் தூண்டிவிடப்பட்டதாகச் சொன்னார்கள். எனக்குத் தெரிந்தமட்டில் கடந்த 20 ஆண்டு காலத்தில் பல கிளர்ச்சிகள் நடந்திருக்கின்றன. பலவற்றில் நானும் பங்கு கொண்டிருக்கின்றேன்.

ஆனால், இப்போது நடந்து முடிந்த கிளர்ச்சியில் விவசாயிகள் அதிகமாகப் பங்கு கொண்டது போல், எந்தக் கிளர்ச்சியிலும் அவர்கள் பங்கு கொண்டது இல்லை. வேறு எந்தக் கிளர்ச்சியிலும் அவர்கள் பங்கு கொண்டதை இதற்குமுன்பு நான் பார்த்ததும் இல்லை. அவ்வளவு அதிகமாகப் பங்கு கொண்டிருக்கிறார்கள் என்றால், அதற்கு என்ன காரணம்? அவர்களுக்கு ஏற்பட்ட கஷ்டங்கள் என்ன? என்பதை எண்ணி அவற்றைப் போக்க என்னென்ன நடவடிக்கை எடுக்க வேண்டும் என்பதை யோசிப்பதற்குப் பதிலாக இந்த அரசும் அமைச்சர்களும், திமுக தலைவர்களும், 'இது மிராசுதார்களின் போராட்டம், மிட்டாதாரர்களின் போராட்டம், பட்டயக்காரர் போராட்டம்' என்று சொல்லி, விவசாயிகளை மிகமிகக் கேவலமான முறையில் சொன்னது மட்டுமின்றி விவசாயிகளுடைய நியாயமான கோரிக்கைகளை மிகவும் கொச்சைப்படுத்திப் பேசினார்கள்.

இதுமட்டுமில்லை, இந்தப் போராட்டத்தைப் பொறுத்தமட்டில் விவசாயிகளுக்குண்டான கஷ்டங்கள் என்ன என்று சற்று எண்ணிப் பார்க்க வேண்டும். இராமநாதபுரம், திருநெல்வேலி மாவட்டங் களிலுள்ள விவசாயிகளுடைய கஷ்டங்கள் இந்தச் சட்டமன்றத்தில் அடிக்கடி சொல்லப்பட்டிருக்கின்றன. முதலமைச்சர் அவர்களிடமும், விவசாயத்துறை அமைச்சர்களிடமும், அவர்கள் கஷ்டம் பற்றி அடிக்கடி சொல்லப்பட்டிருக்கின்றன. சொன்ன பிறகாவது என்ன நடந்தது? 'ஒட்டக்கூத்தன் பாட்டுக்கு இரட்டைத் தாழ்ப்பாள்' என்று சொல்வதைப் போல நிலைமைகள் மோசமடைந்தன. அங்குள்ள விவசாயிகளின் கஷ்டங்கள் கொஞ்சநஞ்சமல்ல. அவர்களுக்கு விளைச்சல் கம்மி. நீர்ப்பாசன வசதிகளும் கிடையாது. பருவமழை

இல்லை. ஆனால் கொடுக்கப்பட்ட கடன்களை அவர்களிடமிருந்து வசூலிப்பதில் கெடுபிடி சிறிது கூட குறையவில்லை.

ஆடு, மாடுகள் ஜப்தி, கையிலுள்ள விவசாயப் பொருட்கள் ஜப்தி, பம்பு செட் ஜப்தி இவையெல்லாம் நடந்தன. இவ்வளவு கொடுமை களுக்குப் பிறகும், அரசாங்கத்தில் உள்ளவர்கள் தேர்ந்தெடுக்கப்பட்ட உறுப்பினர்கள் சொல்லுவதை நம்பத் தயாராயில்லை. அதிகாரிகள் சொல்லுவதையே நம்பிக் கொண்டு விவசாயிகளுடைய கஷ்டங்களைப் போக்குவதற்கு நடவடிக்கை எடுக்காமல் இருந்தால் என்ன பண்ணுவது? சாத்வீக முறையில் கோரிக்கைகளைச் சமர்ப்பித்தார்கள். அதற்குப் பதில் இல்லை.

பிறகு வேறுவழியின்றி விவசாயிகள் தாலுக்கா அலுவலகங்கள் முன்பு மறியலைச் செய்து ஜெயிலுக்குப் போவதற்குத் தயாராக இருந்தார்கள். அதையொட்டி முகவை, நெல்லை மாவட்டத்தில் மட்டும் 30 நாட்களுக்கு மேல் சிறையிலும் அடைக்கப்பட்டார்கள். தமிழகம் முழுவதும் பல இடங்களில் இது போல நடந்துள்ளது. எல்லா கட்சியினரும் இருந்தார்கள். திராவிட முன்னேற்றக் கழக தோழர்கள் கூட இருந்தார்கள். தி.மு.க பஞ்சாயத்து தலைவர்களும் இருந்தார்கள். நியாயமான முறையில் பிரச்சினையைச் சந்திப்பதற்கு பயந்து இந்த அரசு, இந்தப் போராட்டத்தை திசை திருப்பும் முயற்சியில் இறங்கினார்கள். இது ‘பத்திரிகைப் போராட்டம், பேப்பர் போராட்டம்’ என்றெல்லாம் சொல்லி திசை திருப்பினார்கள்.

எனவே, இருபது உயிர்களை இழக்கக் கூடிய காரியங்கள் நடைபெற்றன. கோவையில் நடந்தது என்ன? குடுமி வைத்திருந்து துண்டு போட்டுக்கொண்டு நகரத்திற்கு வந்தால் போதும், விவசாயிகள் என்று அவர்களையெல்லாம் போலீசார் தாக்கியிருக்கிறார்கள். எந்தப் போராட்டத்திலும் இவ்வளவு எண்ணிக்கையில் விவசாயிகள் தாக்கப்பட்டதில்லை. போராட்டத்தின் போது போலீசார் எண்ணியிருந்தால் முறையாக அவற்றை ஒழுங்குபடுத்தியிருக்கலாம். ஆனால், இப்போது நடந்த போராட்டத்தில் திராவிட முன்னேற்றக் கழகத்தைச் சேர்ந்தவர்கள் எல்லாம் போலீசை பக்கபலமாக வைத்துக் கொண்டு தாக்குதல்களை நடத்தியிருக்கிறார்கள். பல இடங்களிலே விவசாயிகளுடைய வண்டிகள் உடைத்து நொறுக்கப்பட்டிருக்கின்றன.

மன்னார்குடியில் 39 வண்டிகளை சேதப்படுத்தியிருக்கிறார்கள். சாத்தூர் வட்டாரத்திலே இதுபோல சேதப்படுத்தியிருக்கிறார்கள். பெத்த நாயக்கன் பாளையத்தில் சேதப்படுத்தியிருக்கிறார்கள். இவ்வளவுக்குப்

பிறகும் விவசாயிகள் தான் வன்முறையில் ஈடுபட்டார்கள் என்று சொன்னால் என்ன அர்த்தம்? எதிர் தரப்பிலுள்ளவர்களுக்கு யாருக்காவது சேதம் உண்டா? எவ்வளவு தர்ம நியாயமான போராட்டம். காந்தியடிகள் நடத்தியது போல அகிம்சை முறையில் நடந்த போராட்டத்தை எப்படியெல்லாம் அடக்க முயன்றார்கள்?

எதிர்கட்சியினர், அதாவது இன்று ஆளும் கட்சியில் அமர்ந்திருப்பவர்கள் நடத்திய போராட்டங்கள் தெரியும் உங்களுக்கு. அந்தப் போராட்டங்களில் எவ்வளவு பலாத்காரம் நடந்தது தெரியுமா? இவ்வளவு பேரை சுட்டுக் கொன்றுவிட்டு, 'வன்முறையில் ஈடுபட்டது எதிர்கட்சியினர்தான். அவர்கள் முட்டாள்தனமாக கொள்கைகளை வைத்துக் கொண்டிருப்பவர்கள்' என்று சொன்னால் அதை மக்கள்தான் தீர்மானிக்க வேண்டும்.

இவ்வளவுக்கும் பிறகு அரசாங்கம் என்ன சொல்கிறது என்று பாருங்கள். 'கோவில்பட்டி வட்டாரத்தில் நல்ல பருவ மழை காரணமாக விளைச்சல் உள்ள காரணத்தினால் அங்குள்ள விவசாயி களுடைய கடன் மற்ற பாக்கிகளை தள்ளி வைக்க வேண்டியதில்லை' என்று செக்ரட்டரி எழுதியிருக்கிறார்கள். 'விஜயராகவன்' என்பவர் கையெழுத்து போட்டிருக்கிறார். இப்படி விவசாயிகள் போராடித்தான் தீர வேண்டும் என்ற நிலைக்கு வந்தபிறகும் இராமநாதபுரம் மாவட்ட அபிவிருத்தி கவுன்சிலில் தீர்மானம் போடுகிறார்கள். இதற்கும் செவி சாய்க்கவில்லை.

இதற்குப் பிறகுதான் இந்த விவசாயிகள் எல்லாம் மறியல் செய்து சிறைக்குப் போக வேண்டிய நிலை ஏற்பட்டது. இப்படி சிறை புகுந்த பிறகு வெளியே உள்ளவர்கள் எல்லாம் விவசாயிகளுக்கு ஆதரவாக ஒருநாள் கதவடைப்பு நடத்துவது என்று தீர்மானித்தார்கள். இது எந்தப் போராட்டத்திலும் செய்யக்கூடிய காரியம்தான். இது நடத்தப்படக் கூடாது என்று இதற்கு எதிராக ஒரு வன்முறையை நடத்தும் முறையை இந்த ஆட்சியில்தான் பார்க்கிறோம்.

முன்பு நீங்கள் நடத்திய போராட்ட காலங்களிலே 'கடை திறக்கப்பட வேண்டும், கிளர்ச்சியில் ஈடுபடக் கூடாது' என்று அன்று ஆளுங்கட்சியில் உள்ளவர்கள் எதிர்த்துப் போராட்டம் நடத்தியதாக சரித்திரம் இல்லை. இது வருந்தக் கூடிய போக்குதான்.

கோவில்பட்டியில் நடந்தது என்ன? கடையடைக்கப்பட வேண்டும் என்று விவசாயிகள் கேட்டுக் கொண்டார்கள். ஆனால், ஆளுங்கட்சியைச் சேர்ந்தவர்களும் போலீசும் சேர்ந்துகொண்டு

சைக்கிள் செயின் போன்றவற்றைக் கையில் வைத்துக் கொண்டு தாக்கியிருக்கிறார்கள். விவசாயிகளை, நிலைமை மீறியது என்று போலீசார் எண்ணும் நேரத்தில் கண்ணீர்ப் புகை, தடியடி என்று ஏதாவது இருந்ததா? எடுத்த உடனே துப்பாக்கிச்சூடுதான். ஒருவர் கொல்லப் பட்டது மட்டுமில்லை. 20 பேருக்கு அதிகமாக துப்பாக்கிக் குண்டுகளால் அடிபட்டு காயமடைந்திருக்கிறார்கள்.

இவ்வளவு பயங்கரமான நிலைமைக்குப் பிறகு கோரிக்கையில் நியாயமிருக்கிறதா? என்று பரிசீலனை செய்யக்கூடத் தயாராக இல்லை. அடக்குவதுதான் முறை என்று மனதில் எண்ணிக் கொண்டு மூர்க்கத் தனமாக அவர்களைத் தாக்கியிருக்கிறார்கள். சிறையிலே அடைக்க வேண்டும். அதற்கு மேல் போராட்டம் நடத்துபவர்களைச் சுட்டுத் தள்ள வேண்டும். இனிமேல் விவசாயிகள் இம்மாதிரியான கோரிக்கைகளை எழுப்பக் கூடாது என்ற முறையிலே இந்த அரசாங்கம் நடவடிக்கை எடுத்திருக்கிறது.

அதனால்தான் சொல்கிறேன். நியாயமான முறையிலே விவசாயிகள் பிரச்சனையில் இந்த அரசாங்கம் நடந்து கொள்ளவில்லை என்று, முன்னாள் விவசாயிகள் கேட்பது கோரிக்கையே இல்லை என்று சொன்னார்கள். இத்தனை பேர்களை சுட்டுத் தள்ளிய பிறகு, இவ்வளவு பொருள் நஷ்டம் ஏற்பட்ட பிறகு, அவர்கள் கோரிக்கைகளை ஏற்று அரசாங்கம் ஒப்பந்தத்தில் கையெழுத்திட்டிருக்கிறது.

விவசாயிகள் மீது இப்படி நடவடிக்கை எடுத்துக் கொண்ட அரசாங்கம் பெரிய, பெரிய மனிதர்கள் மீது நடவடிக்கை எடுக்கத் தயங்குகிறது. நண்பர் திரு.சுப்பு அவர்கள், ஆதித்தனாருக்கு சொந்தமான பேப்பர் மில்லில் 4 லட்சம் ரூபாய் பாக்கி இருப்பதாகச் சொன்னார்கள். அதை வசூல் செய்வதில் அரசாங்கம் தயக்கம் காட்டுகிறது. ஆனால், ஏழை விவசாயிகள் என்று சொன்னால், தடியடியும், துப்பாக்கிச் சூடும் தான் மிச்சம். ஆகவே, இந்த அரசாங்கம் விவசாயிகளுக்கு மிகப் பெரிய துரோகம் செய்து விட்டது. அதனால் இந்த அரசாங்கத்தின் மீது நம்பிக்கை இல்லை என்று சொல்கிறோம்.

விவசாயிகளுக்காகப் பாடுபடுவது இந்த அரசாங்கம் என்று சொல்கிறார்கள், விவசாயிகளின் கோரிக்கை என்ன என்று கூட எண்ணிப் பார்க்க மனம் இல்லாமல், அவர்கள் கொடிய அடக்கு முறையைக் கையாண்டிருக்கிறார்கள். இந்தப் போராட்டத்திலே ஈடுபட்டுள்ள பலர் கடந்த தேர்தலிலே தி.மு.க வுக்கு, தி.மு.க கூட்டணிக்கு ஓட்டளித்தவர்கள். நம்முடைய நியாயமான கோரிக்கைக்குக்

கூட அரசாங்கம் செவி சாய்க்க மறுக்கிறதே என்று இந்தப் போராட்டத்தில் கலந்து கொண்டார்கள். அப்படியும் அவர்களின் கோரிக்கையை இந்த அரசாங்கம் ஏற்காமல் அவர்களை சிறையில் தள்ளி விட்டார்கள்.

பொதுவாக ஒரு பந்த் நடக்கிறதென்றால் எடுத்த எடுப்பிலேயே சுட்டுத் தள்ளுவதுதான் இந்த அரசாங்கத்தின் கொள்கையா? கண்ணீர் புகை கிடையாதா, தடியடிப் பிரயோகம் கிடையாதா? இவைகளுக்குப் பிறகுதானே மற்ற நடவடிக்கைகளை மேற்கொள்வது வழக்கம். இந்தப் போராட்டத்தில் எடுத்த எடுப்பிலேயே சுட்டுத் தள்ளி, பல உயிர்களைப் போக்கி விட்டீர்களே... இவ்வளவு மோசமாக வேறு எந்த அரசாங்கம் நடந்திருக்கிறது?"

ஆவேசமாக சட்டமன்றத்தில் அழகர்சாமியின் குரல் ஓங்கி ஒலித்தது. வேர்த்து விறுவிறுத்த அவர் தொடர்ந்து பினாமிக் கடன்களையும் கண்டனம் செய்தார்.

"விவசாயிகள் உற்பத்தி செய்கின்ற பொருட்களுக்கு சரியான நியாய விலை கிடையாது. பொருளை உற்பத்தி செய்த விவசாயி விற்பனை செய்த பொருளை அவனுக்குத் தேவைப்படும் போது வாங்க வேண்டுமானால் கட்டுப்படியான விலை கிடைக்கவில்லை. இரண்டு மடங்கு விலை கொடுக்க வேண்டியிருக்கிறது. அரசாங்கத்தின் கொள்கையின் காரணமாக இந்த நிலை ஏற்படுகிறது. அதை சீரமைப்பதற்கு இந்த அரசாங்கத்தால் முடியவில்லை. தக்க நடவடிக்கை எடுக்க அரசாங்கங்கள் தவறிவிட்டது.

இப்படிப்பட்ட பல நியாயமான கோரிக்கைகளுக்காகப் போராடிய விவசாயிகளை அரசாங்கம் இனி இவர்கள் இம்மாதிரியான போராட்டங்கள் நடத்தக் கூடாது என்ற முறையில் கொடும் நடவடிக்கைகளை மேற்கொண்டது. அதனால் இந்த அரசாங்கம் விவசாயிகளின் நம்பிக்கையை முழுக்க முழுக்க இழந்து விட்டது. ஆகவே, இந்த அரசாங்கத்தின் மீது நம்பிக்கை இல்லாத் தீர்மானத்தை ஆதரித்து, என் உரையை முடித்துக் கொள்கிறேன்."

விவசாயிகள் போராட்டம் தொடர்ந்தது. கலைஞரின் 1989ஆம் ஆண்டு ஆட்சிக் காலத்தில் இலவச மின்சாரம் விவசாயிகள் அனைவருக்கும் கிடைத்தது.

போராட்டங்கள் தோற்றதில்லை.

மழையை நம்பி மண்ணை உழுது விதை விதைத்து பருத்தியை பாதுகாத்து எப்போது வெடிக்கும் என்று ஏங்கி நிற்கும் விவசாயிகள், இயற்கை, அன்னிய ஏகாதிபத்திய தாக்குதல்களையும் சுரண்டலையும் சமாளித்து மீண்டும் மீண்டும் பொறுமையாக தொடர்ந்து பருத்தி விவசாயத்தையே நடத்தி வருகிறார்கள்.

27. விவசாயிகளின் வெள்ளைத் தங்கம்

தமிழ்நாடு பருத்தி உற்பத்தி விவசாயிகள் மாநாடு கோவில் பட்டியில் 1974 ஜூன் மூன்றாம் தேதி நடைபெற்றது.

மனித நாகரிக ஆரம்ப காலம் தொட்டு இன்று வரை உணவுக்கு அடுத்தபடியாக முக்கியத்துவம் பெறுவது உடை. இதற்குப் பயன்படுத்தப்படுவது பஞ்சு. விவசாயத்தில் பிரதான இடம்பெறும் பருத்திக்கு சிறப்புப் பெயராக 'வெள்ளைத் தங்கம்' என்று அழைக்கப் படுகிறது. ஆனால் இந்த வெள்ளைத் தங்கத்தை உற்பத்தி செய்யும் கிராமப்புற விவசாயிகளின் வாழ்க்கைத் துயரம் நிறைந்த வாழ்க்கையாக நீடிக்கிறது. இந்தியா முழுமையிலும் உள்ள ஆயிரக்கணக்கான பஞ்சாலைகளுக்கு தேவையான பஞ்சை உற்பத்தி செய்து கொடுக்கும் பொறுப்பு இந்திய நாட்டு விவசாயத்தைச் சார்ந்து உள்ளது. நெசவுத் தொழிலை நம்பியுள்ள நெசவாளர்களுக்கு பருத்தியே ஆதாரமாக அமைந்துள்ளது, கோவில்பட்டி கரிசல் காடு. இந்த மண்ணின் பிரதான உற்பத்தியாகப் பருத்தி இடம்பெற்றுள்ளது. இங்கு உற்பத்தியாகும் பருத்தி வெளிநாடுகளுக்கும் ஏற்றுமதியாகிறது. அரசாங்கமோ வெளிநாடுகளிலிருந்து பருத்தியை இறக்குமதி செய்து ஏழை விவசாயிகளுடைய வயிற்றில் அடிக்கின்றது. திட்டங்கள் பல போட்டும் விவசாயிகள் வாழ்க்கையில் முன்னேற்றம் இல்லை. தேவைக்கு ஏற்ப மட்டுமல்ல அதிக அளவு பஞ்சு உற்பத்தி செய்வது, அதில் நீண்ட இழை உள்ள உயர்ந்த ரகத்தை அதிகரிப்பது என்ற குறிக்கோளுடன் பருத்தி விவசாய உற்பத்திக்குத் திட்டமிடுவது, பிரச்சினைகளுக்குத் தீர்வு காண்பது என்ற முறையில் இந்தப் பிரச்சினைகள் அணுகப்பட வேண்டும். வளர்ந்துவரும் முதலாளித்துவப் பொருளாதார நெருக்கடியால் பஞ்சாலைத் தொழில் கடுமையாக பாதித்திருந்த நேரம். கிணற்று இறவை மூலம் உற்பத்தி செய்யப்படும்

நீண்ட இழைப் பருத்தி விவசாயம் தண்ணீர்ப் பற்றாக்குறை, மின்சார வெட்டு, உரப்பற்றாக்குறை, பூச்சிக் கொல்லிகளால் விரிவடையவில்லை. மானாவாரி விவசாயத்திலும் சரியான சாகுபடி நிகழவில்லை.

பருத்தி தேவைக்கேற்ப விளையவில்லை. விளைந்த பொருளுக்கு நியாயவிலை கிடைக்கவில்லை. எனவே பருத்தி விவசாயத்தில் ஈடுபட்டுள்ள எல்லா தரப்பு விவசாயிகளையும் கட்சி பேதமின்றி ஒன்றுதிரட்டிப் போராடுவதன் மூலமே தங்கள் உரிமையை அடைவது சாத்தியம் என தமிழ்நாடு விவசாயிகள் சங்கம் முடிவு செய்தது. இதற்காக கோவில்பட்டியில் பருத்தி உற்பத்தி செய்யும் விவசாயிகளுடைய மாநில மாநாட்டை நடத்தியது.

மாநாட்டை நடத்தும் பொறுப்பை திருநெல்வேலி, ராமநாதபுரம் மாவட்ட விவசாய சங்கங்கள் ஏற்றன.

மழையை நம்பி மண்ணை உழுது விதை விதைத்து பருத்தியை பாதுகாத்து எப்போது வெடிக்கும் என்று ஏங்கி நிற்கும் விவசாயிகள் இயற்கை, அன்னிய ஏகாதிபத்திய தாக்குதல்களையும் சுரண்டலையும் சமாளித்து மீண்டும் மீண்டும் பொறுமையாக தொடர்ந்து பருத்தி விவசாயத்தையே நடத்தி வருகின்றார்கள். பருத்திக்கு நியாய விலை வேண்டும் என்பதே பிரதான கோரிக்கையாகும். பிரிட்டிஷ் ஏகாதிபத்தியத்தை எதிர்த்து வெஞ்சமர் புரிந்த கோவில்பட்டி மண்ணில் மாநாட்டை நடத்தும் பொறுப்பை தோழர் அழகர்சாமியும் தோழர்களும் ஏற்றுக்கொண்டனர். வரவேற்புக் குழு அமைக்கப்பட்டது.

ராமநாதபுரம் மாவட்ட விவசாயிகள் சங்கத் தலைவர் எஸ்.அழகிரிசாமி தலைவராகவும், கோவில்பட்டி சட்டமன்ற உறுப்பினரும் தமிழ்நாடு விவசாயிகள் சங்கத் தலைவருமான சோ.அழகர்சாமி செயலாளராகவும், பெருமாள்பட்டி எல். அய்யலுசாமி பொருளாளராகவும் துணைத் தலைவர்களாக நெல்லை பி. முத்து மாணிக்கம், சிவகிரி கே.செல்லையா உட்பட அறுவரும் மற்றும் உதவி செயலாளர்களாக கோவில்பட்டி எஸ்.எஸ்.தியாகராஜன், கடம்பூர் ஈ.எல்.ராமர் ஆகியோர் தேர்வு செய்யப்பட்டனர். மாநாடு மிகச் சிறப்பாக நடைபெற்றது. அன்று மாலை ஆயிரக்கணக்கான விவசாயிகள் மாட்டு வண்டிகளில் கோவில்பட்டி வீதிகளை கலக்கினார்கள். தோழர் அழகர்சாமி தலைமையில் பொது மாநாடு நடைபெற்றது. முடிவில் சாத்தூர் ச.பா. பிச்சைக்குட்டிக் குழுவினரின் வில்லிசையும் நடைபெற்றது.

மாநாட்டுத் தீர்மானங்கள் விவசாயிகளிடையே எழுச்சியை உருவாக்கியது.

- பருத்திக்கு நியாய நிலை நிர்ணயம் செய்ய வேண்டும்.
- விவசாயிகளுக்கு கடன் நிவாரணம் வேண்டும். இத்தகைய கடன் பாக்கிக்காக விவசாயிகளின் உடைமைகளை ஜப்தி செய்யக்கூடாது.
- ரசாயன உரங்கள், பூச்சி மருந்துகள் மலிவான விலையில் இலகுவாகக் கிடைக்க வேண்டும்.
- பொறுக்கு விதை உற்பத்தி வினியோகத்தில் தனியார் கொள்ளையைத் தடுக்க வேண்டும்.
- ஒழுங்குமுறை விற்பனைக் கூடத்திலும் விவசாயிகளின் வாழ்க்கையிலும் மின்சாரத் தட்டுப்பாடு நீங்க வேண்டும் போன்ற கோரிக்கைகள் தீர்மானங்களாக மாநாட்டில் நிறைவேற்றப்பட்டன.

இவைகள் சட்டமன்றத்தில் அழகர்சாமியால் பேசப்பட்டன.

போராட்டத்திற்கு வழிவகுக்கும் வகையில் பருத்தி உற்பத்தியாளர் சங்க அமைப்பு குழுவும் மாநில அளவில் உருவாக்கப்பட்டது.

தோழர் அழகர்சாமியின் வாழ்க்கையில் பருத்தி உற்பத்தியாளர் மாநாடு வெற்றி பெற்றது. இது தமிழக அளவில் விவசாயிகள் மத்தியில் ஒரு கிளர்ச்சியை உருவாக்கியது.

விவசாயிகள் மத்தியில் அழகர்சாமியின் போராட்ட குணம் ஓங்கியது.

மத்திய அரசு 20 அம்சத் திட்டத்தை கைவிட்டு சஞ்சய் காந்தியின் 5 அம்சத் திட்டத்தை அமலாக்கத் தொடங்கியது. விலைவாசி விஷம் போல் ஏறியதைக் கண்டித்து 1977-ஆம் வருட ஆரம்பத்திலேயே நமது குரல் ஒலிக்கத் தொடங்கியது

28. அவசரநிலைப் பிரகடனமும் நம்பிக்கையும்

1975, ஜூன் 26

இந்தியாவின் பிரதமராக இருந்த இந்திராகாந்தி உள்நாட்டு அவசர நிலைப் பிரகடனத்தை அறிவித்தார்கள். அதற்கான காரணமாக சொல்லப் பட்டவை.

1971இல் நடைபெற்ற நாலாவது பொதுத்தேர்தலில் தோல்வியடைந்த பிற்போக்கு அரசியல்வாதிகளும், சக்திகளும் பாசிச அமைப்புக்களும், ஏகபோக முதலாளிகளுடனும் இடது சாரி சந்தர்ப்பவாத சக்திகளும் ஒன்று சேர்ந்து நமது தேசத்தில் பாராளுமன்ற ஆட்சிமுறையை மாற்றத் துடிக்கின்றன. மாற்றாக ஒரு பிற்போக்கு பாசிச ஆட்சிமுறையை ஏற்படுத்துவதற்கு பகீரத பிரயத்தனம் செய்து வருகின்றன. இதற்கு தளபதியாக ஜெயப்பிரகாஷ் நாராயணன் செயல்படுகிறார். அமெரிக்க ஏகாதிபத்தியத்தின் சிஐஏ உளவு ஸ்தாபனத்தின் பக்கபலம் உண்டு. அலகாபாத் உயர்நீதிமன்றத்தின் தீர்ப்பைக் கொண்டு இந்திரா காந்தியை பிரதமர் பதவியிலிருந்து தூக்கியெறிய முயன்றனர். அது பலிக்கவில்லை என்று கண்ட பிற்போக்கு பாசிச கும்பல் நாட்டில் அராஜகத்தையும், உள்நாட்டுக் கலவரத்தையும் உண்டாக்கி ராணுவத்திலும், போலீசிலும் குழப்பத்தை உண்டாக்கி 26.07.1975இல் டெல்லியை கைப்பற்றும் சதித்திட்டத்தைத் தீட்டினார்கள். அது நிறைவேறியிருந்தால் நாட்டின் சுதந்திரமும், பாராளுமன்ற ஜனநாயக அமைப்பும் ஆபத்துக்கு உள்ளாகியிருக்கும். தொழிலாளி வர்க்கம் இதுவரை போராடிப் பெற்ற உரிமைகள் பறிக்கப்பட்டிருக்கும். ஆகவே அவரச நிலை பிறப்பிக்கப் பட்டுள்ளது'. மக்களின் வாழ்க்கைக்கு பரிகாரம் காண 01.07.1975ஆம் நாள் 20 அம்ச பொருளாதாரத் திட்டம் பிரதமர் இந்திராகாந்தியால் வெளியிடப்பட்டுள்ளது.

இதனை இந்தியக் கம்யூனிஸ்ட் கட்சி வரவேற்றது.

ஜூலை, ஆகஸ்ட் மாதங்களில் அவசர நிலையை ஆதரித்தும், வரவேற்றும் 20 அம்சத் திட்டத்தை விளக்கியும் பொதுக்கூட்டங்கள் நடைபெற்றன. திறந்தவெளிப் பொதுக்கூட்டங்களைச் சுற்றிலும் காம்பௌண்ட் சுவர் இருந்த இடங்களைத் தேர்வு செய்து அழகர்சாமி கம்யூனிஸ்ட் கட்சித் தோழர்களுடன் இணைந்து நடத்தினார். கோவில் பட்டியின் கிராமங்கள் தளங்களாயின. தொழிலாளர்களையும், விவசாயிகளையும் கைகோத்து களப்பணியாற்றினார். அம்பா சமுத்திரத்தில் பாசிஸ்ட் எதிர்ப்பு மாநாடு செப்டம்பர் 7ஆம் நாள் நடைபெற்றது. இதனை விளக்கி கிராமம் கிராமமாக அழகர்சாமி பிரச்சாரம் செய்தார். மேலும் 11.09.1975ஆம் நாள் விவசாயிகள் விவசாய தொழிலாளர்கள் சிறப்பு மாநாட்டை ஆழ்வார் திருநகரியில் நடத்த முன்முயற்சி மேற்கொண்டார். 20 அம்சத் திட்டத்தில் விவசாயி களுக்கென அறிவிக்கப்பட்ட 7 அம்சத் திட்டம் நிறைவேற்றப்பட்டால் சுபிட்சம் ஏற்படும் என உளமாற நினைத்தார்.

மாவட்ட ஆட்சித் தலைவர் மற்றும் விவசாய அதிகாரிகளை நேரில் சந்தித்து வலியுறுத்தினார். 1975 அக்டோபர் 15, 16 தேதிகளில் பொதுக்கூட்டங்களை எட்டயபுரம், கோவில்பட்டியில் நடத்திப் பேசினார். 20 அம்சத் திட்டத்தை அமலாக்கக் கோருவது குறித்து மக்களிடமும், அதிகாரிகளிடமும் பேச தொண்டர்களுக்கும், தோழர்களுக்கும் கட்சி வழிகாட்டுதல்படி 1976 மார்ச் மாதத்தில் பயிற்சியும் அளித்தார். 'மக்களிடம் செல்லுங்கள் மக்களிடம் கற்றுக் கொள்ளுங்கள்' என்ற லெனின் வாசகங்களை தோழர்களிடம் அழுத்தமாகக் கூறினார்.

1976-மே மாதத்தில் 20 அம்சத் திட்டத்தை விளக்கி பாதயாத்திரை செல்ல முடிவெடுக்கப்பட்டது. கேள்வித்தாளை கம்யூனிஸ்ட் கட்சி தயாரித்துக் கொடுத்தது. கிராமங்களில் கிடைத்த விவரங்களைக் கொண்டு தீர்மானங்கள் தயாரித்து அதிகாரிகளிடம் வழங்கி தீர்வு காண கோரிக்கை எழுப்பப்பட்டது. மத்திய செயற்குழு உறுப்பினர் எஸ்.குமரன் எம்.பி பங்கேற்று தொடங்கி வைத்தார்.

எட்டயபுரத்திற்கு மூத்த கம்யூனிஸ்ட் தலைவர் கே.டி.கே. தங்கமணி வந்தார். அழகர்சாமி முன்கூட்டியே அவர் பாத யாத்திரை செல்ல வேண்டிய கிராமங்களைக் குறிப்பிட்டு சிறப்பான ஏற்பாடுகளைச் செய்யக் கூறினார். கே.டி.கே.தங்கமணியும், சட்டமன்ற உறுப்பினர் அழகர்சாமியும் பாத யாத்திரை வரும் விவரங்களை மெக்கபோன் மூலமும், பிரமுகர்களிடம் நேரில் சென்று சொல்ல முதல்நாளே சைக்கிளில் சென்றோம். அந்த அனுபவங்கள் சுவையானவை. அன்றைய இளைஞர்களான நாங்கள் நக்கலகோட்டை, கீழஈரால்,

அருணாசலபுரம், வாலம்பட்டி என கிராமங்களில் பிரச்சாரம் செய்து விட்டு மேலஊரால் வரும்போதே இருட்டி விட்டது. போதாக்குறைக்கு மேலஊரால் மூத்த தோழர் கோவிந்தசாமியின் வீட்டில் விருந்து உபச்சாரங்கள் வேறு. ஊரிலிருந்து மெயின்ரோட்டிற்கு வரும் பாதை சுமார் அரைக்கிலோ மீட்டர் தூரமிருக்கும், பாதையில் பாலம் கட்டுவதற்காக தோண்டி வைத்திருப்பது இருட்டில் தெரியவில்லை. முதலில் நாம் தான். லலல்லா என பாட்டு ஒன்றை முணுமுணுத்தபடி பின்னால் ஒரு தோழரும் அமர்ந்திருக்க ஏறி மிதித்து வருகிறோம். பள்ளம் தெரியவில்லை. ஆறு அடிக்கும் அதிகமான பள்ளம். முதலில் வந்த நாம் விழ, பின்னால் வந்தவர்களும் அப்படியே ஒருவர் பின்னால் ஒருவர் என சைக்கிளோட நம்மீது விழ சரியான அடி... சிராய்ப்பு.

நொண்டிக் கொண்டே நாங்கள் வந்த கோலத்தைப் பார்த்து அழகர்சாமி பதறிப்போனார். அவசர அவசரமாய் மருத்துவர் சேதுவிடம் அழைத்துக் கொண்டு போனார். கை, கால் கட்டுக்கள் வேண்டாம் என்று டிஞ்சர் மட்டும் போட்டு பஞ்சை வைத்து விட்டார் டாக்டர்.

முதல்நாள் இரவே கே.டி.கே.தங்கமணி வந்துவிட்டார். அப்போதும் எளிமையான தலைவர்தான். மஞ்சப்பைக்கு பதிலாக ஒரு தோல் பை வைத்திருந்தார். கிராமங்களில் உற்சாகமான வரவேற்பு இருந்தது. விவசாயிகள், விவசாயத் தொழிலாளர்கள், உழைக்கும் அடித்தள மக்கள் வரவேற்பு தலைவர்களுக்கு உற்சாகத்தைக் கொடுத்தது. தலைவர்களின் உரைகள் ஈர்ப்போடு இருந்தன. அவர்கள் நம்பிக்கையோடு அதிகம் எதிர்பார்த்தனர். அழகர்சாமியின் நம்பிக்கையும் பொய்த்தது.

மத்திய அரசு 20 அம்சத் திட்டத்தைக் கைவிட்டு சஞ்சய் காந்தியின் 5 அம்சத் திட்டத்தை அமலாக்கத் தொடங்கியது. விலைவாசி விஷம் போல் ஏறியதைக் கண்டித்து 77ஆம் வருட ஆரம்பத்திலேயே நமது குரல் ஒலிக்கத் தொடங்கியது. அழகர்சாமி தனது எதிர்ப்பை மக்களிடம் பதிவு செய்தார்.

அவசர நிலை விலக்கிக் கொள்ளப்பட்டு பாராளுமன்றத் தேர்தலும் வந்தது. தொடர்ந்து சட்டமன்றத் தேர்தலும் நடைபெற்றது. காங்கிரசுடன் உடன்பாடு ஏற்பட்டது. இந்திய கம்யூனிஸ்ட் கட்சி சார்பில் கோவில்பட்டி தொகுதியில் அழகர்சாமி வெற்றி பெற்றார்.

அவசர நிலையை ஆரம்பத்திலேயே இனம் கண்டு எதிர்த்துப் போராடியிருக்க வேண்டும் என்று 1978இல் படிண்டாவில் நடைபெற்ற இந்திய கம்யூனிஸ்ட் கட்சியின் அகில இந்திய கட்சி காங்கிரஸ் (மாநாடு) தீர்மானம் நிறைவேற்றியது.

குடிதண்ணீர் வசதிக்காகவும் ஒரு தனி போர்டு நிறுவி, அதன் கையில் பணம் கொடுத்து எல்லா இடங்களிலும் குடி தண்ணீர் வசதிகளை செய்து கொடுப்பதற்கு ஏற்பாடு செய்தால் நன்றாக இருக்கும். அதை அரசாங்கம் ஆலோசிக்கலாம்.

29. குடிநீருக்கு தனிவாரியம்

கோவில்பட்டிக்கும், எட்டயபுரத்திற்கும் பெண் கொடுத்தால் அவள் தண்ணீர் குடம் சுமந்தே வாடி வதங்கிப் போவாள் என்பது 1970க்கு முன் பேசப்படும் சொல்லாடல்கள்.

கோவில்பட்டியின் குடிநீர்த் தேவைகளை கதிரேசன் கோவில் சுனை, யானைக்கிணறு, தோப்பாளம் தண்ணீர் முதலியவைகள் பூர்த்தி செய்யும். எட்டயபுரத்திற்கு என குடிநீர்த் தெப்பகுளம் நீராவி உண்டு. ஜமீன் வலிமையாக இருந்த காலத்திலும், பின்பும் கூட அதனை பாதுகாக்க இரவு, பகலாக காவலர்கள் உண்டு. அக்குளத்தில் யாரும் இறங்கவே அனுமதிக்கப்பட மாட்டார்கள்.

எட்டயபுரத்தில் ஜெமினிகணேசன்-சாவித்திரி தம்பதியினர் பாரதிவிழா நடத்த 1964ஆம் ஆண்டு வந்தபோது அழகர்சாமியும், வி.எஸ்.எஸ். வேலு முதலியார் மற்றும் ஊர்ப் பிரமுகர்கள் குடிநீர்ப் பிரச்சனையை எடுத்துக் கூறினர். அதனைக் கேட்ட தம்பதியினர் ஓர் ஆழ்குழாய்க் கிணறு மூலம் குடிநீர் வழங்க உதவினார்கள். இதற்கான திறப்பு விழா 3.1.70ஆம் நாள் எஸ்.அழகர்சாமி தலைமையில் நடைபெற்றது. மாவட்ட ஆட்சித் தலைவர் எம்.ஏ.கே.தயாப் குடிநீர் தேக்கத்தைத் திறந்து வைத்தார்.

சட்டமன்ற உறுப்பினராக தேர்வு செய்யப்பட்ட பின் அழகர் சாமியின் முன் சவாலாக இருந்தது குடிநீர் பிரச்சனைதான். தமிழக முதல்வரின் கவனத்திற்குக் கொண்டு சென்றார். அப்போது முதல்வராக அண்ணா இருந்தார். அவர் 1968-69 ஆண்டிற்கான வரவு செலவுத் திட்டத்தின் பொது விவாதத்தில் 1968 மார்ச் 4 அன்று சட்டமன்றத்தில் பேசினார்.

“கோவில்பட்டி பெரியதொரு நகரம். அங்குக் குடிதண்ணீர் வசதி ஏற்படுத்திக் கொடுக்க நடவடிக்கைகளை எடுக்க வேண்டும். அந்த

நகரத்திற்குப் பக்கத்தில் நல்ல தண்ணீர் கிடையாது. ஆகவே அங்குள்ள குடிநீர்ப் பிரச்சனையைத் தீர்க்க வேண்டும்" என்று கேட்டுக் கொண்டார்.

அதே ஆண்டு ஒருவாரம் கழித்து மார்ச் 12ஆம் தேதி பேசும் போது, "குடிதண்ணீர் வசதிக்காகவும் ஒரு தனி போர்டு நிறுவி, அதன் கையில் பணம் கொடுத்து எல்லா இடங்களிலும் குடிதண்ணீர் வசதிகளைச் செய்து கொடுப்பதற்கு ஏற்பாடு செய்தால் நன்றாக இருக்கும். அதை அரசாங்கம் ஆலோசிக்கலாம்" என்றார்.

அழகர்சாமியின் தொடர் முயற்சியும் அமைச்சர்களையும் அதிகாரிகளையும் நேரில் சந்தித்து தாமிரபரணி குடிநீர்த் திட்டத்திற்கு ஏற்பாடுகள் செய்தார்.

தொடர்ந்து, 1970 ஜனவரி 27ஆம் நாள் 1969-70ஆம் ஆண்டிற்கான கூடுதல் செலவுக்கான இரண்டாம் துணை நிதிக் கோரிக்கைகளுக்கான மானிய கோரிக்கையின்மீது, "பெரிய நகரங்களுக்கு குடிநீர் வழங்கும் திட்டம் எல்.ஐ.சி யில் கடன் பெற்று நிறைவேற்றப்படுகிறது. அப்படி நிறைவேற்றப்படும் போது வழியில் உள்ள கிராமங்களுக்கும் குடிநீர் வசதி செய்து கொடுக்க வழி செய்ய வேண்டும். கோவில்பட்டி நகரத்திற்கு குடிநீர் திட்டத்திற்காக எல்.ஐ.சி யிலிருந்து ஒரு கோடி ரூபாய் சாங்ஷன் செய்யப்பட்டிருக்கிறது. வழியில் 15 மைல் சுற்றளவில் பல கிராமங்கள் இருக்கின்றன. அவற்றுக்கு குடிதண்ணீர் வசதி தரவேண்டுமென்று கேட்டால் கடனாக வழங்குகிறோம். கடனை திருப்பி செலுத்த சக்தியிருக்கிறதா? என்று கேட்கிறார்கள். அவ்வாறு கடனாகக் கொடுத்தால், வருஷத்திற்கு ரூ.10,000, 15,000 என்று திருப்பித் தரவேண்டியிருக்கும். கிராமங்களின் வருமானம் இரண்டாயிரத்திலிருந்து நாலாயிரத்துக்கு மேல் போக முடியாது. நகரங்களுக்கு வேண்டுமானால் திருப்பிச் செலுத்தும் சக்தி இருக்கலாம். கிராமங்களுக்கு முழுத் தொகையும் மானியமாக வழங்கி குடிதண்ணீர் வசதிக்கு ஏற்பாடு செய்ய வேண்டும்" என்று வலுவாகக் குரலெழுப்பினார்.

அழகர்சாமியின் குரல் சட்டமன்றத்தில் மட்டுமின்றி, தமிழகத்தின் வீதிகளிலும் எதிரொலித்தது. இந்திய கம்யூனிஸ்ட் கட்சியும் பாதுகாக்கப்பட்ட குடிதண்ணீர் அனைவருக்கும் தேவை என வலியுறுத்தி போராட்டங்களை நடத்தியது.

14.04.1971ஆம் நாள் தமிழ்நாடு குடிநீர் வடிகால் வாரியம் மாநில அளவில் தனி வாரியமாக தமிழ்நாடு அரசால் உருவாக்கப்பட்டது. தாமிரபரணி நதியிலிருந்து சீவலப்பேரி கிராமத்தில் உறைக் கிணறு போடப்பட்டு கோவில்பட்டி நகருக்கு குடிநீர் வழங்கப்பட்டது. இதன்

தொடர்ச்சியாக எட்டயபுரம், கழுகுமலை பேரூராட்சிகளுக்கும் விரிவுபடுத்தப்பட்டது. அதோடு இல்லாமல், சீவலப்பேரியிலிருந்து, இவ்வூர்களுக்கு வரும் வழியிலுள்ள எல்லா கிராமங்களுக்கும் குடிநீர் கிடைக்க வசதியும் செய்து தரப்பட்டது. 1972ஆம் ஆண்டு கரிசல் மண்ணின் தலைநகரில் தாமிரபரணித்தாய் குடிநீர் தந்தாள். அழகர்சாமியின் குரல் சட்டமன்றத்தில் அன்று ஒலித்ததால் உள்ளாட்சிகளுக்கு கூட்டுக் குடிநீர்த் திட்டங்கள் தமிழகமெங்கும் 556 திட்டங்கள் அமலாக்கப்பட்டுள்ளன. சென்னை தவிர 9 மாநகராட்சிகள், 66 நகராட்சிகள், 337 பேரூராட்சிகள், 48948 ஊரக குடியிருப்புகளில் வாழும் மக்களுக்கு குடிநீர் கிடைக்கும் வசதி ஏற்பட்டுள்ளது. தாமிரபரணி தண்ணீர் நெல்லை, தூத்துக்குடி, விருதுநகர், தென்காசி மாவட்டங்களின் மக்களுக்கு தாமிரபரணி கூட்டுக்குடிநீர் திட்டங்களாய் தொடர்ந்து நடந்தேறிக் கொண்டே உள்ளது. தமிழகத்தில் உள்ள அனைத்து நதிகளிலும் கூட்டுக்குடிநீர்த் திட்ட கேந்திரங்களாய் மாறியுள்ளது.

காவிரி, தென்பெண்ணை பாலாறு – தமிழ்
கண்டதோர் வைகை பொருணை நதி – யென
மேவிய யாறு பலவோடத் – திரு
மேனி செழித்த தமிழ்நாடு –

என பாரதியின் கனவு நதிகளிலிருந்து தமிழக மக்களுக்குக் குடிநீர் கிடைக்கிறது.

கம்யூனிஸ்டுகளின் குரல் அழகர்சாமியின் தொண்டையிலிருந்து ஒலித்தது. கலைஞரின் செவிகளில் எதிரொலித்து பரந்து விரிந்து வியாபித்துள்ளது.

ராமர் வார்த்தைகள் தழுதழுக்கச் சொன்னார். அழகர்சாமி இல்லன்னா நான் பிழைச்சிருப்பேன்னான்னு கூட தெரியாது. அப்போது அவர் கண்களில் நீர் பொங்கியது. அழகர்சாமியின் மீது அன்பும், மரியாதையும் கொண்டவர் கடம்பூர் இ.எல். ராமர். கவிஞர் கே.ஜீவபாரதி அவர்களின் 'சட்டப்பேரவையில் சோ. அழகர்சாமி' என்ற நூல் வெளிவர காரணகர்த்தா இவரே... அவருடன் ஒரு பேட்டி...

30. உயிர் காத்தார்

"1965-ஆம் ஆண்டு கடம்பூர் அருகிலுள்ள பரம்புக்கோட்டையில் இந்திய கம்யூனிஸ்ட் கட்சியின் கிளை தொடங்கப்பட்டது. அதில் இ.எல்.ராமராகிய நான், எம்.கிருஷ்ணன், எஸ்.பெருமாள்சாமி, பின்னாளில் கூட்டுறவு பால்பண்ணைத் தலைவராக இருந்த ஜி.கிருஷ்ணசாமி ஆகியோர் உறுப்பினர்களாக இருந்தோம்.

அப்பதான் இந்தப் பகுதில கம்யூனிஸ்ட் கட்சி அடியெடுத்து வைக்கிறது. ஆனா பெரிய தலைவர்கள் இந்தப் பகுதியைச் சார்ந்தவர்களாக இருந்தார்கள். பல ஆண்டுகள் நெல்லைச்சதி வழக்கில் சிறையில் கழித்த கோடங்கால் கே. கிருஷ்ணசாமி, மாவட்ட அலுவலகத்திலேயே வாழ்ந்த மறைந்த ஓ.பி.பெருமாள் போன்ற தலைவர்கள் இந்தப் பகுதியைச் சேர்ந்தவங்கதான்.

கடம்பூர் இந்து நாடார் உயர்நிலைப் பள்ளிக் கூடத்தில் படிச்சேன். 1961-62இல் நான்தான் ஸ்கூல் மாணவர் தலைவர். அப்பப்ப போராட்டங்கள் வரும். எங்களுக்கு ஆதரவா கோவில்பட்டி கம்யூனிஸ்ட் டெய்லர் வெள்ளச்சாமியோட மாமா தாடி மேஸ்திரின்னு அழைக்கப்படக் கூடிய மாடசாமி துணையாக வந்து நிற்பார். அப்ப, வெள்ளைச்சாமி பெரிய கம்யூனிஸ்ட். ஜீவா இல்லத்தோட வாசல்லதான் கடை வைச்சிருந்தாரு.

எனக்கு கம்யூனிஸ்ட் ஈர்ப்பு வந்தது குளத்துள்வாய்பட்டி டாக்டர் ராமசுப்புவால... அவரப் பாக்கப் போகும்போது அழகர்சாமியை பார்ப்பேன். ஓடைக்கடைல தினமலர் ராமசாமி இருப்பார். அவர் கடைல ஜனசக்தி, சாந்தி, சமரன் போன்ற பத்திரிகைகள் வரும். எனக்கு கிடைக்கிற காசுகளை சேத்து வைச்சு சின்னச் சின்ன கம்யூனிஸ்ட்

கட்சி பிரசுரங்களை வாங்கிப் படிப்பேன். அழகர்சாமியோட போராட்டங்களைப் பற்றி அறிவேன். என்னோட அத்தையத்தான் டாக்டர் ராமசுப்பு கல்யாணம் செய்து கொண்டிருந்தார். பின்பு, தூத்துக்குடி வ.உ.சி கல்லூரியில் படித்து வெளில வந்துட்டேன்.

அப்ப அழகர்சாமி அவர்களின் போராட்டங்களில் ஈர்ப்பு வந்தது. 1965-ல எங்களோட சொந்த ஊரான பரம்புக் கோட்டைல கிளை ஆரம்பிச்சோம்.

1967-பொதுத் தேர்தலுக்கு வேல செஞ்சோம். கடம்பூர் பகுதி அப்ப கோவில்பட்டி சட்டமன்ற தொகுதிக்குள்ள இருந்தது. எங்க வீட்ல வில்லு வண்டி இருந்தது. கோடங்கால் டி.பி.கிருஷ்ணசாமி வீட்ல மாடுகள் இருந்தது. இப்ப மாதிரி அப்ப காரெல்லாம் பெரியளவுக்கு கிடையாது. பேட்டரிய எடுத்துகிட்டு மைக் செட்டு வைச்சுக்கிட்டு மாட்டு வண்டியில ஊர் ஊராகப் போய் பிரச்சாரம் செய்வோம். கடம்பூர் பகுதில 12 பஞ்சாயத்து நமக்கு. அகிலாண்டபுரம், காப்புலிங்கப்பட்டி, திருமலாபுரம், சிதம்பராபுரம், வண்டானம், கடம்பூர், குப்பணாபுரம், கொப்பம்பட்டி, குருமலை, குருவிநத்தம், காமநாயக்கன்பட்டி, சோழபுரம் வரை போவோம். சிறுசா, பெருசா 35 கிராமம். பேட்டரி மத்தியானமே தீர்ந்துபோகும். பிறகு மெக்கபோன் (கூம்பு வடிவிலான தகரத்தில் செய்தது) பிரச்சாரம்தான். நாங்க கட்சிக்காரங்க ஏழுபேர், திமுகவுல மூணு பேரு.

கடம்பூர்ல தேர்தல் அலுவலகம் வைச்சோம். மணலி கந்தசாமி வந்து திறந்தாரு. அழகர்சாமி ஜெயிச்சுட்டாரு. அந்த தேர்தல் பொதுக் கூட்டங்களில் கே.பாலதண்டாயுதம், என்.டி.வானமாமலை, எஸ்.ஏ.முருகானந்தம், வி.எஸ்.காந்தி மாதிரி பெரிய தலைவர் களெல்லாம் வந்து பேசினாங்க. பரம்புக் கோட்டைல மொத்தம் 800 ஓட்டுல நாம 650 ஓட்டு வாங்கினோம். இந்த 12 பஞ்சாயத்து 35 கிராமங்களில் பெரும்பாலும் நாமதான் முதல் இடத்த பிடிச்சோம். ஊர்மடத்தில் வெற்றி விழாக் கூட்டம் போட்டோம். அழகர்சாமி வந்து நன்றி சொல்லிப் பேசினாரு. ச.பா.பிச்சைக்குட்டி வில்லுப்பாட்டும் நடந்துச்சு. இவர வில்லிசை வேந்தர்னு அழைப்போம்.

ஊர் ஊரா மெக்கபோன் பேசினதும், வெய்யில அலைஞ்சதும், தூசி பிடிக்காம எனக்கு டி.பி. வந்து விட்டது. வீட்ல கவனிக்க முடியல. வெறும் 26 கிலோவிற்கு இளைச்சி போய்ட்டேன். அப்ப பால்பண்ணல வேல பார்த்துக்கிட்டிருந்தேன். எனக்கு சம்பளம் 50 ரூபாதான். எஸ்.ஏ.முருகானந்தமும், அழகர்சாமியும் கூட்டிட்டு

மெட்ராஸ் (சென்னை) போனாங்க. கோவில்பட்டி டாக்டர் கதிரேசன் அங்க இருந்தாங்க. அவர்தான் வைத்தியம் பார்த்தாரு. அழகர்சாமி தினசரி வந்து கவனிச்சுக்கிட்டாரு. பேசிகிட்டுமிருப்பாரு. கொஞ்சம் கொஞ்சமா நோய் குணமாச்சு. 58 கிலோ வந்தது. அப்ப இ.பி.ல வேல பாத்த ஜகனும் கூடவே இருந்தாரு. ராமர் வார்த்தைகள் தழுதழுக்க சொன்னார். அழகர்சாமி இல்லன்னா நான் பிழைச்சிருப்பேனான்னு கூட தெரியாது. அப்போது அவர் கண்களில் நீர் பொங்கியது.

பிறகு கட்சியோட தாலுகா துணைச் செயலாளராகவும் செயல்பட்டேன்.

அழகர்சாமிக்குன்னு விசிட்டிங்கார்டு கூட கிடையாது. உழவுச் செல்வம் நம்மோட விவசாய சங்க பத்திரிகை. அதுக்கு சந்தா சேகரிக்க அவரோட போயிருக்கேன். ஒருமுறை ஒரு அதிகாரி இனிக்க, இனிக்க ரொம்ப நேரம் பேசினாரு. சந்தா பின்னால தருவதாகக் கூறிவிட்டார். வெளிய வந்தவுடன் அழகர்சாமி, இவர் சந்தா தரமாட்டார்னு படார்னு சொல்லிட்டாரு.

எந்த அதிகாரிக்கும், அமைச்சருக்கும் பயப்பட மாட்டாரு. அமைச்சர்கள் ரூமுக்குள்ள விறு, விறுன்னு நுழைஞ்சிடுவாரு. ஆதாரம் இல்லாம எந்தக் குற்றச்சாட்டும் சொல்ல மாட்டாரு.

1974-ல மறுபடியும் அரசாங்க அதிகாரிக வரிவசூலுக்காக கெடுபிடி செய்ய ஆரம்பிச்சாங்க. அப்ப கடுமையான வறட்சி நேரம். ஒரு ஜோடி மாடு இருந்தா அவங்ககிட்ட ஜப்தி செய்யக் கூடாது. சட்டம் இருக்கு. அழகர்சாமிட்ட சொன்னோம். ஆதாரத்தோட நிரூபிக்கணும்னு சொல்லிட்டாரு.

அதுக்கேத்த மாதிரி திருமலாபுரம் லட்சுமணப் பெருமாள் வீட்ல இருந்த ஒரு ஜோடி மாட்ட ஜப்தி செஞ்சுட்டாங்க. நான் போய் கேட்டேன். தாசில்தார் சுப்பையாபிள்ளை ரெட்ன கால் போட்டு ஊர்மடத்தில் உட்கார்ந்து இருந்தார். பக்கத்தில் மாடுகள கட்டியிருந்தாங்க. அந்த தாசில்தாருக்கு கம்யூனிஸ்ட்கள்னா கொஞ்சம் இளக்காரம். கேவலமாக பேசுவாரு. மாடு ஜப்தி செஞ்ச விஷயத்த கேட்டேன். அவரு வாய்க்கு வந்தபடி பேசிகிட்டே, நீ யாருன்னு கேட்டாரு. நான் கோவில்பட்டி தாலுகா கம்யூனிஸ்ட் கட்சி உதவிச் செயலாளர்னு சொன்னேன். உன்னால என்ன செய்ய முடியும்னு சொல்லிட்டே, கம்யூனிஸ்ட்கள கண்டபடி ஏசினாரு. என்னால பொறுக்க முடியல. நானும் திருப்பி, அரசு அதிகாரின்னு பாராம... ரெவின்யூ ஆக்ட்படி ஒத்த ஜோடி மாட்டை ஜப்தி செய்ய முடியாதுன்னு சொல்லிட்டே,

அங்க கட்டியிருந்த மாட்ட அவிழ்த்து, மறுபடியும் லட்சுமணப் பெருமாள் தொழுவத்தில கொண்டுபோய் கட்டினேன். இடையில வெறும் பத்தடிதூரம் தான். அப்பத்தான் ஊருக்குள்ள போன தலையாரி கிருஷ்ணத்தேவர் வேகமா திரும்பி வந்தாரு. பதறியபடியே.. 'என்ன மாப்பிள்ள இப்படி செஞ்சுட்டீங்க.. அரசு அதிகாரியோட நேரடியா போராடுகிறது குத்தமாச்சேன்னு' சொன்னாரு... ஊர் பூரா திரண்டிடுச்சு... ஏழுபேர் மேல கேஸ் போட்டாங்க.

ரிசர்வ் போலீஸ் கூட்டிட்டு போச்சு. ஜப்திக்கான ஆதாரம் கிடைத்து விட்டது. அழகர்சாமி பாராட்டினார். சட்டமன்றத்திலும் கிளப்பினார். தமிழ்நாடு முழுக்கப் பேசினார். சட்டமன்றத்தில் சாணக்கிழங்கு எனும் விஷக் கிழங்கை மக்கள் சாப்பிடுவதாக ஆதாரத்துடன் சொன்னார்.

ஆனா... கோவில்பட்டி, சங்கரன்கோவில், அம்பாசமுத்திரம் ஆகிய ஊர்கள்ள வழக்குக்காக அலைய விட்டார்கள்.

வறட்சி நிவாரணம் கோரி கோவில்பட்டில அழகர்சாமியும், ராமசுப்புவும் உண்ணாவிரதம் இருந்தப்போ பெரிய ஊர்வலம் மாட்டு வண்டிகளோட நடத்தினோம். மலரும் நினைவுகளை அசைபோட்ட படியே பேசிய இ.எல்.ராமர்தான் அழகர்சாமியின் சட்டமன்ற உரைகளை ஜீவபாரதி மூலம் தொகுத்து வெளியிடக் காரணமாக இருந்தவர்.

> சாணக்கிழங்கு கரிசல் காடுகளில் கிடைப்பது. அதை எடுத்து தோலை நீக்கிட்டு உரல்ல ஆட்டி அப்படியே துணியில கட்டித் தொங்க விட்டு விடுவாங்க. நீரெல்லாம் இறங்கி விட்டால் விஷம் போய்விடும். பிறகு கிழங்கு மாவ எடுத்து கூழாய் காய்ச்சிக் குடிக்கலாம். புட்டாக அவிச்சும் சாப்பிடலாம்.

இந்தத் தலைவர்கள் நடத்திய போதனையில் இராமனூத்தில் கட்சிக்கிளை உருவானது. 1949இல் அழகர்சாமி இந்திய கம்யூனிஸ்ட் கட்சியில் இணைந்து, அர்ப்பணிப்பு உணர்வுடன், தன் நலனை விட கட்சியின் நலனையும், பொதுமக்கள் நலனையும் முன்னிறுத்திப் போராட உறுதி பூண்டார்.

31. தலைவர்களின் சங்கமம்

ஆர்.வி.தேவர் என்று அழகர்சாமியால் அன்போடு அழைக்கப் பட்டவர் ஆர்.வேலுச்சாமித் தேவர். பூதலப்புரம் என்ற சிறு கிராமத்திலிருந்து விடுதலைப் போராட்டத்தில் கலந்து கொண்டு, சிறை சென்று கம்யூனிஸ்டாக வெளிவந்தவர்.

மதுரையில் பள்ளி மாணவனாக இருந்த காலத்திலேயே சைமன் கமிஷனே திரும்பப் போ என்ற போராட்டத்தில் பங்கேற்றவர். இளம் வயதிலேயே காங்கிரஸ் இயக்கத்தில் சேர்ந்தார். வெள்ளையனே வெளியேறு இயக்கத்தின் போது காடல்குடி போலீஸ் ஸ்டேஷன் தீ வைத்துக் கொளுத்தப்பட்டது. இதற்காகவும் சப் மாஜிஸ்ட்ரேட் யுத்த நிதி வசூலித்ததை எதிர்த்துப் போராடியதற்காகவும் கைது செய்யப் பட்டார். கோவில்பட்டி, மதுரை, தஞ்சாவூர் சிறைச்சாலைகளில் அடைத்து வைக்கப்பட்டார். ஏ.எஸ்.கே.வின் அரசியல் வகுப்புக்களால் கம்யூனிஸ்டாக வெளிவந்தார்.

நெல்லை மாவட்டத்தில் விவசாயிகள் சங்கத்தைக் கட்டுவதிலும், அணிதிரட்டுவதிலும் பெரும் பங்காற்றினார். கோவில்பட்டி வட்டாரக் கரிசல் காட்டில் தொடங்கிய அவரது போராட்டங்கள் தாமிரபரணி பாயும் நஞ்சைப் பகுதிகளான அம்பாசமுத்திரம், களக்காட்டுக் காடுகளில் தடம் பதித்து, சிவகிரியில் வீறு பெற்று மாவட்டம் முழுவதும் வியாபித்தது.

ஆர்.வி.தேவர் பழுத்தபழம் போல மினுமினு என்றிருப்பார். நிதானமாகப் பேசுவார். பிரச்சினையை ஆழ்ந்து பரிசீலித்து, தீர்வு காணும் நிலையில் கறாராக இருப்பார். 1960, 1962 காலத்தில் தொடர்ந்து போராட்டங்கள் நடந்து கொண்டிருக்கும். சிறப்பாக வழிகாட்டுவார்.

“அழகர்சாமி எம்.எல்.ஏ ஆனதும் கோவில்பட்டியில் ஒரு அலுவலகம் திறந்தோம். அழகர்சாமியின் உதவியாளராக இருந்தேன்.

அப்போது கட்சி விசயமாகவும், இயக்க விசயமாகவும் வேலுச்சாமித் தேவர் அடிக்கடி அலுவலகத்துக்கு வருவார்.

கோவில்பட்டி அலுவலகத்துக்கு வந்தால் இரவு வெகு நேரம் பேசிக் கொண்டிருப்பார். இயக்க அனுபவங்களைச் சொல்வார். கட்சி பல விசயங்களில் தீவிரமாக முடிவெடுக்கலாம். விவாதத்தின் போது பல கருத்துக்கள் முன் வைக்கப்படும். முடிவெடுத்த பிறகு அந்தக் கருத்தை ஏற்றுக் கொள்ளாதவர்கள் கூட அதை செயல்படுத்துவதற்காக தீவிரமாகப் போராடுவார்கள். இதில் முன் மாதிரியாக இருப்பார் வேலுச்சாமித் தேவர்.

அடித்தளமக்கள், குறிப்பாக தலித் மக்களுக்குப் போராடுறதில் தான் அதிக காலம் செலவிட்டார் அவர். நான் சாதிப் பாகுபாடு பார்க்காதவன் என்று சொல்லுகிற பலர் மனசில ஒரு மெல்லிய பாகுபாட்டுக் கோடு இருக்கிறதைச் செயல்கள்ல காணமுடியும். ஆனா வேலுச்சாமித் தேவர்கிட்ட அந்தக் கோடு கிடையவே கிடையாது."

"எந்த அலுவலகத்துக்கு எதுக்குப் போனாலும் நியாயத்தைச் சொல்லி, விவாதித்து போராடி, வெற்றி பெற நினைப்பாரே தவிர, காசு கொடுத்துச் சமாளிக்கவோ, வேறு வழியில் சமாளிக்கவோ ஒருபோதும் முன்வரமாட்டார் தேவர்." தோற்றத்திலும், பேச்சிலும் எளிமையான வேலுச்சாமித் தேவர் பற்றி எஸ்.எஸ்.தியாகராஜன் மேற்கண்டவாறு விவரித்துள்ளார்.

ஆர்.வி.தேவர்தான் அழகர்சாமியை கட்சிக்குக் கொண்டுவர மூல காரணமாக இருந்தவர்.

பூதலபுரம் கிராமம் கரிசல் வட்டாரத்தின் நடுவே அந்தக் காலத்தில் ஒரு தீவு போல இருந்ததால் காவல் துறையினரோ மற்ற அதிகாரிகளோ எளிதில் வர இயலாது. அவ்வூர் அன்றைய ராமநாதபுரம் மாவட்ட எல்லையையொட்டி இருந்தது. ராமநாதபுரம் மற்றும் தஞ்சை மாவட்டத்தின் அன்றைய பிரபல தலைவர்களான மணலி கந்தசாமி, ஆர்.எச்.நாதன் மற்றும் விருதுநகர் உலகநாதனும் தலைமறைவாக இவ்வூரில் வாழ்ந்திருக்கிறார்கள். புதூரில் நடராஜப்பிள்ளை என்ற ஒரு காவல் ஆய்வாளர் இவர்களை துப்பறிந்துவிட்டார். மாறுவேடத்தில் தலைவர்களைத் தப்பிக்க வைத்தார் ஆர்.வி.தேவர். சாதிப் பாகுபாடு பார்க்காத நிலையில் அனைத்து சமுதாய மக்களும் உதவியிருக்கிறார்கள்.

அது சமயம் தான் அழகர்சாமியின் தொடர்பு ஆர்.வி.தேவருக்கு ஏற்பட்டிருக்கிறது. ஏற்கனவே காங்கிரஸ் சோசலிஸ்ட், சோசலிஸ்ட் கட்சிகள் மூலம் அழகர்சாமியை தியாகி வி.பாலகிருஷ்ணன் வேலுச்சாமித்

தேவரிடம் அறிமுகம் செய்துள்ளார். எனவே, தலைவர்களை இடமாற்றம் செய்ய அழகர்சாமியின் உதவியை நாடினார் வேலுச்சாமித்தேவர், இராமனூத்து கிராமத்திற்கு இடமாற்றம் செய்தார். அழகர்சாமியின் வீட்டுப்பரணில் மணலி கந்தசாமி, ஆர்.எச்.நாதன், உலகநாதன் போன்றோர் தங்கினார்கள்.

மணலி கந்தசாமி தஞ்சைத்தரணி விவசாயிகளின் பெரிய தலைவர். 1940இல் கட்சியில் சேர்ந்த மணலி கந்தசாமி, சீனிவாசராவின் நெருங்கிய தோழர். கட்சி தடை செய்யப்பட்ட போது, அவரது உயிருக்கு பல்லாயிரம் ரூபாய் விலை வைக்கப்பட்டது. நிலவுடைமையாளர்களை எதிர்த்து வலிமைமிக்க போராட்டங்களை விவசாயிகளைத் திரட்டி நடத்துவதில் முன்களப் போராளி. பல கம்யூனிஸ்டுகள் சுட்டுக் கொல்லப் பட்டார்கள். கடுமையான சித்திரவதைகளை அனுபவித்த காலம். 1948 முதல் 1951 வரை தலைமறைவாக இருந்த போதுதான் மணலி கந்தசாமி இராமனூத்து வந்தார். இவரோடு வருகை தந்து தலைமறைவு வாழ்க்கை நடத்திய ஆர்.எச்.நாதன் 1940ஆம் ஆண்டு நாடு கடத்தப்பட்டு இந்தியா வந்தவர். பாதுகாப்புக் கைதியாக வேலூர் சிறையில் இருந்தவர். ஜனசக்தி துணை ஆசிரியர். சிறந்த மொழி பெயர்ப்பாளர். தடைசெய்யப்பட்ட காலத்தில் இராமநாதபுரம் மாவட்ட அமைப்பாளராகப் பணியாற்றியவர். இராமநாதபுரம் மாவட்ட சதிவழக்கில் குற்றம் சாட்டப்பட்டவர். உலகநாதன் விருதுநகர் தொழிற் சங்கத்தலைவர். 1949ஆம் ஆண்டு வத்திராயிருப்பில் விவசாயத் தொழிலாளர் ஊர்வலத்தை தலைமையேற்று நடத்தினார். போலீசார் துப்பாக்கியால் சுட்டனர். உலகநாதன் மீது குறிவைத்து சுடப்பட்ட குண்டு, குறிதவறி தோழர் சங்குப்பிள்ளையின் மீது பாய்ந்தது. அதே இடத்தில் கொல்லப்பட்டார். எதிரிகளின் அடியாட்கள் உலகநாதனைக் கொல்ல முயற்சித்தனர். குடும்பத்தையும் உருக்குலைக்க முயன்றனர். தலைமறைவு வாழ்க்கையை இராமனூத்தில் நடத்தினார்.

இந்தத் தலைவர்கள் நடத்திய போதனையில் இராமனூத்தில் கட்சிக் கிளை உருவானது. 1949இல் அழகர்சாமி இந்திய கம்யூனிஸ்ட் கட்சியில் இணைந்து, அர்ப்பணிப்பு உணர்வுடன், தன் நலனைவிட கட்சியின் நலனையும், பொதுமக்கள் நலனையும் முன்னிறுத்திப் போராட உறுதிபூண்டார்.

கோவில்பட்டி, எட்டயபுரம், விளாத்திகுளம் தாலுகா நிலங்கள் 1970கள் வரை பெரும்பான்மையும் எட்டயபுரம் ஜமீனுக்குச் சொந்தமானவைகளே. நடுவே ஊர்தோறும் பெரியதனக்காரர்களுக்கும், அதிகாரிகளுக்கும் ஆயிரக்கணக்கான ஏக்கர் நிலங்கள் திட்டுத் திட்டாக இருந்தன. சிறு விவசாயிகளாக சிலர் இருந்தனர். மற்றபடி மிகப்

பெரும்பான்மையான விவசாயிகள் குத்தகைக்கோ, கூலிக்கோ உழுபவர்களே! இவர்கள் ஜமீனுக்கும் இதர நிலவுடைமையாளர்களுக்கும் கட்டுப்பட்டவர்களாக வாழ்ந்தார்கள். கொடிய வரிகளை செலுத்தினார்கள். வருமானத்தில் மூன்றில் இரண்டு பகுதி வரியாக செலுத்த வேண்டும். கூலி இல்லாத உழைப்பும் சுரண்டப்பட்டது. பெண்களும் அத்தனை பணிகளையும் செய்தார்கள். உழுபவனுக்கு நிலம் சொந்தம் என்பதைத் தொடங்கி அழகர்சாமியுடன் இணைந்து, வழிகாட்டி ஜமீன் நிலங்களை ஆர்.வி.தேவர் மீட்டெடுத்துப் பிரித்துக் கொடுத்தார்.

அழகர்சாமியின் குரல் 1975 ஏப்ரல் 18 அன்று, சட்டமன்றத்தில் கீழ்க்கண்டவாறு ஒலித்தது -

"எட்டயபுரம் ஜமீந்தாருக்குச் சொந்தமாக எட்டயபுரத்தினை ஒட்டி இரண்டாயிரம், மூன்றாயிரம் ஏக்கர் நிலங்கள் தரிசாகப் போடப்பட்டு ஆடு, மாடு மேய்ச்சலுக்காக என்று வைக்கப்பட்டிருந்தது. அது மேய்ச்சல் தரையாக இருக்க வேண்டும் என்று அரசாங்கத்திற்கு எதிராக தீர்ப்புகள் கூட வழங்கப்பட்டு இருக்கின்றன. ஹைக்கோர்ட்டில் இந்த நிலங்கள் எல்லாம் பட்டா போட்டு கொடுக்க வேண்டும் என்று சிலர் வாதிட்டார்கள். பக்கத்தில் உள்ள ஊர்மக்கள், குடிமக்கள் எல்லாம் சேர்ந்து இந்த நிலம் பொதுமக்கள் உபயோகத்தில் இருக்கிறது. ஆடு, மாடு மேய்ச்சல் வெளியாக, புல் தரையாக இருக்கிறது. அதற்கு பயன் படுத்தப்பட வேண்டும். பட்டா வழங்கக்கூடாது என்று வாதாடினார்கள். இதுவரையில் இல்லாமல் அரசாங்கம் எதிர்தரப்பில் இருந்து வாதிட்டுக் கொண்டிருக்கிறது. இப்போது தனக்கே கிடைக்கிறது என்று சொல்லி இதுபோல செய்கிறதோ என்னவோ? ஒரேயிடத்தில் ஆயிரம் ஏக்கரா இருக்கிறது. அங்கே விறகு பயிரிட்டால் விதிவிலக்கு அளிக்கலாம் என்று ஏற்படுத்திவிட்டால் நிலவுடைமைக்காரர்களுக்குத்தான் சாதகமாகிவிடும் நிலமற்ற பல்லாயிரக்கணக்கானவர்களுக்கு வாழ்வளிக்கக்கூடிய முயற்சியை கைவிடக்கூடிய நிலைதான் ஏற்படும்" என முழங்கினார். தீவிர நிலச் சீர்திருத்தம் கொண்டு வரவும், நிலம் உழுபவனுக்குச் சொந்தமாகவும் வேலுச்சாமித் தேவரின் உறவு அழகர்சாமிக்குக் கைகொடுத்தது.

இந்திய கம்யூனிஸ்ட் கட்சியின் இலவச சட்ட ஆலோசகர், வடிக்கறிஞர் ஜி.நடராஜ அய்யர் வேலுச்சாமித் தேவருக்கு மட்டுமல்ல அழகர்சாமிக்கும் கட்சிக்கும் வாழ்நாள் முழுவதும் உறுதுணையாக இருந்தார். வழக்கறிஞர் ஜி.நடராஜ அய்யர் வீட்டில் வேலுச்சாமித் தேவரின் திருவுருவம் பெரிய படமாக இருக்கிறது.

அப்போது 'கிசான் கம்யூனிஸ்ட் புரட்சிப் பேரவையை எதிர்த்து நிமிர்ந்து நின்று மோதினால் அழிந்து விடுவீர்கள். வெள்ளம் வரும் போது நாணல் சாய்ந்து கொடுப்பது போல் நீங்கள் சாய்ந்து கொடுங்கள் இல்லையேல் அழிந்து விடுவீர்கள்' என்றார்.

32. விவசாயிகளின் தலைவராக

விடுதலைப் போரில் கிராமப்புற மக்களையும் ஈடுபடுத்தினால் தான் பிரிட்டிஷ் ஏகாதிபத்தியத்தை வீழ்த்த முடியும் என்று காங்கிரஸ் கட்சிக்குள் இணைந்திருந்த இடதுசாரிகள் முனைப்புக் காட்டினர்.

1936 ஏப்ரல் 11-ஆம் நாள் சுவாமி சகஜானந்தா, காரியானந்த சர்மா, ராகுல சாங்கிருத்தியாயன், என்.ஜி. ரெங்கா, பங்கிம் முகர்ஜி, இசட்.ஏ.அகமது, ஏ.கே. கோபாலன், பி.சீனிவாசராவ், ப.ஜீவானந்தம் ஆகியோர் அமைப்புக்குழுவாகக் கூடினார்கள். நாட்டின் பலமுனைகளில் தேச விடுதலைக்கு தங்களை அர்ப்பணித்துக் கொண்ட தியாகிகளின் உதிரத்தில், உணர்வில் அகில இந்திய விவசாயிகள் சங்கம் - கிசான் சபா பிறந்தது.

கடன் நிவாரணச் சட்டம் வேண்டும் என்பதற்காக நாடு தழுவிய இயக்கத்தை நடத்த அமைப்புக்குழு முடிவு செய்தது.

தமிழ்நாட்டில் ஜமீன் ஒழிப்பு மாநாடு, இனாம் ஒழிப்பு மாநாடு நடந்தது.

1942ஆம் ஆண்டு ஆரம்பத்தில் விவசாயிகள் அணி திரட்டப்பட வேண்டிய அவசியத்தை கம்யூனிஸ்ட் கட்சி நடைமுறைப்படுத்த கவனத்தைச் செலுத்தியது.

இரண்டாவது உலக யுத்தம் ஆரம்பித்தவுடன், ஏற்கனவே உளுத்திருந்த விவசாயிகள் சமூகம் கலகலத்து உதிர ஆரம்பித்தது. விலைவாசி ஏற்றமும், அத்தியாவசியப் பொருட்களின் பஞ்சமும் தமிழ்நாட்டு விவசாயிகளின் கழுத்தை நெரிக்க ஆரம்பித்தன.

சேலம் ஜில்லாவில் காவேரிப்பட்டணத்தில் முதன் முதல் கம்யூனிஸ்ட் கட்சி தமிழகத்தில் விவசாயிகள் இயக்கத்தினை அங்குரார்ப்பணம் (துவக்கி வைத்தல்) செய்தது, தோழர்கள் பாண்டுரங்கம்,

டாக்டர் அண்ணாஜி, அவரது மனைவி லலிதா, தெய்வம் முதலியவர்கள் மிட்டாதாரின் சுரண்டலை எதிர்த்து ராமபுரம் என்ற கிராமத்தில் கிளர்ச்சியை ஆரம்பித்தனர். சுற்றியுள்ள 50 கிராமங்களிலும் உள்ள விவசாயிகள் இணைந்தனர்.

1943ஆம் வருட ஆரம்பத்தில் ராமநாதபுரம், தஞ்சாவூர் மாவட்டங்களில் கிசான் சபா தொடங்கப்பட்டது. ராமநாதபுரம் மாவட்டத்தில் தோழர் எம்.வி.சுந்தரம் கட்டனூர் கிராமத்தில் கிசான் சபாவை விவசாயிகளை ஒன்றுதிரட்டி உருவாக்கினார்.

இதே சந்தர்ப்பத்தில் தான் தமிழ்நாட்டு விவசாயிகள் இயக்கத்திற்கே அஸ்திவாரம் என்று சொல்லத்தக்க தென்பரை விவசாயிகள் போராட்டம் ஆரம்பமாயிற்று. தென்பரையில் கம்யூனிஸ்ட் தோழர்கள் மணலி கந்தசாமி, அமிர்தலிங்கம், ராமானுஜம், வெங்கடேசன் போன்றவர்கள் பி.சீனிவாசராவின் தலைமையில், வழிகாட்டுதலில் கிசான் சபாவை தொடங்கினார்கள். செல்வாக்குப் படைத்த ஜமீன்தார்கள், நிலப்பிரபுத்துவத் தையே கதிகலங்க வைத்துவிட்டது. செழிப்பு வாய்ந்த ரயத்துவாரி காவேரி டெல்டாவில் விவசாய சங்கம்/கிசான் சபா வலுவாகக் காலூன்றியது. இம்மாவட்டத்தில் பெரிய மிராசுதார்களின் கீழ் நூற்றுக்கு எண்பது பங்குள்ள ஆதிதிராவிடக் கூலிகளும் அடிமைகளாக நடத்தப் பட்டனர்.

எனவேதான் விவசாயிகளுடைய இயக்கம் முதலாவதாகவும், முக்கியமானதாகவும் சமூக ஒடுக்குமுறைக்கு எதிரான இயக்கமாக தன்னை நிலை நிறுத்திக் கொண்டது. சாணிப்பால், சவுக்கடி கொடுமை களுக்கு எதிராகப் போராடி முடிவுகண்டது. முறையான கூலி உயர்வு பெறுவதற்கு முத்தரப்பு ஒப்பந்தங்கள் ஏற்பட வழிவகுத்தது.

சீனிவாசராவ் தலைமையில் உருவான கிசான் சபா தமிழ்நாடு விவசாய சங்கமாக உருவெடுத்து தமிழ்நாடு முழுவதும் பரவியது. 'உழவன்குரல்', 'உழவுச் செல்வம்' இதழ்கள் பிரச்சாரக் கருவிகளாக உருக்கொண்டன.

1952இல் பண்ணையார் பாதுகாப்புச் (விவசாயத் தொழிலாளர் கொத்தடிமை ஒழிப்பு) சட்டம் கொண்டுவரப்பட்டது. மிராசுதார்கள் எதிர்த்தார்கள். முதலமைச்சர் ராஜாஜி அவர்களை அழைத்துப் பேசினார். அப்போது "கிசான் கம்யூனிஸ்ட் புரட்சிப் பேரவையை எதிர்த்து நிமிர்ந்து நின்று மோதினால், அழிந்து விடுவீர்கள். வெள்ளம் வரும்போது நாணல் சாய்ந்து கொடுப்பதுபோல் நீங்கள் வளைந்து கொடுங்கள். இல்லையேல் அழிந்து விடுவீர்கள்' என்றார்.

தமிழ்நாட்டில் கிராமக் கட்டமைப்புகளில் மாற்றங்கள், நிலச்சாகுபடி முறைகளில் மாற்றங்கள் போன்றவை நிகழ்வதற்கு விவசாய சங்கம் தொடர்ந்து போராடியது. தமிழ்நாட்டில் கிராம கட்டமைப்புக்களில் மாற்றங்களுக்கான இயக்கங்கள் பரவலாக நடத்தப்பட்டன.

நிலப்பிரபுத்துவம் தனது எதிர்ப்பை பல ரூபங்களில் காட்டியது. சாகுபடியாளர்களை நிலத்தைவிட்டு வெளியேற்ற முயன்றார்கள். நில வெளியேற்றம் செய்வதை எதிர்த்து செங்கொடி சங்கம் முறியடித்து முன்னேறியது. சட்டமன்றத்திலும் கம்யூனிஸ்டுகள் போராடினார்கள்.

விளைவாக நிலவெளியேற்ற தடுப்புச் சட்டம், சாகுபடியாளர் பாதுகாப்புச் சட்டம், கைஏர், மாட்டுஏர் வார விவசாயிகள் பாதுகாப்புச் சட்டம் (திருச்சி காவேரிக்கரை), பேத்து வார விவசாயிகள் பாதுகாப்புச் சட்டம் (தூத்துக்குடி மாவட்டம்), ஜமீன் ஒழிப்புச் சட்டம், இனாம் ஒழிப்புச் சட்டம் போன்றவை கிராமப்புற நிலப்பிரபுத்துவ கட்டமைப்பை மாற்றியது.

நிலப்பிரபுத்துவம் தன்னை காத்துக் கொள்ள சட்டத்தின் சந்து பொந்துகளில் நுழைந்தது.

இந்நிலையில் நில உச்சவரம்புச் சட்டம் முன்வரைவு கருத்து கேட்புக்கு விடப்பட்டது. நிலப்பிரபுத்துவத்தை ஒழிப்பதற்கு மாறாக வரம்பு கட்டி, அவர்களுக்குள் பிரித்துக் கொள்ள வசதி செய்து தந்தது. 30 ஏக்கர் உச்சவரம்பில், விதிகளின் ஓட்டைகளில் அவர்கள் தப்பினார்கள்.

இதை எதிர்த்து தமிழ்நாடு விவசாய சங்கம் போராடியது. மறியல், பாதயாத்திரை, பொதுக்கூட்டங்கள், பிரச்சாரம் வலுவாகியது. மணலி கந்தசாமி, சீனுவாசராவ், எம்.காத்தமுத்து, ஏ.ஆதிமூலம் மற்றும் ஆர்.நல்லகண்ணு ஆகியோர் முன்நின்றார்கள். விசாரணைக் கமிஷன் களையும், நீதிமன்றங்களையும் சந்தித்தார்கள்.

ஜமீன் நிலங்களும், தரிசு நிலங்களும் மறைக்கப்பட்டன. விவசாயிகள் போராட்டங்கள் தீவிரமடைந்தன.

1960களில் பசுமைப்புரட்சி தமிழ்நாட்டு விவசாயத்தை சரக்கு உற்பத்திக் களமாக மாற்றிவிட்டது. நிலப்பிரபுத்துவம் அழிக்கப்பட்டது. சிறு நில-நடுத்தர விவசாயிகளை ஆதாரமாகக் கொண்ட முதலாளித்துவ வர்க்கங்களின் உறவுகளையே உருவாக்கியது. சிறு முதலாளித்துவ, பணக்கார விவசாயிகள் (பழைய நிலப்பிரபுக்கள் உள்ளடங்கிய) கிராமப் பொருளாதாரத்தில் ஆதிக்கம் செலுத்தும் வாக்கமாகவும், நிலவுடைமை விவசாயிகளின் அரசியல் பிரதிநிதியாகவும் உருவெடுத்தனர்.

சாகுபடி முறையிலும், நீர்ப்பாசன முறையிலும் ஏற்பட்ட மாற்றங்கள் விவசாய அமைப்பில் வர்க்க / சாதி ஏற்பாட்டில் பெரிய மாற்றங்களை ஏற்படுத்தியது. மேல் சாதி சார்ந்த பாரம்பரிய நில ஆதிக்கம் உடைந்தது. இடைச் சாதி முதலாளித்துவ நிலவுடைமையாளர்கள் பெருகினர். அதே சமயத்தில் தாழ்த்தப்பட்ட வகுப்பினரில் மிகப் பெரும்பான்மையோரும், பின்தங்கிய வகுப்பினரில் உள்ள விளிம்பு நில விவசாயிகளும், விவசாயத் தொழிலாளர்களாக ஆக்கப்பட்டனர். இதன் விளைவாக முதலாளித்துவ வகைப்பட்ட சாதிய அரசியல் தோன்றியது.

நகர்மயமாக்கம் பெருமளவு 1970 களில் தொடங்கிய காலகட்டத்தில் விவசாயிகளின் வாழ்வாதாரமும் மாறுதலுக்கு உள்ளாகியது. வறுமையும் வேலையின்மையும் பெருகியது. விவசாயத்தில் உபரி ஏற்பட்டது. பசுமைப் புரட்சி விவசாயத்தில் மாற்றத்தை ஏற்படுத்தியது. அரசு அடக்குமுறைக்கு முயன்றது. இதனை விவசாயிகள் ஏற்கவில்லை. போராட்டங்கள் வலுப்பெற்றன. நில மீட்சிப் போராட்டமும், விவசாயி களின் போராட்டமும் உச்சத்தை தொட்டது. ரத்த ஆறும், உயிர்ப்பலியும், அடக்குமுறையும், சிறையடைப்பும் நிரம்பிய காலம்.

போராட்டக் கட்டத்தில் லேவாதேவி சுரண்டலையும் நகர்ப்புற ஏகபோக சுரண்டலையும் எதிர்த்து முறியடிக்க வேண்டிய அவசர அவசியம் ஏற்பட்டது.

1969 ஜூலை 19-ஆம் நாள் ஒரு அவசரச் சட்டத்தின் மூலம் தனியார் துறையிலிருந்த 14 பெரிய பாங்குகள் தேசவுடைமையாக்கப்பட்டன. மக்களுக்கு பலன் கிடைக்கும் என நம்பினார்கள். 'தனியார் தொட்டால் மண்ணும் பொன்னாகும்' என்று பிலாக்கணம் பாடியவர்கள் வீழ்ந்தார்கள். சேமிப்புத் தொகையும், கடன் கொடுக்கும் அளவும் பெருகியது. இதனால் தொழில்துறையிலும் வளர்ச்சி ஏற்பட்டது.

பாங்குகள் விவசாயத்துறைக்கு அதிகம் உதவுவதும், விவசாயத்துறை பண உதவியைப் பெறக்கூடிய வகையில் திருத்தியமைப்பதும் அவசிய மாகியது. எனவே நிலச்சீர்திருத்தமும், நிலப்பிரபுத்துவ எதிர்ப்பும் கூர்மையடைந்த நிலையில் தமிழ்நாடு விவசாய சங்கத்திற்கு தலைவராக சோ.அழகர்சாமி தேர்வு செய்யப்பட்டார். ஆதிமூலம் மாநிலச் செயலாளராகத் தேர்வானார்.

'அழகர்சாமிக்கு தனிநபர்களிடம் பகை உணர்வு கிஞ்சித்தும் கிடையாது'. 'பகைவனுக்கும் அருள்வாய்' என்பதே அவரது பார்வையாக இருந்தது.

33. கிராமப் பயணம்

தோழர் அழகர்சாமி தொடர்ந்து பல நாட்கள் வெளியூர் பயணம் சென்று விடுவார். சொந்தப் பயணங்கள் என மிகப் பெரும்பாலும் இருக்காது. அவருடைய பயணங்கள் இயக்கம் சார்ந்தவைகளே. சட்டமன்றக் கூட்டத் தொடருக்கு சென்றால் சனிக்கிழமை காலை வந்து விடுவார்.

1980-களில் அவருக்கென சட்டமன்ற உறுப்பினர் அலுவலகம், அந்தக் காலத்தில் சொக்கன் செட்டி ஊரணி தெரு / சரஸ்வதி தியேட்டர் ரோடு எனப்பட்டது. இப்போது ஏகேஎஸ் தியேட்டர் ரோடு எனப்படு கிறது. இப்போது உள்ள ஜீவா இல்லம் இருக்குமிடத்தில் இருந்தது. அப்போது மூன்று தளங்கள் கொண்ட, இப்போது காண்கின்ற கட்டிட அமைப்பு இல்லை. முன்புறம் வாசல் இருக்கும். பக்கத்தில் ஒரு டெய்லர் கடை. அங்கு டெய்லர் வெள்ளைச்சாமி இருப்பார். இன்னும் சில கடைகள். கட்டிடத்தின் கடைசியில் ஒரு கடை போன்ற பகுதி. எதிரில் ஒரு மருந்துக் கடை. அருகில் விறகு கடை. சங்க அலுவலகத்தின் முன்புற வாசல் வழியாக நுழைந்தால் ஒரு முற்றம், நுழைபவரின் இடதுபுறத்தில் தொழிற்சங்க அலுவலகம். லட்சுமி மில், லாயல் மில் இரண்டு சங்கங்களுக்கும் சேர்த்த பொதுச் சொத்து. இரண்டும் ஜில்லா பஞ்சாலைத் தொழிலாளர் சங்கம் (ஏஐடியூசி) கிளைகள், முற்றத்தின் ஒரு பகுதியில் கையால் எழுதப்படும் தட்டி போர்டுகள் சுவரில் சாத்தி வைக்கப்பட்டிருக்கும். ஜீவா இல்லத்தின் கடைசியில் உள்ள கடை போன்ற பகுதியில் தான் எம்.எல்.ஏ அலுவலகம். அவருக்கு அப்போது செயலாளராகப் பணிபுரிந்தவன் என்ற பெருமையும் நமக்கு உண்டு. பெரும்பகுதி அங்குதான் இருப்போம். அவருக்குரிய கடிதங்களையும், மனுக்களையும் பிரித்து ஒழுங்குபடுத்துவதுதான் வேலை. தேவைப் பட்டால் அரசு அதிகாரிகளைப் பார்ப்போம். மக்கள் தரும் மனுக்களில் பெரும்பாலும் ஓய்வூதியம் கேட்டுத்தான் இருக்கும்.

வயோதிக காலம் மற்றும் விதவைகள் ஓய்வூதியத்தை வாங்கி நோட்டில் பதிவு செய்து எம்.எல்.ஏ விடம் கையெழுத்து வாங்கி,

தாசில்தாரிடம் தர வேண்டும். பலருக்கு எம்எல்ஏ கையெழுத்து போட்டு விட்டால், தங்களுக்கு ஓய்வூதியம் கிடைத்து விடும் என்ற ஆழ்ந்த நம்பிக்கையும் உண்டு. உடல் நலம் சரியில்லாதவர்களுக்கு தானே அழைத்துச் சென்று மருத்துவரிடம் சொல்லி நல்ல வைத்தியம் பார்க்க ஏற்பாடுகளைச் செய்வார்.

வெளியூரிலிருந்து அழகர்சாமி ஊருக்கு வந்துவிட்டால் நாங்கள் பம்மி விடுவோம். முதல்ல மாட்டினவன் செத்தான். சொற்களால் வறுத்தெடுத்துவிடுவார். நமக்குத் தெரியாத குறையெல்லாம் எப்படியோ அவர் கண்ணுக்குத் தெரிந்து விடும். அந்தக் குறைகள் செண்ட் பிரசெண்ட் உண்மையானவைகளாகவே இருக்கும். ஒரு தாய் தன் பிள்ளைகள் மேல் காட்டும் கோபம் போன்றவை அவை. நெருங்கிய தோழர் களிடமும், வேண்டியவர்களிடம் மட்டுமே வெளிப்படும்.

ஆனால், அழகர்சாமி நமக்கு ஒரு முன்மாதிரியான கம்யூனிஸ்டாக வாழ்ந்து காட்டியவர். தமிழ்நாட்டில் கம்யூனிஸ்ட் இயக்கத்தை வளரச் செய்வதற்கும், இந்திய கம்யூனிஸ்ட் கட்சிக்கு உறுதியான மதிப்பையும், மரியாதையையும் ஏற்படுத்தியதில் அழகர்சாமியின் பங்கு சர்வ சாதாரணமான ஒன்றல்ல. கொள்கை விஷயத்தில், தோழர் அழகர்சாமி தடம் புரண்டதே இல்லை. வர்க்கப் பகைவர்களோடும், வகுப்புவாத சக்திகளோடும், கோட்பாட்டை கடைப்பிடிக்க மறுப்பவர்களிடமும் அவர் உண்மைகளை நேருக்கு நேர் எடுத்துக் கூறத் தயங்கியதே இல்லை.

அழகர்சாமிக்கு தனிநபர்களிடம் பகை உணர்வு கிஞ்சித்தும் இருந்தது கிடையாது. “பகைவனுக்கும் அருள்வாய்” என்பதே அவரது பார்வையாக இருந்தது. ஆரம்ப காலங்களில் சென்னையில் எம்.எல்.ஏ ஹாஸ்டல் என்பதும், அவர்களுடைய அறையும் மிகச்சிறியதாகவே இருக்கும். ஒரு அறை தான். அதில் ஒரு கட்டில் தான். அவரது அறையில் எப்போதும் யாராவது இருந்து கொண்டே இருப்பார்கள்.

சென்னையில் இருக்கும்போது பலநாட்கள் இரவு காலதாமதமாகத் தான் அவரது அறைக்கு திரும்புவார். கட்சி அலுவலகத்திற்கோ, பொதுப்பணி நிமித்தமாகவோ வெளியே சென்று வர “லேட்” ஆகிவிடும். அவரது கட்டிலில் யாரோ ஒரு தொகுதிக்காரர் உறங்கிக் கொண்டிருப்பார். அவரை எதிர்த்து தேர்தல் பணியாற்றியவராகக் கூட இருப்பார். கூடச் செல்லும் நமக்கு கோபம் வரும். ஆனால் அழகர்சாமி சத்தமில்லாமல் தரையில் தன் காவித்துண்டை உதறிப் போட்டு தூங்கிவிடுவார்.

அது ஒரு கனாக்காலம். சிவப்புத் துண்டு அணிந்துகொண்டே யிருக்கும் அவரது சக சட்டமன்ற உறுப்பினர் ஒருவர் ஒருமுறை

கேட்டார். "நாங்களெல்லாம் சிகப்பு துண்டு அணிகிறோம். நீங்க மட்டும் அணிவதில்லையே... ஏன்?" நிதானமாக அழகர்சாமி சொன்னார். "நீங்களெல்லாம் முழு கம்யூனிஸ்டாக ஆயிட்டீங்க... நான் இன்னும் ஆகலையே" வாழ்நாள் முழுவதும் சீரியஸாகவும் நகைச்சுவையாகவும் வாழ்ந்தார்.

ஒரு போதும் தோழர்களிடமோ, பொதுமக்களிடமோ தனது சீற்றத்தை வெளிப்படுத்தியதே கிடையாது. கட்சித் தோழர்களோடு ரொம்ப அன்பாகவும், மரியாதையுமாகத் தான் நடந்து கொள்வார். இளம் தோழர்களிடம் மிகுந்த அன்பு பாராட்டுவார். தோழர்களுக்கு தனிப்பட்ட முறையில் பிரச்சனைகள் ஏற்படும்போது உதவுவதும், செயலில் தவறு நிகழும் போது இந்த முறை போகட்டும், அடுத்த முறை தவறு நிகழாமல் செயல்படு என அறிவுரை கூறுவதும், தட்டிக் கொடுத்து வேலை செய்யவும் வைப்பார்.

அவரது சட்டமன்றத் தொகுதி கிராமங்களை நோக்கிச் செல்கின்ற பயணம் என்பது பஞ்சாயத்து யூனியன் ஜீப் கிடைப்பதைப் பொறுத்து திட்டமிடப்படும். அழகர்சாமிக்கு என வாகனம் சொந்தமாகக் கிடையாது. கட்சிக்கோ, அமைப்புகளுக்கோ கூட வாகனம் இல்லாத காலங்கள்.

கோவில்பட்டி ஒன்றியத்துக்குள் பயணம் போக மாதம் இரண்டு நாட்களும், குருவிகுளம் ஒன்றியத்திற்கு ஒருநாளும் ஆக மாதம் மூன்று தினங்கள் மட்டும் ஜீப் கிடைக்கும். இதற்கான பயணங்களில் பெரும்பாலும் தோழர் எம்.ஏ.கெங்கையா உடன் வருவார். குறிப்பெடுக்க, உதவி செய்ய நாம் செல்வோம். தொகுதிக்குள் உள்ள கிராமங்களை சராசரியாக மூன்று மாதங்களுக்கு ஒருமுறை கட்டாயம் தொட்டு விடுவோம். மக்களின் குறைகளைக் கேட்பது மட்டுமல்ல, அதனை உடனுக்குடன் நிறைவேற்றுவதற்கான முயற்சிகளை மேற்கொள்வதும் அழகர்சாமியிடமிருந்து கற்றுக் கொள்ள வேண்டிய முக்கிய பாடம். பெரும்பாலும் சனி, ஞாயிற்றுக்கிழமைகளிலேயே செல்வோம். அப்போதுதான் மக்களையும், தோழர்களையும் பார்க்க முடியும்.

தோழர் கெங்கையா மந்தித்தோப்பு கிராமத்தைச் சேர்ந்த நடுத்தர சம்சாரி. கோவில்பட்டியில் ஒரு எலக்ரிக்கல் கடை உண்டு. கோவில்பட்டி கூட்டுறவு பால் ஒன்றியத்தின் தலைவராகவும் இருந்தார். நாங்கள் தனியாக பயணப்படும் நேரங்களில் அழகர்சாமியும், கெங்கையாவும் பேசும் பேச்சுகளில் "பக்தி ரசம் சொட்டும்." நான் டிரைவரிடம் கேலியாக, பினாயில் ஊத்தி ஜீப்பை கழுவச் சொல்வேன்.

யாருக்கும் உதவி கேட்டு அழகர்சாமி மறுத்தது கிடையாது என்பதை விட தேடிப்போய் உதவி செய்வதும் அவரது குணம்.

ஒருமுறை ஒரு இளைஞர் வந்தார். அவர் வேறு சட்டமன்றத் தொகுதியைச் சேர்ந்தவர். அவருக்குரிய இருப்பிடச் சான்றைப் பெறுவதில் பிரச்சனை இருந்தது. எந்த சட்டமன்ற உறுப்பினரும் அந்த சான்றைக் கொடுக்க முடியும். அந்த இளைஞர் தான் சார்ந்த தொகுதியின் எம்எல்ஏ விடமோ, வேறு யாரிடமோ பெற முயன்றும் முடியவில்லை. யாரோ அவரை அழகர்சாமியிடம் சென்று கேளுங்கள் எளிதாக வாங்கி விடலாம் என வழிகாட்டியுள்ளார்கள். அவரும் கோவில்பட்டி வந்து, சாத்தூர் டீ ஸ்டாலில் கேட்ட போது வந்துவிடுவார் என்று சொல்லி விட்டார்கள். காத்திருந்து நேரம் போனதால், அந்த இளைஞர் புறப்பட்டுப் போய் பஸ்ஸில் ஏறிவிட்டார். அழகர்சாமி வந்தார். விவரம் கேட்டு பஸ்ஸ்டாண்டு போய் அந்த இளைஞரைக் கண்டுபிடித்து கையெழுத்தும் போட்டு, அவருக்கு டிபனும் வாங்கிக் கொடுத்து அனுப்பினார்.

அவர் திருச்சியில் ஒரு கல்லூரிப் பேராசிரியராக இருந்தார். இதுபோன்ற சம்பவங்கள் ஏராளம் உண்டு.

தீர்க்கமான ஞானம் கொண்டவர். ஊழியர்களைக் கண்டறிந்து, அவர்களுக்குரிய பொறுப்புக்களை ஏற்கச் செய்வதிலும் நிகரான ஆற்றல் கொண்டவர்.

34. கல்லுக்குள் ஈரம்

அழகர்சாமி இந்திய கம்யூனிஸ்ட் கட்சியில் இணையும் போது கட்சி தடை செய்யப்பட்டிருந்தது. தலைவர்கள் நரவேட்டையாடப் பட்டார்கள். தலைமறைவு வாழ்க்கையை மேற்கொள்ள வேண்டிய அவசியம் ஏற்பட்டது. நெல்லை மாவட்டத்தில் முதல் கட்சி மாநாடு, 1948-ஆம் ஆண்டுதான் நடைபெற்றது. இம்மாநாட்டில்தான் முதல் முறையாக எழுத்துப்பூர்வமான அறிக்கையும், கட்சி கார்டும் வழங்கப் பட்டன. கட்சி அமைப்பாளராக செயல்பட்டு வந்த கே.பாலதண்டாயுதம் முன்மொழிய ப.மாணிக்கம் மாவட்ட செயலாளராகத் தேர்வு செய்யப் பட்டார்.

தேர்வு செய்யப்பட்ட சில மாதங்களிலேயே கல்கத்தாவில் அகில இந்திய மாநாடு நடைபெறுகிறது. கட்சி அதைத் தொடர்ந்து தடை செய்யப்படுகிறது. மாணிக்கம் தலைமறைவாகிறார்.

ப.மாணிக்கம் கும்பகோணத்தில் பிறந்து கடலூரில் வளர்ந்து, சிதம்பரம் அண்ணாமலைப் பல்கலைக்கழகத்தில் கல்வி பயின்று, பாலனைப் போல் பல்கலைக்கழகத்திலிருந்து வெளியேற்றப்பட்டவர். மாணவர் இயக்கத் தலைவராக, நெல்லைக்கு பாலன் வழியிலேயே வந்து சேருகிறார். மதுரை, நெல்லை, ராமநாதபுரம் மாவட்டங்களுக்கு பொறுப்பேற்று மாணவர் பெருமன்ற மாநிலப் பொதுச் செயலாளராக தேர்வாகிறார்.

பாலன் வழியிலேயே ப.மாணிக்கம் பயணம் தொடர்ந்தது. 1946இல் மதுரை சதி வழக்கில் சேர்க்கப்பட்டு, பின்னர் விடுவிக்கப்படுகிறார். ஆனாலும், 1947இல் வேறொரு கொலை வழக்கில் சேர்க்கப்பட்டு, நாட்டின் விடுதலைக்குப் பின் விடுவிக்கப்படுகிறார்.

கட்சியின் மாவட்டச் செயலாளராக ஆனபின் தலைமறைவாகிறார். அழகர்சாமிக்கு ப.மாணிக்கத்துடன் தொடர்பு ஏற்படுகிறது. கட்சி தடை செய்யப்பட்டது.

1950 ஜூனில் குற்றாலத்தில் கைது செய்யப்பட்டார். போலீசிட மிருந்து தப்பினார். 7 நாள் பட்டினி. வாடிய ப.மாணிக்கத்தை எளிதில் போலீசார் பிடித்து விட்டனர். தென்காசி, மேலப்பாளையம், திருநெல்வேலி என பல சிறைகளில் அடைத்து சித்திரவதை செய்தனர். 7 நாள் சித்திரவதை தொடர்ந்தது. தூத்துக்குடி லாக்கப்பில் செய்த கொடுமையான வதையில் 'செத்துப் போனார்' என துணி போட்டு மூடிவிட்டனர். உயிர்த்தெழுந்த மாணிக்கத்தை நெல்லை சதிவழக்கில் சேர்த்தனர்.

1953இல் விடுதலையானபின் மாவட்டச் செயலாளராகத் தொடர்ந்தார். சிறையில் சக தோழர் இ.தளவாய்க்கு கொடுத்த வாக்குறுதிப்படி 1954-அக்டோபர் 10ஆம் நாள் அவரது தங்கை சரஸ்வதியை திருமணம் செய்து கொண்டார். 1962 வரை நெல்லை மாவட்டச் செயலாளராக நீடித்த ப.மாணிக்கம் மாநில செயற்குழு பணிகளுக்காக சென்னைக்கு இடம் பெயர்ந்தார்.

1976 வரை மாநில துணைச் செயலாளராகவும், 1978 முதல் 1992 வரை மாநிலச் செயலாளராகவும் பணியாற்றினார். எம்.எல்.சி-யாகவும் பணியாற்றியுள்ளார். அரசியலில் கூர்நோக்கு உள்ளவர். மார்க்சியத்தில் ஆழமான தெளிவு படைத்தவர். சமகாலப் பிரச்சனைகளை அலசி ஆராய்ந்து அறிவு பூர்வமான கருத்துக்களை எடுத்துரைப்பார். தீர்க்கமான ஞானம் கொண்டவர். ஊழியர்களைக் கண்டறிந்து, அவர்களுக்குரிய பொறுப்புக்களை ஏற்கச் செய்வதிலும் நிகரான ஆற்றல் கொண்டவர்.

பேராசிரியர் நா.வானமாமலை, தொ.மு.சி ரகுநாதன், தி.க.சிவசங்கரன், வல்லிக்கண்ணன், கு.அழகிரிசாமி, கி.ராஜநாராயணன், ஆ.சிவசுப்பிர மணியன் போன்ற அறிஞர்களுடனும், எழுத்தாளர்களுடனும் நெருங்கிய நட்பு கொண்டிருந்தார். தனக்குப் பின் தோழர் நல்லகண்ணுவை முன்மொழிந்து மாநிலச் செயலாளராக உருவாக்கினார்.

இவருக்குள்ள மார்க்சிய தெளிவு காரணமாக, இளைஞர்களை ஈர்க்கும் ஆற்றல் மேம்பட்டது. இளைஞர்களுடைய இயக்கங்கள், போராட்டங்கள், மார்க்சிய வகுப்புக்கள் பெருமளவு நடைபெற்றது. திராவிட இயக்கங்கள் பற்றி இவர் தயாரித்த குறிப்புக்களும், தமிழால் முடியும் என்பதையும், அகில இந்திய அளவில் மொழிக்கொள்கையை உருவாக்கியதிலும் ப.மாணிக்கத்தின் பங்கு பெரியளவிற்கானது.

கடும் எதிர்ப்புக்களை உள்ளும், புறமும் சந்தித்த போதிலும் அனைத்திலும் அவரது நிதானமான அணுகுமுறையே வென்றது. தடம் தவறிப் போன பலர் மீண்டும் சரியான பாதைக்குத் திரும்பி வர இவரே காரணம்.

ப.மாணிக்கத்திற்கும் அழகர்சாமிக்கும் உள்ள நட்பு குரு-சிஷ்ய பாணியிலேயே இருந்தது. சட்டமன்றத்தில் பேசவும், விவசாய சங்கத்தை நடத்தவும், கட்டவும் ப.மாணிக்கத்தின் ஆலோசனைகளையும், வழிகாட்டுதல்களையும் மிகுந்த கவனத்தோடு செயல்படுத்தினார் அழகர்சாமி.

எளிமைக்கும், நேர்மைக்கும் இலக்கணமாய்த் திகழ்ந்த ப.மாணிக்கம், அழகர்சாமியின் பொது வாழ்வுக் காலம் முழுவதும் கலங்கரை விளக்காய் ஒளி வீசி வழி நடத்திய மகத்தான தலைவர். 22.06.1999இல் மாணிக்கம் மறைந்தார் என்ற தகவல் கேட்டவுடன் அழகர்சாமி குலுங்கிக் குலுங்கி அழுது கண்ணீர் விட்டு கதறிய காட்சி மறக்க முடியவில்லை. கல்லுக்குள்ளும் ஈரம் உண்டு.

பி. மைதீன், வி. கணபதி, எஸ்.எஸ். தியாகராஜன் ஆகிய முப்பெரும் தலைவர்கள் நகரை வலம் வந்தனர். இவர்களைத் தோழர்கள் மும்மூர்த்திகள் என்று அழைத்தார்கள்.

35. கோவில்பட்டியில் பொதுவுடைமை இயக்கம்

கட்சி அடக்குமுறை காலத்திலேயே கோவில்பட்டி வட்டாரம் முழுவதும் பரவிவிட்டது. தொழிலாளர்கள் நிரம்பிய நகரம் கோவில்பட்டி 1964ஆம் ஆண்டில் மூன்றாம் வகுப்பு நகராட்சியாக அமைக்கப்பட்டது. 11.02.1964-ஆம் நாள் இலுப்பையூரணி கிராமத்தின் ஒருபகுதியையும் இணைத்து உருவாக்கப்பட்ட நகரம் 6.48 சதுர கி.மீ. பரப்பளவு கொண்டது. சுமார் 1 லட்சம் மக்களைக் கொண்டது.

இரண்டு பெரிய நூற்பாலைகளை எல்லைப் பகுதியாகக் கொண்ட நகரம். தற்போது மேலும் விரிவடைந்துள்ளது. ஏராளமான தீப்பெட்டி ஆபீஸ்கள், பட்டாசு ஆலைகள், அச்சகங்கள் உண்டு. இன்று கல்லூரிகள், மேல்நிலை, உயர்நிலைப் பள்ளிக்கூடங்கள், சிபிஎஸ்சி, மெட்ரிகுலேசன் பள்ளிகள் என பெருகியுள்ள போதிலும், இதன் வளர்ச்சி கடந்த நூற்றாண்டின் தொடக்கத்திலேயே தொடங்கியது. செண்பகவல்லியம்மன் கோவிலைச் சுற்றி ஏராளமான மண்டிகள் (பொருள்களைச் சேமித்து வைக்கும் இடம்) உண்டு. இன்றும் அதன் எச்சங்கள் தெரிகின்றன. பொதுவுடைமை இயக்கம், நகர் உருவாகும் போதிலேயே தடம் பதித்து விட்டது.

லட்சுமி, லாயல் பஞ்சாலைகள் பல தலைவர்களையும் தோழர் களையும் தந்துள்ளது. தோழர்கள் பி.மைதீன், எஸ்.எஸ்.தியாகராஜன், வி.கணபதி, எல்.சி.முத்துபொன்னு, மூப்பன்பட்டி தனுஷ்கோடி, தர்மன், கணேசன், முத்துராமலிங்கம், டாக்டர் சீனிவாசன், வேலுச்சாமி, மீனாட்சி சுந்தரம், குருசாமி, ஜி.கதிரேசன், எம்.மகாலிங்கம், தங்கராஜா, பி.பொன்னுச்சாமி, பெரியசாமி ஆசாரி, பிச்சையா, ராஜப்பா, இன்னாசி முத்துப் பிள்ளை, கே.தர்மராஜ், ஆர்ட்டிஸ்ட் சிவன், எஸ்.அழகுமுத்துப் பாண்டியன், நவநீதகிருஷ்ணன், சுகுணதாஸ், பி.பாண்டியன், வேலாயுதபுரம் சுப்பையா, வெற்றிவேல், சத்தியசீலன், ராமசாமி என பல தோழர்களை அடுக்கிக் கொண்டே செல்லலாம்.

கோவில்பட்டி கரிசல்காட்டு விவசாயிகளின் போராட்டக் களம்; பஞ்சாலைத் தொழிலாளர்கள் ஏஐடியூசி தொழிற்சங்கத்தைச் சார்ந்தவர்கள். இந்நகரம் இடதுசாரி சிந்தனையாளர்கள் பலரை உருவாக்கத் தளமாக இருந்ததற்குக் காரணமே இங்கு நடைபெற்ற விவசாயிகள், தொழிலாளர்கள் போராட்டங்களே.

கோவில்பட்டி தொழிலாளர்களின் முன் முயற்சியால் 'ஜீவா இல்லம்' வாங்கப்பட்டது. தொடக்ககாலங்களில் தொழிலாளர்கள் வேலை முடிந்து வந்தபின்பு பயிற்சி பெறவும், இளைஞர்களின் உடல் திறனை வளர்க்கவும் உடற்பயிற்சிக் கூடங்கள் பல இடங்களில் உருவாக்கப் பட்டன. பகத்சிங் தெருவில் சீனிவாச ராவ் பெயரிலும், பலராமன் ஞாபகார்த்த குமரன் உடற்பயிற்சிக் கூடம் செவக்காட்டிலும், புதுக்கிராமம், மணியாச்சி, திருவள்ளுவர் நகர் என பல பகுதிகளிலும் பயிற்சிப் பள்ளிகள் இருந்தன. வீர விளையாட்டுக்களை மேதின ஊர்வலத்தில் தோழர்கள் பங்கேற்று பொதுமக்களிடம் நடத்திக் காட்டுவார்கள்.

செண்பகவல்லியம்மன் கோவில் பின்புறமுள்ள காந்தி மைதானமும், கிருஷ்ணன் கோவில் முன்புறமுள்ள வீதியும் அரசியல் பொதுக் கூட்டங்கள் நடத்தப்படும் பிரதான திடல்களாகும். பெரிய பொதுக் கூட்டங்கள் பெரும்பாலும் காந்தி மைதானத்திலேயே நடக்கும். எல்லா கட்சித் தலைவர்களும் இங்குப் பேசியுள்ளனர்.

மே தினம் ஊர்வலமும், பொதுக் கூட்டமும் வருடம்தோறும் மிகச் சிறப்பாக நடைபெறும். 10 நாட்களுக்கு முன்பே தோரணக் கொடிகள் கட்டத் தொடங்குவோம். இன்றுள்ள ஜீவா இல்லம் முன்பு சரஸ்வதி தியேட்டர் ரோட்டிலேயே தோரணங்கள் ஒட்டப்படும். அப்போதெல்லாம் போக்குவரத்து மிகவும் குறைவாகவே இருக்கும். கலர்களில் தட்டி போர்டுகளும், காவியில் சுவரெழுத்துக்களும் ஊரை அல்லோகலப்படுத்தும். மே தினத்திற்கு முதல் நாள் இரவு 11 மணி ஷிப்ட் முடிந்தவுடன் லாயல்மில் தோழர்களும், 12 மணிக்கு லட்சுமி மில் தோழர்களும் வருவார்கள். தோரணங்களை நகரின் இருபுறங் களிலுமிருந்து கட்டிவருவார்கள். இவர்களோடு இளைஞர் பெருமன்ற இளைஞர்களும் இணைந்து கொள்வோம். விடியற்காலை பணி நிறைவடையும். சூரியன் உதிக்கும்போது நகரமே செம்மயமாக மாறிவிடும். அனைத்துக் கொடிக் கம்பங்களிலும் கொடிகள் ஏற்றப்பட்டு செம்மைக்கு மேலும் செம்மையேற்றும்.

மாலையில் நடைபெறும் ஊர்வலத்திற்கு விவசாயிகள் வண்டி கட்டி வருவார்கள். தொழிலாளர்கள் குடும்பத்துடன் கலந்து கொள்வார்கள். சிறப்புரைக்குப் பின்னர், நிச்சயம் ஒரு கலை நிகழ்ச்சி இருக்கும். பாவலர் வரதராஜன் குழுவோ, மதுரைகுமார் குழுவோ, கதிரேசன் பானைத் தாளக் கச்சேரியோ சிவகிரி எஸ்.எம்.கார்க்கி வில்லிசையோ இருக்கும். பல வருடங்கள் வில்லிசை வேந்தர் சாத்தூர் ச.பா.பிச்சைக்குட்டி குழுவினரின் வில்லிசை நடைபெறும். அவருடைய நிகழ்ச்சியில் அன்று மாலை பத்திரிகையில் வெளிவந்த செய்திகளும் இடம்பெறும்.

அழகர்சாமி தோழர்களிடம் கனிவும், அன்பும் கொண்டவர். நகரக்குழுவின் அலுவலகம் மெயின் ரோட்டிலிருந்த சாத்தூர் டீ ஸ்டாலுக்கு எதிரிலிருந்த பாலமுருகன் ஹோட்டலுக்கு அருகிலிருந்த கே.என்.ஆர் சைக்கிள் கடை மாடியில்தான் இருந்தது. இந்தக் கட்டிடம் காரைக்குடிச் செட்டியார் ஒருவருக்குச் சொந்தமானது. வாடகை முறையாகத் தராவிட்டாலும் கம்யூனிஸ்ட் கட்சி மீது அபரிமிதமான பாசம் கொண்டவர். ஒடுக்கமான படிகளில் ஏறி அலுவலகத்திற்குள் செல்ல வேண்டும். சாத்தூர் டீ ஸ்டால் அல்லது கட்சி அலுவலகத்தில் தோழர்களும், பொதுமக்களும் அழகர்சாமியைப் பார்க்கலாம். எந்தத் தடையும் இருக்காது.

சாத்தூர் டீ ஸ்டால் கோவிந்தசாமியும் அவரது தம்பி பால்ராஜ் இருவரும் அன்பானவர்கள். யாரிடமும் கடிந்த சொல் கூறாதவர்கள். அவர்கள் கடையில் கூட்டம் மொய்த்தபடி இருக்கும். டீ, காபி மட்டுமின்றி சிறு தீனியும் கிடைக்கும்.

பக்கத்தில் தோழர் பாண்டியன் டீக்கடை வைத்திருந்தார். நேர்மையான, உண்மையான, உணர்வுபூர்வமான தோழர்.

அநேகமாக தேர்தல் காலங்களில் குருவிகுளம் வட்டார பொறுப்பு பாண்டியனுடன் எனக்குத்தான் போடுவார்கள். காரில் போகும் போது டிரைவர் தெரியாமல் குழிகளில் வேகமாக ஓட்டி, காரை இறக்கி ஏற்றினால், டிரைவர் செத்தான். வசவு உறிச்சு எடுத்துருவார். ஆனால், அவருடைய இயக்க விசுவாசமும், செய்யற வேலைகளில் உள்ள அர்ப்பணிப்பும் முன் மாதிரியானவை.

லட்சுமி மில், லாயல் மில் தோழர்களும், சிங்கைத் தோழர்களும், கோவைத் தோழர்களும் விழிப்புணர்வை ஏற்படுத்தினார்கள். வா.மீனாட்சிநாதன், இ.தளவாய், பெ.உலகநாதன், நல்லசிவம் போன்றோர் லாயல் மில் தொழிலாளர்களை அணி திரட்டினார்கள். இன்றைய கட்சி மாவட்டச் செயலாளர் எஸ்.அழகுமுத்துப்பாண்டியனின்

தந்தை சண்முகத்தேவர் லாயல்மில் தொழிலாளி. பெரும்பாலான தொழிலாளர்கள் மில்லைச் சுற்றியுள்ள மூப்பன்பட்டி, சங்கரலிங்கபுரம் (செவக்காடு) வேலாயுதபுரம், இலுப்பையூரணி கிராமங்களைச் சேர்ந்த வர்கள். அழுத்தப்பட்ட தொழிலாளர்கள். ஏமாற்றங்களை தாங்கிக் கொள்ள முடியாதவர்கள், லாயல்மில் வெள்ளக்காரனின் கட்டுப்பாட்டில் இருந்தது. ஆங்கிலேயர்களுக்கான பருத்தி ஆடைகளைத் தயாரிக்கும் நூற்பு, நெசவு ஆலை.

இங்கு வேலை செய்யும் தொழிலாளர்களுக்கு எந்த அடிப்படை உரிமைகளும் கிடைக்கவில்லை. நாட்டு விடுதலைக் காலத்தில் லாயல் மில்லில் 1308 தொழிலாளர்கள் வேலை பார்த்துள்ளனர். இவர்களில் 244 பெண்களும் உள்ளடங்குவர்.

இவர்களை செங்கொடி சங்கமான ஏஐடியூசியின் கீழ் அணி திரட்டிய பெருமை கந்தசாமித் தேவரையே சாரும். உள்சங்கத்துக்காரர்களால் ஏமாற்றமடைந்த தொழிலாளர்கள் செங்கொடி சங்கத்தால் கவரப் பட்டனர். பெருமளவு தொழிலாளர்கள் செங்கொடி சங்கத்தில் சேர்ந்தனர்.

இதனால் ஆத்திரமடைந்தவர்கள் தலைவர் கந்தசாமித் தேவரை லாயல் மில் வாயிலிலேயே வேல் கம்பால் குத்திக் கொன்றனர். 1948ஆம் ஆண்டு நடைபெற்ற இச்சம்பவத்தால் தொழிலாளர்கள் கொதித் தெழுந்தனர். இளமையின் தொடக்கத்திலிருந்த பி.மைதீன், வி.கணபதி போன்ற தலைவர்கள் உருவானார்கள். செவக்காடு கம்யூனிஸ்டுகளின் கோட்டையாக மாறியது. இங்குள்ள தோழர்களால் அமைக்கப்பட்ட கட்சிக் கிளையின் பெயரே, கந்தசாமித் தேவர் கிளை என்பதாகும்.

இளம் வயது மைதீன் மில் வேலையிலிருந்து நிறுத்தப்பட்டார். சங்கத்தின்மீதும், கட்சியின் மீதும் மிகுந்த பற்றுக் கொண்டு முழுநேர ஊழியராக வலம் வந்தார். தன் மகன் கட்சி, சங்கம் என்று சுற்றித்திரிகிறானே என்ற கவலையும், ஆதங்கமும் அவருடைய அப்பா பீர்முகமதுவுக்கு உண்டு. அவரும் ஒரு மில் தொழிலாளிதான்.

ஏதோ காரணத்தினால் மைதீனின் அப்பாவை காவல் நிலையத்திற்கு கூட்டிச் சென்று தரையில் உட்கார வைத்து விட்டார்கள். அப்போதெல்லாம் தாலுகா போலீஸ் ஸ்டேஷன் மட்டும் தான் உண்டு. செய்தி அறிந்து மைதீன் போலீஸ் ஸ்டேசன் செல்கிறார். காவல் அதிகாரிகள் தலைவர் மைதீனைப் பார்த்தவுடன் அன்போடு வரவேற்று விவரங்களைக் கேட்கின்றனர். கீழே உட்கார வைக்கப்பட்டிருப்பவர் தன் தந்தைதான் என்று கூறியவுடன், அதிகாரிகள் பதறிப்போய் அவரை உடனே மரியாதையுடன் விடுவித்து, மன்னிப்புக் கேட்டனர். வீட்டிற்கு

வந்தவுடன், மைதீனின் தாயிடம், "அம்மா, இவனுக்கு என்ன மரியாதை... போலீஸ்காரங்களே இவனப்பாத்தா பயப்படராங்க... இவன் கட்சியிலேயே வேலை செய்யட்டும்" என்று பீர்முகமது சொல்லி பெருமைப்பட்டாராம்.

பள்ளிப்படிப்பைக் கூட தொடாத மைதீன் பொதுக் கூட்டங்கள் பேசுவதிலும், தொழிலாளர்களுக்கான வழக்குகளை நடத்துவதிலும் தேர்ச்சி பெற்றவர். பேசும்போது நகைச்சுவை இழையோடும். குட்டிக் கதைகள் கொட்டும். அவர் சொல்லும் கல்கோனா (அந்தக் கால கமர்கட்டு) மிட்டாய் கதை-க்கு சிரிக்காமலிருக்க முடியாது. கட்சியின் மாவட்டத் துணைச் செயலாளராக இருந்தார். கூட்டுறவு அமைப்புக்களில் இயக்குநராக இருந்ததுடன் கூட்டுறவுத் தொழிலாளர்கள் சங்கத்திற்கு தலைவராகவும் இருந்துள்ளார். மைதீனும், அழகுமுத்துப் பாண்டியனும் இணைந்து தென் மண்டலம் முழுவதும் கூட்டுறவுப் பணியாளர்களை அணி திரட்டி சங்கம் அமைத்தனர். கோவில்பட்டியில் மண்டல, மாநில கூட்டுறவுப் பணியாளர் சங்க மாநாட்டை நடத்தினர். கே.எல்.எஸ்.சந்தானம் பங்கு பெற்ற மாநாடு 1980இல் நடைபெற்றது.

கோவில்பட்டி மில் தொழிலாளர்களிடமிருந்து உருவான இன்னொரு ஆளுமை வி.கணபதி. ஜீவா இல்லத்தில் பேப்பர் படித்துக் கொண்டிருப்பார். தலைவரைப் பார்த்தவுடன் தொழிலாளி, தன்னோட பிரச்சனைகளைச் சொல்லுவார். தலை நிமிராமல், பேப்பர் படிக்கிறாரா, சொல்வதைக் கேட்கிறாரா எனத் தெரியாமல் தயங்கும் வேளையில் அப்புறம்னு கேட்டு தீர்வு சொல்வார், வழிகாட்டுவார். கோவில்பட்டி சட்டமன்றத் தேர்தல் பணிக்குழுவிற்கு இவரே தலைவராக இருப்பார். தேர்தல் பணிகள் தொய்வில்லாமல் கொண்டு செல்ல அயர்வில்லாமல் உழைப்பார். பகலெல்லாம் தோழர்களுடன் வசூல் பணியில் ஈடுபடுவார். மறுநாள் தேர்தல் பிரச்சார வாகனங்கள் இந்த வசூலால் தடையில்லாமல் செல்லும். அழகர்சாமிக்குப்பின் சட்டமன்ற உறுப்பினர் களாக எல்.அய்யலுசாமி, சோ.ராஜேந்திரன் ஆகியோர் இந்தியக் கம்யூனிஸ்ட் கட்சி சார்பில் தேர்வு செய்யப்பட்டனர். வி.கணபதியுடன் இணைந்து தேர்தல்கால அலுவலகப் பணிகளை எல்.ஐ.சி அதிகாரி கே.தர்மராஜ், வங்கி அதிகாரி வி.வெங்கடேசன், ராஜேந்திரன் ஆகியோர் பணியாற்றுவார்கள். மிகச்சிறந்த ஓவியக் கலைஞர் சிவன் - தனது குழுவினருடன் தொகுதி முழுவதும் 'கதிர் அரிவாள்' சின்னத்தையும், தோழர் அழகர்சாமி பெயரையும் கொண்டு செல்வார்கள். இளைஞர்கள் படையே இளசை கணேசன் தலைமையில் சுவர்களில் வண்ணம் தீட்டும். சிவன் ஆர்ட்ஸ் குழுவைச் சேர்ந்த முருகேசன் சுவர் எழுத்தில்

மன்னன். மூப்பன்பட்டி தனுஷ்கோடி மில் தொழிலாளி, எந்நேரமும் தாக்குதல் வரலாம் என்பதற்காக இடுப்பு வேட்டியில் வெடிகுண்டைக் கட்டி அலைந்ததாக கதைகள் உண்டு. ஆனால் வேட்டியை மடிச்சுக் கட்டி மீசையை முறுக்கி வரும் தோரணையிலேயே அவரிடம் யாரும் நெருங்கமாட்டார்கள். போராட்டக்களங்களில் முன்னிலையில் இருப்பவரும் அவரே, மூப்பன்பட்டி தர்மன் துணிச்சல் மிக்க தோழர். கட்சிக்கு இழிவு என்றால் அவரால் பொறுத்துக் கொள்ளவே முடியாது. ஒட்டமடம் அழகர்சாமி எந்நேரமும் ஆபீசிலேயே இருப்பார். இது போன்று பல தோழர்கள் இருந்தார்கள்.

நகராட்சித் தேர்தல்களில் உறுப்பினராக நம் தோழர்கள், ராஜப்பா, தர்மர், வேலுச்சாமி, பாண்டியன், சரோஜா என பல தோழர்கள் இருந்துள்ளார்கள். இவர்களில் தோழர்களில் சிலரை மட்டுமே குறிப்பிட்டுள்ளோம்.

பொதுக் கூட்டமானாலும், ஆர்ப்பாட்டமானாலும், கட்சி நிதிவசூல் என்றாலும் உண்டியல், துண்டேந்தி பஜாரில் வசூலிப்பது வழக்கம். நம் தோழர்களின் வசூல் திறமையே அலாதிதான். கடைக்காரரர்கள் அனைவரும் இதனை அறிவார்கள்.

*1945*இல் தொடங்கப்பட்ட லட்சுமி மில்லில் சங்கம் தொடங்கும் காலங்களில் கடுமையான அடக்குமுறைகள் ஏவி விடப்பட்டன. பெரும்பாலான தொழிலாளர்கள் கோவில்பட்டியின் தென்பகுதிகளில் குடியிருந்தனர். குருசாமி, மீனாட்சிசுந்தரம், பொன்னுசாமி, சுகுணதாஸ், கோவிந்தசாமி போன்றவர்கள் தலைமையேற்றனர். அருகிலுள்ள இனாம்மணியாச்சி, சாலைபுதூர், நாலாட்டின்புத்தூர், காந்திநகர், வ.உ.சி நகர் பகுதியுள்ளவர்கள் தொழிலாளர்களாக வேலை செய்தனர். இம்மில்லின் தலைமையகம் கோயம்புத்தூர், அங்கும் ஆலைகள் உண்டு. அவ்விடத்திற்கு இடமாற்றம் செய்து விடும் நிலைமையும் உண்டு. தொழிலாளர்களை அச்சுறுத்த படப்புகளுக்கு திடீரென தீ வைக்கப்படும். அதனைப் பார்த்து ‘தேர்வருதுதடா’ என கத்துவதும் உண்டு. லட்சுமி மில்லில் ஏஐடியூசி சங்கம் அமைக்கப்பட கோவை தோழர்கள் பிகெ இராமசாமி, கருப்பசாமி. காளியண்ணன் போன்றோர் உதவினர். பஞ்சாலைத் தொழிலாளர்களுக்கு நெல்லை ஆர்.கணபதி தலைமையேற்று வழிகாட்டினார்.

பி.மைதீன், வி.கணபதி, எஸ்.எஸ்.தியாகராஜன் ஆகிய முப்பெரும் தலைவர்கள் நகரை வலம் வந்தனர். இவர்களைத் தோழர்கள் மும்மூர்த்திகள் என்று அழைத்தார்கள். காந்திநகர் பகுதியிலிருந்து

தேர்ந்தெடுக்கப்பட்ட கவுன்சிலர் பிச்சையா. மக்கள் இவரது சேவையைப் பாராட்டி சைக்கிள் ஒன்றைப் பரிசளித்தனர். அவருக்குச் சரியாக சைக்கிள் ஓட்டத் தெரியாது. அதை உருட்டியபடியே வருவார். பளபளவென்று துடைத்து வைத்திருப்பார். தன் பிள்ளைகளிடம் கூட தரமாட்டார்.

எழுபதுகளில் 'ஜீவா நகர்' உருவாக்கப்பட்டு முக்கிய தோழர்கள் அங்குக் குடியேறினர். அப்போது எஸ்.எஸ்.தியாகராஜன் நகரச் செயலாளர். இதனைத் தொடர்ந்து அழகர்சாமியிடம் பொதுமக்கள் பலர் தங்களுக்கும் குடியிருக்க இடம் வேண்டுமென்று தர்மர் தலைமையில் கதிரேசன் கோவில் மலைப்பகுதிகளில் புறம்போக்கு நிலங்களைக் கண்டறிந்து குடியேறினர். செண்பகவல்லி அம்மன் கோவிலுக்கு சொந்தம் என கோவில் நிர்வாகம் நீதிமன்றத்தில் வழக்கு போட்டது. தூத்துக்குடி கோர்ட்டில் மக்கள் சார்பில் வழக்கறிஞர்கள் இராமானுஜம், கணபதி சுப்பிரமணியன் ஆகியோர் வாதாடினார்கள். மக்களுக்கு வெற்றி கிடைத்தது. வேறு ஒரு தலைவர் பெயரை இடத்திற்கு வைக்க முயன்ற போது அதனை தவிர்க்க வீரவாஞ்சிநகர் என பெயர் சூட்டப்பட்டது. நகரப் பகுதிக்குள் சேர்த்து மின்விளக்கு, சாலைவசதி செய்துதர தொடர் முயற்சிகள் மேற்கொள்ளப்பட்டன. இதற்கு முக்கிய கர்த்தாவாக வ.உ.சி நகர் தர்மர் இருந்தார். காசி, சேர்மச்சாமி, பெருமாள் பாண்டியன், ராஜேந்திரன், தாமோதரன் போன்ற தோழர்களும் உதவினர். போராட்டங்கள் தோற்றதில்லை என்பதை அனுபவத்தால் உணர்ந்தோம். இதற்கடுத்து சாஸ்திரி நகரும் உருவாக்கப்பட்டது. கோவில்பட்டி நகரின் வளர்ச்சியில் அழகர்சாமியின் பங்களிப்பு மகத்தானது.

கோவில்பட்டி தாலுகாவின் முக்கிய ஆளுமைகளாக எல்.அய்யலு சாமி. கசவன்குன்று முத்தையா, எ.அருமை நாயகம், எட்டயபுரம் சு.ச.சிவகுருநாதன், கோடங்கால் கே. கிருஷ்ணசாமி, நாச்சியார்பட்டி வி.வி.ரெங்கசாமி, கடம்பூர் இ.எல்.ராமர், வில்லிசேரி எ.கிருஷ்ணசாமி, கழுகுமலை கே.அழகிரி, ஈராட்சி அம்பலம், மாரியப்பன், நல்லையா, சுப்பையா போன்றவர்கள் திகழ்ந்தனர்.

கசவன்குன்று முத்தையா பார்வையற்றவர். கேரளாவில் போராட்டம் ஒன்றில் பார்வையைப் பறிகொடுத்தவர். இயக்கப் பற்று மிக்கவர். நாம் மிகச் சிறு வயதில் ராமனூத்து கிளைக் கூட்டம் நடத்த இவருடன் சென்றோம். நம்மை ரிப்போர்ட் செய்ய முத்தையா சொன்னார். ஜனசக்தியில் படித்ததைச் சொல்ல ஆரம்பித்தோம். கூட்டத்திலிருந்து 'நாங்களும் ஜனசக்தி படிக்கிறோம்' என சத்தம் வர

நாங்கள் வெலவெலத்துப் போய்விட்டோம். பின்னர் முத்தையா காப்பாற்றி அவரே ரிப்போர்ட் செய்தார்.

இவர்களில் கே.அழகிரி கம்யூனிஸ்ட் கட்சியின் முதல் சதி வழக்கு 1943இல் போடப்பட்ட போது ராமச்சந்திர நெடுங்காடியுடன் தண்டனை அனுபவித்த சுதந்திரப் போராட்ட தியாகி. கோடங்கால் கிருஷ்ணசாமி கட்சியின் போராட்ட வீரர். 1948-50 காலத்தில் போடப்பட்ட நெல்லை சதிவழக்கில் தண்டனை பெற்றவர். சிறையில் மலையாள மொழியும் கற்றுத் தேர்ந்தவர்.

விவசாய சங்கத்திற்கென கோவில்பட்டியில் சீனிவாசராவ் பெயரால் கட்டிடம் உள்ளது.

1968 - ஜனவரி, சனி 20 - தை 6 காலை எட்டயபுரம் வந்தேன். மனைவி உடம்புக்கு சவுகரியமில்லாமல் சிகிச்சைக்கு வந்திருந்தாள். டாக்டர் ராஜாராம் பாரதியாரிடம் சென்று கவனிக்கச் சொன்னேன். வாரம் ஒரு நாளாவது வீட்டுக்குச் சென்று குடும்பத்தைக் கவனிக்க வேண்டுமென்றும், சிக்கனமாக இருக்க வேண்டுமென்றும் புத்திமதி கூறினார். டி.சி.எம் ஆபீஸ் சென்று பார்த்துவிட்டு இரவு எட்டயபுரம் தங்கல்.

36. ஒரு சோறு பதம்

காலம் வேகமாக ஓடிக்கொண்டே உள்ளது. பொது வாழ்க்கையில் ஓய்வு எப்போது கிடைக்கும்? யாருக்கும் தெரியாது. அழகர்சாமி எம்எல்ஏ ஆன பின்பு பணிச்சுமை கூடியது.

இப்போதைய நிலை அப்போது இல்லை. சட்டமன்ற உறுப்பினருக்கு சொந்தமாக அல்ல... அல்ல... வாடகைக்குக் கூட கார் எடுக்க முடியாத நிலைமையே இருந்தது. பேருந்துகளின் வசதி கூட அப்போது கிடையாது. நினைத்தால் எங்கு வேண்டுமானாலும், எப்பொழுது வேண்டுமானாலும் போக முடியாத காலத்திலும் அழகர்சாமி மின்னல் வேகப் பயணத்திலேயே இருந்திருக்கிறார். விடியற்காலை 04.30 மணிக்கு எழுவதும், வேகமாக 'வாக்கிங்' போவதும் அன்றாடப் பணிகளில் ஒன்றாக வாழ்நாள் முழுவதும் இருந்தது. 'ஒரு பானை சோற்றுக்கு ஒரு சோறு பதம்' என்பது அவரது டைரிக்குறிப்புக்களை பார்க்கலாம். 1968-ஆம் ஆண்டு ஜனவரி மாதம் அவரது எழுத்துக்களிலேயே பார்ப்போம்.

தினமும் டைரியும், வரவு செலவுக் கணக்கும் எழுதும் பழக்கம் அழகர்சாமிக்கு உண்டு.

திங்கள் 1	*மார்கழி 17 - காலை சல்வார்பட்டி சென்று கிருஷ்ணசாமி, துரைராஜ் இருவரையும் பார்த்துவிட்டு மாலை புறப்பட்டு கோவில்பட்டி வந்து தங்கல்.*
செவ்வாய் 2	*மார்கழி 18 - இன்று கோவில்பட்டியிலுள்ள எம்எல்ஏ ஆபீஸ் ரூமை ஸ்ரீபாலமுருகன் கட்டிடத்திற்கு சாமான் களை கொண்டு சேர்த்துவிட்டு இரவு தோழர் தர்மன்*

மற்றும் கேபிஎஸ் இவர்களுடன் பேசிக் கொண்டிருந்து விட்டு பழைய ஆபீஸில் தங்கல்.

புதன் 3 — மார்கழி 19 - இன்று கோவில்பட்டி தங்கல். புது ஆபீஸ் பொருள்களை ஒழுங்குபடுத்தும் வேலையைக் கவனித்தேன்.

வியாழன் 4 — மார்கழி 20 - காலை ஆர்டிஓ ஆபீஸ், தாலுகா ஆபீஸ் சென்று ரேசன் விஷயமாகச் சொல்லிவிட்டு அர்பன் பேங்க் காரியதரிசி லஷ்மணனிடம் பேசிக் கொண்டிருந்தேன். மாலை ஊர் சென்று தங்கல்.

வெள்ளி 5 — மார்கழி 21 - காலை எட்டயபுரம் வந்து தபால்களை பார்த்துவிட்டு 12 மணிக்கு கோவில்பட்டி வந்து விவிஆர் மற்றும் ராமசுப்புவுடன் நாலந்தூர் சென்று இரவு திரும்ப கோவில்பட்டி வந்து தங்கல்.

சனி 6 — மார்கழி 22 - இன்று மாலை தா.கமிட்டி (சிபிஐ) கூட்டம் நடந்தது. இரவு 2 மணி வரை நடந்தது. கோவில்பட்டி தங்கல்.

ஞாயிறு 7 — மார்கழி 23 - இன்று மாலை குளத்தூர் சென்று வி.சங்க அமைப்பு கூட்டம் நடத்தி முடித்து விட்டு குளத்தூரில் தங்கல்.

திங்கள் 8 — மார்கழி 24 - காலை எஸ்.முத்தையாவுடன் கோவில் பட்டி வந்து நெல்லை போகாததால் மாலை எட்டயபுரம் சென்று இரவு ஊர் சென்று தங்கல்.

செவ்வாய் 9 — மார்கழி 25 - கோவில்பட்டி வந்து இரவு வ.உ.சி நகரில் நடந்த பொதுக்கூட்டத்தில் கலந்து கொண்டேன். இரவு கோவில்பட்டியில் தங்கல்.

புதன் 10 — மார்கழி 26 - கோவில்பட்டி ஹோட்டல் உரிமையாளர் சங்கத்தாருடன் நெல்லை சென்று டிஎஸ்ஓ மற்றும் கலெக்டரைப் பார்த்துவிட்டு மாலை ரணசூரப்ப நாயக்கர்பட்டிக்காரர்களுடன் சரஸ்வதி லாட்ஜில் தங்கல். வக்கீல் பாண்டியனுடன் இவர்கள் விசயம் பேசினேன்.

வியாழன் 11 — மார்கழி 27 - காலை ரணசூரப்பநாயக்கர் பட்டிக்காரர் களுடன் PA to the கலெக்டரைப் பார்த்துவிட்டு மாலை கோவில்பட்டி வந்து தங்கல்.

வெள்ளி 12	*மார்கழி 28 - காலை தாசில்தாரைப் பார்த்துவிட்டு சத்திரப்பட்டி சி.சு.ராமசுப்புவுடன் சேர்மன் நந்திராஜு வுடன் ஜீப்பில் துரைச்சாமிபுரம் பள்ளி சென்று பார்த்துவிட்டு துறையூர், தீத்தாம்பட்டி சென்று எஸ்.ஐ உடன் இருந்து அவர்கள் தாவாவை முடித்து பிதப்புரம் வந்து பார்த்துவிட்டு சேர்மனை அனுப்பிவிட்டு இரவு எட்டயபுரம் தங்கல்.*
சனி 13	*மார்கழி 29 - விளாத்திகுளம் பஞ்சாயத்து யூனியன் கவுன்சில் கூட்டத்துக்குச் சென்று விட்டு மாலை ஊர் சென்று தங்கல்.*
ஞாயிறு 14	*மார்கழி 30 - காலை தோட்டம் சென்று பார்த்து விட்டு மத்தியானம் எட்டயபுரம் வந்து மாலை கோவில்பட்டி வந்து தங்கல்.*
திங்கள் 15	*தை 1 - இன்று பொங்கல் விருந்து. டாக்டர் சீனிவாசன் வீட்டில் தியாகராசனுடன் விருந்து உண்டோம். இரவு பி.ஆர். கூட்டம் கேட்டேன். கோவில்பட்டியில் தங்கல்.*
செவ்வாய் 16	*தை 2 - தூத்துக்குடி தோழர்களின் புத்தக ஸ்டால் விசயமாக பாலமுருகன் முதலாளியுடன் சென்று இடத்தைப் பார்த்துக் கேட்டுவிட்டு எட்டயபுரம் சென்று கீழத்தெரு தோழர்களுடன் விருந்து சாப்பிட்டு இரவு களக்காடு சிதம்பராபுரம் சென்று பொங்கல் விழாவில் பேசினேன். இரவு அங்கு தங்கல் (முத்துமாணிக்கம் மற்றும் காந்தராஜ்) உடன்.*
புதன் 17	*தை 3 - காலை சிதம்பராபுரம் சென்று மலையடிபுதூர் சென்று கண்மாய் அமைக்கும் வாய்ப்பைப் பார்த்து விட்டு நாங்குனேரி வந்து சூப்பர்வைசர் சண்முக சுந்தரம் வீட்டில் சாப்பிட்டுவிட்டு கோவில்பட்டியில் வந்து சீட்டு ஏலம் கேட்டுவிட்டு 05.30க்கு சூரங்குடி சென்று வண்டியில் மேல்மாந்தை சென்று வி.ச. கூட்டம் மற்றும் வரவேற்பில் கலந்துவிட்டு இரவு வி.ச. அமைப்பு கூட்டம் நடத்திவிட்டு இரவு வண்டியில் வேலாயுதபுரம் சென்று தங்கல்.*
வியாழன் 18	*தை 4 - புங்கவர்நத்தம் விவசாயிகள் மின்சாரம் விஷயமாக நெல்லை போக வேண்டுமென்று எதிர்பார்த்தேன். அவர்களைப் பார்க்க முடியவில்லை.*

சேல்-சொஸைட்டி விசயமாக பிரசிடென்டுடன் டி.ஆர்-ஐப் பார்த்தோம். அர்பன் பாங்கு செயலாளர் லஷ்மணய்யருடன் பேசிக்கொண்டிருந்தேன். கோவில்பட்டி தங்கல்.

சனி 20 தை 6 - காலை எட்டயபுரம் வந்தேன். மனைவி உடம்புக்கு சவுகரியமில்லாமல் சிகிச்சைக்கு வந்திருந்தாள். டாக்டர். ராஜாராம் பாரதியாரிடம் சென்று கவனிக்கச் சொன்னேன். வாரம் ஒரு நாளாவது வீட்டுக்குச் சென்று குடும்பத்தைக் கவனிக்க வேண்டுமென்றும், சிக்கனமாக இருக்க வேண்டு மென்றும் புத்திமதி கூறினார். டி.சி.எம். ஆபீஸ் சென்று பார்த்து விட்டு இரவு எட்டயபுரம் தங்கல்.

ஞாயிறு 21 தை 7 - காலை கோவில்பட்டி வந்து ஆர்.டி.ஓ-வைப் பார்த்துவிட்டு கி.ராஜநாராயணனுடன் தூத்துக்குடி எக்ஸ்பிரசில் சென்னை. மனைவிக்கு உடம்புக்கு சவுகரியமில்லை எட்டயபுரத்தில் இருந்தாள். ஆஸ்பத்திரிக்கு செல்லச் சொல்லி விட்டு வந்தேன்.

திங்கள் 22 தை 8 - தூத்துக்குடி எகஸ்பிரசில் காலை 06.30க்கு சென்னை வந்து சேர்ந்தேன். மாலை பி.சி. ஆபீஸ் சென்று PM, M.காத்தமுத்து, இவர்களுடன் விவாதித்தேன். ஹாஸ்டல் தங்கல்

செவ்வாய் 23 தை 9 - இன்று சட்டசபைக் கூட்டம் ஒருநாள் மட்டும் நடந்தது. மொழித் தீர்மானம் மட்டும் நிறைவேற்றப் பட்டது. கம்யூனிஸ்ட் கட்சி சார்பில் ஒரு திருத்தம் கொடுத்தோம். ஹாஸ்டலில் தங்கல்.

புதன் 24 தை 10 - செக்ரெட்டோரியம் சென்று வேலைகளைப் பார்த்துவிட்டு மாலை ஹாஸ்டல் வந்து தங்கல்.

வியாழன் 25 தை 11 - காலை ஏ.கே.எஸ்.வுடன் ஹரி ஜன நல இலாகா சென்றேன். மாலை ஓட்டேரி ஆஸ்பத்திரி சென்று கி.ராஜநாராயணனைப் பார்த்தேன். டாக்டர்.கதிரேசனை வீட்டில் போய் பார்த்து இடைச்செவல் சீனியை ஆஸ்பத்திரியில் சேர்க்க மந்திரி கடிதம் வாங்கித் தருவதாகச் சொல்லி விட்டு இரவு ஹாஸ்டல் வந்து தங்கல்.

வெள்ளி 26	தை 12 - மாலை திரு.ரகுநாதனுடன் உலகப் பொருட்காட்சியைப் போய் பார்த்தோம். இரவு 11 மணிக்கு திரும்பி வந்து ஹாஸ்டலில் தங்கல்.
சனி 27	தை 13 - காலை புறப்பட்டு சென்னையிலிருந்து கே.டி.ராஜுவுடன் ஒரு பிளசர் கார் கிடைத்தது. பஸ் டிக்கெட்டில் வேலூர் போய் சேர்ந்து பிற்பகல் முதல் மாநிலக் கம்யூனிஸ்ட் கட்சி மாநாட்டில் கலந்து கொண்டேன். அங்கு விடுதியில் நமது நெல்லை ஜில்லா பிரதிநிதிகளுடன் ஒதுக்கிய இடத்தில் தங்கினேன்.
ஞாயிறு 28	தை 14 - இன்று வேலூரில் மாநில கட்சி மாநாட்டில் கலந்து விவாதங்களைக் கவனித்தேன்.
திங்கள் 29	தை 15 - இன்று வேலூரில் மாநிலக் கட்சி மாநாட்டில் கலந்து கொண்டேன்.
செவ்வாய் 30	தை 16 - வேலூர் கட்சி மாநில மாநாட்டில் இன்று புபேஷ் பேசினார். இரவு 11 மணி முதல் 3 மணி வரை மாநிலக் கவுன்சில் கூட்டம் நடந்தது. நிர்வாகஸ்தர்கள் தேர்தல் முடித்தோம். இரவு வேலூரில் மாநாடு நடந்த விடுதியில் தங்கல்.
புதன் 31	தை 17 - காலை வேலூரிலிருந்து விவிஆர்வுடன் புறப்பட்டு திருவண்ணாமலை வந்து கோவிலைப் பார்த்துவிட்டு 06.30 பஸ்ஸில் விழுப்புரம் புறப்பட்டு 08.30க்கு வந்தோம். நெல்லை எக்ஸ்பிரசில் இடம் கிடைக்காமல் டிடிஆர்யிடம் சொல்லி ஒரு இடம் கொடுத்தார். விவிஆர் திருச்சி வரை நின்று கொண்டு வந்தார். திருச்சி வந்து இடம் வாங்கி இருவரும் புறப்பட்டு வந்து கொண்டிருந்தோம்.

பொது வாழ்வில் ஈடுபட்டவர்கள் அனுபவிக்கும் துயரங்களில் பெரும் துயரம் குடும்பத்தினரைக் கூட கவனிக்க முடியாது. அழகர்சாமியும் இதற்கு விதிவிலக்கல்ல. மனைவி உடல்நலம் குன்றி ஆஸ்பத்திரி சென்று டாக்டரிடம் காட்டும் பொழுதுகளில், கூட இருந்து கவனிக்க முடியாத சூழ்நிலை இருந்துள்ளது. அழகர்சாமிக்கும் அறிவுரை கூற டாக்டர் ராஜாராம் பாரதியாரால் மட்டுமே முடிந்தது. இவரே அழகர்சாமி-தாயம்மாள் திருமணத்தைத் தலைமை தாங்கி நடத்தி வைத்தவர். இவர் குடியிருந்த இல்லத்தையே அழகர்சாமி பின்னாளில் வாங்கி எட்டயபுரத்தில் குடியேறினார்.

பதறிப்போன அழகர்சாமியும்,
தோழர்களும் ஜீவாவைப் பின்தொடர்ந்து விழா
அரங்கை விட்டு வெளியேறி விட்டனர்.
ஜீவா முகம் சிவந்திருந்தது.
கண்களில் ஆவேசம் பொங்கியது.

37. பாரதியும் ஜீவாவும்

1961-ஆம் ஆண்டு வழக்கம்போல் மணிமண்டபத்தில் பாரதி விழா. ஆ.சிதம்பரம் செட்டியார் தலைமை தாங்குகிறார். காலை 11 மணிக்கு விழா தொடங்குகிறது. வழக்கத்திற்கு அதிகமாக பாரதி அன்பர்கள் கூட்டமாகத் திரண்டு குழுமி இருந்தனர்.

ஜீவாவின் உரையைக் கேட்பதிலே ஆனந்தம் அவர்களுக்கு. 1958ஆம் ஆண்டு சிவாஜிகணேசன் நடத்திய விழாவில் "பாரதிகண்ட சமாதானம்" "மக்கள் கவி பாரதி" என்ற தலைப்புகளில் இரண்டு நாளும் பாரதியைப் பற்றி சிறப்பாகப் பேசியவர் ஜீவா. அவருடைய பேச்சிற்கு கிறங்கிப் போனவர்கள், மக்கள் மட்டுமல்ல அழகர்சாமியும் தான்.

61-ஆம் ஆண்டு பாரதி விழாவிலும் மக்கள் எதிர்பார்த்தபடியே 'பாரதி கண்ட யுகப்புரட்சி' என்ற தலைப்பில் தலைவர் ஜீவானந்தம் பேச எழுந்தார். கூட்டத்தில் பெரும் கரகோஷம் ஒலித்தது.

ஜீவா பேசத் தொடங்குகிறார். மெதுவாகத் தொடங்கிய அவர் குரல் கொஞ்சம் கொஞ்சமாக உயரத் தொடங்கியது. உடலெல்லாம் குனிந்தும், நிமிர்ந்தும் நர்த்தனம் ஆடியது.

"பாரதி தமிழகத்தின் தனிப்பெருமை. பாரதி தமிழினத்தின் தனிப்பெருமை. உண்மைக் கலைகளையும் மக்கள் வாழ்வையும் பிரிக்க முடியாதபடி இணைந்துள்ள சிறந்த ஜீவனுள்ள உறவோடும், அச்சமற்ற சிருஷ்டித் திறன் மிக்க சிந்தனை, தெள்ளிய நேர்மை, வற்றாத வளமிக்க உயிராற்றல் ஆகியவற்றோடும் பாரதியின் திருநாமம் என்றும் இணைந்து நிற்கும்.

பாரதியின் பாடல்கள், நூற்கள், எழுத்துக்கள், சாகாவரம் பெற்ற மனித மேதா விலாசத்தின் நினைவுக் களஞ்சியங்களாய் ஊழிக் காலத்திற்கும் நிலைத்து நிற்கும்.

கம்பனுக்குப் பின் தமிழ் மக்களுக்கு மகாகவி பாரதிதான். உணர்ச்சியாற்றல், கற்பனையாற்றல், அழகுக் கலையாற்றல், ரசனையாற்றல் முதலிய சிறந்த கவித்துவ அம்சங்கள் நிரம்பப் பெற்றவர் மகாகவி பாரதி. அவரிடம் கொழுந்து விட்டெரிந்த அரசியலில் உணர்ச்சித்தீயின் மேற்கூறிய நல்லிசைப் புலமையோடு இரண்டறக் கலந்து கலைத்துவத்தின் அழகுக்கு அழகு செய்தது.

பொதுமக்கள் வாழ்வோடு, தண்ணீரில் மீன் மாதிரிப் பழகிய பாரதி, தனது படைப்பாற்றல், படைப்புப் பணி முழுவதையும் மக்கள் விடுதலைக்கும், நல்வாழ்வுக்குமே தத்தம் செய்த பாரதி, இருபதாம் நூற்றாண்டைய மக்களின் சிந்தனை ஓட்டங்களையும், உணர்ச்சிப் பெருக்குகளையும் அழகு சொட்ட சித்திரிப்பதில் நேர் நிகரற்ற கலைஞனாகப் பொலிந்தான்.

பாரதிக்கு நான், நாங்கள் என்ற இரண்டு சொற்களும் ஒரே பொருளையே குறித்தன. பாரதியின் நல்லிசைப் புலமையோடு இரண்டறக் கலந்து கலைத்துவத்தின் அழகுக்கு அழகு செய்தது.

பாரதியின் புலமை, மாயாகோவ்ஸ்கி என்ற சோவியத் நாட்டின் மகாகவி கூறியது போல் "பிரபஞ்சம் முழுவதையும் சுற்றிப் பார்த்துக் களிக்கும் காதலை விரும்பிற்று". புஷ்கினைப் பற்றி பெவின்ஸ்கி சொன்ன மாதிரி, பாரதியின் கவிதை "என்றும் இருக்கிற, எப்பொழுதும் இயங்குகிற இனத்தைச் சார்ந்தது". சமுதாய உணர்வில் தொடர்ச்சியாக வளர்ந்து வரும் தன்மை வாய்ந்தது. பாரதியின் பார்வையில் சரித்திரக் கண்ணோட்டத்தின் தெளிவும், வீழாமல் நின்ற அவனால் உறுதியான நம்பிக்கையோடு, மேலும் மேலும் மென்மேலும் முன்னோக்கி முன்னோக்கி முன்னோக்கிப் பார்க்க முடிந்தது. சர்வ சந்தேக வாதக்கறை, எதுவும் அவனுடைய பாடல்களில் ஓர் எழுத்தைக் கூட அசுத்தப்படுத்தியதில்லை.

"நமக்குத் தொழில் கவிதை, நாட்டுக்குழைத்தல், இமைப் பொழுதும் சோராதிருத்தல்" என்று தனக்குத் தொழில் "நாட்டுப்பணி - மக்கள் பணி" என்று ஆணித்தரமாகக் கூறி பறை அறைகிறான் பாரதி. இவ்வாறு, கவிஞன் "மக்கள் தொண்டன்" என்ற நவயுக மகாகவியின் அறிவுரைக்கு, இலக்கணமாக வாழ்ந்தவன் பாரதி. இன்றைய துருக்கிய பாரதியான நாஜிம் ஹிக்மத்தும் "கோடான கோடி மக்களின் போர்வீரன் நான்" என்றே பாடுகிறான்.

"மக்கள், வாழ்க்கையை விட்டு ஓடி ஒளியக் கூடியது அல்ல, தங்கள் பலத்தையும் திறத்தையும் உணரவேண்டும்" என்றே பாரதி காலமெல்லாம் போதித்தான்.

"இன்று ஜனயுகத்தில் நாம் வாழ்கிறோம். நமக்கு மிகத் தேவையான இலக்கியமும், கலையும் மக்கள் இலக்கியமாகவும், மக்கள் கலையாகவும்தான் இருக்க முடியும். அவைகள், மக்களின் நலன்களை எதிரொலிப்பவைகளாகவே இருக்க வேண்டும். அவைகள், ஜனநாயகத் தன்மை உடையவைகளாகவும், தேசிய, அதே பொழுதில் சர்வ தேசிய தன்மையுடையவைகளாகவுமே இருக்க வேண்டும்" இவ்வாறு சீனத்தின் தலைசிறந்த கவிஞரும், எழுத்தாளரும் சீனக் குடியரசின் உதவித் தலைவர்களில் ஒருவருமான கோ - மோ - ஜோ கூறுகிறார்.

"இந்தத் திசையில் பாரதி நமக்குத் தகுந்த முன்னோடி, சிறந்த வழிகாட்டி. இந்த எண்ணங்களோடு பாரதி வாழ்க்கையையும் பாடல்களின் அறிமுகத்தையும், பாடல்களையும் படியுங்கள்"
என்று ஜீவா பாரதியின் வாழ்க்கையை, எடுத்துக் கூறி பாடல்களை அறிமுகம் செய்து வைக்கத் தொடங்கினார்.

"பாரதி தமிழை நினைக்கிறான். தன் நெஞ்சில் ஊறி உறைந்து நிற்கும் தமிழை நினைக்கிறான். தனது உயிரும் உணர்வும் ஆழ அமிழ்ந்து கிடக்கும் தமிழை நினைக்கிறான். அதேபொழுதில் தான் செவ்வனே அனுபவத்தறிந்த ஆங்கிலம், இந்தி, வங்கம், பிரெஞ்சு, முதலிய மொழிகளையும் அவற்றின் மூலம் உலக மொழிகளையும் நினைக்கிறான்.

உடனே,
"யாமறிந்த மொழிகளிலே தமிழ்மொழிபோல்
இனிதாவ தெங்கும் காணோம்."
என்று ஒப்புநோக்கும் உணர்வுடன் தமிழமுதின் நிகரற்ற இனிமையை பெருமிதத்தோடு பாடுகிறான்.

அதே பொழுதில் இத்தகையத் தமிழைத் தாய்மொழியாகக் கொண்ட கோடானு கோடித் தமிழர்களின் நிலையை நினைக்கின்றான். உலகெலாம் இகழ்ச்சி சொலப் பான்மை கெட்டு நிற்கும் அவர் களுடைய அவல நிலை பாரதியின் நெஞ்சைத் தாக்கி கண் கலங்க வைக்கிறது. "நாமமது தமிழரெனக் கொண்டிங்கு வாழ்ந்திடுதல் நன்றோ! சொல்வீர்! என்று தமிழகம் கிடுகிடாய்க்க அறை கூவி சாதாரணத் தமிழ் மக்களைத் தட்டி எழுப்புகிறான்.

"ஆங்கிலம் ஒன்றையே கற்றார் - அதற்கு
ஆக்கையோடு ஆவியும் விற்றார்

தாங்களும் அன்னியர் ஆனார் - செல்வத்
தமிழின் தொடர்பு அற்றுப் போனார்”

என்று வயிற்றெரிச்சலுடன் ஆற்றாமையால் ஒரு புலவர் பாடினாரே, அத்தகைய ஆங்கிலத் - தமிழர்களை அடுத்தபடியாக பாரதி நினைக்கிறான். இவர்கள், தமிழில் ஒரு ஷெல்லி உண்டா என்று புரியாத்தனமாக, ஆனால் புரிந்ததான, எண்ணத்தோடு அடிக்கடி இளக்காரமாகக் கேட்கிறார்களே, அதையும் நினைக்கிறான். இவர்களுக்குப் பதில் - இதரர்களுக்கு உண்மை அறிவிப்பு செய்ய நினைக்கிறான். எனவே, உலக மகாகவிகளையெல்லாம் கவிதா மனோ பாவத்தோடு நன்றாகக் கற்றறிந்து நிர்ணயித்திருந்த பாரதி,

“யாமறிந்த புலவரிலே கம்பனைப்போல்
வள்ளுவர் போல், இளங்கோவைப் போல்
பூமிதனில் யாங்கனுமே பிறந்ததில்லை
உண்மை வெறும் புகழ்ச்சியில்லை”

என்று அறுதியிட்டு உரைக்கின்றான். பின் வந்த ஆராய்ச்சி வல்ல பன்மொழிப் புலவர்களான தமிழ்ப் பேறிஞர்கள் பாரதி கூறிய இந்த உண்மையை அட்டியில்லாமல் ஒப்புக்கொள்கிறார்கள்.

மேடையிலிருந்த விழாத் தலைவருக்கு பொறுமையில்லாமல் ஜீவாவின் உரையை முடித்துக் கொள்ளச் சொல்கிறார். 30 நிமிடங்களுக்கு மேலாகப் பேச்சு தொடர்கின்றது. சுட்டெரிக்கும் வெயிலையும் பொருட்படுத்தாமல் மக்கள் கூட்டம் கட்டுண்டு கிடக்கிறது. ஜீவாவை யார் கட்டுப்படுத்த முடியும்? கோபக்கனலுடன் தலைவரின் முகத்தைப் பார்க்கிறார். “பேசுங்கள், பேசுங்கள் ஜீவா” என மக்கள் ஆணையிடு கிறார்கள். மக்கள் கட்டளையை மதிப்பவர் அல்லவா நம் ஜீவா. தொடர்கிறார்.

“பார்ப்பானை ஐயரென்ற
காலமும் போச்சே - வெள்ளைப்
பரங்கியை துரையென்ற
காலமும் போச்சே - பிச்சை
ஏற்போரைப் பணிகின்ற
காலமும் போச்சே - நம்மை
ஏய்ப்போருக் கேவல் செய்யும்
காலமும் போச்சே”

என்று இப்படி ஒரு பக்கம் சொல்லிவிட்டு “நந்தனைப்போல் ஒரு பார்ப்பான் உண்டோ?” என்று அவனைத் துணிவுடன் உயர்த்தியும்

கூறியிருக்கிறான். இப்படியெல்லாம் சொல்லிவிட்டு "பாரதநாடு பாருக்குள்ளே நல்லநாடு" என்று நாட்டின் உயர்வைப் பற்றிக் கூறுகின்றான். அதற்குப் பிறகு "ஒன்றுபட்டால் உண்டு வாழ்வே, நம்மில் ஒற்றுமை நீங்கில் அனைவர்க்கும் தாழ்வே, நன்றிது தேர்ந்திடல் வேண்டும். இந்த ஞானம் வந்தாற் பின் நமக்கெது வேண்டும்" என்ற ஒரு உயர்தரமான உணர்வு நமக்கு ஏற்படவேண்டும். நம்மிடையே அத்தகைய அமர நிலைக்கு சராசரி மனிதன் உயர வேண்டும். அதிலே தமிழ்மகனாக நிற்க வேண்டும் என்று வலியுறுத்திச் சொல்கிறான்.

தொடர்ந்து ஜீவா, பாரதி கண்ட சோவியத் யுகப்புரட்சியை வர்ணித்துக்கொண்டே போனார்.

"புதிய ருஷியா" என்ற பாட்டில் ஜாரின் வீழ்ச்சியைச் சித்திரிக்கிறான். ஜாரின் வீழ்ச்சியும், சோவியத் குடியரசின் மலர்ச்சியும் ஒரு நாணயத்தின் - ஒரு முழுப் பெரும் நிகழ்ச்சியின் இரு பக்கங்கள்.

"இமயமலை வீழ்ந்ததுபோல் ஜார் அரசன் வீழ்ந்தான். இவனைச் சூழ்ந்து நின்ற" 'சுமடர்' புயற்காற்றுச் சூறைக் காற்று தன்னில் திமுதிமென மரம் வீழ்ந்து காடெல்லாம் விறகான செய்தி போல "சடசடவென்று சரிந்தார்" - இது ஒரு காட்சி.

"குடிமக்கள் சொன்னபடி குடிவாழ்வு
குடிமக்கள் மேன்மையுறக்
குடிமை நீதி, கடிதொன்றில் எழுந்தது பார்
குடியரசென்று உலகறியக் கூறினார்.
அடிமைக்குத் தளையில்லை யாருமிப் போது
அடிமையில்லை அறிக என்றார்.
கிருதயுகம் எழுக மாதோ"

இது இரண்டாவது காட்சி,

இந்தக் காட்சிகளை பாரதி செய்தித்தாள் மூலம் அறிந்து மனக் கண்முன் நிறுத்தினான். லட்சியத்தீயைக் கண்டு பேருவகை கொண்டான். மூவுலகும் கிடு கிடாய்க்க,

"இடிபட்ட சுவர் போலே கலி விழுந்தான்
கிருத யுகம் எழுகமாதோ!"

என்று எக்காளமிட்டு முழங்கினான்.

அவனுடைய லட்சியம் என்ன?

“பொய்க்கும் கலியை நான்கொன்று
பூலோகத்தார் கண்முன்னே
மெய்க்கும் கிருதயுகத்தினையே
கொணர்வேன்”

என்பதே. எனவே ரஷ்யப் புரட்சியை,

“மாகாளி பராசக்தி கடைக்கண் வைத்தாளங்கே
ஆகா வென்றெழுந்தது பார்யுகப் புரட்சி”

எனக் கூறி ஆர்ப்பரிக்கிறான்.

விழாத் தலைவர் குறுக்கிடுகிறார். பொங்கிவரும் வெள்ளத்திற்கு அணைபோட முடியுமா?

தனக்கே உண்டான கம்பீரமான குரலில் தலைவர் ஜீவா விவரித்துக் கொண்டே போனார். மகாகவி பராசக்தி என்று கூறும் போதெல்லாம் தனது மார்பில் பலமாகத் தட்டிக்கொண்டார்.

கூட்டத்தலைவரும் “டிங்... டிங்...” என்று மணி ஓசையை எழுப்பிக் கொண்டே இருந்தார். ஜீவா சொற்பொழிவை முடிக்க வில்லை. மணியோசை குறுக்கீட்டால் பேச்சு தடைப்பட்டது. அதற்கு மேல் ஜீவாவினால் பொறுத்துக்கொள்ள முடியவில்லை. தலைவரை கோபத்தோடு பார்த்துவிட்டு துண்டை வேகமாக உதறித் தோளில் போட்டுக்கொண்டு மேடையை விட்டு இறங்கிவிட்டார்.

பதறிப்போன அழகர்சாமியும், தோழர்களும் ஜீவாவைப் பின் தொடர்ந்து நடந்து, விழா அரங்கை விட்டு வெளியேறிவிட்டனர். ஜீவாவின் முகம் சிவந்திருந்தது. கண்களில் ஆவேசம் பொங்கியது.

"தம்பி அழகர்சாமி இனிமே இந்த மேடை நமக்கு ஒத்து வராது. பாரதியைப் பற்றி நான் பேசுவதற்கு எனக்கே ரேசன் நேரமா? சே... சே.... பெரிய கேவலம். இனிமே நாம் பாரதி விழாவை தனியாகத்தான் நடத்தணும். அதுக்கு நீங்க முயற்சி எடுங்க"

38. ஜீவாவின் தாக்கம்

ஜீவாவின் உரையை ஆவலோடு கேட்டுக் கொண்டிருந்த தோழர்களுக்கு அதிர்ச்சி. ஜீவாவின் வருகையை எதிர்நோக்கி பாரதி மணிமண்டப வாசலில் தோழர்கள் காத்துக் கொண்டிருந்தனர்.

அவர்களை நோக்கிச் சென்றிட்ட ஜீவா கடும் உணர்ச்சி வசத்தில் இருந்தார். முகம் சிவக்க கோபத்தில் கொதித்தபடியே சொன்னார். "தம்பி அழகர்சாமி இனிமே இந்த மேடை நமக்கு ஒத்து வராது. பாரதியைப் பற்றி நான் பேசுவதற்கு எனக்கே ரேசன் நேரமா? சே.. சே... பெரிய கேவலம். இனிமே நாம் பாரதி விழா தனியாகத் தான் நடத்தணும். அதுக்கு நீங்க முயற்சி எடுங்க" அவருக்கு மேல் மூச்சு, கீழ்மூச்சு வாங்கியது. ஆவேசத்தோடு கூறிவிட்டு துண்டை எடுத்து வியர்வையைத் துடைத்துக் கொண்டார்.

சிறிது நேர அமைதிக்குப் பின் அழகர்சாமி தயங்கியபடியே, "சரி ஜீவா... நாம தனியா விழா நடத்துகிற அளவுக்கு நம்மாலே பணம் ஏற்பாடு செய்து கொள்ள முடியுமா?" என்று கேட்டார். "தம்பி அழகர்சாமி நீங்க அதைப்பற்றி கவலைப்பட வேண்டாம். பாரதி பிறந்த இந்த மண்ணுலே வீடு வீடாய் போயி துண்டை ஏந்தி நான் வசூல் பண்ணித்தாரேன். போதுமா?" என்று உணர்ச்சியோடு கூறிவிட்டு அவரைச் சுற்றி நின்ற தோழர்களை சுற்று வட்டாரமாகப் பார்த்தார். அதற்கு மேல் தலைவர் ஜீவாவிடம் தோழர்களால் எதுவுமே பேசமுடியவில்லை. தனியாக பாரதிக்கு என மேடை போட்டு விழா நடத்த வேண்டும் என்பதில் ஜீவா உறுதியாக இருந்தார்.

கோவில்பட்டி போகிற பஸ் டிரைவர் பாரதி பித்தன் ஜீவாவை அடையாளம் கண்டு பாரதி மண்டப நுழைவாயில் அருகே எதிரில் பேருந்தைக் கொண்டு வந்து நிறுத்தினார். ஜீவா சாப்பிடாமலேயே பஸ்ஸில் ஏறுவது கண்டு அழகர்சாமிக்கு ஆதங்கம். வேதனையோடு ஜீவாவை ஏறிட்டுப் பார்த்தார். அதற்கு ஜீவா பஸ்ஸில் ஏறி உட்கார்ந்து

விட்டார். "தம்பி அழகர்சாமி நீங்க இப்பவே நம்ம ரகுநாதன், வானமாமலை எல்லோரையும் போய் பார்த்து நம்ம விழாவை நடத்த ஏற்பாடு செய்யுங்க" என்று கூறவும் பஸ் புறப்பட்டு விட்டது.

செய்வதறியாது அழகர்சாமியும் மற்ற தோழர்களும் திகைத்து நின்றனர். உச்சி வெயில் நேரம். அன்றே தனியாக பாரதிவிழா நடத்துவது பற்றிய காரசாரமான ஆலோசனைகளும், விவாதங்களும் தொடங்கிவிட்டன. தோழர்கள் சோ.அழகர்சாமி, வே.சதாசிவன், எஸ்.ராமசுப்பு, கவிஞர் கு.ச.சுப்பையா, எழுத்தாளர் தி.முத்துக்கிருஷ்ணன், சண்முகவேலாயுதம், சுப்பிரமணிய பிள்ளை, குழந்தைவேல் முதலியார், எஸ்.சோலையப்பன், ப.அப்பணசாமி, மு.சேதுபதி, சு.ச.சிவகுருநாதன், இளசை அருணா, சிவ.நெல்லையப்பன், வங்கி அலுவலர் ரெங்கசாமி, விவசாய ஆபீஸ் சண்முகவேல், அரண்மனை சண்முகவேல், கே.பி.எஸ்.நாராயணன், மு.சேதுபதி, அப்பணசாமி, கூழுப்பாண்டியன் உட்பட கட்சி தோழர்கள் தலைவர் ஜீவாவின் கருத்துக்களை சதா சர்வகாலமும் விவாதித்தனர். சிந்தனை கட்சி அரசியலாக இருந்தாலும், வேறு சமயங்களிலும் தங்களாலும் தனி அரங்கை அமர்த்தி பாரதிவிழா கொண்டாட முடியுமா? என்ற எண்ணங்களே மேலோங்கியிருக்கிறது. ஜீவா கூறிய சொற்கள் அழகர்சாமியின் காதுகளிலும், சிந்தனைகளிலும் ஒலித்துக் கொண்டேயிருந்தது.

முடியும் என்ற நம்பிக்கை ஏற்படுவதற்கான கடந்த கால நெல்லை மாவட்டக் கலை இலக்கிய முயற்சிகள் எடுத்துக்காட்டின. கோவை கலை இலக்கியப் பெருமன்ற இதழில் மாநாட்டை மதிப்பீடு செய்து 'மதிப்பீடும் கடப்பாடும்' என்று தாமரை **1961**-ஜூலை தலையங்கத்தில் ஜீவா எழுதியிருந்தார். "சென்ற பதினைந்து ஆண்டுகளில் *(1945-1960)* ஆரம்பத்தில் அத்தி பூத்தது போலவும், பிறகு இங்கொன்று அங்கொன்றாகவும், அப்பால் ஆண்டுதோறும் கணிசமான அளவிலும் நடந்த பாரதி, கம்பன், வள்ளுவன், இளங்கோ விழாக்களிலும், அண்மையில் வள்ளலார், வேதநாயகம் பிள்ளை, மனோன்மணியம் சுந்தரனார், மறைமலையடிகள், கவிமணி, புதுமைப்பித்தன், கல்கி, டி.கே.சி நினைவு நாட்களிலும் சங்கரதாஸ் சுவாமிகள், பம்மல் சம்பந்த முதலியார், என்.எஸ்.கிருஷ்ணன், பட்டுக்கோட்டை கல்யாண சுந்தரம் விழாக்களிலும் ஜீவா, ரகுநாதன், எஸ்.ஆர்.கே, முகவை ராஜமாணிக்கம் போன்றோரும் மற்றவர்களும் கலந்துகொண்டு புதிய முறையில் விமர்சனக் கருத்துகளை வழங்கி வந்தார்கள். இந்தக் கருத்துகளில் சில நூல் வடிவம் பெற்றன."

சிறப்பாக நடத்த முதல்கட்டமாக ஓர் அமைப்பை உருவாக்க வேண்டுமென்பது பற்றியும் விவாதித்தார்கள்.

ஜீவாவின் அறிவுரை மையக்கருத்தாக அமைந்தது. மண்டப விழாவில் முற்போக்கு சிந்தனையாளர்களுக்கு இடம் இல்லை. எனவே முற்போக்கு எண்ணம் கொண்ட அனைவரையும் ஒருங்கிணைத்து விழா நடத்த வேண்டுமென்பதை அனைவரும் ஏகோபித்து ஒரே குரலில் பேசினார்கள். "பாரதி முற்போக்கு வாலிபர் சங்கம்" பிறந்தது. தலைவராகத் தோழர் சோ.அழகர்சாமி ஏகமனதாகத் தேர்வு செய்யப்பட்டார். அனுபவங்கள் வீதிகளில் கிடைத்தது.

1962-ஆம் வருடம் ஆகஸ்ட் மாதம் மீண்டும் விரிவான சங்க மகாசபை கூட்டம் கூட்டப்பட்டது. சுற்றுவட்டாரத் தோழர்களும் உற்சாகத்துடன் கலந்து கொண்டனர். மணிமண்டப விழா செப்டம்பர் 11, 12 தேதிகளில் நடைபெறுகிறது. எனவே நம் விழாவை 13, 14 தேதிகளில் வைத்துக்கொள்வது என முடிவு செய்யப்பட்டது. இதற்காக மணிமண்டபப் பராமரிப்பு குழுவிடம் அனுமதி கேட்பது எனவும், திருநெல்வேலி சென்று தொ.மு.சி. ரகுநாதன், பேராசிரியர் நா. வானமாமலை ஆகியோரைச் சந்தித்து ஏற்பாடுகளை மேற்கொள்ளத் திட்டமிடப்பட்டது.

அழகர்சாமி தலைமையில் வீதிகளில் வசூலுக்குச் செல்லும் போது, இதனை போட்டி பாரதி விழா என்ற பேச்சு உலாவந்தது. எட்டயபுரத்திலுள்ள வர்த்தகர்கள் சிலர் மணிமண்டப பராமரிப்புக் குழு உறுப்பினர்கள் வசூலுக்குச் செல்லும்போது, 'மண்டபத்தில்தான் விழா நடக்கிறதே... நீங்கள் ஏன் தனியாக விழா நடத்த வேண்டும்' எனக் கேட்டார்கள். அழகர்சாமி அமைதியாகச் சொன்னார். "இது போட்டி விழா இல்லை. நம்ம ஊரிலுள்ள கோவிலில் ஒரே வருஷத்தில் பல திருவிழாக்கள் நடக்குது. அது மாதிரிதான் பாரதிக்கும் நம் ஊரில் இரண்டு விழா மண்டபக் கமிட்டி 11, 12 தேதிகளில் நடத்துகிறார்கள். நாங்க 13. 14 தேதிகளில் பாரதி புகழை பல விழாக்கள் நடத்தி பரப்ப வேண்டிதானுங்க அதனால போட்டி விழா இல்லை இது". அழகர்சாமியின் பதிலும், விளக்கமும் இதுவே. இதன்பின்பு பஜார் வசூல் சூடுபிடித்தது. வர்த்தகர்கள், தொழில் அதிபர்கள் மளமளவென்று தாராளமாக நிதி உதவி செய்தார்கள். சுற்று வட்டாரக் கிராமங்களிலும் கோவில்பட்டி, விளாத்திகுளம் நகரங்களிலும் முனைப்போடு வசூலில் ஈடுபட்டார்கள்.

பேராசிரியர் என் முதுகைத் தட்டிக் கொடுத்துக் கொண்டே "சபாஷ்... பாரதியை பிழைக்க வைத்துவிட்டீர்கள்" என்று கூறிக் கொண்டே பல்வேறு முகவரிகளை என்னிடம் கொடுத்து, இவர்களுக்கெல்லாம் அழகர்சாமியை கடிதம் எழுதச் சொல்லுங்கள். பணம் வரும். நிகழ்ச்சி நிரல் தயாரிப்புப் பணிகளை நானும், ரகுநாதனும் பார்த்துக் கொள்கிறோம்" என்று சொல்லிவிட்டார்.

39. பாரதிக்கு விழா

எட்டயபுரத்தின் இலக்கிய முகம் தோழர் வே.சதாசிவம், அழகர்சாமியுடன் நெருங்கிய நட்பு கொண்டவர். சிறந்த எழுத்தாளர். தாமரை, ஆனந்த விகடன், கல்கி போன்ற இதழ்களில் சிறுகதைகள் எழுதியுள்ளார். ஆனந்த விகடன் 1970இல் கரிசல் மலருக்காக ஒரு சிறுகதை போட்டி நடத்தியது. போட்டியில் வே.சதாசிவனும் கலந்து கொண்டார். இந்தப் போட்டியின் நடுவர்களில் ஒருவராக கு.அழகிரிசாமி இருந்தார். இவரது கதை "மண்வெறி" முதல் பரிசு பெற்றது. தினமணி உட்பட பத்திரிக்கைகளின் ஏஜெண்டாக வாழ்க்கைப் பணியாகக் கொண்டிருந்தார்.

சற்று கட்டையான உருவம், மாநிறம், லேசான நீலம் அல்லது வெள்ளை அரைக்கை சட்டை, தூக்கி கட்டிய 4 முழம் வேட்டி, கைத்துணையாக ஒரு சைக்கிள், ஏறிப் போனதை விட உருட்டிச் சென்ற நேரங்கள் அதிகம். முகம் நிறைந்த புன்சிரிப்பு, யாரிடமும் கோபப்படாத அன்பான அரவணைப்பு. இதுதான் தோழர் சதாசிவம்.

அழகர்சாமியின் தொடர்பால் எட்டயபுரத்தில், இந்திய கம்யூனிஸ்ட் கட்சியின் கிளையை உருவாக்கியதில் இவரின் பங்கு முக்கியமானது.

ஜீவாவின் ஆணையை ஏற்று அழகர்சாமியோடு இணைந்து பாரதி முற்போக்கு வாலிபர் சங்கத்தை உருவாக்கியவர். முதலாமாண்டு பாரதி விழாவை நடத்திய அனுபவத்தை சிறப்பான முறையில் பதிந்துள்ளார். அதிலிருந்து:

"ஜீவா சொன்ன பிறகு எங்களுக்குள் தனியாக பாரதிவிழா நடத்துவது பற்றி காரசார விவாதங்கள் தொடங்கின. இறுதிக் கட்டமாக

1962 ஜூன் மாதம் பாரதி முற்போக்கு வாலிபர் சங்கம் என்ற ஸ்தாபனம் தோற்றுவிக்கப்பட்டு, இதன் தலைவராக தோழர் அழகர்சாமி தேர்ந்தெடுக்கப்பட்டார்.

அதே கூட்டத்தில் 1962 செப்டம்பர் 13, 14 ஆகிய தேதிகளில் பாரதி பிறந்த இல்லத்தருகே பாரதி விழாவை நடத்துவது என்றும் முடிவு செய்தோம். இந்த முடிவிற்கிணங்க வசூல் வேலைகளும் துரிதமாகத் தொடங்கியது. காலஞ்சென்ற கு.ச.சுப்பையாவுடன், ஆசிரியர் ஆ.முத்துசாமி, சு.ச.சிவகுருநாதன், வங்கி அலுவலர் ரெங்கசாமி, அரசு ஊழியர் சுந்தரபாண்டியன் மற்றும் நமது ஸ்தாபன தாலுகா கமிட்டி உறுப்பினர்கள் ஆகியோர் வசூல் பணிகளைத் துவங்கினர். தனியாக விழா நடத்தப் போவதை விளக்கிக் கூறவும் நன்கொடை பெறுவதற்காகவும் பல தோழர்கள் கிராமங்கள் தோறும் சைக்கிள் பிரயாணத்தை மேற்கொண்டனர். பகல் பூராவும் வசூல் வேலைகளை முடித்துக் கொண்டு இரவில் வந்து சேருவார் தலைவர் அழகர்சாமி.

கட்சிப் பொதுக் கூட்டங்கள் நடத்துவதிலிருந்து விழா நடத்துவது பெரும் மாறுபாடான செயலாக இருந்ததால் நிகழ்ச்சி நிரல் தயாரிப்பு சம்பந்தமாக எங்கள் எல்லோருக்குமே திகைப்புத் தன்மை இருந்தது. இதனைச் சரிப்படுத்திக் கொள்ளும் பொருட்டு பேராசிரியர் வானமாமலை, தலைவர் ரகுநாதன் ஆகியோரைப் பார்த்து வர சங்கத்தின் சார்பில் நான் திருநெல்வேலிக்கு அனுப்பி வைக்கப்பட்டேன்.

நான் முதல் காரியமாக தலைவர் ரகுநாதனை அவர் வீட்டில் போய் பார்த்து தலைவர் ஜீவா ஆணைக்கிணங்க நாம் தனியாக பாரதி விழா நடத்தப்போவதை விளக்கிக் கூறினேன். ரகுநாதன் சிரித்துக் கொண்டே "பரவாயில்லை, இப்பொழுதாவது உங்களுக்கு இந்தத் துணிவு வந்ததற்கு எனது பாராட்டுக்கள்" என்று கூறிவிட்டு "நீங்கள் ஊர் சென்று விழா வேலையைக் கவனியுங்கள். உங்கள் பின்னாலேயே நிகழச்சி நிரலும், வெளியூர் பாரதி அன்பர்கள் பலரிடமிருந்து கொஞ்சம் பணமும் வந்து சேரும்" என்று கூறி அனுப்பிவிட்டார்.

நான் அப்படியே நேராகப் பாளையங்கோட்டை வந்து பேராசிரியர் நா.வானமாமலை அவர்களைப் பார்த்து விழா நடத்தப் போகிற விவரத்தைக் கூறினேன். பேராசிரியர் என் முதுகைத் தட்டிக் கொடுத்து கொண்டே "சபாஷ்... பாரதியை பிழைக்க வைத்து விட்டீர்கள்" என்று கூறிக்கொண்டே, பல்வேறு முகவரிகளை என்னிடம் கொடுத்து, "இவர்களுக்கு எல்லாம் அழகர்சாமியை கடிதம் எழுதச் சொல்லுங்கள். பணம் வரும். நிகழ்ச்சி நிரல் தயாரிப்பு

வேலைகளை நானும், ரகுநாதனும் பார்த்துக்கொள்கிறோம்" என்று சொல்லிவிட்டார்.

இந்த விவரத்தை அன்றிரவு சங்க உறுப்பினர்களிடம் நான் விளக்கிக் கூறியபோது, ஒரே மகிழ்ச்சி ஆரவாரம். நிகழ்ச்சி நிரல் தயாரிப்பு வேலை சுலபமாகி விட்டது அல்லவா?

1962 செப்டம்பரும் பிறந்தது. தனி விழா நடைபெறப் போகும் செய்தி கேட்டு தமிழ்நாடு முழுமையும் உள்ள முற்போக்கு எழுத்தாளர்கள், இலக்கிய அன்பர்கள் எல்லாம் பெரும் பரவசம் அடைந்தனர். ஆனால் இந்த வட்டார மக்கள் நாம் நடத்துகிற பாரதி விழாவைப் பற்றித் தெரிந்து கொள்ள வேண்டாமா?

பல நிறப் பொடிகளையும், எழுதுகோல்களையும் கையில் எடுத்துக்கொண்டு பாஞ்சை நுழைவாயில் மண்ணிலிருந்து ஆசிரியர் வையணன், ஓட்டப்பிடாரம் மண்ணிலிருந்து தம்பி இளசை அருணா, பழைய இளசை பூமியிலிருந்து நண்பர் பிதப்புரம் ராமசுப்பு உள்பட பல ஓவியர்கள் எட்டயபுரம் வந்து சேர்ந்தனர். 15 நாட்களுக்கு முன்பே இரவு பூரா விழா விளம்பர போர்டு தயாரிப்பு வேலைகள் தொடங்கின. அதனைச் சுமந்து போய் ஊரெங்கும் தோழர்கள் கட்டினார்கள். எட்டயபுரம் வீதியெங்கும் வண்ண வண்ண எழுத்துக்களில் பாரதி தமிழ் முழக்க வாசகங்கள் ஒளிவிட்டு பிரகாசித்தன. நோக்கும் திசையெல்லாம் பாரதியின் திருவுருவப் படங்கள். மக்கள் கூட்டம் கூட்டமாக நின்று வாசித்தார்கள். அதுவரை எட்டயபுரத்தில் பட்டிமன்றம் என்ற நிகழ்ச்சி நடந்தது இல்லை. தட்டிகளை கூர்ந்து பார்த்தனர். இது என்ன பட்டிமன்றம் என்று எழுதி இருக்கிறதே... இது என்ன நிகழ்ச்சி என்று ஆச்சரியப்பட்டனர்.

விழா நடத்துவது ஒரு புதிய முயற்சியாக இருந்ததால் தமிழ்நாடு கலை இலக்கியப் பெருமன்ற மையக் குழு சார்பில், ஆர்.நல்லகண்ணு, கே.பாலதண்டாயுதம், தா.பாண்டியன் ஆகியோர் விழாவிற்கு முதல் நாளே எட்டயபுரம் வந்து விட்டனர்.

1962 செப்டம்பர் 13ஆம் தேதி வந்தது. பாரதி பிறந்த வீதி அதிகாலையிலேயே களைகட்டி நின்றது. நெல்லை மாவட்டம் மட்டுமல்ல, தமிழகத்தின் பல பகுதிகளிலிருந்து வந்த பாரதி அன்பர் கூட்டம் விழா பந்தலை நிரப்பியது. கிராமப்புற மக்கள் சைக்கிளிலும், மாட்டு வண்டிகளிலும், கட்டுச் சோற்று பொட்டலத்துடன் விழா காண வந்தனர். தலைவர் அழகர்சாமி, நண்பர்கள் தி.முத்துக்கிருஷ்ணன், ஆசிரியர் முத்துசாமி, இளசை மணியன் ஆகியோர் வெளியூர் அன்பர்களை வரவேற்று தங்கும் விடுதிகளுக்கு அழைத்துச் சென்றனர்.

மாலை 4 மணிக்கு எல்லாம் செந்தொண்டர்கள் ஊர்வலமாகச் செல்ல அணிவகுத்து நின்றனர். பாரதி நாமம் வாழ்க என்ற பெரும் கோஷங்களுடன் பாரதி பிறந்த இல்லத்திலிருந்து ஊர்வலம் கிளம்பியது, கிராமியக் கலைகளான கரகாட்டம், ஒயிலாட்டம், சிலம்பாட்டம், மகளிரணி கும்மி, கோலாட்டம் எல்லாம் ஊர்வலத்தில் சர்வசாதாரணமாக இருந்தது. வீதி தோறும் நகர்ந்து சென்ற ஊர்வலம், பாரதி மணிமண்டபம் அருகே வந்தவுடன் மண்டபத்திலுள்ள பாரதி உருவச்சிலைக்கு தலைவர் ரகுநாதன் மாலை அணிவித்தார்.

மாலை 6 மணியளவில் விழா தொடங்கியது. ரகுநாதன் தனது தலைமை உரையில் 'நாங்கள் ஏன் பாரதிக்கு தனியாக விழா நடத்துகிறோம்' என்பதை பெரும் கரகோஷத்துடன் விளக்கிக் கூறி, இந்த விழா பாரதி மணிமண்டபத்தில் நடக்கும் நாள் அதிக தூரத்தில் இல்லை என குறிப்பிட்டார்.

அவரைத் தொடர்ந்து மதுரை வளவன் என்ற சாலமன் பாப்பையா, வழக்கறிஞர் சௌந்தரராஜன், பாரதியின் புதுமைப் பெண்ணாக வந்து விழாவில் கலந்து கொண்ட திருமதி சிவகாமசுந்தரி, அருமைத் தோழர் எஸ்.ஏ.முருகானந்தம் ஆகியோர் மாறுபட்ட நிலையில் மகாகவி பாரதியை படம்பிடித்துக் காட்டி சிறப்புரை வழங்கினார்கள். நடுநிசிக்குப் பிறகு காலம் சென்ற, அன்புத் தோழர் வில்லிசை வேந்தர் ச.பா.பிச்சைக்குட்டியின் வில்லிசை நிகழ்ச்சி உதயமாகும் வரை நடந்து முடிந்தது.

14ஆம் தேதி காலை நகருக்கே புதிய அனுபவமாக இருந்த, பட்டிமன்ற நிகழ்ச்சி தொடங்கியது. பந்தல் கொள்ளாத கூட்டம் பாரதி புதுமைக் கவியா? வேதாந்தக் கவியா? என்ற தலைப்பில் நடந்த இந்த பட்டிமன்றத்திற்கு முதுபெரும் தோழர் கே.டி.கே தங்கமணி நடுவராக இருந்தார்.

வேதாந்தக் கவியே என்ற அணியின் தலைவர் ரகுநாதன், மதுரை வளவன், அருணாச்சல நாடார், சிவகாம சுந்தரி ஆகியோரும், புதுமைக் கவியே என்ற தலைப்பில் தலைவராக தா.பாண்டியன், ஆர்.நல்லகண்ணு, தி.முத்துக்கிருஷ்ணன், வ.உ.சி, இளங்கோ ஆகியோரும் கலந்து கொண்டு பேசி பட்டிமன்றம் காண வந்த மக்களைப் பெரும் மகிழ்ச்சி வெள்ளத்தில் மூழ்கடித்தனர்.

மாலையில் பேராசிரியர் நா.வானமாமலை தலைமையில் நடந்த நிகழ்ச்சியில் அன்புத் தலைவர் கே.பாலதண்டாயுதம் கலந்து கொண்டு பாரதி கண்ட பாரதம் என்ற தலைப்பில் பேசும்போது பாரதி யாருக்காக வாழ்ந்தான், யாருக்காகப் பாடினான், பாரத தேசம் எப்படி இருக்க

வேண்டும் என கனவு கண்டான் என்பதையெல்லாம் உணர்ச்சி வசத்தோடு சுட்டிக்காட்டிப் பேசினார்.

அவரை அடுத்து 'பாரதியும் கவிதையும்' என்ற தலைப்பில் உரையாற்றிய புலவர் கீரன், பாரதி கவிதையில் அடங்கியுள்ள தேசமயமான புதுமை எண்ணங்களை குதூகலமாக விரிவாக விளக்கிப் பேசினார்.

இரவு வெகு நேரத்திற்குப் பின் தூத்துக்குடி, கோவில்பட்டி தோழர்களின் உடற்பயிற்சி விளையாட்டுகளும், அதன்பின் விடியும் வரை வள்ளியூர் கலைவளர் மன்றத் தோழர்களின் நாடக நிகழ்ச்சிகளும் நடைபெற்றன.

இரண்டு நாள் விழாவிலும் கலந்துகொள்ள வந்த வெளியூர் தலைவர்களுக்கும், தோழர்களுக்கும் உணவளிக்கும் பொறுப்பிலிருந்த சுப்பிரமணிய பிள்ளை, மு.சேதுபதி, கூழுப் பாண்டியன் போன்ற தோழர்களும் தங்கள் பணியை முடித்துவிட்டு ஓய்வெடுக்கப் போய் விட்டனர்.

ஆனால் வரலாற்றுச் சிறப்புமிக்க இந்த நிகழ்ச்சிகளையெல்லாம் மேடையில் அமர்ந்து கண்குளிரக் கண்டு களிக்க வேண்டிய ஓர் உருவம், அந்த மேடையில் இல்லை. அவர்தான் நமது தலைவர் ஜீவா அது சமயம் மாஸ்கோவில் இருந்தார். விழா நடைபெறும் செய்தியறிந்து தோழர் அழகர்சாமிக்கு மகிழ்ச்சி பொங்க கடிதம் எழுதியிருந்தார். அடுத்த ஆண்டு பாரதி பிறந்த மண்ணில் நடக்கும், நமது பாரதி விழாவிற்கு நான் உங்கள் கூடவே இருப்பேன் என்று குறிப்பிட்டு இருந்தார். கடிதம் பார்த்து நமது சங்கத் தோழர்கள் அனைவரும் எல்லையில்லாத மகிழ்ச்சி அடைந்தோம்.

ஆனால் 1963 ஜனவரி 18-ஆம் தேதி வானொலி செய்தி எங்களை மட்டுமல்ல, தமிழக மக்களையே சோக வெள்ளத்தில் மூழ்கடித்தது. ஜீவானந்தம் மாரடைப்பால் காலமானார் என்ற செய்திதான் அது.

இந்தச் சூழ்நிலையில் இரண்டாவது ஆண்டு பாரதி விழாவை நடத்துவதா? வேண்டாமா? என்ற எண்ணம் எங்கள் எல்லோர் உள்ளத்திலும் பெரும் மனக்கிலேசத்தை உண்டாக்கியது. இருப்பினும், பாரதி பிறந்த மண்ணில் நாம்தான் அவனுக்கு விழா எடுக்க வேண்டும் என்ற ஜீவாவின் எண்ணத்தை நிறைவேற்றி வைப்பது நாம் ஜீவாவுக்கு செய்யும் மகத்தான நன்றிக்கடன் என்பதை ஏற்றுக்கொண்டு, பாரதி பிறந்த மண்ணில் அவனுக்கு விழா எடுத்து வருகிறோம். இத்தனை ஆண்டு காலத்தில் எத்தனையோ கஷ்டங்கள், நஷ்டங்கள், இன்னல்கள்,

இடையூறுகள் ஏற்பட்ட போதிலும் அதை எல்லாம் சமாளித்து பாரதி விழாவை நடத்தி வருகிறோம் என்பதில் ஐயமில்லை.

எனினும் பாரதி முற்போக்கு வாலிபர் சங்கத்தைச் சேர்ந்த பல நண்பர்கள் முதுமை அடைந்து விட்டனர். சிலர் மறைந்து விட்டனர். இது தவிர சங்கத்திற்கு உறுதுணையாக இருந்த பேராசிரியர் நா.வானமாமலை, ச.பா.பிச்சைக்குட்டி, அன்புத் தோழர் பாலதண்டாயுதம், விழாவின்போது சங்க அலுவலகமே உறைவிடமாகக் கொண்ட அருமைத் தோழர் கவிஞர் கு.ச.சுப்பையா போன்றோர் மீளா நித்திரையில் ஆழ்ந்து விட்டனர். இவர்கள் இழப்பையெல்லாம் எங்களால் ஈடு செய்ய முடியாது என்றாலும் கடந்த சில ஆண்டுகளாக விழாவை வெற்றிகரமாக நடத்திச் செல்வதில் நகர இளைஞர் பெருமன்றத் தோழர்கள் முன்னணிப் பாத்திரம் வகிக்கின்றனர். இது சங்கத்திற்குக் கிடைத்த மிகப் பெரிய வெற்றியாகும். அவர்கள் இந்தப் பணியில் மிகுந்த ஈடுபாடு கொண்டுவிட்டனர். ஆகவே தலைவர் ஜீவா துவக்கி வைத்த இந்தப் பாரதி விழாவை இன்னும் நூறு நூறு ஆண்டுகளுக்கு நடத்திச் சென்று கொண்டே இருப்பார்கள் நம் வருங்கால சந்ததியினர் என்பதில் சந்தேகமில்லை."

எழுத்தாளர் தோழர் வே.சதாசிவத்தின் பதிவு நெஞ்சை உருக்குகிறது. போராட்டப் பயணம் அழகர்சாமி தொடங்கியது என்றாலும் இன்றைக்கும் அது தொடர்ந்து கொண்டே இருக்கின்றது. மகாகவி பாரதியின் பெயரால் இந்தப் பயணம் நிச்சயமாகத் தொடர்ந்து தொடர்ந்து கொண்டே இருக்கும்.

மகாகவி பாரதி ஈரோடு தங்கவேலு பிள்ளைக்கு எழுதிய ஒரு கடிதத்தில் உலக இலக்கியத்தின் நிலை உயர என் நூல்கள் பயன்படும். இதன் விளைவாக மானுட சமுதாயத்தின் கண்ணோட்டத்தில், தமிழ் இனத்தின் பெருமை உயர்தல் உறுதியாக நடைபெறும் என்று குறிப்பிட்டான்.

பாரதி பிடித்த தேர் வடத்தை கரங்களில் பிடித்து நம்பிக்கை வைத்து நெம்புகோல் எடுத்து நடந்து கொண்டே இருக்கின்றோம்.

அழகர்சாமி தொடங்கி வைத்த பாரதிக்கான தேசியத் திருப்பணி பாரதி விழா என்ற பெயரால் தொடர்கிறது.

> பாரதியும் ஜீவாவும் எட்டயபுரத்து
> வீதிகளில் அழகர்சாமியின் கைகளைப்
> பற்றிக் கொண்டு அலைந்து
> கொண்டுதான் இருக்கிறார்கள்.

40. கண்ணும் கருத்துமாக

மகாகவி பாரதி விழா நடத்தத் தொடங்கி 59 ஆண்டுகள் ஓடி விட்டன. தலைமுறைகள் மாறி விட்டன. அழகர்சாமிதான் நிறுவனத் தலைவர் என்பதையும், பாரதி விழா மேடைக்கு ஜீவா அரங்கம் என பெயர் சூட்டப்பட்டுள்ளதையும் மாற்றாமல் அப்படியே பாரதி முற்போக்கு வாலிபர் சங்கத் தோழர்கள் இப்போது வரை தொடர்ந்து கொண்டிருக்கிறார்கள். ஜீவாவின் ஆணையால் பாரதிக்கு விழா எடுக்கத் தொடங்கிய போதும், ஜீவா பாரதி முற்போக்கு வாலிபர் சங்கம் நடத்திய விழாக்கள் எதிலும் பங்கேற்கவில்லை. 1962ஆம் வருடம் ஜீவா சோவியத் யூனியன் சென்றதால் வரவில்லை. மறு ஆண்டு அவர் இல்லை.

ஆரம்ப காலத்தில் பாரதி விழா ஆண்டுதோறும் பெருமாள் கோவில் வீதியில் நடைபெற்றது. பின்னர் பாரதி இல்லத்திற்கருகிலுள்ள பாரதி வீதியில் நடைபெற்றது. பின்னர் பாரதி மணிமண்டபத்தின் முன் பகுதியிலும், பின்னர் மண்டபத்தின் பின் பகுதியில் கட்டப்பட்டுள்ள அரங்கினுள்ளும் நடைபெற்று வருகிறது.

ஆரம்ப ஆண்டுகளில் நடைபெற்ற பாரதி விழாக்களை அசைபோட்டால்... பெருமாள் கோவில் வீதியில் வீதி முழுவதும் பந்தல் போடப்பட்டிருக்கும். அதன் முகப்பில் அரண்மனை போன்ற, கோட்டை போல நுழைவு வாயில் அமைக்கப்பட்டிருக்கும். இதற்காக ராமசுப்பு தலைமையில் கலைஞர்கள் குழுவாகச் செயல்படுவார்கள்.

ஜீவாவின் பெயரை உச்சரிக்காமல் மகாகவி பாரதி விழாவில் பேசி எவரும் கடந்து போனதில்லை. பாரதியும், ஜீவாவும் எட்டயபுரத்து வீதிகளில் அழகர்சாமியின் கைகளைப் பற்றிக் கொண்டு அலைந்து கொண்டுதான் இருக்கிறார்கள்.

விழாவின் ஒவ்வொரு நகர்வையும் அழகர்சாமி கண்காணித்துக் கொண்டேயிருப்பார். நிதி வசூலிப்பதிலும், தோழர்களின் அனுபவ உரையாடல்களைக் கேட்டு மகிழ்வதிலும் சளைக்கவே மாட்டார்.

பேராசிரியர் நா.வானமாமலை மற்றும் தொ.மு.சி.ரகுநாதன் வழிகாட்டுதலில் நிகழ்ச்சிகள் என்ன, யாரையெல்லாம் அழைக்க வேண்டும் என எல்லாவற்றிற்கும் பொறுப்பெடுத்துக் கொள்வார்கள்.

பாரதி இல்லத்திலிருந்து முதல் நாள் பேரணி புறப்பட்டு மேடையை அடையும். பல நூறு குழந்தைகள் பாரதி வேடம் புனைந்து வருவது கண்கொள்ளாக் காட்சியாக அமையும்.

விழா வேலைகள் அநேகமாக ஜூலை மாத இறுதியில் தொடங்கி விடும். ஆகஸ்ட் மாதம் இரண்டாவது வாரத்தில் அழைப்பிதழ்களும், ரசீது புத்தகங்களும் தயாராகிவிடும். கோவில்பட்டி சரஸ்வதி அச்சகம் தான் இந்த வேலைகளைச் செய்து கொடுக்கும். அதற்கு முன்னால் வசூலுக்கான வேண்டுகோள் நோட்டீஸ்களில் யாரையெல்லாம் விழாவிற்கு அழைத்திருக்கிறோம் என்பது குறிப்பிடப்பட்டிருக்கும். கீழே அழைப்பவர் சோ.அழகர்சாமி தலைவர் என்பதும் குறிப்பிடப் பட்டிருக்கும்.

மகாகவி பாரதியின் பெயரால் நடைபெறும் பண்பாட்டுத் திருவிழா. தேசிய திருப்பதி என அறிஞர்கள் எட்டயபுரத்தை அழைத்தார்கள். கரிசல் மண்ணின் தோழர்கள் அனைவரும் இரவு பகலாக வேலை செய்வார்கள்.

முதல் நாள் மாலை நிகழ்வு “பாரதி கலைஞர்” கோவில்பட்டி டி.பி.ஆர்.கணேஷ் குழுவினரின் நாதஸ்வர மங்கல இசையுடன்தான் தொடங்கும். காற்றில் மிதந்துவரும் பாரதியின் இசைக்கு மயக்கமே ஏற்படும். அவர் வழியில் அவரது புதல்வர் கோபி இப்போதும் இசை வெள்ளத்தை வாரி வழங்குகிறார்.

பாரதி விழாவில் கவியரங்கம் சிறப்புற அமையும். அநேகமாக கவியரங்கத் தலைவராக கே.சி.எஸ்.அருணாச்சலம் அல்லது திருச்சிற்றம்பலக் கவிராயர் தலைமையேற்பார்கள். பின்னாளில் கவிஞர் பரிணாமன் தலைமையேற்பார்.

1963ஆம் அண்டு கவிஞர் கே.சி.எஸ். பாடிய கவிதையை அடிக்கடி இளசை மணியன் கோடிட்டுக் காட்டுவார். சில வரிகள் நினைவிலிருந்து...

'எட்டயபுரம் தன்னில் எங்கள் கவியரங்கில்
கட்டாயம் வந்து கலந்துகொள்ள வேண்டுமெனக்
கட்டளை போலெனக்கோர் கடிதம் எழுதிவிட்டு
சிட்டாகத் தான் பறந்து சென்னைக்குச் சென்றுவிட்ட
திருச்சிற்றம்பலக் கவிஞன் செய்த விளையாட்டால் தரிசித்தேன்
உம்மையெல்லாம் சபையோரே என் வணக்கம்".

வங்கிகள் தேசிய மயமாக்கப்பட்ட நேரம்... ராகமிட்டு கவிஞர் கே.சி.எஸ் பாடியது...

'இடது பக்கம் படகை விடு ஐலேசா"

கவிஞர் பரிணாமன், இரண்டாவது நாள் கவியரங்கம் ஒன்றிற்கு தலைமையேற்று பாடிய கவிதை நினைவை விட்டு அகலவில்லை. நல்ல மழை. விழாவை அரங்கப் பந்தலில் நடத்த முடியாத நிலை. எனவே, பெருமாள் கோவிலையொட்டி அமைந்துள்ள ஏகாதசி மண்டபத்திற்கு விழாவை மாற்றினோம். கரண்ட் வேற இல்லாத பொழுது கவிஞர் பரிணாமன் தனது கம்பீரக் குரலில்...

மண்ணெண்ணெ விளக்கினிற்
பாட்டு கட்டி - இந்த
மண்ணுக்குக் கொண்டு வந்தேன் - அந்த
மாகவி இங்கெங்கோ நின்றிருப்பான் - என
மனப்பால் குடித்து வந்தேன்.

அன்று சிறப்புரையாற்றிய அறந்தை நாராயணனின் பேச்சு வரலாற்றுச் சிறப்புமிக்கது.

விழாவின் சிறப்புரை மிகவும் பிரசித்தம். நூற்றுக்கணக்கிலே மாட்டுவண்டி கட்டி மக்கள் விழாவில் பங்கேற்க வருவார்கள்.

1972ஆம் ஆண்டு கே.பாலதண்டாயுதம் பேசிய தலைப்பு "சென்றிடுவீர் எட்டுத் திக்கும்" வெள்ளை வேட்டி, வெள்ளை அரைக்கை சட்டை, இடது கையில் வாட்ச் கட்டியிருந்தார். சிம்ம கர்ஜனை என்பதுபோல் ஆக்ரோசமான உரை. உடம்பு சிலிர்த்துப் போனது.

ஆர். நல்லகண்ணு, மதுரை வளவன் என்று அப்போது அழைக்கப்பட்ட சாலமன் பாப்பையா, தா. பாண்டியன், த. ஜெயகாந்தன், தவத்திரு குன்றக்குடி அடிகளார், நெ.து. சுந்தரவடிவேலு, எம்.கல்யாணசுந்தரம், ராஜம் கிருஷ்ணன், திருப்பூர் கே.சுப்பராயன் என அடுக்கிக் கொண்டே செல்லலாம்.

பட்டிமன்றம் என்ற நிகழ்வு அரங்கேறிய நவீன காலத்தின் முதல் இடத்தை எட்டயபுரமே பெற்றது என்றால் மிகையில்லை. அடிகளார் தலைமையில் முதல் நாள் நிகழ்வாகவே பட்டிமன்றம் ஆரம்ப காலங்களில் நடைபெறும். காலத்திற்கேற்ப தலைப்புகளும் அமையும்.

விழாவைப் பற்றி விவரித்தால் அது தனி கதையாகிவிடும். அழகர்சாமியின் நெருங்கிய, அன்பிற்கினிய தோழர் வில்லிசை வேந்தர் ச.பா.பிச்சைக்குட்டி. அவர் அழகர்சாமியிடம், 'எங்கைக்கு டைரி கிடைத்தவுடன், நான் எழுதும் முதல் நிகழ்ச்சியே பாரதி விழாவைத் தான். செப்டம்பர் 13, 14 தேதிகளை வேறு யாருக்கும் கொடுக்க மாட்டேன்."

வெள்ளை வேட்டியும், தூய வெள்ளை ஜிப்பாவும் அணிந்திருப்பார். முகத்தின் நெற்றியில் பளிச்சென்று மூன்று கோடுகளாக திருநீறு பூசியிருப்பார். வாசனைத் திரவியங்களுடன் அவர் தனது பரிவாரங் களுடன் மேடைக்கு வரும்போது நம்மையறியாமல் கையெடுத்துக் கும்பிட்டு விடுவோம். சுதி சேர்வதற்காக முதல் 15 நிமிடங்கள் வாத்தியங்களும், சலங்கையும், குடமும் அதிர வைக்கும். சற்று கண்ணயர்ந்தவர்கள்கூட சுதாரிப்பாக உட்கார்ந்து கொள்வார்கள். அப்பவெல்லாம் பார்வையாளர்களுக்கு நாற்காலி கிடையாது. ஏன் மேடையில் இருக்கும் தலைவர்கள், பேச்சாளர்கள் கூட அப்படியே அமர வேண்டும்.

'தந்தனத்தோம் என்று சொல்லியே
வில்லினில் பாட'

என தன் கம்பீரக்குரலில் பாடத் தொடங்குவார். அநேகமாக 14ஆம் தேதி இரவு கடைசி கலை நிகழ்ச்சி அவருடையதாகத்தான் இருக்கும். அவர் குழுவிற்கு மேடை கிடைக்கும்போது, நள்ளிரவைக் கடந்து விடும். '14ஆம் தேதி முடிந்து 15ஆம் தேதி தொடங்கிவிட்டது" என்ற அறிவிப்புடன் நிகழ்ச்சியைத் தொடங்குவார். 'பாஞ்சாலி சபதம்" 'காந்தி மகான் கதை" என்றும், பல புராணக் கதைகளை கோத்தும் சொல்லும் போது மதி மயங்கிப்போகும். கதைகளின் ஊடாக நடப்பு அரசியலையும் புகுத்தி விடுவார். காலை 5 மணி வரை தொடரும். பெண்கள் வீடு வாசல் தெளிக்க வந்து விடுவார்கள். பின்னர் தான் கதையை முடிப்பார். நவரசங்களும் ததும்பி வழியும். அழகர்சாமி மீது கொண்ட நட்பால் தேர்தல் காலங்களில் கதிர் அரிவாள் சின்னத்திற்கு வாக்கு கேட்டு இவரது வில்லிசை கட்டாயம் நடக்கும்.

விழாவில் உணவு, உபசாரப் பொறுப்பை கூழத்தேவர், வண்டிமலையான், மு.சேதுபதி, அப்பணசாமி, வேலையா, சண்முகம் போன்ற தோழர்கள் பார்த்துக் கொள்வார்கள்.

ஒரு விழாவில் அழகர்சாமி கலந்துகொள்ள முடியவில்லை. அப்போது தன் மகள் கீதாவிற்கு எழுதிய கடிதத்தில்...

"பாரதி விழாவிற்கு வரக் கூடியவர்களை நம் வீட்டில் நல்ல முறையில் உபசரித்து டிபன், காபி கொடுத்து நன்றாகக் கவனிக்க வேண்டும். இதை அம்மாவிடம் சொல். விழாவுக்கு வந்து இரண்டு தினங்கள் இருப்பவர்களையும், நம் வீட்டுக்கு வருபவர்களை நல்ல முறையில் கவனிக்க வேண்டும் என்று சொல்"

என எழுதியிருந்தார். எங்கிருந்தாலும் அழகர்சாமிக்கு பாரதி விழா பற்றிய சிந்தனைதான். இப்போதும் கூட...

பாரதி இல்லத்தின் சகல பகுதிகளையும் பார்த்தவர்கள் அது குறித்து கேள்விகளைக் கேட்டுத் துளைத்தார்கள். நேரம் கடப்பதால், வேறு வழியின்றி பாரதியின் வீட்டு வாயிலிலிருந்து மண்ணை எடுத்து சிறு பையில் நிரப்பிக் கொண்டு மண்டபம் நோக்கி விரைந்தார்கள்.

41. பன்னாட்டு அறிஞர்கள்

1882இல் பிறந்த மகாகவி பாரதிக்கு 1982இல் நூற்றாண்டு விழா நடைபெற்றது. அழகர்சாமி சட்டமன்ற உறுப்பினர். கோவில்பட்டி தொகுதிக்குட்பட்ட ஊர் மகாகவி பிறந்த எட்டயபுரம். தமிழக அரசின் சார்பில் முதல்வர் எம்.ஜி.ஆர் செப்டம்பர் மாதம் ஒரு கோடி செலவில் பிரம்மாண்ட விழா எடுத்துவிட்டார். மூன்று நாட்களும் எம்.ஜி.ஆர் பந்தலிலேயே இருந்தார். அரசு விழாவில் ஆடம்பரம் துள்ளி விளையாடியது.

வெறும் எம்.எல்.ஏ மட்டுமில்லை அழகர்சாமி, பாரதி முற்போக்கு வாலிபர் சங்கத்தின் ஸ்தாபகத் தலைவரும் கூட... 1962லிருந்து இச்சங்கம் பாரதிக்கு விழா எடுத்து வருகிறது. தோழர்களின் அயராத உழைப்பு, மற்றவர்கள் விழா ஏற்பாடுகளில் காட்டும் முனைப்பு அழகர்சாமியின் சுமைகளில் சிறிதளவு குறைந்தது. பாரதி நூற்றாண்டை கலை இலக்கியப் பெருமன்ற கிளையான பாரதி முற்போக்கு வாலிபர் சங்கம் மூலம் நடத்த வேண்டிய பொறுப்பு அழகர்சாமிக்கும், அவருடைய தோழர்களுக்கும் ஏற்பட்டது. வழக்கமாக செப்டம்பர் மாதம் 11, 12 தேதிகளில் மண்டபத்தார் விழா நடத்துவார்கள். பின் நாட்களில் மண்டபத்தார் விழா அரசு விழாவாக மாறிவிட்டது. நாம் 13, 14 தேதிகளில் விழா நடத்துவோம். ஆனால் அரசு விழா மூன்று நாட்கள் ஆடம்பரமாக நடந்து, அழகர்சாமியின் நீண்டநாள் கோரிக்கைகள் நிறைவேறிய நேரம். அன்றைய முதல்வரின் அறிவிப்புகள் "பாரதி பெயரில் ஒரு பெண்கள் பாலிடெக்னிக்", "பாரதி கூட்டுறவு நூற்பாலை" போன்றவை அழகர்சாமியின் "இமேஜ்" மக்களிடையே உயர்த்தியிருந்தது. இதனால் அவர் தலைமையிலான விழாவை நாடே எதிர்நோக்கியது.

அழகர்சாமி தன் உயிர்த்தோழன் எஸ்.எஸ். தியாகராஜன் மற்றும் முக்கியத் தலைவர்களுடன் தொடர்பு கொண்டு தினமும் விவாதித்தார்.

எஸ்.எஸ்.டி மாநில, அகில இந்தியத் தலைமையுடன் தொடர்பு கொண்டார். “இஸ்கஸ்” மூலம் தியாகராஜனுக்கு அகில இந்தியத் தொடர்பு மட்டுமல்ல, கிழக்கு ஜெர்மனியில் படித்ததால் உலகத் தொடர்பும் ஏற்பட்டிருந்தது. 1980-81ஆம் வருடங்களில் கட்சியின் சார்பில் அவர் பெர்லின் அனுப்பப்பட்டிருந்தார். ஆங்கில அறிவும், உலகத் தொடர்பும், மார்க்சிய லெனினிய கொள்கைகளில் தேர்ச்சியும் இருந்த காரணத்தால் அழகர்சாமி மற்றும் பா.மு.வா சங்கம் சார்பில் தியாகராஜனே பலரோடு தொடர்பு கொண்டார். உலக சமாதான இயக்கத் தலைவர் ரொமேஷ் சந்திராவும், அவரது துணைவியார் பெரின் ரொமேஷ் சந்திராவும் உதவினர். இஸ்கஸ் மாநிலத் தலைவர்களான வழக்கறிஞர் என்.டி. வானமாமலை மற்றும் அலக் போன்றவர்களுடனும் தலைவர்கள் தொடர்பு கொண்டனர்.

சோவியத் யூனியன், அமெரிக்கா, டென்மார்க், பின்லாந்து, ஜெர்மனி, பிரான்ஸ், தென்ஆப்பிரிக்கா, பல்கேரியா என பல நாடுகளிலிருந்து பன்னாட்டு அறிஞர்கள், முற்போக்கு இலக்கியப் படைப்பாளர்கள், கவிஞர்கள், கலைஞர்கள் பலர் உலக சமாதானக் கவுன்சில் தலைவர் ரொமேஷ் சந்திரா தலைமையில் எட்டயபுரம் வருவதாகவும், அவர்கள் பாரதி பிறந்த டிசம்பர் மாதம் வருவதாகவும் அழகர்சாமிக்கு அதிகாரபூர்வமான தகவல் கிடைத்தது. இன்பத் தேன் வந்து பாய்ந்தது காதுகளில்...

பன்னாட்டு அறிஞர்கள் பாரதியின் கால்தடம் பதிந்த காசி, சென்னை, மதுரை, எட்டயபுரம், பாண்டிச்சேரி முதலிய இடங்களுக்கு மட்டும் நேரில் சென்று மகாகவிக்கு அஞ்சலி செலுத்துவதற்குத் தக்கவாறு பயணத் திட்டம் வகுக்கும்படி கேட்டிருந்தார்கள். இது தொடர்பான ஆலோசனைக் கூட்டம் மதுரையில் நடைபெற்றது. எஸ். அழகர்சாமி மற்றும் பாரதி முற்போக்கு வாலிபர் சங்கம் சார்பில் எஸ்.எஸ்.தியாகராஜன் கலந்து கொண்டார்.

எட்டயபுரம் வரவேற்பு நிகழ்ச்சி பற்றிப் பேசி விழா நடைபெறும் தேதியும் முடிவு செய்யப்பட்டது.

திறமான புலமை எனில் அதற்கு வெளிநாட்டார் வணக்கம் செய்யச் சொன்ன பாரதியின் பிறந்த ஊருக்கு வரும் பன்னாட்டு அறிஞர்களை வரவேற்க எட்டயபுரம் தயாரானது. கவிதைகளால், கருத்தால், ஞானத்தால் உலக பீடமேறிய மகாகவிஞனை உலக அறிஞர்கள் எப்படி மதிப்பீடு செய்துள்ளார்கள் என்பதை அறிந்து கொள்ள பாரதி முற்போக்கு வாலிபர் சங்கத்தினர் மிகுந்த ஆர்வம் கொண்டிருந்தனர். உலகின் மிகச் சிறந்த அறிஞர்கள் எட்டயபுரம் என்ற

சிறிய ஊருக்கு வரும்போது அவர்களை எப்படி வரவேற்பது என்பது பற்றி விரிவாகத் திட்டமிட வேண்டும் என்று அழகர்சாமி கூறினார்.

இதைக் கணக்கில் கொண்டு பன்னாட்டு அறிஞர்களை வரவேற்பதற்கான ஆலோசனைக் கூட்டம் கோவில்பட்டியில் நடைபெற்றது. சுதந்திரப் போராட்டத் தியாகியும், தீப்பெட்டி தொழில்திபருமான கோபாலகிருஷ்ண யாதவ் தலைமை தாங்கினார்கள். கோகுலம் மஹாலில் கூட்டப்பட்ட கூட்டத்திற்கு பிரமுகர்கள் பலரும் பங்கேற்று நல்ல பல ஆலோசனைகளை வழங்கினார்கள். கோபாலகிருஷ்ணன் யாதவைத் தலைவராகவும், இஸ்கஸ் கோவில்பட்டி நகரத் தலைவர், எம்.எஸ்.ஏ சேதுராமலிங்கம் செட்டியாரை பொருளாளராகக் கொண்ட வரவேற்புக்குழு அமைக்கப்பட்டது. சேதுராமலிங்கம் செட்டியார் அவர்கள்தான் பின்னர் அழகர்சாமியோடு சோவியத்யூனியனுக்குப் பயணம் செய்தவர்.

ஏற்கனவே, முடிவு செய்தபடி 1982 டிசம்பர் 4, 5, 6 தேதிகளில் பாரதி நூற்றாண்டு விழா பாரதி முற்போக்கு வாலிபர் சங்கத்தாரால் ஜீவா அரங்கில் தொடங்கப்பட்டது. பாரதி நூற்றாண்டு நினைவு ஜோதி பாரதியின் தந்தை தொடங்கிய ஜின்னிங் பாக்டரியின் தடங்கள் உள்ள பிதப்புரத்திலிருந்து அனைத்திந்திய இளைஞர் பெருமன்ற தோழர்கள் இளசை கணேசன் தலைமையில் ஓட்டமாக ஓடி எட்டயபுரம் வீதிகளில் வலம் வந்தது சிறப்பாக அமைந்தது. ஜோதியை அழகர்சாமி பெற்றுக் கொண்டவுடன் நிகழ்ச்சி நிரல்படி விழா தொடங்கியது.

டிசம்பர் 6-ஆம் நாள் பன்னாட்டு அறிஞர்கள் வருகை தர இருந்தனர். அழகர்சாமி தலைமையில் தோழர்கள் பதட்டத்தோடு எதிர்பார்த்துக் காத்திருந்தனர். அன்றைய தினம் மாலையில் கிராமம், கிராமமாக மக்கள் எட்டயபுரம் மேல வாசலில் கூடத் தொடங்கிவிட்டார்கள். சாரி, சாரியாக மக்கள் திரளத் திரள அழகர்சாமியின் முகத்தில் தேஜஸ் பெருகிக் கொண்டே சென்றது. மக்களிடமும், தோழர்களிடமும் ஆர்வமும், பரபரப்பும் அதிகரித்தது.

பாரதி வீட்டை நோக்கி வரும் தார்ச்சாலை முழுவதும் எட்டயபுரம் மகளிர் அழகிய வண்ணக் கோலங்களை இட்டு மெருகூட்டியிருந்தனர். மெயின்ரோட்டிலிருந்து பாரதியின் இல்லம் வரை சாலையின் இருபுறமும் இளம் சிறுமிகள் கைகளில் தட்டும் அதில் பூக்களுடன் கூடிய அகல் விளக்குகளையும் ஏற்றி, ஏந்தி வரிசையாக நின்றார்கள்.

பன்னாட்டு அறிஞர்கள் வருகை தந்தார்கள். அவர்களை அகில இந்திய சமாதான ஒருமைப்பாட்டுக் கழக தமிழகத் தலைவர்கள்

பேராசிரியர் எஸ். ராமகிருஷ்ணன், தொ.மு.சி. ரகுநாதன், கோபால கிருஷ்ண யாதவ், தியாகராஜன் முதலானவர்கள் பாரதி வீதிக்கு நேர் எதிர்ப்புறமுள்ள தெருவிற்கு அழைத்து வந்து விட்டார்கள். கார்களின் கதவுகள் விரைந்து திறக்கப்பட்டது. அழகர்சாமி கையெடுத்து கும்பிட்டு அனைவரையும் உணர்வுபூர்வமாக வரவேற்றார். அவரைப் பார்த்துக் கும்பிட்ட அறிஞர்கள் அடுத்த நொடியே, கீழே குனிந்து தங்கள் "ஷூ"க்களைக் கழற்றத் தொடங்கினார்கள். எஸ்.ராமகிருஷ்ணனும், அவர்களை அழைத்து வந்த மற்றவர்களும் பாரதி இல்ல வாயில் வரை காலணி அணிந்து வரலாம் என்று கூறினார்கள். "இது மகாகவி நடந்த தெருவல்லவா? இங்கு காலணி அணிந்து நடப்பது சரியில்லை" என்ற பதிலால் அழகர்சாமி நெகிழ்ந்து போனார்.

பாரதி நடந்த வீதிகளில் அறிஞர்கள் நடந்த போது இளைஞர்கள் பாரதி பாடல்களை முழக்கமிட்டார்கள். அதையும் தாண்டி பெண்களின் "குலவை" ஒலி ஒலித்தது. குலவை ஓசையைக் கேட்ட அறிஞர்கள் வியந்து போனார்கள். வண்ணக்கோலங்களை பார்வையிட்டு அவை போடப்படும் விதத்தைக் கேட்டு, கோலங்களை மிதித்துவிடாமல் நடந்தார்கள். ஊரே திரண்டு அவர்கள் பின்னால் அணிவகுத்தது.

பாரதி வீட்டின் முகப்பில் நின்று அறிஞர்கள் வியந்து நோக்கி, தங்களுக்குள் பேசிக் கொண்டார்கள்.

பின் வீட்டிற்குள் நுழைந்து மகாகவி பாரதி பிறந்த அறையைப் பார்த்து, சில நிமிடங்கள் மௌனமாய் நின்று கண்ணீர் ததும்ப அஞ்சலி செலுத்தினார்கள். பாரதியின் கையெழுத்துப் பிரதிகளைப் பார்த்து குறித்துக் கொண்டார்கள். ரங்கோலி வண்ணக்கோலமாய் வாயிலில் ஓவியர் கண்ணன் நீலவண்ணப் பின்னணியுடன் கூடிய சமாதானப் புறாவை வரைந்திருந்தார். அதை உவகையுடன் பார்த்த அறிஞர்கள் ஓவியரைப் பாராட்டினார்கள்.

பாரதி இல்லத்தின் சகல பகுதிகளையும் பார்த்தவர்கள் அது குறித்து கேள்விகளைக் கேட்டுத் துளைத்தார்கள். நேரம் கடப்பதால், வேறு வழியின்றி பாரதியின் வீட்டு வாயிலிலிருந்து மண்ணை எடுத்து சிறு பையில் நிரப்பிக் கொண்டு மண்டபம் நோக்கி விரைந்தார்கள்.

பாரதி வீட்டிலிருந்து மேள தாளத்துடன் பெட்ரோமாக்ஸ் ஒளியில் மக்கள் வாழ்த்து முழக்கமிட பாரதி பாடல்களை இளைஞர்கள் முழக்கமிட பன்னாட்டு அறிஞர்கள் அழைத்துச் செல்லப்பட்டனர்.

மேலவாசல் வந்ததும் தலைவர் அழகர்சாமி மலர்ந்த முகத்துடன் அறிஞர்களுக்கு மாலையிட்டார். சமாதானக் காவலர்கள் கையில் கொடுக்கப்பட்ட வெள்ளை நிற வெண்புறாக்களை கையில் பிடித்து வான் வெளியில் பறக்க விட்டனர்.

திரளான கூட்டம் அறிஞர்களை பாரதி மண்டபம் நோக்கி நகர்த்தியது. மக்கள் வெள்ளத்தில் மிதந்து வந்த அறிஞர்கள், பாரதி நினைவாலயத்தைச் சுற்றிப் பார்த்துவிட்டு மேடையேறினர்.

பாரதி மண்டபம் பன்னாட்டு அறிஞர்களின் வருகையால் மேலும் பொலிவு பெற்றது. ஒளி வெள்ளத்தில் குழுமியிருந்த மக்கள் மிதந்தார்கள். எங்கும் உற்சாக வெள்ளம்.

3ஆவது நாள் பாரதி விழா களை கட்டத் தொடங்கியது. வரவேற்பு, பாராட்டுக் கூட்டத்திற்கு நமது அறிஞர் எஸ்.ராமகிருஷ்ணன் தலைமையேற்றார். அனல் தெறிக்கும் ஆங்கிலமும், கனல் தெறிக்கும் தமிழிலும் தலைமையுரை ஆற்றினார். ரோஜா தீப்பெட்டி உரிமையாளரும், சுதந்திரப் போராட்ட வீரருமான கோபாலகிருஷ்ணன் வரவேற்புரை ஆற்றினார். பெண்கள் சார்பில் நாவலாசிரியை ராஜம் கிருஷ்ணன் வரவேற்றுப் பேசினார்.

அறிஞர்களை அறிமுகப்படுத்தி கற்றறிந்த ஞானி, பாரதி அறிஞர் தொ.மு.சி.ரகுநாதன் ஆவேச உரை நிகழ்த்தினார்.

குழுவின் தளபதியும். உலக சமாதானக் கவுன்சிலின் தலைவருமான ரொமேஷ் சந்திராவின் சிறப்புரை அழகிய சிறுகதையாய் அபூர்வமாக அமைந்தது.

கிராமியக் கலைஞர்களும், வண்ண உடையணிந்த குழந்தைகளும் பாரதியின் பாடல்களை பாடியபடியே கலைநிகழ்ச்சிகளை நடத்தினர். பன்னாட்டு விற்பன்னர்களின் முகத்தில் மகிழ்ச்சியின் ரேகைகள் ஒளிர்ந்து கொண்டே இருந்தது.

பன்னாட்டு அறிஞர்கள் ஆங்கிலத்தில் உணர்ச்சிப் பிரவாகமாகப் பேசினார்கள். அவர்களது உரைகளை அதே உணர்ச்சியில் மொழி பெயர்ப்பாளர் நெல்லை எஸ்.வேலாயுதம் தமிழில் மொழிபெயர்த்தார்.

சோவியத் யூனியன் பத்திரிகை ஆசிரியர் ஆண்ட்ரி டெண்டியேவ், அமெரிக்காவின் எழுத்தாளர்கள் எல்ட்டான் சிளே பாக்ஸ், தாமஸ் லூயி ஹண்டர், டென்மார்க் கவிஞர் எரிக்ஸ்டைன்ஸ், பின்லாந்து எழுத்தாளர் கார்ல் பிஷர், பிரான்ஸ் எழுத்தாளர் ஜி.ஏ. ஆன்ட்ரோ,

தென் ஆப்பிரிக்கா கவிஞர் மூஸாமுல்லா, உலக சமாதான கவுன்சில் செயலாளர் பகத் வாட்ஸ், பல்கேரியா எழுத்தாளர் இவனாவ் உட்பட பல அறிஞர் பெருமக்கள் பல நாடுகளிலிருந்து வந்திருந்தனர்.

இவர்களுடன் உலக சமாதான ஒருமைப்பாட்டுக் கழகச் செயலாளர் திருமதி பெரின் ரொமேஷ் சந்திரா உட்பட பலரும் மகாகவியின் தடத்தில் பேசினார்கள்.

மொழிபெயர்ப்பை செய்ய வேலாயுதம் தொடங்கும் முன்னரே உணர்ச்சிகளின் பிரவாகத்தில் மக்கள் கரவொலி எழுப்பினார்கள். அறிஞர்களுக்கும் மக்களுக்குமிடையே மொழி ஒரு தடையாக இருக்கவில்லை. மேடைகளில் வீற்றிருந்த அறிஞர்கள் முகத்தில் மகிழ்ச்சி வெள்ளம்.

தென்னாப்பிரிக்கா கவிஞர் மூஸாமுல்லா இசையோடு பாட கூட்டம் ஆர்ப்பரித்தது. அனைத்து அறிஞர்களும் ஒன்றாகச் சமாதான கீதம் இசைத்தனர்.

பத்தமடை பாயில் ஓவியர் சிவன், பாரதி படத்தை ஓவியமாய் தீட்டியிருந்தார். அதனை ஒவ்வொரு அறிஞர்க்கும் சட்டமன்ற உறுப்பினர் சோ.அழகர்சாமி சால்வை போர்த்தி நினைவுப் பரிசாய் கொடுத்தார்.

பாரதி சர்வதேசக் கவிஞனாய் விஸ்வரூபம் எடுத்து நின்ற நாள் அன்றைய திருநாள். உலகத்தின் ஒப்பற்ற புதல்வன் பிறந்த மண்ணையும், பாசம் மிகுந்த மக்களையும் பார்க்க வந்த அறிஞர்களின் விழிகளில் ஆனந்தக் கண்ணீர் வடிந்தது.

அழகர்சாமி மகிழ்வுடனும், வாட்டத்துடனும் தோழர்களுடன் கூடி நின்று அறிஞர்களை வழியனுப்பினார். பன்னாட்டு அறிஞர்கள் பாரதி விழாவில் பங்கேற்றதால் மகிழ்ச்சியும், அவர்களைப் பிரிவதால் முகத்தில் வாட்டமும் தென்பட்டது.

வான்புகழ் கொண்டதாக எட்டயபுரம் மகாகவியால் மட்டுமல்ல, அந்த நெடிய உயரம் கொண்ட கரிசக் காட்டு சம்சாரி அழகர்சாமியால் உயர்ந்தது.

எட்டயபுரம் நிருபர் தி.முத்துக்கிருஷ்ணன் விழாவை வர்ணித்து செய்த பதிவுகள் மறுநாள் அனைத்து செய்தித்தாள்களிலும் வெளிவந்தது. அழகர்சாமியோடு பாரதி முற்போக்கு வாலிபர் சங்கத் தோழர்களும் அடைந்த உவகையை வார்த்தைகளில் வர்ணிக்க முடியாது.

ஸ்ரீசுப்பிரமணிய அய்யர் அவர்கள் இறுதிக்காலத்தில் அவரது இரண்டு குமாரர்களையும் அழைத்து எட்டயபுரம் வீட்டை பாரதி அங்கத்தினர்கள் வாங்கிக் கொள்ள முன்வந்தால் பணத்தை எதிர்பார்க்காமல் அவர்கள் கொடுப்பதை வாங்கிக் கொண்டு சங்கத்திற்கு தந்து விடும்படி கூறியிருந்தாராம்.

42. மகாகவியை மக்களுடைமையாக்கு

"ஜீவா ஆணைப்படி 1962 முதல் தொடர்ந்து பாரதி விழாவை நடத்தி வருகிறேன். பாரதி நூற்றாண்டு விழாவையொட்டி வெளிநாட்டு இலக்கிய அறிஞர்களை எல்லாம் வரவழைத்து தமிழ்நாடு கலை இலக்கியப் பெருமன்றம் சார்பில் மிகச்சிறப்பான விழா மண்டபத்தில் நடத்தினோம்.

விழா நடத்துவது மாத்திரமல்ல. பாரதியின் பணிகள் பலவற்றை இந்த பாரதி முற்போக்கு வாலிபர் சங்கம் நடத்தி வருகிறது. சங்கம் இயங்க எட்டயபுரம் சாலைத்தெருவில் மிக நல்ல நிலையில் இருந்த வீடு. அதன் உரிமையாளர் ஸ்ரீசுப்பிரமணிய அய்யர், பாரதியாரின் சிறிய தாயாரின் நெருங்கிய உறவினர். பாரதியாரின் நண்பர். சிறந்த சமஸ்கிருதப் பேராசிரியர். அவர் ஒரு லட்சியவாதியும்கூட. இந்த வீட்டில் எத்தனையோ அறிஞர்கள் வந்து தங்கிச் சென்றுள்ளனர். அவர்கள் அனைவரது நினைவு இல்லமும் இதுதான். கால் நூற்றாண்டுகள் இதை எங்களது சொந்த இடம் போலவே குறைந்த வாடகையில் அனுபவித்து வந்தோம்" என அழகர்சாமி தனது பதிவில் எழுதுகிறார்.

எட்டயபுரம் சாலைத்தெருவில் உள்ள அந்த இல்லத்தில்தான் கூட்டுறவு பால்பண்ணை நடைபெற்று வந்தது. இதனை பாரதி முற்போக்கு வாலிபர் சங்கத்திற்கு சொந்தமாக வாங்கிட சோ.அழகர்சாமி, தொ.மு.சி. ரகுநாதன், ஆர்.நல்லகண்ணு ஆகியோர் திட்டமிட்டு ஸ்ரீசுப்பிரமணிய அய்யரிடம் நேரில் கேட்டு வாங்கிவிட முடிவு செய்தார்கள். இதற்கான ஒப்புதலை மற்றவர்களிடமும் பெற்றுவிட்டார்கள். அதற்கு நிதி எங்கு புரட்டுவது, எவரிடம் கேட்டு வாங்குவது என்பது பிரச்சனையாக இருந்தது.

மதுரையில் வணிக வரித்துறையில் காமாட்சி என்ற தோழர் அதிகாரியாக வேலை செய்து வந்தார். இவர் அழகர்சாமியின் நெருங்கிய நண்பர் மட்டுமல்ல, பாரதியின் மீதும் காதல் கொண்டவர். பிதப்புரம் எஸ்.ராமசுப்பு மற்றும் தி.முத்துக்கிருஷ்ணன் ஆகியோரின் பள்ளிக்கூட நண்பரும் ஆவார். ஆசிரியர் கே.பி.எஸ். நாராயணனின் மாணவர்.

அழகர்சாமியும், ராமசுப்புவும் மதுரைக்குச் சென்றனர். காமாட்சியைச் சந்தித்தனர். அவர் சங்கத்திற்கு சொந்தக் கட்டிடம் அவசியம் வேண்டும். நான் ஆயிரம் ரூபாய் தருகிறேன் என்று கொடுத்துவிட்டார். தோழர் அழகர்சாமியும் ஆயிரம் ரூபாயை உடனே தந்துவிட்டார். தங்கம்மாள்புரம் தங்கையா செட்டியார் இரண்டாயிரம் ரூபாய் தந்தார். குன்றக்குடி அடிகளாரும் ஐநூறு ரூபாய் கொடுத்தார். அழகர்சாமியின் கையில் நாலாயிரம் ரூபாய் சேர்ந்ததுமே மதுரையில் வசித்து வந்த சுப்பிரமணிய அய்யர் வீட்டை தேடிக் கண்டுபிடிச்சு மூவரும் போய் விட்டார்கள். ஆனால் சுப்பிரமணிய அய்யர் மறைந்துவிட்டார் என்ற செய்தி கிடைத்தது. அதிர்ச்சியோடு துஷ்டி விசாரித்துவிட்டு திகைத்து நின்றார்கள். அவருடைய புதல்வர்கள் இவர்களுக்கு ஆறுதல் சொன்னதோடு மட்டுமின்றி, காதில் தேனாய் பாய்ந்த வார்த்தைகளையும் சொன்னார்கள்.

ஸ்ரீசுப்பிரமணிய அய்யர் அவர்கள் இறுதிக்காலத்தில் அவரது இரண்டு குமாரர்களையும் அழைத்து எட்டயபுரம் வீட்டை பாரதி அங்கத்தினர்கள் வாங்கிக் கொள்வதற்கு முன்வந்தால் பணத்தை எதிர்பாராமல் அவர்கள் கொடுப்பதை வாங்கிக் கொண்டு சங்கத்திற்கு தந்து விடுமாறு கூறியிருந்தாராம்.

மதுரையில் வாழ்ந்த அய்யரது மூத்த மகன் கூறியது கேட்டு மகிழ்ந்து விட்டார்கள். அழகர்சாமியிடம் இருந்த குறைந்த பணத்தை உடனே அவரது மகனிடம் கண்ணீர் மல்கக் கொடுத்தார். அதைப் பெற்றுக் கொண்ட அந்தப் பெருந்தகையாளர்கள் மகிழ்ச்சியுடன் வீட்டை பாரதி முற்போக்கு வாலிபர் சங்கத்திற்கு எழுதிக் கொடுத்தார்கள்.

அப்போதிருந்த "மார்க்கெட்" நிலவர விலைக்கு பாதித் தொகை கூட தரவில்லை. அழகர்சாமியின் மீதுள்ள அன்பையும், பாரதி முற்போக்கு வாலிபர் சங்கத்தின் மீதான மரியாதையையும் ஸ்ரீசுப்பிரமணிய அய்யர் அவர்களின் குடும்பத்தினர் வெளிப்படுத்தினார்கள்.

அழகர்சாமி பாரதி முற்போக்கு வாலிபர் சங்கம் சொந்தமாகக் கட்டிடம் வாங்க வேண்டுகோள் விடுவித்து எழுதிய வேண்டுகோள். "பாரதி அன்பர்கள் அனைவருக்கும் எனது மனமார்ந்த நல்வாழ்த்துக்கள்" எனது நினைவுகள் 30 ஆண்டுகளுக்கு முன் செல்கிறது.

செப்டம்பர் 11, 12 தேதிகளில் எட்டயபுரத்தில் பாரதி விழா. ஒரு தேசிய கவிஞனுக்கு இந்தத் தேசம் முழுவதும் நன்கொடை கொடுத்து அருமையான ஒரு மணி மண்டபத்தை இங்குக் கட்டி உள்ளனர். எந்த ஒரு தனி நபரும் அதைக் கட்டி விடவில்லை. லட்சோப லட்சம் பாரதி அன்பர்களின் காணிக்கையில் எழுந்த மண்டபம் அது.

அப்படி இருந்தும் கூட அங்கே பாரதியை ஏதோ ஒருகோணத்தில் விமர்சிப்பதுதான் நடைபெற்று வந்தது. கல்கி இருந்தவரை அவர் முன்னின்று நடத்திய பாரதி விழாக்கள் சிறப்பானவை. ஆனாலும் அங்குப் பாரதியின் அனைத்து லட்சியங்களும் ஒலிப்பதில்லை.

கல்கிக்குப் பின்னர் நடைபெற்ற விழாக்கள் எந்த ஒரு கோணத்திலும் பாரதியை வெளிப்படுத்துவதாக இருந்ததில்லை. பாரதியை முன்னிறுத்தி தங்கள் புகழை உயர்த்திக் கொள்வதற்காகத்தான் பிரதானமாக எடுத்துக் கொண்டனர் விழாக்குழுவினர்.

பாரதியின் விஸ்வரூப காட்சிகளையும் உலகெங்கும் சாதி, மத பேதமற்ற சமதர்ம சமுதாயம் அமைய வேண்டுமென்ற லட்சியங் களையும் மக்கள் மத்தியில் எடுத்துரைப்பதையே லட்சியமாகக் கொண்ட அன்புத் தலைவர் தோழர் ஜீவா அவர்கள் எட்டயபுரம் வந்து பாரதி விழாக்களில் கலந்து கொள்ளாமல் இருக்க முடியாது. ஜீவாவை விழா நிகழ்ச்சி நிரலில் சேர்ப்பதே எங்களுக்குப் பெரும்பாடாகப் போகும். ஜீவாவிற்கே இந்த நிலை என்றால் பேராசிரியர் எஸ்.ராமகிருஷ்ணன், ரகுநாதன் இவர்களை நிகழ்ச்சியில் சேர்ப்பது என்பது மகா கடினமாக இருக்கும். இருந்தாலும் “போனால் போகிறது - பேசிவிட்டுப் போகட்டும்” என வேண்டா வெறுப்பில் சேர்த்துக் கொள்வார்கள். அனேகமாக செப்டம்பர் 12ஆம் தேதி கலை நிகழ்ச்சிதான் நமது தோழர்களுக்குக் கிடைக்கும். ஓர் உண்மையைச் சொல்ல வேண்டுமானால் 12ஆம்தேதி காலை ஜீவா, அல்லது எஸ்.ஆர்.கே. (எஸ்.ராமகிருஷ்ணன்) அல்லது ரகுநாதன் பேச்சுக்காக மட்டுமே கூட்டம் காத்திருக்கும்.

இப்படிப்பட்ட சூழ்நிலையில் தான் 1961 செப்டம்பர் 11ஆம் தேதி பாரதி விழாவிற்கு வந்த தோழர் ஜீவாவின் மனதில் பெரும் புயலைக் கிளப்பியது.

பாரதியின் கவிதைகளை, வெளியிடும் உரிமையை / எழுத்துக்களை மெய்யப்ப செட்டியார் பணம் கொடுத்து விலைக்கு வாங்கி வைத்துக் கொண்டிருக்கிறார்.

பாரதி இலக்கியம் தமிழ் மக்களின் பொது உடைமை. ஏன் உலகத்து மக்களுக்குக் கூட. காந்தி இலக்கியம்போல் பாரதி இலக்கியமும்

பொது உடைமையாக தனி உடைமையில் சிக்கியிருப்பது விடுபட, தமிழ் மக்களும் சென்னை சர்க்காரும் தகுந்த நடவடிக்கை எடுக்க உடனே முன் வர வேண்டும்.

விஸ்வநாத அய்யரும், மெய்யப்ப செட்டியாரும் தமிழ் மக்களின் வேண்டுகோளை நிறைவேற்றக் காலம் கடத்துவார்களானால், சென்னை சர்க்கார் பாரதி பாடல்களும் பாரதி இலக்கியமும் பொதுவென்று பிரகடனம் செய்ய வேண்டும். அதற்காகத் தமிழ் மக்கள் முறையான, தீவிரமான கிளர்ச்சியிலும் நடவடிக்கைகளிலும் உடனே இயங்கித் தீர வேண்டும் என்று ஜீவா முழங்கினார். இன்று பாரதி பாடல்களும் இலக்கியமும் மக்களுக்குப் பொதுவாகிவிட்டது என்றால் அதற்கு முதல் குரல் எழுப்பியவர் ஜீவா.

பாரதி மண்டபத் திறப்புவிழாவிற்குப் பின்னர் கல்கி அவர்கள் மூன்று பாரதி விழாக்களை எட்டயபுரத்தில் தானே முன்னின்று நடத்தியதாக நினைவு.

அதன்பின்னர் பாரதி மண்டபப் பராமரிப்புக் கமிட்டி தங்களுக்குள் விழா கமிட்டி ஒன்றை அமைத்துக் கொண்டு விழாக்களை செப்.11, 12இல் நடத்தினார்கள்.

பாரதியார் தினம் ஆண்டுதோறும் நடைபெற்றாலும், எட்டயபுரம் மணிமண்டபம் ஆண்டுதோறும் விழா எடுக்கும் என்று கூறமுடியாது. யாராவது நடிகர்கள் வந்து நடத்துவார்கள். ஆஹா ஓஹோ என விழா நடக்கும்.

1961 பாரதி விழாவில் ஏற்பட்ட மனக் கசப்பில் "தோழர் ஜீவா" அன்றைய வாலிபர்களாக இருந்த எங்களிடம் "பாரதிக்கு நாம் தனியாக விழா எடுக்க வேண்டும். அந்த விழாவில் தமிழ்நாட்டில், இந்தியாவில், ஏன் உலகம் எங்கிலும் இருந்தும் பாரதி அறிஞர்கள் வந்து பாரதி பற்றிப் பேச வேண்டும். நம்முடைய கலைஞர்கள் திருவிழாவிற்கு வருவதுபோல வந்து கலைப் படைப்புகளைப் படைக்க வேண்டும். மூன்று நாள் விழா - நான் ஒரு மாதத்திற்கு முன்னதாகவே இங்கு வந்து அதற்கான பிரமாண்டமான ஏற்பாடுகளைச் செய்யப் போகிறேன். எப்படி காரைக்குடி கம்பன் விழாவோ அதுபோல எட்டயபுரத்தில் நாம் நடத்தும் பாரதி விழாவிற்குத் தனி முத்திரை இருக்கப் போகிறது. இதை நீங்கள் எல்லாம் நிச்சயம் செய்து தர வேண்டுமென்றார்.

பாரதி மணி மண்டப ஆடம்பர விழா அதன் செலவுகளைப் பார்த்து மலைத்துப் போன நாங்கள் இப்பகுதியில் அதற்குப் பணம் சேர்ப்பது எப்படி என்று தலைவரிடம் கேட்டோம். அதற்கு அவர் "கிராமம் கிராமமாகப் போவோம். நமது விவசாய மக்கள்,

தொழிலாளர்கள் ஒன்றும் இரண்டுமாக தாராளமாகத் தருவார்கள். தொடங்குங்கள் நடக்கும்" என்று உற்சாகமாகக் கூறினார்கள். இப்போது ஒன்றைச் சொல்லிக் கொள்வது அவசியமாகிறது. கடந்த முப்பது ஆண்டுகளுக்கு மேலாக பாரதியார் பிறந்த அவரது வீட்டருகில் நாம் தொடர்ந்து மிகச் சிறப்பாகவே விழா எடுக்கிறோம். அதற்கெல்லாம் ஜீவா கூறியதைப்போல மக்கள் மனமுவந்து நிதி கொடுத்துத்தான் வருகிறார்கள். இந்தச் சமயத்தில் அவர்களுக்கு நன்றி கூறிக்கொள்வது எனது கடமையாகும்.

செப்டம்பர் 11, 12 பாரதி மண்டபத்தினர் விழா நடத்துகிறார்கள். நாம் அவர்களுக்கு போட்டியில்லை. எனவே நமது விழாவை 13, 14 தேதிகளில் வைத்துக் கொள்வது எனத் தீர்மானித்தோம். நாம் எடுத்த முதல் விழாவின் போது ஜீவா மாஸ்கோவில் சிகிச்சை பெற்று வந்தார். அங்கிருந்தே பலபக்கங்களில் உற்சாகமாக வாழ்த்துக் கடிதம் எழுதி இருந்தார். அக்கடிதம் தொலைந்து போனது எங்களுக்குப் பெரிய நஷ்டமாகும். ஆனால் காலன் அவரை விரைவில் அழைத்துக் கொண்டான். (1963 ஜனவரி 18ந் தேதி ஜீவா மறைந்தார்) ஆனாலும் அவரது இறுதி ஆசையை ஏற்று நாம் தொடர்ந்து பாரதி விழாவை நடத்தி வருகிறோம்.

பாரதி நூற்றாண்டு விழாவை ஒட்டி வெளிநாட்டு இலக்கிய அறிஞர்களை எல்லாம் வரவழைத்து தமிழ்நாடு கலை இலக்கியப் பெருமன்றம் சார்பில் மிகச் சிறப்பான விழா மண்டபத்தில் நடத்தினோம்.

நூறு ஆண்டுகளுக்கு மேற்பட்ட கட்டிடம் அது. அதைப் பழுதுபார்த்து பாரதிக்கு நிரந்தரமான நினைவாலயமாக அதை உருவாக்க வேண்டும். கட்டிடத்தில் பெரிய மாடி ஹால் கட்டி அங்குப் பாரதி பற்றிய ஆராய்ச்சி செய்பவர்களுக்கான மிகப் பெரிய நூலகம் ஒன்றை உருவாக்க வேண்டும். கீழ்ப் பகுதியை ஒரு கல்யாண மண்டபமாக ஆக்கினால் அதிலிருந்து கிடைக்கும் பணம் நூலகப் பராமரிப்பு மற்றும் ஆண்டுதோறும் விழாவிற்கான பணம் கிடைக்கும்.

தமிழ்நாடு தழுவிய பாரதி அன்பர்கள், தொழிலாளர்கள், எழுத்தாளர்கள் இதற்கான முயற்சியை எடுத்துக் கொள்ள வேண்டும் என்பது எனது வேண்டுகோள்.

முப்பது ஆண்டுகள் ஜீவா கனவு கண்ட பெரிய விழாவைத் தொடர்ந்து நடத்தி விட்டோம். அன்றைக்கு நாங்கள் வாலிபர்கள். இன்றைய இளைய தலைமுறையினர் நாங்கள் தொடங்கிய பணியைத் தொடர்ந்து, விடாமல் செய்து வருகிறார்கள். இவர்களுக்கு எனது

பாராட்டுக்களைத் தெரிவித்துக் கொள்கிறேன். பாரதி ஒரு யுகக் கவிஞன். இன்னும் பல ஆண்டுகளுக்கு மட்டுமல்ல, மனித இனம் உலகில் உள்ளவரை பாரதியின் சிந்தனைகள் நமக்கு வழிகாட்டியாக அமையும். ஆண்டுதோறும் இங்கு இப்போது நடைபெறுவதைக் காட்டிலும் பெரிய சிறப்பான விழாக்கள் நடக்க வேண்டும். இதுவரை எங்கள் லட்சியத்திற்கு உதவியும் ஊக்கமும் தந்து வந்தது போல இனியும் உதவ வேண்டுமென அன்புடன் வேண்டிக் கொள்கிறேன்.

பாரதி மண்டபத் திறப்பு விழா இன்னமும் என் கண்முன் நிற்கிறது.

1947ஆம் ஆண்டு அக்டோபர் 11ந் தேதி மணி மண்டபத் திறப்பு விழா பாரதியார் உருவப்படம் முகப்பில் பொருத்தப்பட்ட "பாரதி ஸ்பெஷல்" ரயிலொன்று சென்னையில் 10ம் தேதி புறப்பட்டு 11ஆம் தேதி கோவில்பட்டி வந்து சேர்ந்தது. அதில் தலைவர்களும், பேச்சாளர்களும், விழாவில் கலந்து கொள்ள வந்த பாரதி அன்பர்களும் வந்து இறங்கினார்கள். ஒரு லட்சத்திற்கு மேற்பட்ட மக்கள் அவ்விழா காணக் கூடியதாக அன்றைய பத்திரிகைகள் மதிப்பிட்டன. ஊர் முழுவதும் வளைவுகள், தோரணங்கள். 13ஆம் தேதி காலை மூன்று யானைகள் முன்வர, மேளதாளங்கள் புடைசூழ மாபெரும் ஊர்வலம் புறப்பட்டது. அப்போது வங்காள கவர்னர் ஜெனரலாக இருந்த ராஜகோபாலாச்சாரியார் தலைமையில் விழா கோலாகலமாக நடைபெற்றது. இந்தியாவின் பல்வேறு பகுதிகளிலிருந்து வந்திருந்த பாரதி அன்பர்கள் தங்குவதற்கு முகாம்கள் அமைக்கப்பட்டு உணவளித்து உபசரிக்கப்பட்டனர்.

பாரதியாரின் சமூகக் கண்ணோட்டங்களை பட்டி தொட்டி யெல்லாம் விளக்கி பாரதியாருக்கு தமிழ் பேசும் மக்களிடம் தனிப் பெருமையைச் சேர்த்து வந்த தோழர் ஜீவாவிற்கு விழாவில் கலந்து கொள்ள அழைப்பில்லை. உள்ளூர் தோழர்களின் வற்புறுத்தலுக் கிணங்கி விழாவிற்கு வந்திருந்த தோழர் ஜீவாவை மக்கள் அடையாளம் கண்டு அவர் விழாவில் பேச வேண்டுமென்று வற்புறுத்தினார்கள். மக்களின் ஆர்வம் கலந்த வற்புறுத்தலின் விளைவாக "ஒரு ஐந்து நிமிடம்" பேச வேறு வழியின்றி அனுமதித்தார் ராஜாஜி. ஜீவா பேசத் தொடங்கினார். அவரது பேச்சில் மக்கள் தங்களை மறந்து உணர்ச்சி வசப்பட்டதாக பேச்சைக் கேட்ட பலரும் கூறினார்கள். கடல் மடையை திறந்து விட்டாச்சி. வெள்ளத்தை யாரால் அணை போட முடியும். ஐந்து நிமிடம் அரை மணி நேரமானது. அவரது அன்றைய பேச்சு.

நாம் அரசியல் சுதந்திரம் பெற்றாலும் வாழ்வில் ஏனைய துறைகளில் பாரதியின் கனவு இன்னமும் நனவாகவில்லை. மக்கள்

எல்லோரும் ஆனந்தப் பள்ளு பாடும் நாள் வரவில்லை. எல்லோரும் ஒன்றென்னும் காலம், நல்லோர் பெரியாரென்ற காலம், கெட்ட நயவஞ்சகக் காரருக்கு நாசம் வரும் காலம் வந்ததா? வரவில்லை. பார்ப்பானை ஐயரென்ற காலமும், வெள்ளைப் பரங்கியைத் துரை என்ற காலமும் போச்சா? போகவில்லை. உழவுக்கும் தொழிலுக்கும் வந்தனை செய்யும் காலமும் வீணில் உண்டு களித்திருப்போரை நிந்தனை செய்யும் காலமும் வந்ததா? இல்லை. இனிமேல் தான் வரவேண்டும்.

இந்தக் கட்டத்தில் மணியடித்து ஜீவாவின் பேச்சை நிறுத்த முயன்றார் ராஜாஜி. ஆனால் அது நடக்கவில்லை. பெருங்கூட்டம் அவரைப் பேசவிடுங்கள் என ஓயாமல் கோஷம் எழுப்பவே அவரது பேச்சு தொடர்ந்தது. எந்த மேடையானால்தான் என்ன? தான் ஏற்ற கருத்தை வெளியிட ஜீவா பின்வாங்கவா போகிறார் என்று அவர் கூறினார்.

பாரதி நூல்களை வெளியிடும் உரிமை திரு.விஸ்வநாத அய்யர் கையில் இருக்கிறது பேசும்படம், வானொலி, இசைத் தட்டு இவைகளில் பாரதி பாடுவதற்கான உரிமை இல்லை. பாரதி இலக்கியங்களை பொதுவுடைமை ஆக்க வேண்டும்" என அழகர்சாமி எழுதி வேண்டுகோள் விடுத்தார். எட்டயபுரம் பாரதி முற்போக்கு வாலிபர் சங்கம் தமிழ்நாடு கலை இலக்கியப் பெருமன்றத்தின் கிளையாகும். இதற்கு என சொந்தக் கட்டிடம் வாங்க 1992ஆம் ஆண்டு அழகர்சாமி முடிவு செய்தார். அப்போதுதான் அங்கு இயங்கிவந்த கூட்டுறவு பால்பண்ணை தனக்கென இடம் பார்த்து சொந்தக் கட்டிடத்திற்குக் கொண்டு செல்ல வாய்ப்பு ஏற்படும்.

எட்டயபுரம் ஜமீனிடம் நேரில் பேசி, பால் பண்ணைக்கான இடத்தை உறுதி செய்தார். அங்குக் கட்டிடம் கட்டப்பட்டுக் கொண்டிருந்தது. எட்டயபுரம் மேலவாசலில் 40 ஆண்டுகாலமாக இயங்கி வந்த அலுவலகம் வெறும் பால்பண்ணையாக மட்டுமின்றி, பாரதி முற்போக்கு வாலிபர் சங்க அலுவலகமாகவும், இந்திய கம்யூனிஸ்ட் கட்சி அலுவலகமாகவும் அதன் வர்க்க, வெகுமக்கள் அமைப்புகளின் அலுவலகமாகவும் இன்றும் இயங்கி வருகிறது. இதனை விட்டுப் போக யாருக்கும் மனமில்லை. கட்சியில் பேசி, பாரதி முற்போக்கு வாலிபர் சங்கத்திற்கென "சொந்தக் கட்டிடமாக" வாங்க முடிவு செய்து வாங்கப்பட்டது. நிதி திரட்ட அழகர்சாமி விடுத்த வேண்டுகோள் ஏற்கப்பட்டு, இலக்கிய, பாரதி அன்பர்கள் நிதி அனுப்பினார்கள். தொ.மு.சி. ரகுநாதன் தன் வாழ்நாள் சேமிப்புக்களான புத்தகங்களை வழங்கினார்.

தொடர்ந்து எட்டயபுரத்தில் பாரதி பெயரில்
ஒரு நூற்பாலை தொடங்க வேண்டும் என
தமிழக அரசை வலியுறுத்தி வந்திருக்கிறார்.
பாரதி நூற்றாண்டு விழா ஒரு வாய்ப்பாக அமைந்தது.

43. பாரதி நூற்றாண்டில் கூட்டுறவு நூற்பாலை

தோழர் அழகர்சாமியின் தொடர் போராட்டங்கள் தோழர்களுக்கு உத்வேகத்தை அளித்ததுடன் நிற்கவில்லை, அந்தப் பகுதிகளில் வாழும் மக்களுக்கு பல நன்மைகளையும் பெற்றுத் தந்தது. மகாகவி பாரதிவிழா, பாரதி முற்போக்கு வாலிபர் சங்கம் அழகர்சாமியின் ஜீவனோடு இரண்டறக் கலந்துவிட்டது.

பாரதியின் கனவுகளை ஓரளவிற்கேனும் நிறைவேற்ற வேண்டும் என்ற வேட்கை அவருக்கு ஏற்பட்டதில் வியப்பில்லை. முதல் பாரதி விழாவில் பேசிய இலக்கிய ஆளுமை தொ.மு.சி. ரகுநாதன், "பாரதியாரின் இல்லமும்," "பாரதி மணிமண்டபமும்" அரசு மேற்கொண்டு தேசிய சின்னங்களாகப் பராமரிக்க வேண்டும் என வேண்டுகோள் விடுத்தார். பல்வேறு இலக்கிய அமைப்புக்களும் தீர்மானமாக நிறைவேற்றி அரசுக்கு அனுப்பியபின் சட்டமன்ற உறுப்பினர் சோ. அழகர்சாமி சட்டமன்றத்தில் பேசியதன் விளைவாக கலைஞர் ஆட்சியில் பாரதி இல்லம் தேசிய சின்னமாக்கப்பட்டது. அதனை வரலாற்றுச் சின்னமாகப் பராமரிக்கப்பட தொடர் முயற்சிகளை தோழர் அழகர்சாமி மேற்கொண்டது மட்டுமின்றி பாரதி ஆய்வாளர் இளசை மணியன் அவர்களையே "இல்லக் காப்பாளராக" பொறுப்பேற்க ஏற்பாடும் செய்தார்.

பாரதி மண்டபம், பாரதியின் நூற்றாண்டு விழாக் காலத்தில் அரசுடைமையாக ஏற்கப்பட்டது. அப்போது எம்.ஜி.ராமச்சந்திரன் அவர்கள் முதலமைச்சராக இருந்தார்.

பாரதி நூற்றாண்டு விழா 1982-ஆம் ஆண்டு நடைபெற்றது. தமிழக அரசு சார்பில்... முதல்வர் எம்.ஜி.ஆர் அவர்கள் ஒரு கோடி ரூபாய் செலவில் செப்டம்பர் மாதம் விழா எடுத்தார். மூன்று நாட்கள் விழா. பாரதி மணி மண்டபத்திற்கு எதிரிலுள்ள இராஜா மேல்நிலைப்பள்ளி மைதானத்தில் தமிழகத்தின் பல பாரதி விற்பன்னர்கள் பங்கேற்றனர்.

பின்னர் முதலமைச்சரான ஜெயலலிதா அவர்கள் இவ்விழாவில் தான் பொது வாழ்வில் பிரவேசம் செய்தார். பாரதி பிடித்த தேர்வடம் வீதியிலிருந்து மக்கள் கைகளுக்குக் கொண்டு வரப்பட்டது.

அழகர்சாமி அவர்கள் நான்காவது முறையாக சட்டமன்ற உறுப்பினராக மக்கள் பணியாற்றிடும் காலம். அப்போது சட்டமன்றக் குழுவின் சிபிஐ தலைவராகவுமிருந்தார். தமிழகத்தின் முதலமைச்சர் அவர்களிடம் அவருக்கு நெருக்கமான உறவு உண்டு. குறிப்பாக, எம்.ஜி.ஆர் அவர்கள் அழகர்சாமி மீது மிகுந்த மதிப்பும், மரியாதையும் வைத்திருந்தார். அழகர்சாமியின் நேர்மை மீது மட்டுமல்ல, மனதில் படும், தானறிந்த விஷயங்களை முதல்வரின் கவனத்திற்குக் கொண்டு போவதில் சிறப்பாகச் செயலாற்றினார்.

தொடர்ந்து எட்டயபுரத்தில் பாரதி பெயரில் ஒரு நூற்பாலை தொடங்க வேண்டும் என தமிழக அரசை வலியுறுத்தி வந்திருக்கிறார். பாரதி நூற்றாண்டு விழா ஒரு வாய்ப்பாக அமைந்தது.

எட்டயபுரம் மிகவும் பின்தங்கிய கரிசல் பூமி. கைத்தறி நெசவாளர்கள் எட்டயபுரத்தின் மறுபகுதியான நடுவிற்பட்டியில் நிறைந்து வாழ்ந்து கொண்டிருக்கும் மண். ஒருபக்கம் ஜமீனை நம்பி வாழ்ந்த மக்கள். போதுமான வருமானம் இல்லாத மக்கள். கைத்தறி மற்றும் தீப்பெட்டித் தொழிலையும், வானம் பார்த்த கரிசல் விவசாயத்தை மட்டும் நம்பியே வாழும் மக்கள். பெரும்பாலான நிலங்கள் ஜமீனுக்கு பாத்தியப்பட்டு இருந்தது. புதிய வேலைவாய்ப்பைப் பெருக்க வேண்டுமென்றால் தொழிலைப் பெருக்க வேண்டும். புதிய தொழில்களைத் தொடங்க அரசு முன்மாதிரியாக இருந்தால் மட்டுமே சாத்தியம். தண்ணீர், மின்சாரம் போன்றவற்றிற்கு தட்டுப்பாடு நிலவிய காலம்.

1980-ஆம் ஆண்டு தேர்தலின் போதே, அழகர்சாமியிடம் மக்கள் மில் கொண்டு வர வேண்டிய அவசியத்தை மீண்டும் வலியுறுத்தினார்கள். அழகர்சாமி பாரதி பெயரில் மில் என்பதில் உறுதியாக அவர் சட்டமன்ற உறுப்பினராக தேர்வான காலம் முதல் அரசிடம் போராடிக் கொண்டிருக்கிறார். 1967-68ஆம் ஆண்டிற்கான தொழில்துறை மானியக் கோரிக்கையின் மீது சட்டமன்றத்தில் தோழர் அழகர்சாமி பேசினார். அதில், "கைத்தறித் தொழில் மிக மோசமாக பாதிக்கப்பட்டிருக்கிறது. அதற்குக் காரணம் நம்முடைய மாநிலத்தில் 13 கூட்டுறவு மில்கள் ஆரம்பித்திருந்தும் கைத்தறி நெசவாளர்களுக்கு மலிவாக நூல் கிடைக்காத நிலைமையிலிருப்பதால்தான்...

ஆகவே, இதை சீராகக் கவனித்து இன்று ஏற்பட்டிருக்கும் நெருக்கடியைத் தணித்து அவர்களுக்கு நூல் விலை உயர்ந்து கஷ்ட நிலைமை ஏற்படாதவாறு பார்த்துக்கொள்ள வேண்டும். தொழிலில் ஈடுபட்டிருக்கும் கைத்தறி நெசவாளர் கூட்டுறவுச் சங்கம் மூலமாகச் சேர்ந்து சங்கத்திலே உற்பத்தி செய்யக்கூடிய காலத்தில் அந்தத் துணி விற்பனை ஆகாத நிலையில், அதை வாங்குவதற்கு மத்திய கூட்டுறவுச் சங்கம் அதிகமாக ஒதுக்கித் தராத காரணத்தால் கூட்டுறவுச் சங்கங்களில் தேக்கம் ஏற்பட்டு, அந்தத் தொழில் நடக்க முடியாத நிலைமை. ஒரு மாதத்தில் இரண்டு வாரம், மூன்று வாரம் தான் அந்தத் தொழில் நடக்கும் நிலைமை உள்ளது.

எனவே, அந்தக் கூட்டுறவுச் சங்கங்கள் ஜவுளி விற்பனை செய்தது போக, மீதியை வாங்கிக் கொள்ளச் செய்ய மத்திய சங்கத்திற்கு அரசாங்கம் அதிக நிதி ஒதுக்கீடு செய்ய வேண்டும். இந்தக் கூட்டுறவுச் சங்கங்கள், அவர்களுக்கு அரசாங்கத்திலிருந்து, வங்கிகளிலிருந்து கொடுக்கப்படும் கடன்கள் முன்னால் வாங்கிய அளவுக்கு வாங்க முடியாத நிலை ஏற்பட்டுள்ளது..." என்பதைத் தெரிவித்தார்.

தொடர்ந்து பேசிய தோழர் அழகர்சாமி "கோவில்பட்டி வட்டாரத்தில் இதற்கு முன்னாலுள்ள அரசு (காங்கிரஸ்) கூட்டுறவு நூற்பு மில் ஏற்படுத்துவதாய் ஏற்பாடுகள் செய்து கொண்டு வந்தது. அந்த ஏற்பாட்டின்படி நூற்பு ஆலை எட்டயபுரத்தில் பாரதியின் பெயரால் ஏற்படுத்தி அந்த வட்டாரத்திலுள்ள கைத்தறித் தொழிலில் உற்பத்தியாளர்களுக்கும் ஜமீன் ஒழிப்பினால் பாதிக்கப்பட்டவர் களுக்கும் வேலைவாய்ப்பு அளிக்க வேண்டுமென்று கேட்டுக் கொள்கிறேன்" என்று குறிப்பிட்டிருந்தார். சட்டமன்றத்தில் அவரது முழக்கம் அரசின் கவனத்தை ஈர்த்தது. பாரதி நூற்றாண்டு நெருங்க, நெருங்க கோரிக்கை சூடுபிடித்தது.

தான் மட்டும் குரலெழுப்பினால் போதாது என்பதால் சர்வ கட்சியினரையும் ஒருங்கிணைத்து "மில் வேண்டுவோர் சங்கம்" என்ற அமைப்பை அழகர்சாமி உருவாக்கினார். இதற்கு அன்றைய எட்டயபுரம் பேரூராட்சி மன்றத்தின் தலைவர் அமரர் வி.எஸ்.எஸ். வேலு முதலியார் அவர்களை தலைமையேற்கச் செய்தார். சிறந்த முருக பக்தரும், நெசவுத் தொழிலைக் கொண்ட சிறு வியாபாரியுமான வி.எஸ்.எஸ்.வேலு முதலியார் மீது மக்களுக்கு மரியாதை அதிகம். சட்டமன்ற உறுப்பினர் அழகர்சாமி, இந்த அமைப்பின் அனைத்துப் பிரமுகர்களையும் சென்னைக்கு அழைத்துச் சென்றார். தமிழக

முதல்வரை மில் வேண்டுவோர் சங்கத்தினர் சந்தித்தனர். நூற்பாலை கோரிக்கை மகஜரை அழகர்சாமி முதல்வர் எம்.ஜி.ஆர். அவர்களிடம் அளித்தார். மகஜரைப் படித்துப் பார்த்த முதல்வர் அவர்கள் அழகர்சாமியிடம் நீங்கள்தான் தொடர்ந்து இந்தக் கோரிக்கையை என்னிடம் வலியுறுத்திச் சொல்லி வருகிறீர்களே, உங்கள் ஊர் மக்களையுமா அணி திரட்டி வர வேண்டும் எனக் கேட்டார். வேலு முதலியார் தலைமையில் சென்ற குழுவினருக்கு மிகுந்த மகிழ்ச்சி. தங்கள் சட்டமன்ற உறுப்பினர் மில் வேண்டுமென கேட்டுள்ளார் என்பதை விட, எம்.ஜி.ஆர். அவர்களை நேரில் சந்திக்கவும், தங்கள் கோரிக்கையை வலியுறுத்தவும் வாய்ப்புக் கிடைத்தமைக்கு. ஏனென்றால் வேலு முதலியார் அதிமுக உறுப்பினர்.

இதன்பின்பு தோழர் அழகர்சாமி அவர்கள் சம்பந்தப்பட்ட அதிகாரிகளையும் பலமுறை நேரில் சந்தித்தார். விடா முயற்சியின் பலனாக திருநெல்வேலி பேட்டையில் இருந்த தென்னிந்திய கூட்டுறவு நூற்பாலையின் "சி" பிரிவு மில்லை எட்டயபுரத்தில் துவங்க அரசு முயற்சியை மேற்கொண்டு நடவடிக்கையில் இறங்கியது. அதற்கான அடிப்படை வேலைகளும் தொடங்கியது. அரசு இயந்திரம் இப் பணியினை மேற்கொள்ள இரண்டாண்டுகளை எடுத்துக் கொண்டது.

இதற்குள் மகாகவி பாரதி நூற்றாண்டு விழா வந்துவிட்டது. பாரதி பெயரால் தனி நூற்பாலை அமைக்க பூர்வாங்க ஏற்பாடுகள் நடை பெற்றன. 1982-ஆம் ஆண்டு அரசின் வரவு செலவுத் திட்டத்தில் ஐந்து புதிய நூற்பாலைகள் அமைக்க உள்ளதாகவும், அதில் பாரதி கூட்டுறவு நூற்பாலையும் ஒன்றாகும். எட்டயபுரம் வட்டார மக்களின் நீண்ட கால கோரிக்கை பாரதி நூற்றாண்டு விழாவில் நிறைவேறியது.

எட்டயபுரத்தில் எங்கு நூற்பாலை அமைப்பது என்பது குறித்த பிரச்சனைகள் எழுந்த போது அழகர்சாமி வெகுலாவகமாகக் கையாண்டு இடத்தைத் தேர்வு செய்தார்.

நூற்பாலை நிர்மாணப் பணி முடிவடைந்ததும், அதை இயக்குவதற்கு போதிய நிதி ஆதாரம் இல்லை. இந்தச் செய்தி அறிந்தவுடன் அழகர்சாமி அன்றைய தமிழக நிதி அமைச்சர் நெடுஞ்செழியன் அவர்களைச் சந்தித்து மில்லுக்கு நிதி ஒதுக்கீடு செய்யக் கோரினார். அப்போது சங்கரன்கோவில் வருகை தந்த நெடுஞ்செழியன் அவர்களை, அழகர்சாமி முக்கிய பிரமுகர்களுடன் நேரில் சென்று கோரிக்கையை வலியுறுத்தினார். ஆனால் நிதி அமைச்சர் சென்னைக்கு வாருங்கள் பார்ப்போம் என்று சொல்லிவிட்டார். அங்கிருந்தே

அழகர்சாமி உடன் சென்னைக்கு விரைந்தார். அழகர்சாமியின் விடா முயற்சியும், தொடர் வற்புறுத்தலும் அரசை அசைத்தது. மில்லுக்கு வேண்டிய நிதி ஆதாரம் கிடைத்தது. நூற்பாலை இயங்கத் தொடங்கியது.

இன்றைய தினங்களில் பாரதி கூட்டுறவு நூற்பாலையில் 300 தொழிலாளர்கள் வேலை செய்கின்றனர்.

எட்டயபுரத்தில் பாரதி பெயரால் கூட்டுறவு நூற்பாலை உருவாக்க வேண்டுமென்ற கோரிக்கை தோழர் அழகர்சாமியின் மனதில் பல வருடங்களுக்கு முன்பே உருவாகியிருந்தது. பாரதியை அவர் முழுமையாகப் படித்து உள்வாங்கியிருந்த காலத்திலேயே ஏற்பட்டு விட்டது.

சட்டமன்றத் தொகுதியின் தலைநகரான கோவில்பட்டியில் இரண்டு நூற்பாலைகள் இயங்கி வந்தன. அவை ஊரின் இரண்டு பகுதி நுழைவு வாயில்களிலும் இருந்தன. ஒன்று தெற்கிலிருந்த லட்சுமி மில், மற்றொன்று வடக்கில் இருந்த லாயல் மில்.

பாரதியின் தந்தை சின்னச்சாமி அய்யர் காலத்திற்கு முந்தியே சிந்தித்தவர். எட்டயபுரம் ராஜாவுக்கு மொழிபெயர்ப்பாளராக இருந்தவர். ஆங்கிலத்திலும், சமஸ்கிருதத்திலும் புலமை வாய்ந்தவர். பட்டம் பெறாத இயந்திரப் பொறியாளர். கரிசல் காட்டில் தாராளமாக விளையும் வெள்ளைத் தங்கம் எனப்படும் பருத்தியை நூலாக்கும் தொழிற்சாலையை ஏற்படுத்த முயன்றார். ஊணர் செய்த சதியால் வீழ்ந்தார். அவரது கனவை அழகர்சாமி செயல்படுத்தினார்.

இலக்கியத்தில் புதிய தடங்களைப் பதித்த ரகுநாதன் தனது வாழ்நாள் சேமிப்பான புத்தகங்களை அழகர்சாமி தலைமையேற்றிருந்த பாரதி முற்போக்கு வாலிபர் சங்க அலுவலகத்தில் 'ரகுநாதன் கல்வி அறக்கட்டளை' நூலகம் அமைத்ததின் மூலம் பெரும்புகழ் பெற்றார்.

44. ரகுநாதன் நூலகம்

1962-லிருந்து பாரதி முற்போக்கு வாலிபர் சங்கம் வருடம் தோறும் அழகர்சாமி தலைமையில் பாரதிவிழாவை ஜீவாவின் ஆணையின்படி நடத்திக் கொண்டிருக்கிறது. 30 ஆண்டுகள் கடந்த நிலையில் சங்கத்திற்கென சொந்த அலுவலகமாக பாரதியின் சிற்றன்னைக்கு சொந்தமான பால்பண்ணைக் கட்டிடம் வாங்கப்பட்டது. அழகர் சாமியுடன் எஸ்.ராமசுப்புவும், தி.முத்துக்கிருஷ்ணனும் மதுரை விற்பனை வரித்துறையில் பணியாற்றிய காமாட்சியின் உதவியுடன் ஸ்ரீ சுப்பிரமணிய அய்யர் புதல்வர்களிடமிருந்து வாங்கினார்கள். பாரதி நூற்றாண்டு விழாவைத் தொடர்ந்து அழகர்சாமி எடுத்த சொந்தக் கட்டிடம் என்ற முயற்சி வெற்றி பெற்றது.

வீடு செப்பனிடப்பட்டது. முன்பகுதி அலுவலகம், நூலகமாக மாற்றுவதென்றும், பின்புறம் ஹால் கூட்டம் நடத்தும் அரங்கமாகவும் மாற்றிட வடிவமைக்கப்பட்டது. வெறும் அலுவலகம் நூலகம் மட்டுமின்றி, ஆய்வு மையமாகவும் மாற்றப்பட வேண்டும் என்பதில் காமாட்சி உறுதியாக இருந்தார். காமாட்சி அதிகாரி மட்டுமல்ல. அழகர்சாமி மீது பெரும் மதிப்பும் மரியாதையும் கொண்டவர். கலை, இலக்கிய ஆர்வலர். கதைகளும் எழுதுவார். நல்ல படிப்பாளி. பேசும் போது இவரது வாதங்கள் சரளமாகவும், ஆணித்தரமாகவும் இருக்கும். புத்தக விமர்சனம் இவருக்குப் பிடித்தமானது. நல்ல பண்பாளர், கட்டிடம் வாங்குவதற்கு மட்டுமல்லாது நூலகம் அமைப்பதிலும், செப்பனிடுவதிலும், பெரும் பங்காற்றினார்.

பாரதி மண்ணில் நூலகம் அமைக்கப்படுகிறது என்பதை அறிந்த பலர் நூல்களைத் தாராளமாக வழங்கினார்கள்.

நியூ செஞ்சுரி புக் ஹவுசின் நிர்வாக இயக்குநர் ரா.ராதா கிருஷ்ணமூர்த்தி தன் தோள்களில் புத்தகங்களைச் சுமந்து விற்றவர்.

பொதுவுடைமைக் கொள்கையில் மாறாத பற்றும், நம்பிக்கையும் கொண்டவர். கட்சியின் கருத்துக்களைப் பரப்புவதில் இவரின் பங்கு மகத்தானது. நியூ செஞ்சுரி புக் ஹவுஸ் மாபெரும் அமைப்பாக வளர் வதற்கு இவர்தான் விதை, அடியுரம். பலமுறை சிறை சென்றுள்ளார். பாரதியின் கவிதைகளில், நூல்களில் மனதைப் பறி கொடுத்தவர். பாரதியை மக்களிடம் கொண்டு செல்ல இவர் எடுத்த முயற்சிகள் அளப்பரியது. ஜீவா, பாலன், ரகுநாதன், நா.வானமாமலை, ப.மாணிக்கம் என இவரது தோழமை வட்டம் மிகப் பெரியது. அழகர்சாமியின் உற்ற தோழர் மட்டுமல்லாது ஆய்வுகளிலும் விருப்பம் கொண்டவர்.

பாரதி பெயரால் நூலகம் என அழகர்சாமி சொன்னவுடன் புத்தகங்களை எட்டயபுரத்திற்கு அனுப்பியவர்களில் முதன்மை யானவர்கள் ரா.ராதாகிருஷ்ண மூர்த்தியும், தலைவர் ஆர்.நல்லகண்ணுவும் தான். பாரதி விழா படைப்பரங்கில் பங்கேற்றவர்களும் நூல்களை வழங்கினார்கள்.

ஜீவா வழியில் மகாகவி பாரதியின் பணிகளையும், கவிதைகளையும், வாழ்வையும் ஆராய்ந்து மகாகவியின் சிறப்பை மக்களிடையே பரப்பி வந்தவர் புகழ்மிக்க எழுத்தாளர் தொ.மு.சி.ரகுநாதன். பாரதியின் பெரும் புகழை உலகெங்கும் கொண்டு சென்ற மகத்தான படைப்பாளி ரகுநாதன்.

சிறுகதைகள், நாவல்கள், கவிதைகள், ஆராய்ச்சி நூல்கள், கட்டுரைகள், நாடகங்கள், வாழ்க்கை வரலாறு என அனைத்து தளங்களிலும் தடம்பதித்தவர். இளம் வயதிலேயே ஜவஹர் வாலிபர் சங்கம், தொடங்கி மார்க்சிய பிரசுரங்களை விநியோகம் செய்தவர். 1942 லேயே விடுதலைப் போரில் ஈடுபட்டார். கைது செய்யப்பட்டு 2 மாத காலம் கொக்கிரகுளம் சிறையில் அடைக்கப்பட்டார். காங்கிரஸ் தலைவர் சோமையாஜுலு மூலம் கம்யூனிஸ்ட் அறிக்கை, அரசும் புரட்சியும் போன்ற மார்க்சிய நூல்களைப் படித்தார். ரகுநாதன் பாலனுடன் தொடர்பு கொண்டார். மார்க்சிய இலக்கியங்களை ஆழமாகப் படித்தார். பேராசிரியர் நா.வானமாமலை, தி.க.சிவசங்கரன், வல்லிக்கண்ணன், அண்ணாச்சி சண்முகம் பிள்ளை போன்ற அன்றைய இளைஞர்கள் ஒன்றிணைந்தனர்.

தோழர் கே.பாலதண்டாயுதம், ப.மாணிக்கம், ஆர்.நல்லகண்ணு ஆகியோருடன் ஏற்பட்ட தொடர்பு இவரை முழு இலக்கிய ஈடுபாட்டில் ஈடுபட வைத்தது. மார்க்சியப் பார்வையில் எழுத்தில் தடம் பதித்தார்.

தினமணி பிரசுராலயத்தில் துணை ஆசிரியராக 1942-1946ஆம் ஆண்டுகளில் பணியாற்றினார். பின்னர் முல்லை, சக்தி பத்திரிக்கைகளின் ஆசிரியரானார்.

1956இல் சாந்தி பத்திரிக்கையைத் தொடங்கி, அதன் ஆசிரியர் மற்றும் பதிப்பாளராகவும் ஆனார். 1967 முதல் 1988 வரை 'சோவியத் நாடு' பத்திரிக்கையில் மூத்த ஆசிரியராகப் பணிபுரிந்தார். ரகுநாதன் சிறந்த மொழிபெயர்ப்பாளர் என்பதை மாயாகோவ்ஸ்கியின் கவிதைகளான 'லெனின் கவிதாஞ்சலி' 'அக்கினி பரீட்சை' முதலியவை நிரூபித்தன. தமிழின் முதல் சோசலிஸ்ட் யதார்த்த நாவல் என இவர் படைத்த 'பஞ்சும் பசியும்' அறியப்பட்டது.

இவரது ஆராய்ச்சி நூல்கள் 'இளங்கோவடிகள் யார்' 'புதுமைப் பித்தன் கதைகள் - சில விமர்சனங்களும், விஷமத்தனங்களும்', 'பாரதி-காலமும் கருத்தும்' என்பனவற்றை சிறப்பாகக் குறிப்பிடலாம்.

'இலக்கிய சிந்தனை விருது', 'சோவியத் நாடு - நேரு விருது', என பல விருதுகளைப் பெற்ற ரகுநாதன் அவர்களுக்கு 'பாரதி - காலமும் கருத்தும்' என்ற ஆய்வு நூலுக்கு 1984-இல் சாகித்திய அகாடமி விருது கொடுக்கப்பட்டது.

தன் வாழ்நாள் முழுவதும் சேகரித்து, பயன்படுத்திய அனைத்து நூல்களையும் பாரதி ஆய்வுக்காக எட்டயபுரம் பாரதி முற்போக்கு வாலிபர் சங்கத்திற்கு வழங்கியதோடு மட்டுமின்றி, நூலகம் அமைக்கப்படவும் உதவினார். சிறந்த நூலகம் அமைந்திட பாரதி அன்பர்களிடம் நிதி வேண்டி அழகர்சாமி வேண்டுகோளை விடுத்தார்.

தொ.மு.சி.ரகுநாதன் தன் வாழ்நாள் சேமிப்பான அரிய விலை மதிப்பில்லாத புத்தகங்களை எட்டயபுரத்திற்குக் கொடுத்த விவரங்களை பேராசிரியர் நா.ராமச்சந்திரன் கீழ்க்கண்டவாறு பதிவு செய்துள்ளார்.

"என்னுடைய நூல்களையெல்லாம் எட்டயபுரத்திற்கு கொடுத்திரலாம் என்று இருக்கேன். என் பெயர்ல அங்கு ஒரு நூலகம் வைக்கணும். இத உத்தேசித்துதான் நல்லகண்ணுவும், அழகர்சாமியும் சேர்ந்து 'முற்போக்கு வாலிபர் சங்கம்' கட்டிடத்த விலைக்கு வாங்கினோம். அதில் நூலகம் அமைச்சுக்கலாம். அது பாரதி பிறந்த மண். அப்படின்னு சொன்னாரு. அப்போ தவிர்க்க முடியாம சொந்த விஷயங்கள் பேச வேண்டிய சூழ்நிலை வந்துற்று. நூலகத்தை ஏன் எட்டையபுரத்துக்குக் கொடுக்கணும் என்கிற கேள்வி வருதுல்லியா?" ராமச்சந்திரன் தொடர்ந்து எழுதுகிறார் "நான் (ரகுநாதன்) இந்தப் புத்தகத்த

வச்சுகிட்டு என்ன பண்ணுறது? எட்டையபுரத்துக் காரங்களுக்கு போன் பண்ணுங்க. புத்தகத்த எடுத்துக்கிட்டு போகச் சொல்லுங்க. அப்படின்னு சொல்லிட்டு, ஆறே நாள்ல எல்லாப்புத்தகங்களையும் இன வாரியாப் பிரிச்சு, கட்டு கட்டாக் கட்டிட்டாரு.

அவர்ட்ட இருந்த புத்தகங்கள்ல ஒரு பகுதி பாரதி, புதுமைப் பித்தன் புத்தகங்கள்ல ஆகப் பழைமையான பதிவுகள். இப்போ கிடைக்கவே கிடைக்காது. பழைய பதிப்பு ஏன் முக்கியம்னா... படைப்பாளிகள் நிஜமான எழுத்தை அதில் பார்க்க முடியும். பாட பேதங்களை, இடைச் செருகல்களை அதில் பார்க்க முடியாது. புதுசா வரவர சேத்துருவான். ஓரத்தில் எழுதிவைச்சுருக்க குறிப்பைக் கூட இரண்டாவது பதிப்புல சேர்த்து அச்சிடுவான். அதுனால முதல் பதிப்பு ரொம்ப முக்கியம்.

அப்புறம் பழந்தமிழ் இலக்கியம் அவர்ட்ட நிறைய இருந்தது. சிற்றிலக்கியங்கள் நிறைய இருந்தது. காந்திமதி அந்தாதி போல சின்னச் சின்ன புத்தகங்கள். இவைகளையெல்லாம் ஒவ்வொரு ஒவ்வொரு கவர்கள்ல தனித்தனியா போட்டு வைச்சிருப்பாரு. புதுமைப்பித்தனப் பத்தி ஏதாவது செய்தி வந்தா அதெல்லாம் ஒரு கவருக்குள்ள கிடக்கும். பாரதியைப் பற்றி எந்தவொரு செய்தி வந்தாலும், அது ஒரு கவருக்குள்ள கிடக்கும். அப்படி வைச்சிருந்தாரு. பாரதியைத் தனிப் பகுதியாகத்தான் வச்சிருந்தாரு. ஆங்கிலப் புத்தகங்கள் தனியா வச்சிருந்தாரு. மற்ற புத்தகங்களையும் தனியா வச்சிருந்தாரு.

பாதர் ஜெயபதி இந்தப் புத்தகங்கள எடுத்துக்கணும்னு நெனச்சாரு. கொடைக்கானல்ல வச்சு பாதர் என்கிட்ட சொன்ன விஷயமே, நீங்க ரகுநாதன் கிட்ட நெருக்கமா இருக்குறீங்க. அவரு புத்தகத்தை யெல்லாம் எட்டயபுரத்துக்கு கொடுக்கிறாரு. எங்கிட்ட கொஞ்சம் கண்ணக்காட்டியிருந்தீங்கன்னா கால்ல விழுந்தாவது புத்தகத்த நம்ம ஆய்வு மையத்துக்கு வாங்கிட்டு வந்திருப்பேன். ஹூர்து சார் புத்தகத்துக்கு பாதர் ஒன்னரை லட்ச ரூபாய் கொடுத்தாரு. இதோட மதிப்பு அதைவிடக் கூடுதல். நானும் ஸ்டீபனும் போயி ரகுநாதன் கிட்ட இதப்பற்றிப் பேசினோம். முடியாதுன்னிட்டாரு. வெங்கடாசலபதி போன் பண்ணி சுந்தரனார் பல்கலைக் கழகத்தில் வாங்கறதுக்கோ அல்லது ரோஜா செட்டியார் நூலகத்த வாங்கினதுபோல வாங்கறதுக்கோ முயற்சி எடுத்தாரு. ரகுநாதன் சம்மதிக்கல. அதுதான் ரகுநாதன். பணம் அவருக்கு பெரிசேயில்ல. எட்டயபுரத்துக்குன்னு முடிவு செய்தாச்சு. அப்புறம் அவ்வளவுதான்."

ரகுநாதனின் உணர்வுகளை விவரிக்கும் ராமச்சந்திரன் மீண்டும் தொடர்ந்து...

"இனி நூலகம் பற்றி எட்டயபுரத்துக் காரங்களுக்குச் சுறுசுறுப்பு பத்தல. ஒரு வருஷம் இந்தப் புத்தகங்கள் அழகர்சாமி வீட்டிலேயே கிடக்குது. ரகுநாதன் துடிச்ச துடிப்பு விவரிக்க முடியாது. இளசை மணியனுக்கு திட்டு. புலவர் சாருக்கு திட்டு. கணபதி சுப்பிரமணியனுக்கு திட்டு. டெலிபோன் வழியா என் செவியில விழும். ஒவ்வொருத்தரையும் மணிக்கணக்கா திட்டுவாரு. அவரக் குறை சொல்ல முடியாது. எறும்பு சேகரிக்கிற மாதிரி அந்தப் புத்தகங்களைச் சேகரிச்சிருக்காரு. அதனை எட்டையபுரத்துக்குக் கொண்டு போற அன்னிக்கு அவரப் பார்க்கிறேன். லாரியில எல்லாம் ஏத்தி எல்லாம் கிளம்புது. அவரு சட்டை போடல்ல. பாலிஸ்டர் வேட்டியை மடிச்சு கட்டிட்டு, ரெண்டு கையையும் இடுப்புல வெச்சுகிட்டு அப்படியே பார்த்துட்டு நின்னாரு. அத மறக்கவே முடியாது.

எட்டயபுரத்துக்கு ரகுநாதனே நேரில் வந்தார். அவருடைய சகோதரி வீட்ல ஒரு மாதம் தங்கியிருந்து, அழகர்சாமி வீட்ல இருந்த புத்தகங்களை முறைப்படுத்தி நூலகம் அமைத்து ஒழுங்குபடுத்தினார்.

ரகுநாதன் அறக்கட்டளை அமைப்பது தொடர்பாக வழக்கறிஞர் கணபதி சுப்பிரமணியத்தை தொடர்பு கொள்கிறார். அவர் 'ரகுநாதன் கல்வி அறக்கட்டளை' என்ற பெயரில் டிரஸ்ட் உருவாக்கிப் பதிவு செய்தார்.

சோ.அழகர்சாமி, ஆர்.நல்லகண்ணு, தொ.மு.சி.ரகுநாதன், கணபதி சுப்பிரமணியன், ஆ.சிவசுப்பிரமணியன், பொன்னீலன், இளசை மணியன், நா.ராமச்சந்திரன், சங்கரநாராயணன் மற்றும் பாரதி முற்போக்கு வாலிபர் சங்கச் செயலாளர் ஆகியோர் டிரஸ்டியாக நியமனம் பெற்றனர்.

தலைவராகப் பேராசிரியர் ஆ.சிவசுப்பிரமணியன், செயலாளராக இளசை மணியன், பொருளாளராக பெ.கணபதிசுப்பிரமணியன் ஆகியோர் தேர்வு செய்யப்பட்டனர்.

இலக்கியத்தில் புதிய தடங்களைப் பதித்த ரகுநாதன் தனது வாழ்நாள் சேமிப்பான புத்தகங்களை அழகர்சாமி தலைமையேற்றிருந்த பாரதி முற்போக்கு வாலிபர் சங்க அலுவலகத்தில் 'ரகுநாதன் கல்வி அறக்கட்டளை' நூலகம் அமைத்ததின் மூலம் பெரும் புகழைப் பெற்றார்.

இருநாள் மாலை மட்டுமே மகாகவி பாரதி விழா நடைபெறும் நிலையில், விழாவின் மறுநாள் காலைப் பொழுதுகளில் கருத்தரங்கம் நடைபெறும். இதில் எழுத்துப்பூர்வமான கட்டுரைகள் வாசிக்க வேண்டும் என்பது பேராசிரியரின் எழுதப்படாத விதி.

45. கருத்தரங்கின் நாயகர்

எட்டயபுரத்தில் மகாகவி பாரதி விழாவை நடத்த பேராசான் ஜீவா கோபத்தோடு, தன் பேச்சைக் கட்டுப்படுத்தியவர்களின் போக்கை எதிர்த்து, நமக்கென தனிமேடை போட்டு நடத்த அழகர்சாமியிடமும் தோழர்களிடமும் ஆணையிட்டார். அப்போது ஜீவா 'திருநெல்வேலிக்கு போங்கள், அங்குப் பேராசிரியர் நா.வானமாமலையும், தொ.மு.சி. ரகுநாதனும் இருக்கிறார்கள். அவர்கள் வழி காட்டுவார்கள்' என்றார். அதன்படி 1962-ஆம் ஆண்டு முதல் பாரதி விழா நடைபெறத் தொடங்கியது.

அழகர்சாமிக்கு பாரதியின் மீது பெரும் பற்று இருந்தது. அவரது களமாடுதலுக்கு வழிகாட்டினார், பேராசிரியர் நா.வானமாமலை.

அரசியல், இலக்கியம், கலை, சமூகவியல், சமூக மானுடவியல், கிராமியக் கலைத்துறை என சகல துறைகளிலும் மார்க்சிய ஒளியைப் பாய்ச்சியவர் நா.வா. பேராசிரியர் நா.வானமாமலையும் ப.மாணிக்கமும் நெருங்கிய தோழர்கள். ப.மாணிக்கம் அவர்கள் நா.வா.விற்கு எழுதிய ஒரு கடிதத்தில் "கலையின் தோற்றம், செவ்வேள் வணக்கம் படைப்பு பற்றிய புனைகதைகள், கணபதி, திருமால் போன்ற தெய்வக் கருத்துக்களின் வரலாறுகள், இவை பற்றியெல்லாம் எழுதப் போவதாகக் கடிதத்தில் எழுதியிருந்தீர்கள். இவையாவுமே மிகக் கடினமான முயற்சிகள். ஆராய்ச்சித் துறையில் நீங்கள் ஆற்றிவரும் பணியை நண்பர்கள் கூட உடனே அங்கீகரித்து விடமாட்டார்கள். ஏனெனில் நமது அறிவாளிகளில் பலர் இருட்டறையிலிருந்து இருட்டைப் பற்றி ஆராய்ந்து வருகிறார்கள். தங்களது வரலாற்று முக்கியத்துவம் வாய்ந்த முயற்சிகளின் விளைவாக ஒளி தோன்றும்போது தங்கள் பணி மதிக்கப்படும். எல்லாத் துறைகளிலும் முதன் முயற்சி செய்பவர்கள் பல சங்கடங்களைச்

சமாளிக்க வேண்டியிருக்கும். இவ்விதிக்கு நீங்கள் விதி விலக்கல்ல" என தீர்க்கதரிசனமாகவே நா.வாவைப் பற்றி ப.மா.மதிப்பீடு செய்தார்.

1962 முதல் நா.வா மறையும் வரை ஒவ்வோர் ஆண்டும் பாரதி விழாவில் பங்கேற்று, வழிகாட்டி உதவினார். ரகுநாதன் மற்றும் இவரது ஆலோசனையின் பேரில் நிகழ்ச்சி நிரல் தயாரிக்கப்படும். அழகர்சாமியின் இல்லத்திலேயே வானமாமலை, ஆ.சிவசுப்பிரமணியன், எஸ்.தோதாத்ரி தொடங்கி ராஜம் கிருஷ்ணன், சிவகாமசுந்தரி உட்பட பலரும் தங்கியிருப்பார்கள். அழகர்சாமி அவர்களின் இல்லம் அறிஞர்களின் சரணாலயமாக மாறிவிடும். அம்மா சலிக்காமல் அவர்களின் உணவுத்தேவைகளை பூர்த்தி செய்வார்கள். நேரம் அறிந்து சிறு வயதிலிருந்த அழகர்சாமியின் குழந்தைகளும், உறவினர்களின் குழந்தைகளும் இவைகளை மாடிக்கு எடுத்துச் சென்று வழங்கிக் கொண்டேயிருப்பார்கள். கரிசலில் விளையும் தானியங்களில் விதவிதமான சிற்றுண்டிகள் மாடியேறிக் கொண்டேயிருக்கும். பேராசிரியரிடம் அழகர்சாமியின் நட்பு அறிவுப்பூர்வமானது. அவரிடம் தனக்குள்ள பாரதி பற்றிய கேள்விகளைக் கேட்பார். தலைவர் அழகர்சாமி மட்டுமல்ல, தோழர்களும் உரையாடுவார்கள். விவாதிப்பார்கள். இதற்கு நா.வா. முழுமையான விளக்கத்தைத் தருவார். இந்த விவாதமே 'கருத்தரங்கம்' என்ற அமர்விற்கு வித்திட்டது. இருநாள் மாலை மட்டுமே மகாகவி பாரதி விழா நடைபெறும் நிலையில், விழாவின் மறுநாள் காலைப் பொழுதுகளில் கருத்தரங்கம் நடைபெறும். இதில் எழுத்துப்பூர்வமான கட்டுரைகள் வாசிக்க வேண்டும் என்பது பேராசிரியரின் எழுதப்படாத விதி. கருத்தரங்கில் விவாதித்து கட்டுரைகள் செழுமைப்படுத்தப்படும். நா.வா. தலைமையேற்று 'மார்க்சியப் பார்வையில்' நெறிப்படுத்துவார். இங்கிருந்து தொடங்கியதுதான் நெல்லை ஆய்வுக் குழுக் கூட்டங்களும். ஆராய்ச்சி பத்திரிக்கையும், இந்தக் களத்தில்தான் தியாகராஜன், நா.வா. உறவு மேம்பட்டது. எஸ்.எஸ்.தியாகராஜனின் மனச்சோர்வைப் போக்கவும், அறிவுக்கண் திறக்கவும், மார்க்சியத்தைக் கற்றுத் தேறவும் வழியேற்பட்டது. சோர்ந்திருந்த அவரைப் பேராசிரியருடன் இணைத்து நல்வழிகாட்டிய பெருமை அழகர்சாமி அவர்களையே சாரும்.

ஆரம்ப காலங்களில் சட்டமன்றத்தில் பேசவேண்டிய குறிப்புகளை தியாகராஜன் தயாரித்துக் கொடுப்பார். படித்துவிட்டு விரிவாக விவாதம் செய்து மாநிலத் தலைமையின் வழிகாட்டுதலோடு தெளிவாக சட்டமன்றத்தில் கிராமிய நடையில் துணிச்சலாக, கம்யூனிஸ்டுகளுக்கே உரிய போர்க்குணத்துடன் அழகர்சாமி வாதிடுவதும், பேசுவதும் அரசையே ஆட்டிப் படைக்கும்.

46. இணை பிரியாத நட்பு

அழகர்சாமியின் உற்ற தோழர் எஸ்.எஸ்.தியாகராஜன். அவருடைய அரசியல் பயணம் தொடங்கியதற்கு அடிப்படைக் காரணம் அழகர்சாமிதான். எஸ்.எஸ்.டி. என்று தோழர்களால் அன்போடு அழைக்கப்பட்ட தியாகராஜன் பின்னாள் இந்திய கம்யூனிஸ்ட் கட்சி, ஏஐடியூசியின் தலைவராக உயர்ந்தார். கட்சியின் மாநில உதவிச் செயலாளராக, ஏஐடியூசியின் மாநிலப் பொதுச் செயலாளராகப் பணியாற்றினார். இஸ்கஸ், மார்க்சிய கல்வி ஆசிரியர், தொழிற்சங்க செய்தி ஆசிரியர், ஜனசக்தி வெளியீட்டாளர் என பன்முகத் தன்மை பெற்றவர். தலைவர்களின் ஆங்கில உரைகளை தமிழில் மொழி பெயர்க்கும் ஆற்றல் மிக்கவர்.

தியாகராஜன் இளம் வயதில் பொறியாளராக வாழ்வைத் தொடங்கினார். ஓட்டப்பிடாரத்தில் வேலை பார்த்துக் கொண்டிருந்த நாளில் கம்யூனிஸ்ட் கட்சியில் தன்னை இணைத்துக் கொண்டார். 1962ஆம் ஆண்டில் திம்மு ரெட்டியாரால் கட்சியின் உறுப்பினராக்கப் பட்டார். இரண்டு ஆண்டுகளில் விளாத்திகுளம் பஞ்சாயத்து யூனியன் இளநிலைப் பொறியாளராகப் பொறுப்பேற்றார். யூனியன் எஞ்சினியர் மட்டுமல்ல, கம்யூனிஸ்ட் என்றும் மக்களால் அறியப்பட்டார்.

அழகர்சாமி 1958-ஆம் ஆண்டிலேயே இராமனூத்து கிராமத்து ஊராட்சித் தலைவராக மக்களால் ஒருமனதாகத் தேர்வு செய்யப் பட்டார். அழகர்சாமிக்கு இராமனூத்து ஊரின் வளர்ச்சிப் பணிகளுக்காக அடிக்கடி விளாத்திகுளம் செல்ல வேண்டிய அவசியம் இருந்தது. தியாகராசனோடு பேசுவதும், அவரிடம் உரையாடுவதும், அழகர்சாமிக்கு பிடித்தமான பொழுதுகள். பல இரவுகள் விளாத்திகுளத்திலிருந்த தியாகராஜனின் வீட்டிலேயே தங்கி விடுவார். இராமனூத்து

கிராமத்தில் குடிநீர் கிணறு வெட்டி, மோட்டார் அமைத்து மேல்நிலை குடிநீர்த் தொட்டி கட்ட பொறியாளர் தியாகராஜனின் உதவி பெரிதும் உதவியது. இராமனூத்து ஊர் ஆரம்பப் பள்ளிக்கு புதிய கட்டிடம் கட்டுவதற்கும் உதவினார். ஊராட்சி ஒன்றியப் பள்ளியாக மாற்று வதற்கும், பல போராட்டங்களை அழகர்சாமியும், கம்யூனிஸ்ட் கட்சியும் நடத்துவதற்கும், தியாகராசனின் நட்பு அரசு ரீதியாகவும், அரசியல் ரீதியாகவும் அமைந்திருந்தது.

இளம் வயது தியாகராசன் எப்படி இருப்பார் என அழகர்சாமி அவர்களது துணைவியார் அன்னை தாயம்மாள் நினைவு கூர்கிறார். "அப்ப அவர் டார்க் கலர் அல்லது வெள்ளை பேன்ட் போட்டு வெள்ளைச் சட்டையை இன் பண்ணியிருப்பார். அவரே ஜீப்பை ஓட்டி வருவார். ஐயாவுக்கும், அவருக்குமுள்ள நட்பு வித்தியாசமானது. இரண்டு பேருக்குமிடையே வயது வித்தியாசம் அதிகம். ஐயா அவரவிட பதினைந்து வருடம் மூத்தவர். எந்த பந்தாவும் இல்லாம நம்ம வீட்டுல இருக்கும் கூழையோ, கஞ்சியையோ தாராளமாக வாங்கிக் குடிப்பார். ஆனா கடைசில நம்ம ஐயா தியாகராசன் வீட்டில் இருக்கும்போதே அந்தச் (விளாத்திகுளம் யூனியன்) சேர்மன் அவர பழிவாங்கிட்டாரு." இதைச் சொல்லும் போதே அம்மாவின் கண்களில் தாரை தாரையாகக் கண்ணீர் கொட்டியது.

கம்யூனிஸ்ட் என்ற காரணத்தால் தியாகராஜன் பழிவாங்கப் பட்டார். அழகர்சாமி அன்றைய தினம் தியாகராஜன் வீட்டில் இருந்தார். திறந்த மடமான வீடு, சிமெண்ட் பர்மிட் தருவதற்கு என பத்து ரூபாயை அவரது மேஜை டிராயருக்குள் மொட்ட பெட்டிசன் போடும் ரவுடி போட்டு, அவரது கைபடாமலேயே கைது செய்யப் பட்டார். நெடிய சட்டப் போராட்டங்களுக்குப் பின் வெற்றி பெற்றார். இவ்வழக்கில் தியாகராஜனின் நேர்மையை அழகர்சாமி தனது சாட்சியத்தின் மூலம் நிரூபித்தார். வழக்கறிஞர்கள் என்.டி.வானமாமலை, கணேசன், கோவில்பட்டி நடராஜ அய்யர் ஆகியோர் எஸ்.எஸ்.டிக்காக வாதாடினர்.

அப்ப பஞ்சாயத்துத் தலைவர்கள் சேர்ந்து வோட்டு போட்டு யூனியன் சேர்மனைத் தேர்வு செய்வர். விளாத்திகுளம் ஒன்றியத்தில் பெரும்பாலான இடங்களில் கம்யூனிஸ்டுகள் பஞ்சாயத்துத் தலைவர்களாக வெற்றிபெற்று தேர்ந்தெடுக்கப்பட்டிருந்தனர். இதற்கு காரணம் கம்யூனிஸ்டுகளான தியாகராசனும், அழகர்சாமியும்தான் என்ற கருத்து பரவலாகப் பேசப்பட்டது. இதனை அரசியல் எதிரிகளால் பொறுத்துக் கொள்ள முடியவில்லை.

எஸ்.எஸ்.டி பழிவாங்கப்பட்டவுடன் அனலில் விழுந்த புழுவாக அழகர்சாமி துடித்துப் போனார். நல்ல இளைஞன். மிகப் பெரிய அதிகாரியாக, நாணயமிக்கவராக வருவார் என்ற நம்பிக்கையோடு இருந்த அழகர்சாமிக்கு கலக்கம் ஏற்பட்டது. இருந்தாலும் உடனே, அடுத்த கட்ட நடவடிக்கையில் மின்னல் வேகத்தில் இறங்கினார். சுப்பா ரெட்டியார், அரசகுமார், குருசாமிபிள்ளை, அய்யனு என அனைத்துத் தோழர்களுக்கும் தகவல் தெரிவித்தார். கோவில்பட்டி வழக்கறிஞர் நடராஜ அய்யர் விரைந்து வந்தார். தியாகராஜன் மீட்டெடுக்கப்பட்டார். உள்ளூர் ரவுடிகளின் உதவியோடும், கள்ள எண்ணம் கொண்ட அதிகாரிகள், பதவியில் இருப்போர், இருந்தோரின் சதிச் செயல்களாலும் சதிவலையில் சிக்க வைக்கப்பட்ட விவரங்கள் பொது மக்களிடம் சொல்லப்பட்டன. நல்லவர்கள் உள்ளம் நொறுங்கியது.

இலாகாபூர்வ விசாரணை தொடங்கியது. அழகர்சாமி தனது தோழனுக்கு தைரியமூட்டினார். விளாத்திகுளத்தில் இருந்து எட்டையபுரத்திற்கு அழகர்சாமியின் உதவியோடு தியாகராஜன் இடம் பெயர்ந்தார். படிப்பதிலும், இன்னும் பிற பணிகளிலும், எஸ்.எஸ்.டி-யின் கவனத்தைத் திருப்புவதற்கு அழகர்சாமி பெரும்பாடுபட்டார். இளைஞன் தியாகராசனுக்கு உடுக்கை இழந்தவன் கைபோல அழகர்சாமி அமைந்தார். இலக்கியத்தில் ஆர்வமூட்டினார். பேராசிரியர் நா.வானமாமலையோடு தொடர்புகளை உருவாக்கித் தந்தார். கோட்டிக்காரன் கிழித்த வேட்டியும் கோமணத்துக்காகும் என்பது போல் தியாகராஜன் கம்யூனிஸ்ட் கட்சியின் முழுநேர ஊழியராக இதுவே வாய்ப்பை உருவாக்கியது.

செப்டம்பரில் நடைபெறும் பாரதி விழாவிற்கு எஸ்.எஸ்.டி. உதவத் தொடங்கினார். வரி வஜா போராட்டம் தீவிரமாகத் தொடங்கியது. போராட்டங்களுக்கான கோரிக்கைகளை வடிவமைப்பதற்கும் அவற்றை அரசுக்கு எழுதுவதற்கும், அதிகாரியாக அரசில் பணி செய்த அனுபவம் கைகொடுத்தது. வலுவான போராட்டங்களில் அழகர்சாமி முன் நின்றார். தியாகராசன் பின் நின்று உதவினார். இருவரும் இணை பிரியாத தோழர்களானார்கள்.

1967 சட்டமன்றத் தேர்தலில் முழுவீச்சாக, சரியாகத் திட்டமிட்டு வெற்றிபெற, தியாகராசனின் நட்பு பெரிதும் உதவியது. அரசுக்குக் கடிதங்கள் எழுதவும், பொதுமக்கள் கோரிக்கைகளை வரிசைக் கிரமமாகப் பிரித்து, உரிய அரசு அதிகாரிகளுக்கு அனுப்பவும், தேவைப்பட்டால், ஆங்கிலத்தில் எழுதவும், தியாகராசனின் பங்களிப்பு அவரை அழகர்சாமியின் செயலாளராக்கியது.

கோவில்பட்டியில் எம்.எல்.ஏ. அலுவலகம் சாத்தூர் டீ ஸ்டால் என்று அறியப்பட்டாலும், இருவரும் இணைந்து சரஸ்வதி தியேட்டர் (இப்போது ஏ.கே.எஸ்) ரோட்டில் பாலமுருகன் லாட்ஜ்க்குச் சொந்தமான அருணா ஹோம் என்ற இடத்தில் அறை எடுத்துத் தங்கினார்கள். காலப் போக்கில் அது தியாகராசனின் இருப்பிடமாகவே மாறிவிட்டது. சுற்றிலும் புத்தகக் குவியலின் மத்தியில் தியாகராஜன் இறுதிவரை வாழ்ந்தார்.

அழகர்சாமியின் ஒவ்வொரு வெற்றிக்கும், போராட்டத்திற்கும், மக்கள் சேவைக்கும், தியாகராசனின் பங்களிப்பு உறுதுணையாக இருந்தது. இருவருக்கும் இலக்கியத்திலும், அரசியலிலும் வெற்றி பெற கோவில்பட்டியும், எட்டையபுரமும் தளமாக அமைந்தன. அழகர்சாமி விவசாயச் சங்கத்தில் மாநிலத் தலைவராகவும், தியாகராசன் ஏஐடியூசி தொழிற்சங்கத்தில் மாநிலப் பொதுச் செயலாளராகவும் மக்கள் சேவையாற்றும் வாய்ப்பை கம்யூனிஸ்ட் கட்சி அமைத்துத் தந்தது. அழகர்சாமியும், தியாகராஜனும் இறுதி மூச்சு வரை மாறாத, இணைபிரியாத தோழர்களாகத் திகழ்ந்தனர்.

சட்டமன்றத்தில் பேசவேண்டிய குறிப்புக்களை தியாகராசன் தயாரித்துக் கொடுப்பார். படித்துவிட்டு விரிவாக விவாதம் செய்து, மாநிலத் தலைமையின் வழிகாட்டுதலோடு தெளிவாக சட்டமன்றத்தில் கிராமிய நடையில் துணிச்சலாக, கம்யூனிஸ்டுகளுக்கே உரிய போர்க் குணத்துடன் அழகர்சாமி வாதிடுவதும், பேசுவதும் அரசையே ஆட்டிப் படைக்கும். இருவரும் பாரதி காட்டிய வழியில் செயல்பட்டனர்.

கோவில்பட்டியில் லட்சுமி, லாயல் ஆலைத் தொழிலாளர் களிடம் ஏஐடியூசி தொழிற்சங்கத்தை வலுவுடன் கட்டவும், ஏஐடியூசி பஞ்சாலை சங்கத்திற்கென பிரம்மாண்டமான 'ஜீவா இல்லம்' கட்டப்படவும் மூல காரணமாக இருந்தவர்களில் முக்கியமானவர்கள் இவர்கள்தான். பி.மைதீன், வி.கணபதி, மீனாட்சிசுந்தரம், குருசாமி, சோ.தர்மன், தர்மராஜ், ராஜப்பா, வேலுச்சாமி, மகாலிங்கம், பாண்டியன், முத்துராமலிங்கம், பொன்னுச்சாமி, கதிரேசன், முத்துப் பொன்னு என பல தோழர்களின் அளப்பரிய பங்கு பஞ்சாலை சங்கத்தை மட்டுமின்றி, கம்யூனிஸ்ட் கட்சியையும் வலுவாக வளர்த்தது.

அதுபோல அழகர்சாமியின் முயற்சியால் எல்.அய்யலுசாமி, வி.வி.ரெங்கசாமி, எம்.ஏ.கெங்கையா, சோ.ராஜேந்திரன் போன்ற தோழர்களால் பி.சீனிவாசராவ் பெயரால் கோவில்பட்டியில் விவசாய சங்கத்திற்கென சொந்தக் கட்டிடம் இடம் வாங்கிக் கட்டப்பட்டது. கூட்டுறவு அமைப்புக்களில் இணைந்து செயல்பட்டனர். கோவில்

பட்டியில் ஜீவா நகர், வீரவாஞ்சி நகர், சாஸ்திரி நகர் போன்ற இடங்கள் மக்களுக்குக் கிடைக்கச் செய்ய அழகர்சாமி, தியாகராஜன், தர்மர், காசி உள்ளிட்ட கம்யூனிஸ்ட் தோழர்களின் பங்கு அளப்பரியது. கோவில்பட்டி நகரில் அடிப்படை வசதிகளை ஏற்படுத்த பல முயற்சிகளை மேற் கொண்ட பெருமை அழகர்சாமியின் அயராத உழைப்பிற்குக் கிடைத்த வெற்றியாகும்.

தோழர் அழகர்சாமியின் படபடப்பான குணங்கள் பற்றி தியாகராஜன், ஒரு சம்பவத்தைப் பதிவு செய்துள்ளார். இருவரும் ப.மாணிக்கம் வீட்டிற்குச் சென்றிருந்தனர். வள்ளுவர் கோட்டம் (அப்போது கட்டப்படவில்லை) அருகில் லேக் வியூ தெருவில் ஒரு வீட்டின் மாடியில் தங்கியிருந்தார். கீழே வழக்கறிஞர்கள் ஆர்.கணேசனும், எஸ்.ராமசாமியும் தங்கியிருந்தனர். எஸ்.எஸ்.டி சொல்கிறார் "ஒருமுறை தோழர் அழகர்சாமியுடன் நானும் அவரைப் (ப.மாணிக்கம்) பார்க்கப் போனோம். ப.மாணிக்கம் இரவு உணவு அங்கேயே தயாரிக்கச் சொன்னார். சிறு வயதுக் குழந்தைகளாக இருந்த அவரது புதல்வர்கள் கூச்சலிட்டுக் கொண்டு சேட்டைகள் செய்து கொண்டிருந்தார்கள். தோழர் ப.மாணிக்கம் அவர்களில் யாரேனும் ஒருவரை அழைத்து மிகவும் நட்புபூர்வமாகப் பேசி அவ்வாறு செய்யக்கூடாது என்று கூறுவார். தலையசைத்துச் செல்லும் சிறுவன் தன் இயல்புக்கேற்ப பின்னரும் சேட்டை செய்வான்.

தோழர் அழகர்சாமி எப்போதும் படபடவெனப் பொறிந்து தள்ளுபவர். 'என்ன மாணிக்கம், சேட்டை செய்கிற பயலை சத்தம் போட்டு கண்டித்தால் சரியாகி விடுவான். அதற்குப் பதில் அழைத்துப் பேசி அவனை எல்லாம் சரிசெய்து விடமுடியுமா?' எனக் கேட்டார். தோழர் ப.மாணிக்கம் அதற்கு 'நம் காலத்தில் அடி, உதை பட்டு வளர்ந்தோம். சோவியத் யூனியனில் அப்படிச் செய்வது குழந்தைகளின் வளர்ச்சியை பாதிக்குமென கண்டறிந்துள்ளார்கள். பெடாகாசிகல் (PEDAGOGICAL) இன்ஸ்டியூட் எல்லாம் அமைத்து ஆய்வு செய்துள்ளார்கள்' என்று விளக்கமளித்தார்.

கண்டிப்பும், கடமையுணர்வும் ப.மாணிக்கத்திடம் அழகர்சாமியும், எஸ்.எஸ்.டியும் கற்றுத் தேர்ந்தனர். பிற்காலங்களில் குழந்தைகளிடம் அடிக்காமல், அரவணைப்புடன் செயல்பட அழகர்சாமிக்கு இச்சம்பவம் முன்னுதாரணமாகவும் அமைந்தது.

வெளியுலகில் படபடப்பாகப் பொறிந்து தள்ளும் அழகர்சாமி வீட்டிலும், ஊரிலும் ஒரு குழந்தையைக்கூட அடித்ததே இல்லை. ஆசிரியரான அழகர்சாமியின் பார்வைக்குக் கட்டளையிடவும் தெரியும்.

‘அழகர்சாமியின் மறைவுக்குப் பின்பும்
அவரது பிறந்தநாள் மற்றும் மறைந்த நாளின் போது
வருடம் தவறாமல் விழா எடுப்பதும்,
நினைவுகளைப் போற்றுவதும்
தன் வாழ்நாள் கடமையாகக் கொண்டவர்’

47. நல் ஆசானாய்

தோழர் எஸ்.ஆர். என்று அன்போடு அழைக்கப்படும் பிதப்புரம் எஸ்.ராமசுப்பு அவர்களுக்கு தோழர் அழகர்சாமியின் மீது அளப்பரிய தோழமையும் மரியாதையும் உண்டு. அழகர்சாமியின் ‘என்சைக்ளோபீடியா’ என்று சொல்லும் அளவிற்கு அவருடைய வாழ்நாள் முழுவதும் தொடர்ந்து கொண்டிருக்கிறார்.

எட்டயபுரம் பத்திரிக்கையாளர் தி.முத்துக்கிருஷ்ணன் மூலம்தான் அழகர்சாமியோடு தொடர்பு ஏற்பட்டதாம்.

எட்டயபுரம் சமஸ்தானத்தில் பிதப்புரம் கிராமப் பகுதியில் இவரது தந்தை கிராம முன்சீப் ஆக வேலை பார்த்து வந்துள்ளார். அப்போது ஏராளமான நில புலன்களுக்கு அதிபதியாகவும் இருந்துள்ளார். ராமசுப்புவின் தந்தை அந்தக் காலத்திலேயே கிராமத்தில் மாடி வீடு கட்டி வாழ்ந்து இருக்கின்றார். இவ்வீடு பழமை மாறாமல் அப்படியே இன்றும் உள்ளது. வீட்டின் மாடியில் இருந்து பார்த்தால் சுற்றிலும் உள்ள கரிசல் காடுகளின் விவசாயப் பணிகளைப் பார்வையிடலாம். முன்சீப் என்பது கிராம நீதிபதி. இப்பணியை வழிவழியாக ராமசுப்புவின் குடும்பத்தாரே பார்த்து வந்தனர். 1980-ஆம் வருடம் நவம்பர் மாதம் 14-ஆம் தேதி எம்ஜிஆர் ஆட்சியில் பரம்பரை பொறுப்பு முடிவுக்கு வந்தது. பின்னர் விஏஓ எனப்படும் கிராம நிர்வாக அலுவலர்கள் நியமிக்கப்பட்டனர்.

வசதியான குடும்பம். ராமசுப்புவின் தந்தை அவரை நன்கு படிக்க வைத்தார். ராமசுப்பு வருவாய்த்துறையில் பணியாற்றினார். திருமயத்தில் வேலை பார்க்கும்போது குடும்பத்தில் ஏற்பட்ட, சோக நிகழ்வின் காரணமாக வேலையை விட்டுவிட்டு, ஊர் திரும்பி விட்டார். இந்திய கம்யூனிஸ்ட் கட்சியின் மீதும், தமிழ்நாடு விவசாயிகள் சங்கத்தின் மீதும் ஆழ்ந்த நம்பிக்கையும் உறுதிப்பாடும்

கொண்டவர். விவசாயத்தில் மிகுந்த ஆர்வம் உண்டு. இவரது மனைவி ஆசிரியர் கஸ்தூரி, ஜாதி வெறியர்களால் கொல்லப்பட்ட மருதன், வாழ்வு தோழர் அன்னாசாமியின் புதல்வி, மூத்த தலைவர் தோழர் ஆர்.நல்லகண்ணு அவர்களின் சகலர்.

ஓவியர் வரைவதில் வற்றாத ஆர்வம் கொண்டவர். ஓவியப் பயிற்சியும் எடுத்துள்ளார். பாரதி விழாவில் தன்னை அர்ப்பணித்துக் கொண்டவர். படிப்பதில் மிகுந்த ஆர்வமுள்ளவர். இளைஞர்களுக்கு வழிகாட்டியாகவும், ஆதர்சமாகவும் இருந்து கொண்டிருப்பவர்.

எட்டயபுரம் பாரதி முற்போக்கு வாலிபர் சங்கம் நடத்தும் பாரதி விழா ஓவியர்களுக்கு இவர்தான் மாஸ்டர். இவரது வழிகாட்டுதலில் தான் குன்றக்குடி கண்ணன், ஆயன், இளசை அருணா, வையணன், ஆர்ட்டிஸ்ட் சிவன் போன்றவர்கள் உருவானார்கள். அழகர்சாமி தலைமையில் நடைபெறும் பாரதி விழா அரங்கத்தின் நுழைவு வாயிலை வடிவமைப்பதில் இவரது 'ஸ்கெட்ச்'களே ஆதாரம்.

பல ஓவியர்களை உருவாக்கிய பெருமை இவர்களுக்கு உண்டு. பாரதி விழாவின் அழகே இவர்களுடைய கைவண்ணத்தில்தான் மிளிரும். நாமும் ஓர் ஓவியராக அமைவதற்கு இவரே காரணம்.

அழகர்சாமியின் மறைவுக்குப் பின்பும் அவரது பிறந்தநாள் மற்றும் மறைந்த நாளின்போது வருடம் தவறாமல் விழா எடுப்பதும் நினைவுகளைப் போற்றுவதும் தன் வாழ்நாள் கடமையாகக் கொண்டவர். அவ் விழாக்களில் கரிசல் பகுதியின் செயல்வீரர்களைப் பங்கெடுக்க வைப்பவர். அழகர்சாமி பற்றிய தன் மதிப்பீடுகளை அவர் சொல்லுகின்ற போது நம் நெஞ்சம் கனக்கிறது.

அவரோடு நாம் உரையாடிய போது,

"என்னுடைய முதல் மனைவி இறந்த பிறகு மன நிம்மதியின்றி தவித்தேன். என்ன செய்வது, எப்படி வாழ்வது என்பது தெரியாமல் திக்கற்றவனாய் இருந்தேன். சிறுவயது முதலே செல்லமாக வளர்க்கப்பட்டவன். எனக்கு ஒரு தங்கை மட்டும்தான். விவசாயத்தில் ஆர்வம் இருந்தாலும் அதிலும் கவனம் செலுத்த முடியாத துயரம் என்னை அழுத்தியது. எட்டயபுரம் கூட்டுறவு பால்பண்ணை ஆரம்பிச்ச காலம்.

இந்த ஊரிலும் சுற்றுவட்டாரத்திலும் தனியாரிடம்தான் பாலை விற்றுக் கொண்டிருந்தார்கள். அழகர்சாமியின் தொடர்பு ஏற்பட்டதால் எட்டயபுரம் பால் பண்ணைக்கு பாலை விவசாயிகளிடமிருந்து வாங்கி பால் பண்ணைக்குச் சேர்க்கும் பொறுப்பு ஏற்பட்டது.

எட்டயபுரத்தில் அழகர்சாமி கூட்டுறவு பால்பண்ணையை நடத்தியதுடன், விவசாய சங்கம், கம்யூனிஸ்ட் கட்சி வேலைகளின் காரணமாக கிராமங்களுக்கு வருவார். அப்போது நட்பு வலுப்பட்டது. அழகர்சாமியே எனக்கு ஒரு துணை வேண்டும் என்று நினைத்தார். எனது மாமனார் அன்னாசாமியிடம் பேசி திருமணத்தையும் அவரே நடத்தி வைத்தார். அழகர்சாமியிடம் ஏற்பட்ட நெருக்கத்தால் கட்சி, விவசாய சங்க ஈடுபாடு அதிகரித்தது.

அப்போது அவரும் இளைஞர், நானும் இளைஞர். ஜீவா சொன்னபடி பாரதி விழா நடத்த வேண்டும் என்று கூறினார். 1962 சட்டமன்றத் தேர்தலில் தோத்துட்டாரு. அப்ப எங்களுக்கெல்லாம் நன்றி கூற ஒரு கூட்டத்த நடத்தினார். அப்பத்தான் பாரதி முற்போக்கு வாலிபர் சங்கத்த ஆரம்பிச்சோம். எங்க வாத்தியார் கே.பி.எஸ் நாராயணன், என்னோட கிளாஸ்மேட் தி.முத்துக்கிருஷ்ணன், காமாட்சி என எல்லோரும் கலந்துகிட்டோம்.

அழகர்சாமி என்னைக் கூட்டிக்கிட்டு பல கிராமங்களுக்கு போவார். கம்யூனிஸ்ட் கட்சி என்றால் என்ன என்று தெளிவா விளக்குவார். அவருடைய வழிகாட்டுதலின்படி, இந்தப்பகுதி விவசாயிகளை ஒன்று சேர்த்து விவசாய சங்கத்தை கட்டத் தொடங்கினேன். இதற்கான வாய்ப்பாக பால்பண்ணையும், நிலச்சீர்திருத்த நடவடிக்கைகளும் விவசாயிகளுடைய வாழ்க்கையும் இருந்தது. வரிவசூலில் அரசு கெடுபிடி காட்டியது. தமிழ்நாடு விவசாயிகள் சங்கத்தின் மாநிலச் செயலாளராக, அப்போது இருந்த தோழர் ஏ.ஆதிமூலம் அவர்கள் என்னை கோவில்பட்டி தாலுகா விவசாய சங்கச் செயலாளராக கொண்டுவர விரும்பினார். அதற்குக் காரணம் அப்போது நிலச்சீர்திருத்தங்கள் அமலாகத் தொடங்கியதும் அதற்கான முன் முயற்சிகளை அழகர்சாமியோடு சேர்ந்து நானும் ஈடுபட்டதும் காரணம்.

எட்டயபுரம் சமஸ்தானத்தின் நிலங்கள் விவசாயிகளுக்கு கொடுக்கப்பட்டது. எவ்வாறு விவசாயிகளுக்குப் பிரித்துத் தருவது என்று அதிகாரிகள் திகைத்து நின்ற போது காலத்தில் வினாடியில் வழிகாட்டினார் அழகர்சாமி. வந்த மனுக்களையெல்லாம் ஆராய்ந்து எடுத்து, மொத்த நிலத்த வகுத்துக் கொடுக்கச் சொன்னார். எல்லோருக்கும் சமமா நிலம் கிடைத்தது. விவசாயிகளிடம் சந்தா வசூல் செய்த பெருமை எனக்கு உண்டு. இரண்டு ரூபாய் சந்தா. அழகர்சாமி விவசாயிகளைத் திரட்டி கூட்டுப்பண்ணை விவசாயம் செய்ய ஏற்பாடு

செய்தார். அதில் முக்கியமான ஒரு நிர்வாகியாகவும் இருந்தேன். ஆனா சம்சாரிககிட்ட ஒற்றுமையில்ல, நடத்த முடியல. விவசாய சங்கம் கட்டுவதை விட கட்சியில் செயல்படுவதையே நான் மிகவும் விரும்பினேன். அப்ப எட்டயபுரம் பகுதில கட்சி பல ஊர்கள்ல கிளைகள் ஏற்பட்டிருந்த காலம். கட்சியின் தாலுகா செயலாளராக ஆக்கினார்கள்.

இதற்கு முக்கியப் பங்கு தோழர் அழகர்சாமி அவர்களையே சாரும். எட்டயபுரத்தில் பாரதி பேர்ல மில்லு, பாலிடெக்னிக், மேல்நிலைப் பள்ளி, அதுவும் பெண்களுக்கு என பாரதி நூற்றாண்டு விழாவின் போது கொண்டு வந்தார்.

தொடர்ந்து சட்டமன்ற உறுப்பினராக இருந்து வந்தவர். 1984இல் இந்திரா காந்தி படுகொலை காரணமாக வெற்றி வாய்ப்பை இழந்தார். ஆனாலும் அவர் சோர்ந்து போய் உட்காரல. அதே வேகம், மக்களுக்கு உதவற வேல. கட்சி சங்க வேல என ஓடிட்டே இருந்தார்.

இதன்பிறகு அழகர்சாமியோடு தொடர்பு அதிகரித்தது. அவரோட நாங்களும் உற்சாகமாக வேலய இழுத்துப் போட்டு செஞ்சுட்டே யிருந்தோம்.

பாரதி நூற்றாண்டு விழா முடிந்த நேரம் அழகர்சாமிக்கு அரசியலில் சிறிது காலம் ஓய்வு கிடைத்தது. மக்கள் சேவை இடைவெளியில்லாமல் தொடர்ந்தது. அப்ப நான் பால்பண்ணை எழுத்தராக வேல பார்த்தேன்.

விடியற்காலையில் அழகர்சாமி எழுந்துவிடுவார். அநேகமாக 4.30 மணிக்கெல்லாம் வேகமாக நடந்து தன் தோட்டங்களை நிலங்களை பார்வையிடச் செல்வார். அப்போது அவரோடு சேர்ந்து செல்லக்கூடிய வாய்ப்பும் பல நேரங்களில் எனக்குக் கிடைத்தது.

எனது படிக்கும் ஆர்வத்தை வளர்த்தது அழகர்சாமி என்று சொன்னால் மிகையில்லை. பாரதியின் நூல்களை அனைத்தையும் படிப்பதற்குத் தூண்டியவர் அழகர்சாமிதான். நல்லா விவாதிப்பார். கவிதைகளை பாராமல் சொல்லுவார். அவருடைய ஆற்றல் கண்டு நான் வியப்போடு பலமுறை பார்த்திருக்கிறேன். பழைய பாடல் களையும், சித்தர் கவிதைகளையும் கூட அவர் மீது நினைவிலிருத்திக் கூறுவார்.

என்னுடைய தோழர்கள் விற்பனை வரித் துறையில் வேலை பார்த்த காமாட்சி, பத்திரிக்கையாளர் முத்துக்கிருஷ்ணன், கோவில்பட்டி

ஆர்டிஸ்ட் சிவன், இளசை அருணா, இளசை மணியன், ஓவியர் ஆயன், என்னுடைய மருமகன் இளசை கணேசன் என பலரும் உண்டு. நாங்கள் படம் வரையும் பொழுதும், போர்டு எழுதும் போதும், அழகர்சாமி எங்களையெல்லாம் பக்கத்திலேயே இருந்து ஊக்குவிப்பார். அழகர்சாமியின் தம்பி ராமசாமி காதி இலாகாவில் வேலை செய்தவர், எங்களுக்கு மிகவும் பரிச்சயமானவர். நல்ல நண்பரும் கூட. குன்றக்குடி ஓவியர் கண்ணன் குன்றக்குடி அடிகளாருடைய வழிகாட்டுதலில் எங்களோடு இருந்து பல நேரங்களில் பணியாற்றினார்.

அழகர்சாமியின் தோட்டத்திற்கு நான் எங்க ஊரில் இருந்து குறுக்குப் பாதையில் போயிருவேன். அவரு சட்டமன்ற பணிச்சுமையில் இருந்து சில காலம் (1984-1989) விடுபட்டு எங்களோட பழகிய போதெல்லாம் கட்சியைப் பற்றி, பொது மக்களுக்கு ஆற்ற வேண்டிய பணிகளைப் பற்றி எல்லாம் விவாதிப்பார். ரொம்ப பிடிச்ச விஷயம் மிக எளிமையாக தனக்கு நேர்மையெனப் பட்டதை சொல்வதற்கு தயங்கவே மாட்டார். பல நேரங்களில் ராமனூத்து கிராமத்திலுள்ள அவருடைய வீட்டில்தான் நாங்க எல்லாம் சாப்பிடுவோம். பாரதி விழா நடத்துவது கொண்டாட்டமான நேரம் தானே அப்ப அழகர்சாமி ரொம்ப ஆர்வமா இருப்பாரு. எட்டயபுரத்தில் பாரதி முற்போக்கு வாலிபர் சங்கத்துக்கு சொந்தமாகக் கட்டிடம் வாங்கினோம். ரகுநாதன் கொடுத்த புத்தகங்களை நூல் நிலையமாக்கி, தொ.மு.சி.ரகுநாதன் பேர்ல அறக்கட்டளையும் அமைத்தோம்."

இன்றும் ராமசுப்புவின் ஆர்வம், கட்சி, விவசாய சங்கத்தின் மீதான பற்று தொடர்கிறது. நம்பிக்கையின் ஒளிக்கீற்று அவரது விழிகளில் ஒளிர்கிறது.

'விண்ணைத் தொடுவதுபோல் உயர்ந்து நிற்கும் இரு பிரம்மாண்டமான விருட்சங்கள் அழகர்சாமியும், கி.ராஜநாராயணனும். அதன் வேர்களைப் பார்க்க முடியாது என்பது போல இருவருமே தங்கள் துறையில் முத்திரை பதித்தவர்கள்.

48. இளமையின் இனிமை

4.9.2003-ஆம் நாள் கரிசல் இலக்கியத்தின் பிதாமகன் கி.ராஜநாராயணனுக்கு பின்வரும் கடிதத்தை அழகர்சாமி எழுதுகிறார்:

"எனது அன்புமிக்க இளமைக்கால நண்பரும், மரியாதைக்குரிய தோழரும், சிறப்புமிக்க சிறுகதை எழுத்தாளரும், நாவலாசிரியருமான மரியாதைக்குரிய தோழர் கி.ராஜநாராயணன் அவர்களுக்கு,

வணக்கம். தங்கள் கடிதம் கிடைத்தபோது, நான் உடல்நலக் குறைவு காரணமாக சிகிச்சைக்காக சென்னை சென்று சிறிது காலம் மகள் வீட்டில் தங்கி விட்டதால் உடனே பதில் எழுத முடியாத நிலை ஏற்பட்டு விட்டதற்கு மன்னிக்க வேண்டுகிறேன்.

பேராசிரியர் பஞ்சாங்கம் அவர்களிடம் கொடுத்தனுப்பிய சிறுகதைகளின் தொகுப்பு நூல் கடிதத்தில் நீங்கள் குறிப்பிட்டது போல மிக மிகப் பயனுள்ளதாக இருக்கிறது. உங்கள் கதைகளைப் படிக்கும்போது உங்களோடு அந்தக் காலத்தில் பேசிக் கொண்டிருந்தது போலவும் ஒரு உணர்வு ஏற்படுகிறது. நீங்கள் சொன்னதுபோல பாரதி சங்கம் 1962இல் ஆரம்பிக்கப்படுகிறது. 1956இல் ஆரம்பித்த கூட்டுறவு பால்பண்ணையில் நண்பர்களுடன் காலை, மாலை போய் உட்கார்ந்து பேசிக் கொண்டிருப்பதில் மகிழ்ச்சியோடு நாள் செல்கிறது... உங்களை நேரில் பார்க்க வேண்டுமென்றும் நினைக்கிறேன். பிரயாணத்திற்குப் பிறகு உடல் இடம் கொடுக்க மறுக்கின்றது, போனில் பேசிக் கொள்வோம். உங்கள் உடல்நலத்தைப் பற்றியும் குடும்பத்தினர், உறவினர்களின் நலன்கள் பற்றியும் அறிய ஆவல். முடிந்தால் அனைவரின் சவுகரியங்களைப் பற்றி எழுத அன்புடன் வேண்டுகிறேன்" என்று எழுதுகிறார்.

இளமைக்காலத் தோழர் கி.ரா.வும், அழகர்சாமியும் வாழ்நாள் முழுவதும் அன்போடு நேசித்துப் பழகினார்கள்.

விண்ணைத் தொடுவதுபோல் உயர்ந்து நிற்கும் இரு பிரம்மாண்டமான விருட்சங்கள் அழகர்சாமியும், கி.ராஜநாராயணனும். அதன் வேர்களைப் பார்க்க முடியாது என்பதுபோல இருவருமே தங்கள் துறையில் முத்திரை பதித்தவர்கள்.

இவர்களுடைய நட்பும் சம காலத்தில் தோன்றியதுதான். கம்யூனிஸ்ட் கட்சிதான் இருவரையும் இணைத்தது. கட்சி தடை செய்யப்பட்ட 1948-50 காலங்களில் இருவரும் பொதுவுடைமைக் கருத்துக்களில் ஈர்க்கப்படுகிறார்கள். கி.ரா.வின் மீது நெல்லைச் சதிவழக்கு போடப்பட்ட காலத்தில் கோவில்பட்டி சதிவழக்கு என புனையப்பட்டதாகவும், அன்றைய முதலமைச்சரிடம் ரசிகமணி டிகேசி ‘இடைசெவல் நாயக்கர் மீது வழக்கு போடவேண்டாம்’ என்று சொன்னதால் கைவிடப்பட்டதாகவும் செவி வழிச் செய்தி உலவுகிறது.

ஆனாலும், இராமனூத்தில் கட்சி ஆரம்பிக்கப்பட்ட காலத்திலேயே இடைசெவலிலும் கட்சி தொடங்கப்பட்டது உண்மை.

ஆழமான, காரசாரமான விவாதங்களும் கிளைக் கூட்டங்களில் நடந்துள்ளன. இதைப் பற்றி நமது இளம் வயதில் கேட்ட வேடிக்கையான கதை நினைவில் வருகிறது. ‘இடைசெவல் கிராமத்தில் புலி ஒன்று புகுந்து விட்டதாம். புலியை எப்படி விரட்டுவது என கடுமையான விவாதமாம். மறுநாள் காலையில் கூட்டம் நடந்த இடத்திற்குச் சென்று பார்த்தார்களாம், நாலைந்து எலும்புகள் மட்டும் மிச்சமிருந்ததாம்’. இது வேடிக்கைக்குச் சொல்லப்பட்டாலும், ஆழமான விவாதங்கள், விமர்சனங்கள் கிளைக் கூட்டங்களில் நடந்துள்ளதை வெளிப்படுத்துகிறது. கம்யூனிஸ்ட்கள் விவாதிப்பார்கள். தங்கள் கருத்துக்களில் வேரூன்றி நிற்பார்கள். கூட்டாக முடிவு எடுப்பார்கள். பின்னர் கூட்டு முடிவுக்குக் கட்டுப்பட்டு ஏற்றுக் கொண்டு செயல்படுத்துவார்கள்.

கி.ரா. அழகர்சாமியின் தலைமையில் நடந்த களப் போராட்டங்களை நேரில் கண்டவர். தன்னுடைய சகாவான கு.அழகிரிசாமியுடன் எழுத்துலகில் நுழைந்தவர். சிறந்த எழுத்தாளரான கு.அழகிரிசாமியுடன் இளமைக் காலத்தில் சங்கீதத்தை ரசிப்பதில் மிகுந்த ஆர்வம் கொண்டவர் கி.ராஜநாராயணன். இடதுசாரி இயக்கத்தை நேசிப்பதில் இருவரும் சளைத்தவர்கள் இல்லை. கு.அழகிரிசாமி காட்டிய வழியில் கி.ரா. எழுதத் தொடங்கியது 1958இல் தான். உண்மையில் கரிசல் இலக்கியத்தை முதலில் படைத்தவர் கு.அழகிரிசாமி என்றால் மிகையில்லை. 1943லேயே கு.அழகிரிசாமியின் கதை ‘பிரசண்ட விகடனில்’ வெளிவந்துவிட்டது. அக்கதையை ரகுநாதன்,

வல்லிக்கண்ணன், தி.க.சி. போன்றோர் பாராட்டியுள்ளார்கள். பின்னர் கு.அ.சென்னைக்கு புலம் பெயர்ந்தார். மலேசியாவிற்கும் சென்றார்.

மழைக்காக பள்ளிக்கூடத்தில் ஒதுங்கிய கி.ரா. நம் நாயகன் சோ.அழகர்சாமியின் போராட்டங்களை நேரில் கண்டவர் மட்டுமல்ல, கூடவே பங்கேற்றவர். மக்களுடைய வறுமையும், துயரமும் கண்டு துடித்துப் போனவர், அப்போராட்டங்களையும், கரிசல் மக்களின் வாழ்க்கையையும் எழுத்தில் வடித்தார். தாமரை தொடங்கப்பட்ட 1958 டிசம்பரிலிருந்து தொடர்ந்து எழுதி வந்தார்.

கண்ணுக்குத் தெரியாத சிறு துகள் போன்ற விதைதான் மரமாக வளர்ந்திருக்கின்றது என்பதை கி.ரா. எழுத்துக்களிலிருந்து அழகர்சாமி புரிந்து கொண்டார். கரிசலில் சிதறி, மறைந்து கொண்டிருக்கும் மனிதர்களின் வாழ்க்கையைக் கதைகளாக வடிக்க பொதுவுடைமைத் தோழர்களின் போராட்டங்கள் துணை புரிந்தன. எனவேதான், கி.ரா.வின் கதைகளில் உயிர்த் துடிப்பும், கரிசலின் வாசனையும் இருந்தது. ஒரு கட்டத்தில் கி.ரா. உடல்நலம் பாதிக்கப் பட்டபோது அழகர்சாமி கூடவே இருந்து கவனித்தார்கள். தங்கள் பகுதியில் உடல்நலம் பாதிக்கப்பட்டவர்களையும், அழசர்சாமியின் உதவியோடு சிகிச்சை பெறச்செய்தார்.

ஜடாயு, கதவு, வேட்டி, கறிவேப்பிலைகள் என்று மக்களின் துயர வாழ்வைப் படம்பிடித்த கி.ராஜநாராயணனால் அழகர்சாமியை மனதில் கொண்டே 'தோழர் ரெங்கசாமி'யை எழுத முடிந்தது.

'ஏற்றப்பட்ட விளக்கு ஏற்றி வைத்த தீக்குச்சியை விட உயர்வானது' என்பதுபோல அழகர்சாமி என்ற நண்பனைப் பெற்றிருந்தார் கி.ரா. கோவில்பட்டி வீதிகளில் இருவரும் ஒன்றாக அளவளாவிய காட்சிகள் தொடர்ந்தன. புதுச்சேரி பல்கலைக் கழகத்தில் பேராசிரியராக கி.ராஜநாராயணன் செல்லும்போது அவருக்கு அங்கு யாரையும் தெரியாது. அழகர்சாமியிடம் தன்னை துணைவேந்தர் வெங்கடசுப்பிரமணியன் அழைத்திருப்பதைச் சொல்கிறார். முன்னப்பின்ன தெரியாத ஊருக்கு எப்படிப் போவது... யாரைப் பார்ப்பது என தனது திகைப்பை வெளிப்படுத்தினார்.

அழகர்சாமி சிரித்துக் கொண்டே தனது வாழ்த்துக்களைக் கூறி, அப்போதைய புதுச்சேரி அமைச்சராக இருந்த, தோழர் இரா.விஸ்வநாதனுக்கு கடிதம் கொடுத்து வழியனுப்புகிறார். 1990களில் அழகர்சாமி சட்டமன்ற உறுப்பினர். இவரது அறிமுகக் கடிதத்தோடு சென்ற கி.ரா. அங்கேயே நிரந்தரமாகத் தங்கி விடுகிறார்.

மாணவர்களுக்கு இலக்கியத்தை நாட்டுப்புறக் கதைகளாகவே போதிக்கிறார். காங்கிரீட் கட்டிடங்களிலிருந்து மரத்தடிகளில் இயற்கையோடு கலந்து மாணவர்களோடு உரையாடினார். புதுச்சேரியில் வாழ்ந்தாலும் அவர் மனதில் நீங்காத இடம் பெற்றிருந்த கரிசல் மனிதர்களின் வாழ்வியலையே எழுத்தில் வடித்தார்.

கரிசல் காட்டில் பிறந்த பாரதி புதுச்சேரியில் வாழ்ந்து இலக்கியங்கள் படைத்தது போல, கி.ரா-வும் கரிசல் இலக்கியங்களை பாரதி உலவிய புதுச்சேரி மண்ணிலேயே படைத்து மறைந்தார். இறுதி மூச்சு உள்ளவரை அழகர்சாமி, கி.ரா. தோழமை தொடர்ந்தது.

பாரதி பிறந்த இல்லம் தேசவுடைமையாக்கப்பட்ட பின்னர், அதன் பாதுகாவலராக (Care taker) இளசை மணியன் பணியில் அமர்த்தப்பட அழகர்சாமி எடுத்த முயற்சி வெற்றி பெற்றது.

49. நீங்காத நினைவுகள்

அழகர்சாமி தலைமையேற்று, வழிகாட்டி நடத்தி வந்த பாரதி முற்போக்கு வாலிபர் சங்கத்தின் முதல் உறுப்பினர்களில் ஒருவர் நாடறிந்த பாரதி ஆய்வாளர் இளசை மணியன். அழகர்சாமியால் அன்போடு ராமையா என்று அழைக்கப்பட்ட மு.இராமசுப்பிர மணியன் என்பது இவரது பெயர். அழகர்சாமிக்கு கோவில்பட்டியில் தியாகராஜன் பி.ஏ. என்றால் எட்டயபுரத்தில் பி.ஏ. மணியன்.

மிகவும் இளம் வயதான, 19 வயதில் அழகர்சாமியோடு தொடங்கிய உறவு வாழ்நாள் முழுவதும் தொடர்ந்தது. மிகுந்த அறிவு நிரம்பிய இவர் அழகர்சாமி பா.மு.வாச-வைத் தொடங்கிய போது இளசை மணியனும் ஆர்வமுடன் பணியாற்றத் தொடங்கினார். ஜீவாவின் ஆவேசத்தை அழகர்சாமியிடமிருந்து புரிந்து கொண்டவர். மகாகவி பாரதிக்கு 57 ஆண்டுகள் விழா எடுத்த பெருமை இவரைச் சாரும். அழகர்சாமி சொல்லும் கருத்துக்களை எழுத்தில் வடித்துத் தருபவர்.

ஆய்வுத் துறையில் மணியன் அடியெடுத்து வைக்க ஜீவாவும், அழகர்சாமியுமே காரணம். பாரதி பற்று காரணமாக ஆய்வுகளையும் மேற்கொண்டவரின் மாஸ்டர் பீசாக இவரது “பாரதி தரிசனங்கள்” இரண்டு தொகுதிகள் அமைந்தன. 1906-1907ஆம் ஆண்டுகளில் பாரதி நடத்திய “இந்தியா” பத்திரிக்கை பிரதிகளைத் தேடி அலைந்தார். பல நூலகங்களையும், ஆய்வாளர்களையும் தொடர்பு கொண்டார். இறுதியில் 1972ஆம் ஆண்டு “இந்தியா” பத்திரிக்கையின் பிரதிகள் கல்கத்தா தேசிய நூலகத்தில் இருப்பதை அறிந்தார். கல்கத்தா சென்று நேரடியாக ஆய்வுகளை மேற்கொள்ள இயலாத வறுமை நிலை இவரை ஆட்டியது. சட்டமன்ற உறுப்பினரான சோ.அழகர்சாமியின் உதவியை நாடி விவரங்களை எடுத்துச் சொன்னார். உற்சாகமான அழகர்சாமியும் உடனடியாக மத்திய அரசைத் தொடர்புகொண்டார். அப்போது மத்திய அமைச்சராக வி.கே.ஆர்.வி.ராவ் இருந்தார்.

அழகர்சாமியின் வேண்டுகோள் உடனடியாக பலனளித்தது. இப்போதைய தொழில்நுட்ப வளர்ச்சி எதுவும் இல்லாத காலம். ஆனாலும், கல்கத்தா நூலகத்திலிருந்து "இந்தியா" பத்திரிக்கை பிரதிகள் "மைக்ரோ பிலிமில்" மாற்றப்பட்டு எட்டயபுரத்திற்கு அனுப்பி வைக்கப்பட்டது. அதனைப் படிக்க, மீள்பதிவு செய்ய பாரதி அன்பர் தி.முத்துக்கிருஷ்ணன் சுயமுயற்சியில் "ரீடர்" ஒன்றைத் தயாரித்தார். நாங்கள் படிக்க, எழுத உதவினோம். அழகர்சாமி இச்செயல்களை பாராட்டியதோடு நில்லாமல் முதுபெரும் கம்யூனிஸ்ட், பாரதி விற்பன்னர் சி.எஸ். என்ற சி.எஸ்.சுப்பிரமணியன் அவர்களிடம் முன்னுரை பெற்று, நூலை ஒழுங்கு செய்து, நியூ செஞ்சுரி புத்தக நிறுவனம் மூலம் இரண்டு தொகுதிகளாக "பாரதி தரிசனம்" வெளியிடச் செய்தார். பாரதி ஆய்வாளர் தொ.மு.சி.ரகுநாதன் அணிந்துரையில் 'இத்தகைய அரிய சாதனையின் மூலம் இளசை மணியன் தமிழ் வரலாற்றில் நீங்காத இடத்தை நிரந்தரமாகப் பெற்று விட்டார்" என்று குறிப்பிட்டார்.

பல நூல்களை தமிழிலும், கட்டுரைகளை ஆங்கிலத்திலும் எழுதியுள்ள மணியன் அழகர்சாமியுடன் இணைந்தும், தனித்தும் பாரதி விழாவைத் தொடர்ந்து நடத்திய பெருமைக்குரியவர். பல்கலைக் கழகங்களிலும், கல்லூரி, பள்ளிகளிலும் பாரதி பற்றிய சொற்பொழிவாற்றி புகழ் பெற்றார்.

பாரதி பிறந்த இல்லத்தையும், பாரதி மணி மண்டபத்தையும் அரசுடைமையாக்க வேண்டும் என தொடர்ந்து அழகர்சாமி மூலம் குரலெழுப்பி வெற்றியும் பெற்றார். பாரதி இல்லம் கலைஞர் காலத்திலும், மணி மண்டபம் எம்ஜிஆர் காலத்திலும் அரசுடைமையாக்கப் பட்டது. அது சமயங்களில் அழகர்சாமி அவர்களே சட்டமன்ற உறுப்பினராக இருந்தார்.

ஆய்வாளராக மிளிர மணியனுக்கு அழகர்சாமி பெரும் உதவி செய்தார். பாரதி பிறந்த இல்லம் தேசவுடைமையாக்கப்பட்ட பின்னர், அதன் பாதுகாவலராக (Care taker) இளசை மணியன் பணியில் அமர்த்தப்பட அழகர்சாமி எடுத்த முயற்சி பெற்றி பெற்றது. அரசு வேலையும் கிடைத்தது. பாரதி ஆய்வும் தொடர்ந்தது. பாரதி இல்லத்தை வரலாற்று கண்காட்சியகமாக மாற்றியதும் மணியனின் முயற்சியாகும்.

பணி ஓய்வுக்குப் பிறகு பாரதி முற்போக்கு வாலிபர் சங்க அலுவலகக் கட்டிடத்தில் ரகுநாதன் நூலகப் பொறுப்பாளராகச்

சேவையாற்றினார். ரகுநாதனின் அரிய சேமிப்பான புத்தகக் கடலில் மூழ்கி, முத்தெடுத்து புதுமைப்பித்தன், ஆர்.கே.கண்ணன். ரகுநாதன், ஆர்.நல்லகண்ணு போன்ற அறிஞர்களின் கட்டுரைகளைத் தொகுத்து நூல்களாக வெளியிட்டார். பல விருதுகளையும் பெற்றுள்ளார். இவர் கவிஞரும் கூட. "எட்டயபுரம் வரலாறு" என்ற நூலை வே.சதாசிவம், ராஜாமணியுடன் இணைந்து எழுதினார். பாரதி பதிப்பிக்க நினைத்த "வம்சமணி தீபிகை" என்ற வரலாற்று நூலை மணியன் வெளியிட்டார்.

அழகர்சாமியின் வழியில் பாரதியின் புகழ் பரப்பிய பாரதி முற்போக்கு வாலிபர் சங்கத்தை, ரகுநாதன் நூலகத்தை உயர்த்திப் பிடித்த இளசை மணியன் 13.07.2020ஆம் நாள் மறைந்தார்.

பாரதி விழாவில் ஒருமுறை சங்க உறுப்பினர்களே
பாரதியின் "பாஞ்சாலி சபதம்" காவியத்தை
நாடகமாகப் போட்டோம்.
இந்த நாடகத்தில் கம்பீரமாக நடித்த சுப்பையா
பீமன் வேடம் போட்டார். இவருடைய நடிப்பை
அழகர்சாமி உட்பட பலரும் உவகையுடன் பாராட்டினார்கள்.

50. பாஞ்சாலி, பீமன்

பாரதி முற்போக்கு வாலிபர் சங்கத்தின் செயலாளராகப் பொறுப்பெடுத்து சில ஆண்டு காலம் செயல்பட்டவர். ஜிப்பாவும், வேட்டியும் அணிந்து ஒரு கருப்பு கலர் ஹேண்ட் பேக்குடன் வலம் வந்த சுப்பையாவை அழகர்சாமி கவிஞரே என்றுதான் அழைப்பார். பாரதிதாசன் கவிதைகளை மனப்பாடமாகச் சொல்லும் ஆற்றல் கண்டு வியந்தவர்களில் நாமும் உண்டு. எல்ஐசி ஏஜெண்டாக வாழ்வுத் தேவைகளுக்காகப் பணிபுரிந்தார். பாரதி விழா வசூலில் மிகுந்த முனைப்புடன் ஈடுபடுவார். விளாத்திகுளம் அருகிலுள்ள ஜமீன்செங்கல்படை கிராமத்தைச் சேர்ந்த கு.ச.சுப்பையா பிதப்புரம் எஸ்.ராமசுப்புவின் தங்கை பர்வதவர்த்தினியைத் திருமணம் செய்து கொண்டார். பாரதி மண்டபப் பொறுப்பாளராகவும் பணியாற்றினார். இன்றைய நாட்களில் கட்சி பத்திரிக்கை ஜனசக்தியில் மேலாளராக பல நூல்களை எழுதிய இளசை கணேசன் இவருடைய மகன். இடதுசாரிக் கொள்கைகளை குடும்பத்தினர் அனைவரிடமும் ஊட்டியது மட்டுமின்றி, தன் மகனையும் இயக்கத்திற்கே அர்ப்பணித்த பெருமை கு.ச.சுப்பையாவையே சாரும். விளாத்திகுளம் வட்டாரத்தில் கலை இலக்கியப் பெருமன்றம் உருவாகவும், தோழர்களை பாரதி விழாவில் பங்கேற்கச் செய்த பெருமையும் உண்டு. பேராசிரியர் நா.வா.விற்கு நாட்டுப்புறப் பாடல்களைத் தேடிக் கொடுத்த ஆசிரியர் போத்தையா, கவிஞர் சாகோவி போன்றவர்களுக்கு பாரதியை அறிமுகம் செய்தார்.

கவிதைகளில் மட்டுமல்ல கலை, நாடகங்களிலும் மிகுந்த ஆர்வம் கொண்டவர். விளாத்திகுளம் பகுதியில் இவர் கண்டறிந்த மரியாதைக்குரிய பெரியவர் தங்கம்மாள்புரம் தங்கையா செட்டியார். சங்கத்திற்கென கட்டிடம் விலைக்கு வாங்க அழகர்சாமி முயற்சித்த

போது, செட்டியார் கணிசமான நிதி கொடுத்து உதவினார். இதற்கான ஏற்பாட்டைச் செய்தவர் சுப்பையா.

மகாகவி பாரதி விழாவில் ஒருமுறை சங்க உறுப்பினர்களே பாரதியின் "பாஞ்சாலி சபதம்" காவியத்தை நாடகமாகப் போட்டோம். இந் நாடகத்தில் கம்பீரமாக நடித்த சுப்பையா "பீமன்" வேடம் போட்டார். இவருடைய நடிப்பை அழகர்சாமி உட்பட பலரும் உவகையுடன் பாராட்டினார்கள்.

இதனை பொன்னீலன் "பாரதி விழாவில் அரங்கேற்றப்பட்ட பாஞ்சாலி சபதம் நாடகம் என்னை மிகவும் கவர்ந்த ஒன்று. தோளில் கதாயுதத்துடன் பீமனாகத் தோன்றி தோழர் கு.ச.சுப்பையா மேடை அதிர முழக்கமிட்டதும், 'காற்று வெளியிடைக் கண்ணம்மா' என்னும் பாடலுக்கு காசி விஸ்வநாதன் விஸ்வரூபமாய் நின்று அபிநயித்ததும் மறக்க முடியாதன" என்று பதிவிட்டுள்ளார்.

பள்ளி சென்று பாடத்திட்டத்தின் அடிப்படையிலான பாடங்களைக் கற்றுக் கொடுப்பது மட்டும் ஆசிரியரின் வேலை இல்லை.

51. ஆசிரியர் தலைவராக...

ஆசிரியர் இயக்கத்தலைவர். அழகர்சாமியின் சொந்த கிராமமான ராமனூத்தை சேர்ந்தவர். அழகர்சாமியின் மீது மிகுந்த பற்றும், பாசமும் கொண்டவர். இவருடைய மகன் ஒருவனுக்கு அழகர்சாமி என்று பெயர் சூட்டி மகிழ்ந்தவர். மற்றொரு மகன் மணிபாரதி இன்று பாரதி முற்போக்கு வாலிபர் சங்கத்தின் செயலாளர். அழகர்சாமியின் வழியில் பாரதிவிழாவைத் தொடர்ந்து நடத்தி வந்தவர். இளம் வயதில் அழகர்சாமியின் தம்பி ராமசாமியுடன் ஒன்றாகப் படித்தவர். அழகர்சாமியின் தாயார் கோப்பம்மாள் இவரையும் தன் மகன்களில் ஒருவனைப் போலவே நேசித்தார். இருவருக்கும் ஒரே பாத்திரத்தில் உணவும், உடைகளும் கொடுத்துப் பராமரிப்பார். அழகர்சாமியின் குழந்தைகள் இவரை சித்தப்பா என்றே உரிமையுடன் அழைப்பார்கள். சிறந்த போராளி. 1960-களுக்கு முன்பு ஆசிரிய சமுதாயம் - குறிப்பாக தனியார் பள்ளிகளில் பணிபுரிந்து வந்தோர் மட்டுமல்ல, அரசுப் பள்ளிகளில் பணிபுரிந்தோர் கூட கைகட்டி, வாய்பொத்தி கற்பித்தல் மட்டுமல்லாது நிர்வாகிகள், அதிகாரிகள் இடும் வேலைகளைச் செய்யும் ஏவலாட்களாகத்தான் பல்வேறு பள்ளிகளில் செயல்பட்டனர். ஒன்றுபட்டிருந்த திருநெல்வேலி மாவட்டத்தின் வடகிழக்கிலுள்ள தனியார் பள்ளி ஒன்றில் பணியாற்றிய சுடலையாண்டி என்ற ஆசிரியர் பணி நீக்கம் செய்யப்பட்டார்.

பாதிக்கப்பட்ட ஆசிரியர் சார்பாக ஆசிரியர் இயக்கம் தொடங்கிய தலைவர் ஆ.முத்துசாமி முறையிட்டார். ஆசிரியர்களைத் திரட்டி போராட்டங்களை நடத்தினார். ஆ.முத்துசாமி நல்ல ஆவேசமான பேச்சாளர். இவர் பேச ஆரம்பித்தால் கூட்டம் கட்டுண்டு நிற்கும். கரவொலியும், முழக்கங்களும் இடியென ஒலிக்கும்.

விளாத்திகுளம் ஒன்றிய ஆணையாளர் லிங்கவன் என்பவர் முத்துசாமி மீது கோபம் கொண்டார். பஞ்சாயத்து யூனியன் ஆரம்பப் பாடசாலை ஒன்றில்தான் ஆ.முத்துசாமி வேலை பார்த்து வந்தார்.

ஆணையரின் கோபம் ஆ.முத்துசாமி மீது திரும்பியது. ‘நமது நிர்வாகத்தின் கீழ் வேலை பார்க்கும் வாத்தியார் முத்துசாமி மேடை போட்டு அதிகாரிகளையும், நிர்வாகிகளையும் கண்டித்துப் பேசி விட்டாரே, நிலைமை இப்படியே போனால் நம் போன்றோரையும் கண்டிக்கும் தைரியம் வந்துவிடும். ஆகவே முத்துசாமியை அவர் சார்ந்த இயக்கத்தையும் ஆரம்பத்திலேயே கிள்ளி எறிய வேண்டும்’ என முடிவு செய்தார்.

ஆ.முத்துசாமி பணி நீக்கம் செய்யப்பட்டார். மேலும் வட்டார அலுவலர் டி.செல்லையா மூலம் ஆணை எண்.2000/04.03.1964 “வட்டார வளர்ச்சி அலுவலர் அனுமதி இன்றி ஆசிரியர்கள் ஆசிரியர் சங்கத்தில்” சேரக்கூடாது என சுற்றறிக்கை ஆணையும் வெளியிட்டார். மேலும், இதே கருத்தை அரசுக்கும் பரிந்துரை செய்தார்.

ஆசிரியர்கள் ஆ.முத்துசாமியின் வேலை நீக்க உத்தரவை எதிர்த்து கொதித்தெழுந்தார்கள். முத்துசாமி ஆசிரியர்களை அமைதிப்படுத்தினார். முறையான போராட்டங்களை முன்னெடுத்தார். ஆறுதல் கூறி கவலைப்பட்டவர்களுக்கு ‘கரிசகாட்டுல களவெட்டி கள்ளி, சுள்ளி பொறுக்கி வித்து கம்பங் கஞ்சிய காய்ச்சிக் குடிச்சி குடும்பத்த கவனிச்சிக்கிடுவா வீட்டுக்காரி’ என அவர்களுக்குத் தேறுதல் அளித்தார்.

பஞ்சாயத்து யூனியன் ஆணையரை சோ.அழகர்சாமி தலைமையில் பஞ்சாயத்துத் தலைவர்கள் நேரில் சந்தித்தனர். ஆனால் ஆணையரோ தன் நிலையில் உறுதியோடு நின்றார். அவருக்கு கம்யூனிஸ்ட்கள் மீதும், பொதுநலவாதிகளின் மீதும் வெறுப்பு இருந்தது. பொதுவாக தன்னலம் பேணுவோர் அனைவருக்கும் இத்தகைய குணம் உண்டு.

ஆசிரியர்கள் நிதி திரட்டி முத்துசாமியை சென்னைக்கு அனுப்பி வைத்தனர். மாஸ்டர் ராமுண்ணி, ஆசிரியர் இயக்கத் தலைவராக பரிணமித்து வந்த காலம். ஆசிரியர் தலைவர்கள் ராமையாத் தேவர், மணி அய்யர், ந.வீரையன், தர்மபுரி கந்தசாமி, ஜே.எஸ்.ராஜுலு, செ.முத்துசாமி ஆகியோர் ஒன்று கூடி விவாதித்து, அரசு அதிகாரி லிங்கவனின் அகங்காரப் போக்கையும், ஆ.முத்துசாமியை பழிவாங்கு வதற்காகவும், ஆசிரியர்களை சங்கமாகச் சேரவிடாமல் தடுப்பதற் காகவும் எடுக்கும் முயற்சிகளை முறியடிக்க முடிவு செய்தார்கள். அழகர்சாமி இவர்களுக்கு சீரிய வழிகாட்டினார்.

அனைவரும் கம்யூனிஸ்ட் கட்சி செயலாளர் எம்.கல்யாண சுந்தரத்தையும் மற்ற சட்டமன்ற உறுப்பினர்களையும் சந்தித்தனர். இராமனூத்து பஞ்சாயத்துத் தலைவராக இருந்த அழகர்சாமி முன்

நின்று இதற்கான ஏற்பாடுகளை, வழிகாட்டுதல்களைச் செய்தார். ஆ.முத்துசாமியின் மீதான தனித்த பாசமும் தானும் ஆசிரியராகப் பணியாற்றியவர் என்ற சிந்தனையும் காரணங்களாக அமைந்தன.

குலக் கல்வி முறையை முறியடித்து இலவசக் கல்வியைக் கொடுத்து ஏழைக் குழந்தைகளை பள்ளி வரவழைப்பதற்கான நடவடிக்கைகள் மேற்கொள்ளப்பட்டு வந்த சமயம். மேலும் மதிய உணவுத்திட்டத்தையும் நடைமுறைப்படுத்த அரசு தொடங்கியிருந்தது. இந்தப் பணிகளை ஆற்ற வேண்டிய பொறுப்பும், கடமையும் தொடக்கப்பள்ளி ஆசிரியர்களுக்கே இருந்தது. ஆசிரியர்களுக்கு எதிரான அதிகாரிகளது இத்தகைய செயல்கள், உங்களது திட்டத்திற்கு ஊனத்தை உண்டாக்கிவிடும் என்று முதலமைச்சர் காமராஜரிடம் கல்யாணசுந்தரம் மற்றும் அழகர்சாமி ஆகியோர் நயமாகச் சுட்டிக் காட்டினார்கள்.

பரிசீலனை செய்தது கல்வி இலாகா. உடனடியாக அரசு ஆணை எம்.எஸ்.எண்.2423 நாள்: 20.11.1964 வெளியிடப்பட்டது. 'அதிகாரிகள் அனுமதியின்றி ஆசிரியர்கள் ஆசிரியர் சங்கத்தில் சேரலாம்' என்பது அழகர்சாமியின் வழிகாட்டுதலில் ஆ.முத்துசாமியின் தலைமையில் போராடிய போராட்டங்களுக்குப் பலன் கிடைத்தது. ஆ.முத்துசாமியின் ஊக்க சக்தியாக அழகர்சாமி திகழ்ந்தார்.

ஆனாலும் ஆ.முத்துசாமியின் பணி நீக்க உத்தரவு திரும்பப் பெறப்படவில்லை. மாநிலம் முழுவதும் ஆ.முத்துசாமி சுற்றிச் சுழன்று வந்தார். தமிழ்நாடு தொடக்கப்பள்ளி ஆசிரியர் கூட்டணி வலுவான சங்கமாக உருப்பெற்றது.

மாஸ்டர் வா.ராமுண்ணி, ஆ.முத்துசாமி, வி.சுதந்திரமணி, டி.பி.ஏ.ராஜகோபாலன், வீரப்பட்டி தி.கணேசன், களக்காடு ஞா.தி.சம்பந்தன், பாப்பாங்குளம் சொ.சுப்பிரமணியன், கருங்குளம் இரா.வேணுகோபால், ஒட்டநத்தம் சு.கொண்டல்சாமி, திருத்தங்கல் கூ.கூடலிங்கம், கோவில்பட்டி ஆர்.ஏ.அய்யப்பன், கீரன்குளம் ராமசாமி, பிதப்புரம் அ.கஸ்தூரி, சிலம்பு இராமசாமி, முத்தையா எனப் பலர் ஆசிரியர் இயக்கத் தலைவர்களாக உருவானார்கள். பேராசிரியர் நா.வானமாமலை ஆசிரியர் போராட்டங்களுக்கு வழி காட்டினார்.

ஆசிரியர் ஆ.முத்துசாமியை வேலைக்குச் சேர்த்துக் கொள்வதில் அதிகாரிகள் மற்றும் ஆட்சியாளர்களிடையே மவுனம் நீடித்துக் கொண்டேயிருந்தது. ஆட்சியும் மாறியது. அழகர்சாமி 1967இல்

சட்டமன்ற உறுப்பினராக ஆனார். உரிய அதிகாரிகளிடம் விளக்கமாகப் பேசினார்.

பஞ்சாயத்து ஆணையர் லிங்கவன் பரிந்துரை, ஆ.மு.வின் போராட்டங்கள் பற்றி இலாகா பூர்வ விசாரணை நடைபெற்றது.

'பள்ளி சென்று பாடத்திட்டத்தின் அடிப்படையிலான பாடங்களைக் கற்றுக் கொடுப்பது மட்டும் ஆசிரியரின் வேலை இல்லை. சமுதாய நற்பண்புகளை, மனிதநேயத்தைக் கற்றுக் கொடுப்பதும்தான் என்றும், பாதிக்கப்பட்ட ஒருவருக்காக மற்றவர் குரல் கொடுப்பதும் மனித நேயத்தின் ஒரு அம்சம்தான்' என அழகர்சாமியின் வழிகாட்டுதலில் ஆ.மு விளக்கமளித்தார்.

பணிநீக்கம் ரத்து செய்யப்பட்டது. சங்கம் வைக்கும் உரிமை நிலை நாட்டப்பட்டது. இராமனூத்திலிருந்து அழகர்சாமி வழியில் ஆ.முத்துசாமியும் மாநிலத் தலைவராக ஒளிர்ந்தார்.

வீரப்பட்டி தி.கணேசன் ஆ.முத்துசாமியால் கட்சிக்குக் கொண்டு வரப்பட்டவர். அழகர்சாமியின் உற்ற நண்பர். முத்தலாபுரம் அருகிலுள்ள வீரப்பட்டி கிராமத்தை சார்ந்த ஆசிரியர். இவர் மனைவியும் ஆசிரியர். நாகலாபுரம் புதூரில் ஆசிரியர்கள் போராட்டத்திற்கு அழகர்சாமி உதவி செய்ததை நன்றியுடன் நினைவு கூர்கிறார். ஆசிரியர் சண்முகத்தோடு வில்லிசைக் குழுவை உருவாக்குவதில் ஆர்வமுடன் இருந்தார். பணிக்காலத்தில் பாரதி விழா, ஆசிரியர் இயக்கங்களுக்கு உறுதுணையானார். பின்னர் கட்சியின் விளாத்திகுளம் தாலுகா செயலாளராகவும், மாவட்டப் பொருளாளராகவும் கணேசன் செயல்பட்டார். இவரது வீடே காதல் மணம் புரிந்த இளைஞர்களின் அடைக்கலம்.

எட்டயபுரத்திலேயே பிறந்து வளர்ந்த
பாக்கியம் பெற்ற இவர்
பாரதியிடம் இளமை முதற்கொண்டே
பெருத்த ஈடுபாடும் பக்தியும் கொண்டவர்.

52. கடல் தாமரை

'மகாகவி பாரதியார் வாழ்க்கை சித்திரம்' என்ற நூலின் ஆசிரியர் முத்துக்கிருஷ்ணனை தொ.மு.சி.ரகுநாதன் அவர்களின் வார்த்தைகளிலேயே அறிந்து கொள்வோம். "அவரை நான் முப்பது ஆண்டுகளுக்கு மேலாக அறிவேன். பாரதி பிறந்த தேசியத் திருப்பதியான எட்டயபுரத்திலேயே பிறந்து வளர்ந்த பாக்கியம் பெற்ற இவர், இளமை முதற்கொண்டே பாரதியிடம் பெருத்த ஈடுபாடும், பக்தியும் கொண்டவர். எட்டயபுரத்தில் கடந்த கால்நூற்றாண்டு காலமாக, கலை இலக்கியப் பெருமன்றம் ஆண்டுதோறும் நடத்திவரும் பாரதி விழாவை முன்னின்று நடத்தி வந்துள்ள முன்னணிச் செயல்வீரர்களில் ஒருவர். பாரதி விழாக்களில் பாரதி பற்றிய சொற்பொழிவுகள் ஆற்றியவர். பட்டிமன்றங்களில் வீராவேசத்தோடு பங்கெடுத்தவர். அத்துடன் இவர் கடந்த முப்பது ஆண்டுகளுக்கும் மேலாகப் பத்திரிக்கையாளராகவும் இருந்து வருபவர். பாரதியைப் பற்றி பல கட்டுரைகள் எழுதியவர், பாரதியைப் பற்றி அவதூறு செய்தவர்களுக்கு ஆணித்தரமாக பதிலளித்தவர். இத்தனைக்கும் மேல் பாரதியின் நூல்களை மட்டுமல்லாமல், பாரதியைப் பற்றி வெளிவந்துள்ள நூல்கள், பழைய கட்டுரைகள் ஆகியவற்றை யெல்லாம் வேட்டையாடித் தேடிப் பிடித்துப் படித்தவர், படிப்பவர். திரு.இளசை மணியன் தொகுத்துப் பதிப்பித்த 'பாரதி தரிசனம்' தொகுதிகளை உருவாக்குவதில் அவருக்கு உறுதுணையாக நின்றவர். இவரது இல்லமும் பாரதி விழாவிற்கு வருபவர்களின் சரணாலயம்.

தினமணி, தினமலர் பத்திரிக்கைகளின் நிருபராகப் பணியாற்றினார். பின்னாளில் தினமலர் பத்திரிக்கையின் உதவி ஆசிரியராக ஏற்றம் பெற்றார். அதன் நிறுவனர் இராமசுப்பிரமணியய்யரின் வாழ்க்கை வரலாற்றை 'கடல் தாமரை' என சிறப்பாக எழுதியவர். எழுத்தாளர் மட்டுமல்ல, சிறந்த பேச்சாளர். பேராசிரியர் சீனிவாச ராகவன் மீது மிகுந்த பற்றும், மரியாதையும் கொண்டவர். பாரதி பற்றி ஆழமாகக்

கற்றுத் தேர்ந்தவர் மட்டுமல்ல, பாரதிக்கும் வ.உ.சிக்கும் உள்ள மாமா-மாப்பிள்ளை உறவை எடுத்துக்கூறி, வ.உ.சி.யின் நூலை வெளிக் கொண்டு வந்தவர். அழகர்சாமியிடம் புதிய புதிய தகவல்களை எடுத்துக் கூறி அன்பைப் பெற்றவர். இவரது இல்லத்தில் பல அரிய நூல்களையும், கேசட்டுகளையும் சேகரித்து வைத்திருப்பார். வில்லிசை வேந்தர் ச.பா.பிச்சைகுட்டி முதல் தவத்திரு குன்றக்குடி அடிகளார் வரை அத்தனை பெரிய ஆளுமைகளின் பெரும் மதிப்பைப் பெற்றவர்.

அழகர்சாமியின் மூத்த புதல்வர் ராமமூர்த்தி, சீதாவைத் திருமணம் செய்துள்ளார்.

53. சம்பந்தியான தோழர்

ஜி.ஆளவந்தார் சிறந்த கம்யூனிஸ்ட். தற்போதைய விருதுநகர் மாவட்டம் சிவகாசியை அடுத்த சிறிய கிராமம் ஆலமரத்துப்பட்டியில் பிறந்தவர். இவ்வூர் கல்வி மற்றும் அரசியல் விழிப்புணர்வுமிக்க கிராமம். விடுதலைப் போராட்டத்தில் பங்கேற்று சிறை சென்ற ஜி.ராமச்சந்திரன் உட்பட பல தியாகிகளின் ஊர். பகவத்சிங்கின் தோழர்களுடன் திருச்சி சிறையில் ராமச்சந்திரன் இருந்தபோது சோஷலிஸ்ட், கம்யூனிஸ்ட் கருத்துக்களால் ஈர்க்கப்பட்டார். அவருடைய வழிகாட்டுதலில் தேசிய வாலிபர் சங்கம் அமைத்து முக்கிய பங்காற்றினார். 1940-லேயே பள்ளியில் பிரிட்டிஷ் மன்னர் வாழ்த்து பாடல் பாட மறுத்து மூன்று நாள் மாணவர்கள் வேலைநிறுத்தம் நடத்தி வெற்றி பெற்றார். 1942இல் இந்திய கம்யூனிஸ்ட் கட்சி உறுப்பினராகச் சேர்ந்தார். ‘வெள்ளையனே வெளியேறு’ போராட்டத்தில் பங்கேற்றார். அலிப்புரம் சிறையில் அடைக்கப் பட்டார். கே.முருகேசன், ரமணி, கிசன் போன்ற தலைவர்களின் மார்க்சிய வகுப்புகளில் ஈர்க்கப்பட்டு கம்யூனிஸ்ட் ஆனார். எழுத்திலும், மொழிபெயர்ப்பிலும் ஆர்வம் ஏற்பட்டது. இவருக்கு தமிழ், தெலுங்கு, ஆங்கிலம், இந்தி மொழிகளில் எழுதவும், பேசவும் தெரியும். 1944 ஜூனில் விடுதலையானார்.

கட்சியின் அனுமதியின் பேரில் ராணுவத்தில் சேர்ந்தார். 1946இல் கப்பற்படை புரட்சிக்கு ராணுவத்திற்குள்ளிருந்து ஆதரவளித்துப் போராடியதால் பணியிலிருந்து நீக்கப்பட்டார். நேருவிடம் போராடி உரிமைகளைப் பெற்றவர். விடுதலைக்கு முன் 1947-ஆம் ஆண்டு பி.சீனிவாசராவ் எழுதிய ‘தலைமறைவு வாழ்க்கை’-யை தமிழில் மொழிபெயர்த்தார். ஜனசக்தியில் பணியாற்றினார். இந்திய ரயில்வேயில் பணியாற்றிய போது 1948இல் கட்சி தடை செய்யப்பட்டது. ரயில்வேயில் வேலை பார்த்துக் கொண்டே பொன்மலையில் தலைமறைவு வாழ்க்கை வாழ்ந்தார். தோழர்கள் பி.ராமமூர்த்தி, எம்.ஆர்.வெங்கட்ராமன், எம்.கல்யாணசுந்தரம், ஆர்.உமாநாத், பி.எம்.சுப்பிரமணியன் போன்ற தலைவர்கள் இங்குதானிருந்தார்கள். பாப்பா உமாநாத் என பின்னர்

அறியப்பட்ட பாப்பாவின் தாய் லட்சுமி அம்மாளை தனது தாயாக, தங்கையாக ஏற்றுக் கொண்டார். கைது செய்யப்பட்ட தோழர்கள் சிலர் சித்திரவதையை தாங்க முடியாமல் காட்டிக் கொடுத்ததால் கைது செய்யப்பட்டு ஆளவந்தாரும் சித்திரவதைக்குள்ளானார். 1948-50 ஆண்டுகளில் கம்யூனிஸ்ட்களின் மீது 'திருச்சி சதிவழக்கு' போடப் பட்டது. சிறையில் 29 நாட்கள் உண்ணாவிரதமிருந்தார். அந்த உண்ணா விரதத்தின் போது 22ஆவது நாளில் அன்னை லட்சுமி உயிர்நீத்தார். விடுதலைக்குப் பின் 'ஜனசக்தி'-யின் ஆசிரியர் பொறுப்பேற்றார். 1956-க்குப் பிறகு 'சோவியத் நாடு' பத்திரிகையின் ஆசிரியராகப் பணியாற்றி அப்பத்திரிக்கை நிறுத்தப்படும் வரை 1991 இறுதி வரை பணியாற்றினார்.

1925 ஜனவரி 5இல் பிறந்த ஆளவந்தார் தனது அக்கா மகளையே திருமணம் செய்து கொண்டார். அவர் பெயர் தேவகி. இவர்களின் இரண்டாவது மகள் கீதா. அழகர்சாமியின் மூத்த புதல்வர் ராமமூர்த்தி, கீதாவைத் திருமணம் செய்துள்ளார். தோழர் ஆளவந்தாரின் சம்பந்தி அழகர்சாமி. ராமமூர்த்தி-கீதா திருமணம் கோவில்பட்டியில் 1978-ஆம் ஆண்டு எம்.கல்யாணசுந்தரம் தலைமையில் ப.மாணிக்கம், ஆர்.நல்லகண்ணு முன்னிலையில் நடைபெற்றது. இவர்களுக்கு ஒரு மகன், மகள் இருக்கின்றனர்.

அழகர்சாமியின் மறு பதிப்பாக
மக்கள் இவரைப் பார்த்தனர்.

54. அழகர்சாமியின் வழியில் அய்யலுசாமி

கோவில்பட்டியின் சட்டமன்ற உறுப்பினராக 1996-ஆம் ஆண்டு தேர்வு செய்யப்பட்டார். அழகர்சாமியின் மறுபதிப்பாக மக்கள் இவரைப் பார்த்தனர். பெருமாள்பட்டி சொந்த ஊர். அந்த ஊரின் பஞ்சாயத்துத் தலைவராக, கடலையூர் கூட்டுறவு பால் பண்ணையின் தலைவராகப் பொறுப்பேற்று மக்கள் பணியாற்றினார். இந்திய கம்யூனிஸ்ட் கட்சியின் தாலுகா செயலாளர். எளிமையான தோற்றம். கதர் வேட்டி, அரைக்கை கதர் சட்டை, சிமெண்ட் கலர் கதர் துண்டு. அழகர்சாமி காவி கலர் துண்டு. துண்டின் கலர்தான் வித்தியாசம்.

அழகர்சாமியின் தலைமையை ஏற்று அனைத்துப் போராட்டங் களிலும் நிழல்போல் தொடர்ந்து செயலாற்றியவர். நல்ல சம்சாரி. உழைக்கும் சக்தி இருந்தவரை கரிசல் மண்ணில் வியர்வை சிந்தி, உழைப்பதற்கு இவர் தயங்கியதேயில்லை. கனிவிலும், கருத்துக்களைக் துணிவாகப் பகிர்வதிலும் இவருக்கு நிகர் அழகர்சாமிதான்.

இவரும் தெலுங்கில் சுவாரஸ்யமாக 'மாட்லாடும் போது' செந்தமிழ் வார்த்தைகள் அருவியாய் கொட்டும்.

55. ஒரிஜினல் பி.ஏ.

எம்.ஏ.கெங்கையா மந்தித்தோப்பு கிராமத்தைச் சேர்ந்த பெரிய சம்சாரி. சதா சர்வ காலமும் அழகர்சாமியின் நிழலாகக் கூடவே இருப்பார். கோவில்பட்டி கூட்டுறவு பால் ஒன்றியத்தின் தலைவர். அழகர்சாமி மாதம் மூன்று நாள் தொகுதியில் உள்ள கிராமங்களுக்கு யூனியன் ஜீப் மூலம் மக்களைச் சந்திக்கச் செல்லும்போது, உடன் தவறாமல் வருவார். அழகர்சாமியே விருப்பத்தோடு இவரை அழைத்துக் கொள்வார். இருவரும் தெலுங்கில் சுவாரஸ்யமாக 'மாட்லாடும்போது' செந்தமிழ் வார்த்தைகள் அருவியாய் கொட்டும். கோவில்பட்டியில் எலக்ட்ரிக்கல் கடை ஒன்று வைத்திருந்தார். அதிகாரிகளைச் சந்திப்பதிலும், மக்கள் பிரச்சனைகளைத் தீர்ப்பதிலும் வல்லவர். நாம் அழகர்சாமிக்கு அதிகாரப்பூர்வ பி.ஏ. என்றாலும் 'ஒரிஜினல்' பி.ஏ. கெங்கையாதான்.

இராமனூத்து கிராமத்தில் தலைவர்கள் தங்கவும் கிளையை உருவாக்கவும் 'தியாகி' பாலகிருஷ்ணன் பங்கு குறிப்பிடத்தக்கது.

56. வழிகாட்டியின் வழிகாட்டி

'தியாகி' பாலகிருஷ்ணன் 1922ஆம் ஆண்டு நாகலாபுரம் கவுண்டம் பட்டியில் பிறந்தவர். 1937இல் வெள்ளையனே வெளியேறு இயக்க காலத்தில், தனிநபர் சத்யாகிரகத்தில் பங்கேற்க இளைஞரானதால் அனுமதி கிடைக்கவில்லை. 'இந்திய சுதந்திர முன்னேற்ற நிலையம்' என்ற அமைப்பைத் தொடங்கி காங்கிரஸ் சுற்றறிக்கைகளை விநியோகித்தார். சிலம்பம், மற்போர் போன்ற பயிற்சிகளும் மேற்கொண்டார். காடல்குடி போலீஸ் ஸ்டேஷன் தாக்கப்பட்டு தீ வைத்துக் கொளுத்தப்பட்டது. விளாத்திகுளம் சப்கோர்ட் நீதிபதி இரண்டாவது உலக யுத்தத்திற்கு அரசுக்கு ஆதரவாக நிதி திரட்டினார். உடனடியாக கோபமுற்ற பாலகிருஷ்ணன் இதற்கெதிராக கடைவீதிகளில் தன் சகாக்களுடன் இணைந்து மறியல் செய்தார். 'யுத்த நிதி வழங்காதீர்கள்' என முழங்கியதற்காக கைது செய்யப்பட்டு கோவில்பட்டி சப்.ஜெயிலில் அடைக்கப்பட்டார். கடும் சித்திரவதைகளுக்கு ஆளானார். பின்னர் 6 மாதம் தண்டனை விதிக்கப்பட்டு, அலிப்பூர் சிறையில் அடைக்கப்பட்டார். காந்தியின் உண்ணாநோன்பை ஆதரித்து 7 நாட்கள் பாலகிருஷ்ணன் சிறையில் உண்ணாவிரதம் இருந்தார். கம்யூனிஸ்ட் தலைவர்கள் எம்.எம்.எஸ்.மணி, எஸ்.ஆர்.எஸ்.மணி, கே.முருகேசன், ரமணி, கிசன் போன்றவர்களின் தொடர்பாலும், அரசியல் பயிற்சி களாலும் கம்யூனிஸ்ட்டாக மாறினார். 1948இல் கட்சி தடை செய்யப்பட்ட காலத்தில் கோவில்பட்டி வட்டாரத்தில் கட்சியைக் கட்டுவதிலும், மக்களை அணி திரட்டுவதிலும் முனைப்பு காட்டினார். அழகர்சாமியை மணலி கந்தசாமி, விருதுநகர் உலகநாதன், ஆர்.ஹெச்.நாதன் போன்ற தலைவர்களிடம் அறிமுகம் செய்து வைத்தார். இராமனூத்து கிராமத்தில் தலைவர்கள் தங்கவும், கிளையை உருவாக்கவும் 'தியாகி' பாலகிருஷ்ணனின் பங்கு குறிப்பிடத்தக்கது. தலைவர் ஐ.மாயாண்டி பாரதியின் தங்கையைத் துணைவியாக ஏற்றவர்.

அப்ப எனக்கு 18 வயது. ஐயாவுக்கு 27 வயது. எங்க கல்யாணம் 1952ஆம் வருடம் ஆவணி மாதம் 23ஆம் தேதி நடந்தது.

57. குடும்ப வாழ்க்கை

எட்டயபுரத்தில் உள்ள சோ. அழகர்சாமி அவர்களின் இல்லத்திற்கு மூத்ததோழர் எஸ்.ராமசுப்பு அவர்களுடன் சென்றோம். டாக்டர் ராஜாராம் பாரதி குடியிருந்த வீட்டை அழகர்சாமி வாங்கியிருந்தார்.

அருகிலேயே "நீராவி" என்றழைக்கப்படும் நல்ல தண்ணீர் குளம் இருந்தது. ஜமீன் ஆட்சிக் காலத்திலும், அதற்குப் பின்பும் கூட பொது மக்கள் குடிதண்ணீர் எடுப்பதற்கு இக்குளத்தையே நம்பியிருந்தார்கள். வேறு வழியும் இல்லை. அழகர்சாமி முன் முயற்சி எடுத்து தமிழக அரசிடம் வாதாடி, போராடி தாமிரபரணி தண்ணீரைக் கொண்டு வந்தார். தாமிரபரணி ஆற்றில் சீவலப்பேரி என்ற இடத்தில் ஆற்றுக்குள் உறை கிணறு போட்டு நீரை ஏற்றி, குழாய் வழியாக சுமார் 60 கி.மீ தூரம் உள்ள கோவில்பட்டிக்குக் கொண்டு வந்தார். 1976-ஆம் ஆண்டு இத்திட்டத்தின் மூலம் மக்களுக்கு தாமிரபரணியின் நல்ல தண்ணீர் கிடைத்தது.

அதற்கு முன்னால் கரிசக்காட்டுக்காரங்களுக்கு பெண் தரமாட்டாங்களாம். பெண் தண்ணி சுமந்தே அவதிப்படுவாளாம்.

அழகர்சாமியின் வீட்டருகேதான் சிவன் கோவிலும், அரண்மனையும் உள்ளது. பாரதி கவிதை பாடி, பிள்ளைக் காதலில் திளைத்த கோவில்.

கலகலவென்று, பொதுமக்கள் பலரும் வந்துபோன வீடு. அழகர்சாமியின் மனைவி தாயம்மாள் அம்மா, பிள்ளைகளுடன் செல்ல மறுத்து, அன்புக் கணவர் எம்எல்ஏ-வை நினைத்தபடியே வாழ்ந்து கொண்டிருக்கிறார்.

தன் வாழ்நாள் முழுவதும் கரிசக்காட்டிலேயே உழைத்து, உழைத்து கருத்துப் போனமேனி. ஐயா இருக்கும்போது அம்மாவின் முகத்தில் ஒரு தேஜஸ் ஒளிர்ந்து கொண்டே இருக்கும். படர்ந்த நெற்றியில் பெரிய சிகப்புப் பொட்டு அழகூட்டும். ஐயாவின் சத்தம் அம்மாவிடம் அன்பாக மாறிவிடும். ஈருடல் ஓர் உயிராக வாழ்ந்தவர்கள்.

அம்மாவிற்கு வயதாகிவிட்டது. ஐயாவைப் பற்றிப் பேசினால் முகத்தில் அழகான மலர்ச்சி ஏற்படுகிறது. அழகர்சாமியின் பொது வாழ்விற்கு அடிநாதம் அம்மாதானே. இன்பத்திலும், துன்பத்திலும் ஒன்றாகப் பயணப்பட்ட கதைகளைச் சொல்லும்போது சில இடங்களில் குரல் கம்மியது. அவர்களை அறியாமலேயே கண்ணீர் பொங்கி அருவியாய் கொட்டியது.

அம்மா சொல்லுவதைக் கேட்போம்:

"என்னோட சொந்த ஊர் சாத்தூர் அருகிலுள்ள தாயில்பட்டி பக்கம் சல்வார்பட்டி. என் பெயர் தாயம்மாள். எங்க அப்பாவுக்கு இரண்டு தாரம். அவங்களுக்கு 10 குழந்தைகள். எங்க அப்பா பெயர் ரெங்கசாமி நாயக்கர். அம்மா பேர் ரெங்கம்மாள். அந்தக் காலத்தில் பஸ் வசதி கிடையாது. ஆனாலும் ஐயா எப்படியோ என்னப் பெண் பார்க்க வந்தார். பெரியவங்க பார்த்து எங்கள் கல்யாணத்த முடிவு செஞ்சாங்க.

அப்ப எனக்கு 18 வயது. ஐயாவுக்கு 27 வயது. எங்க கல்யாணம் 1952ஆம் வருடம் ஆவணி மாதம் 23ஆம் தேதி நடந்தது. அந்தக் காலத்தில விவசாய குடும்பங்களில் ராத்திரிதான் கல்யாணம் நடக்கும். சம்சாரிக... வேலையெல்லாம் முடிச்சுட்டு ராத்திரிதான் வருவாங்க. இவங்க அப்பவே ஊர்க்காரங்களுக்கு பொது வேலதான் பாத்திட்டிருந்தாரு. இந்த வீட்ல இருந்த டாக்டர் ராஜாராம் பாரதிதான் எங்க கல்யாணத்துக்குத் தலைமை தாங்கினாரு. மணவடையெல்லாம் கிடையாது. ஒரு பெஞ்சுலதான் நாங்க உக்காந்திருந்தோம். அதுதான் மணவடை. இராத்திரி 8 மணிக்கு கல்யாணம் நடந்தது.

ஐயாவுக்கு அழகர்சாமின்னு ஏன் பெயர் வைத்தார்கள்? என்று கேட்டோம். அழகர்சாமி என்பது ஒருவிதத்தில் எங்க சமுதாய மக்களிடம் வழக்கத்தில் வழங்கிவரும் பெயர்தான். மதுரையில் உள்ள சாமியின் பேரு. கள்ளழகர் கோவில் சாமியின் பெயர்தான் அழகர் சாமியின் பெயர். எனவேதான் அழகர்சாமி. அதுபோல பழமுதிர்ச் சோலையில் அந்தக் கோவில் இருப்பதால் சோலையா. சோலைய நாயக்கர் வழிவழியாக வரும் குலதெய்வத்தின் பெயர். எங்களுக்குள்ள எந்த வேற்றுமையும் எழுந்தது இல்லை. குடும்பத்தில் நான்தான் முடிவுகளை எடுக்க வேண்டும். எந்த முடிவு எடுத்தாலும் எதுவும் சொல்லமாட்டார். மறுத்துப் பேசவோ, ஏன் இப்படி செஞ்சேன்னோ கேள்வி கேட்கமாட்டார். ஆனாலும் ஐயாட்ட கேக்காம நான் எதுவும் செய்யமாட்டேன்.

ரொம்ப பாசமா இருப்பார். அவருக்கு ஊர்க் கவலதான் அதிகம். எப்பவாவது வீட்ல இருந்தார்னா... ரொம்ப அன்பா பேசுவார். அவருக்கு ஒருமுறை மஞ்சக்காமாலை நோய் வந்தது. நாங்க துடிச்சுப் போய்ட்டோம். பத்திய மருந்துகளை முறையாக எடுத்துக்கொண்டார். சாப்பாட்டுல பெரிசா ருசியெல்லாம் பார்க்க மாட்டார். டாக்டர் ராஜாராம் பாரதி என்னை மகளேன்னும்; அவரை மாப்பிள்ளையின்னும் தான் அழைப்பார். அவர கண்டுச்சு பேசற ஒரே ஒருத்தர் டாக்டர்தான். *(அவர - அழகர்சாமியை)*

ஐயா வாத்தியார் வேல பார்த்தார். சம்பளம் நாப்பது ரூபாய். அதையும் தான் வைச்சுக்க மாட்டார். படிக்கிற பிள்ளைகளுக்கு சிலேட்டு, குச்சி, நோட்டு, புத்தகம் வாங்கித்தந்துவிடுவார். அவர் படிச்சது கூரைப் பள்ளிக்கூடம்தான். அதுவும் ஊர் சொத்துதான். அதனால அவரே முயற்சி எடுத்து காரைக் கட்டிடமாக பள்ளிக் கூடத்தைக் கட்டினார்.

ஊர் ஊரா போயிட்டு எப்ப வருவார்னு நேரம் காலம் தெரியாது. ஐயா முதல்ல பஞ்சாயத்துத் தலைவராக ஆனது 1958ஆம் வருசத்தில்தான்.

மறுவருஷமே ராமமூர்த்தி பிறந்தான். அப்ப கம்யூனிஸ்ட் கட்சில ராமமூர்த்தி பெரிய தலைவரா இருந்தாரு. அவர இவருக்கு ரொம்ப பிடிக்கும். அதனால முதல் குழந்தைக்கு ராமமூர்த்தின்னு பேர் வைச்சோம். தலைவர் மணலி கந்தசாமிதான் பேர் வைச்சாங்க...

இரண்டாவது குழந்தை பெண்குழந்தை. அவருக்கு ரொம்ப சந்தோஷம். பாரதியைப் பிடிக்கும். பாரதி கவிதைகளை மனப்பாடமாகச் சொல்லுவார். அதனால அவளுக்கு ஜெயபாரதின்னு பேர் வைச்சோம்.

பாரதி மாதிரியே வங்கத்து கவிஞன் ரவீந்திரநாத்தையும் பிடிக்கும். நம்ம நாட்டோட தேசிய கீதத்தை எழுதியவர்னு ரொம்பப் பெருமையா சொல்லுவாரு. நான் அஞ்சாம் கிளாஸ்தான் படிச்சேன். ஆனாலும் இவரு சொன்னார்னு பல புத்தகங்கள படிக்க முயற்சி செய்வேன். ஆனா காட்டு வேல பாத்துட்டு, வீட்டு வேலையும் பார்த்தா தூக்கம் தானே வரும். ஐயா சொல்லறதுக்கெல்லாம் தலையத் தலைய ஆட்டுவேன். மூணாவது பிறந்த ஆண் குழந்தைக்கு ரவீந்திரன்னு பேரு வைச்சோம்.

கடைக்குட்டி பொண்ணு கீதா பிறந்தா. ராணியாட்டம் இருந்தா. கீதாஞ்சலின்னு கவிஞர் ரவீந்திரநாத் நூலுக்கு என்னமோ பரிசு கிடைக்சுருக்கின்னு சொன்னாரு. ஆமாம் நோபல் பரிசுதான் கிடைச்சது.

அதுனால அவளுக்கு கீதாராணின்னு பேரு வைச்சோம். பாக்க ராணியாட்டம் இருப்பா.

ஐயாவுக்கு ஏழு வயசு இருக்கும்போதே அவங்க அப்பா இறந்து விட்டார். இவருக்கு ஒரு தம்பி. அவருக்கு அப்ப மூணு வயது. ராமசாமின்னு பேரு. கதர் டிபார்ட்மென்ட்ல வேல பார்த்தாரு. கடைசி வரை அண்ணன் தம்பி இரண்டு பேரும் ரொம்ப ஒத்துமையா இருந்தாங்க.

ஐயாவோட அப்பா ஒரு நல்ல சம்சாரி. ஐயாவோட தாத்தா காலத்திலிருந்தே குடும்பத்துக்கு 50, 60 ஏக்கர் நிலமிருந்தது. எட்டயபுரம் ஜமீனிடமிருந்து அப்பவே வாங்கிட்டாங்க. இவரு தலையெடுத்த பிறகுதான் கிணறு தோண்டி பம்பு செட் வைச்சாரு. விவசாயத்து மேல ரொம்ப பிரியம். காலைல 4 மணிக்கெல்லாம் எழுந்துருச்சுருவாரு. வேகமாக நடப்பாரு. நிலத்த பார்த்து, அந்த பயிர பாத்தாத்தான் நிம்மதியாவாரு. வேல பாக்ரவங்க கிட்ட என்ன என்ன செய்யனும்னு வழிகாட்டுவாரு.

ஐயாவோட தம்பி ராமசாமியோட மனைவி அச்சம்மா. இவங்களுக்கு இரண்டு மகள்கள். மூத்தவளுக்கு மணிமேகலைன்னு இவர்தான் பேரு வைச்சாரு. இவளோட தங்கை கலா. அச்சம்மாவும் நல்ல சம்சாரி, குடும்பத்து பொண்ணு அவகளும், நானும்தான் காட்டுவேல வீட்டுவேல எல்லாம் பார்ப்போம். அச்சம்மா ஐயாவோட அத்தை பொண்ணுதான்.

ஐயாவோட மாமா ஆழ்வார்சாமின்னு பேரு. நல்ல உழைப்பாளி. எங்க காடு, புஞ்சையெல்லாம் அவருதான் பாத்துக்கிட்டாரு. ஐயாவை வளர்த்ததெல்லாம் அவர்தான். ஆரம்பக் கல்வியை ராமனூத்தில் முடிச்சுட்டு படர்ந்தபுளிக்கு மேல படிக்க அனுப்பினாரு. வில் வண்டி கட்டித்தான் பள்ளிக்கூடத்துக்கு அனுப்பினாலும், மேல படிக்க வைக்க முடியல. அந்தக் காலத்தில் இந்தக் கிராமத்தில் ரொம்ப படிச்சவரு அய்யா தான். எட்டாம் கிளாஸ் பெரிய படிப்பு. ஐயாவுக்கு படிக்கிறதுக்கு ரொம்ப இஷ்டம். ஆனா குடும்பச் சூழ்நில படிக்க வைக்க முடியலையாம்.

மாமா ஆழ்வார்சாமிக்கு எங்க வீட்டு ஆம்பளக்கி எட்டயபுரம் அரண்மணைல உத்தியோகம் வாங்கித் தந்து அழகுபாக்க ஆச... ஆனா... ஐயாட்ட கேக்கத்தான் முடியல... அப்பவே அரசியல்ல புகுந்துட்டாரு. காங்கிரஸ் கட்சில... சோஷலிஸ்ட் கட்சில எல்லாம் இருந்துருக்காரு. ஜெயப்பிரகாஷ் நாராயணனையும் அவரோட

வீட்டம்மாவையும் அழைத்து வந்து கூட்டம் போட்டிருக்காரு. இதெல்லாம் ஐயா சொல்லித்தான் தெரியும்.

வீட்டுக்குப் பல தலைவர்கள் வருவாங்க. ஆர்.ஹெச்.நாதன், விருதுநகர் உலகநாதன், பாலதண்டாயுதம், மணலி கந்தசாமின்னு பல பேரு வருவாங்க. அவரும் மீனாட்சி நாதனும் ரொம்ப பிரண்டு.

ராமனுத்து ஐயாவோட நெருங்கிய நண்பர்கள் முத்துக்குமார், வெள்ளையப்ப மணியக்காரர், ராக்கப்பன், வள்ளத்தரசு என்று பலபேரச் சொல்லலாம். மைனர் ராமசாமி எங்க வீட்டுச் செல்லப்பிள்ள மாதிரி.

ஐயா முயற்சி எடுத்து, ஜமீன் நிலத்தை போராடி பெற்று ஊர்ல உள்ளவங்களுக்கு தலா 2.5 ஏக்கர் வீதம் பிரிச்சு கொடுத்தார். ஊர் கிணத்த தோண்டிக் கொடுத்தார்.

இவரு பிரசிடென்ட் ஆன பிறகு கிணறு தோண்ட, மின்சாரம், ரோடு போடச் செய்ய, பள்ளிக்கூடத்த கட்ட என பல முயற்சிகளை எடுத்தார். இந்தக் கிராமம் விளாத்திகுளம் யூனியனைச் சார்ந்தது. அப்ப யூனியன் இஞ்சினியர் தியாகராசன். பாக்க அழகாக, ஒல்லியா இருப்பார். ஜீப்பை அவரே ஓட்டிக் கொண்டு வந்து விடுவார். பேண்ட் அதில் சட்ட இன் பண்ணியிருக்கும். இடுப்புல கருப்பு பெல்ட் கட்டியிருப்பாரு. ரொம்ப பாசமா நம்ம வீட்ல எது இருந்தாலும் பிரியமாகக் கேட்டு வாங்கிச் சாப்பிடுவாரு. எந்தவித வித்தியாசமும் பார்க்கமாட்டார். அவரும் ஐயாவும் ரொம்ப நெருக்கமாய் இருந்தார்கள். ரெண்டு பேரும் கம்யூனிஸ்ட் கட்சிக்காரங்க. அதனாலதான் அந்த யூனியன் சேர்மன் தியாகராசன பழிவாங்கிட்டாரு..."

இந்த விஷயத்தைச் சொல்லிட்டு வரும்போதே அம்மாவிற்கு கண்ணீர் தளும்பி, அழத்தொடங்கி விட்டார்கள். நாமும் ஆசுவாசப் படுத்தி சிறிது நேரம் சென்று பேச்சைத் திசைத் திருப்பினோம்.

"அம்மா அவரோட சினிமாவுக்கு போயிருக்கிறீகளா?"

"இல்ல ஒரு சினிமா கூட இரண்டு பேரும் சேர்ந்து பார்த்தது இல்ல. அவர் கூட்டிக் கொண்டு போனதில்ல".

"அப்ப.. வேற எங்கயாவது ஐயா கூட்டிட்டு போயிருக்காரா?" எனக் கேட்டோம்.

"ஒரு தடவ கட்சி மாநாடு காசி (வாரணாசி)ல நடந்தது. அப்ப வரயாணு கேட்டு கூட்டிட்டுப் போனார். சட்டமன்ற உறுப்பினராக இருந்த பூங்காவனம் அவர்களின் மனைவியும் வந்திருந்தாங்க."

மறக்க முடியாத சம்பவங்களைக் கிளறத் தொடங்கினோம்.

"பாரதி (மகள்) எட்டயபுரத்தில் படிச்சு முடிச்சுட்டு காலேஜ்ல சேர்க்கணும். பிள்ளைகளோட படிப்புக்காகத்தான் எட்டயபுரத்திலேயே வீட்ட வாங்கினோம். அவள காலேஜ் சேர்க்க எங்க வீட்டு ஆம்பள வரல... யாருக்கும் அவர் வந்து சேர்க்கல... திருச்சி போ... அங்க உனக்கு கட்சிக்காரங்கள் உதவுவாங்கன்னு சொல்லிட்டு இவர் வேற வேலயா போயிட்டாரு. சரின்னு.. நான் பாரதிய கூட்டிட்டு திருச்சி போய்ட்டேன். நேரமோ இராத்திரி 7, 8 மணிய தாண்டிப் போச்சு. அவளை சத்திரம் பஸ் ஸ்டாண்டுகிட்ட இருக்கிற நேஷனல் காலேஜில தான் சேர்க்கணும். தனியா போய் இறங்கிட்டோம். பயந்துகிட்டே தான் ஆனா... அங்க கமலா ராமசாமிய பார்த்தோம் அப்பதான் உயிர் வந்தது"

குழந்தைகளைப் படிக்க வைக்கற வேலையெல்லாம் பார்த்தது அம்மாதான்.

அழகர்சாமியின் குடும்பம் நடுத்தர விவசாயக் குடும்பம். வீட்ல எப்பவும் 7,8 மாடுகள் அசைபோட்டபடி இருக்கும். கூட்டுக் குடும்பம். அணையா அடுப்பு. குடும்பத்தினர், விருந்தினர், வேலையாட்கள் மட்டுமின்றி தோழர்களும் சாப்பிட்டு வயிறாறிய இல்லம். விடியும் முன்பே விவசாயிகளுக்கு வேலை தொடங்கிவிடும். அம்மாவின் மேற்பார்வையில் அனைவரும் கட்டுப்பட்டு உழைத்தனர்.

தோழர் சோ.அழகர்சாமியின் மகன் ராமமூர்த்தி, மகள் ஜெயபாரதி, மகன் ரவீந்திரன், மகள் கீதாராணி ஆகியோரும் இவர்களுடைய பிள்ளைகளும் எழுதியுள்ளவைகள். குடும்ப உறுப்பினர்களின் பார்வையிலேயே பதிந்துள்ளோம்.

58. மனப்பதிவுகள்

அவரின் பொது வாழ்க்கையிலும்,
கட்சிப் பணிகளிலும் உறவினர்கள் தலையிடுவதை
என்றுமே அவர் விரும்பியதில்லை.

அரசியலில் அப்பழுக்கற்றவர்

மூத்த மகன் ராமமூர்த்தி

நாங்கள் பாரம்பரியம் மிக்க விவசாயக் கூட்டுக் குடும்பமாக வாழ்ந்தோம். மாமா, அத்தை, சித்தப்பா, சித்தி, தாத்தா, பாட்டி மற்றும் குழந்தைகள் என மொத்தம் 21 நபர்கள் கொண்ட கூட்டுக் குடும்பம். ஆடு, மாடுகள் பராமரிக்கும் இரண்டு வேலையாட்கள் வீட்டோடு இருப்பார்கள். அவர்களையும் சேர்த்து மொத்தம் 23 பேர்களுக்கு தினசரி மூன்று வேளை சாப்பாடு என்று அடுப்பு எந்நேரமும் எரிந்து கொண்டு இருக்கும். என் தந்தை இளம் வயதிலேயே பொது வாழ்வில் ஈடுபட்டதால் என் சித்தப்பாவின் மாமனார் குடும்பப் பொறுப்பை ஏற்றுக்கொண்டார்.

அந்தக் காலகட்டத்தில் அரசு, கம்யூனிஸ்ட் தலைவர்களை வேட்டையாடியதால் மணலி கந்தசாமி போன்ற பல தலைவர்கள் எங்கள் வீட்டின் மாடியில் பல நாட்கள் தலைமறைவு வாழ்க்கை வாழ்ந்தார்கள். 1953-ஆம் ஆண்டு பிறந்த எனக்கு, மணலி கந்தசாமிதான் பி.ராமமூர்த்தி நினைவாக "ராமமூர்த்தி" என பெயர் சூட்டினார்கள்.

ஆரம்ப காலத்தில் எனது தந்தை இராமனூத்து ஆரம்பப் பள்ளி ஆசிரியராகப் பணியாற்றியபோது வாங்கிய மாத ஊதியம் ரூ.40. முழுவதும் ஏழைப் பள்ளி மாணவர்களுக்கு செலவு செய்வார்கள்.

அதன் பின்னர் இராமனூத்து வேளாண் கூட்டுறவு சங்கத் தலைவராகவும், பின்னர் பஞ்சாயத்துத் தலைவராகவும் மிகவும்

சிறப்பாகப் பணியாற்றினார்கள். பஞ்சாயத்துத் தலைவராகப் பொறுப்பு ஏற்றவுடன் இராமனூத்து கிராமத்தில் உள்ள இளைஞர்கள் ஒன்று சேர்ந்து பல குழுக்களாகப் பிரித்து, ஒவ்வொரு குழுவிற்கும் ஒரு தலைவரை நியமித்து ஊர் பொதுப் பணியை நிர்வகிக்கும் பொருட்டு, நிதி நிர்வாகம், துப்புரவுப் பணி, சுகாதாரப் பணி, கல்வி, குடிநீர், சுற்றுச்சூழல், மரம் நடுதல், கண்மாய் தூர்வாருதல், சாலை அமைத்தல் போன்ற ஒரு கிராமத்திற்குத் தேவையான அனைத்து அடிப்படை வசதிகளையும் அந்தக் குழுக்களைக் கொண்டு செய்து வந்தார். இப்பணிகளைக் கண்காணிக்க மாதம் ஒருமுறை கூட்டம் நடத்தினார். மற்ற கிராமங்களுக்கு இராமனூத்து கிராமம் ஒரு முன் உதாரண கிராமமாகத் திகழ்ந்தது. அதனால்தான் அப்பா ஊராட்சித் தலைவராக மக்களால் போட்டியின்றித் தேர்வு செய்யப்பட்டார்.

இதை பல அரசு அதிகாரிகள் நேரில் வந்து ஆய்வு செய்து பாராட்டியுள்ளார்கள். அப்படி ஆய்வு செய்த ஒரு அதிகாரிதான் ஒன்றியப் பொறியாளர் திரு.S.S.தியாகராஜன் அவர்கள். தந்தையின் பணிக்கு உறுதுணையாகவும், சிறந்த நண்பராகவும் திரு.S.S.தியாகராஜன் அவர்கள் இருந்தார்கள். இருவரும் கடைசிவரை நண்பர்களாகவே வாழ்ந்தார்கள்.

அவரின் பொது வாழ்க்கையிலும், கட்சிப் பணிகளிலும் உறவினர்கள் தலையிடுவதை என்றுமே அவர் விரும்பியதில்லை. அரசியல் வாழ்க்கையில் அப்பழுக்கற்றவரின் வாரிசு என்கின்ற முறையில் நான் பெருமையடைகிறேன்.

அவர் ருசிக்கு சாப்பிடமாட்டார்.
பசிக்குத்தான்

ருசிக்கு அல்ல உணவு

மூத்த மருமகள் கீதா

எனது தந்தை G. ஆளவந்தார் அவர்கள் "சோவியத் நாடு" என்ற ரஷ்யப் பத்திரிக்கையின் பிரதம ஆசிரியராகவும், N.C.B.H.-க்கு நிறுவன ஆசிரியராகவும், இந்திய கம்யூனிஸ்ட் கட்சியின் உறுப்பினராகவும் இருந்தார். அதனால் தோழர்களால் "G.A." என்று அன்புடன் அழைக்கப்பட்டார். என் தந்தை கட்சிப் பணியாற்றியபோது மாமாவின் அறிமுகம் கிடைத்து இருவரும் நண்பர்கள் ஆனார்கள். அதனால் மாமா சென்னைக்கு வரும் பொழுது எல்லாம் அப்பாவின் நண்பர் என்ற முறையில் எங்கள் வீட்டிற்கு வந்ததால் எங்கள் குடும்ப நண்பர் ஆனார்கள்.

1978-ஆம் ஆண்டு இந்திய கம்யூனிஸ்ட் கட்சி மாநிலச் செயலாளர் எம்.கல்யாணசுந்தரம் தலைமையில், முற்போக்கு எழுத்தாளர் ஜெயகாந்தன் மற்றும் கட்சித் தலைவர்கள் நல்லகண்ணு அவர்கள், ப.மாணிக்கம் அவர்கள் முன்னிலையில் எங்கள் திருமணம் நடந்தது. மாமா அவர்கள் என்னைத்தான் மகளாக நினைத்து கடைசி வரை அன்பு பாராட்டினார்கள்.

கோவில்பட்டி வீட்டுவசதி சொசைட்டிக்கு மாமா தலைவராக இருந்தபொழுது அடிக்கடி எங்கள் வீட்டிற்கு மதிய உணவு உண்பதற்கு முன் அறிவிப்பின்றி வருவார்கள். அப்பொழுது வீட்டில் என்ன உணவு உள்ளதோ அதை உண்பார்கள். அவர் ருசிக்கு சாப்பிட மாட்டார். பசிக்குத்தான் உண்பார்கள். அவரின் வாழ்க்கை மட்டும் எளிமையானது அல்ல. உண்ணும் உணவும் எளிமையானதுதான். மாமா அவர்கள் பேரக் குழந்தைகளிடன் அன்பும், பாசமும் வைத்திருப்பார்கள்.

மாமா அவர்கள் மறைவதற்கு முன்பு எங்கள் வீட்டிற்கு அத்தையுடன் வந்திருந்தார். மார்ச் 4ஆம் தேதியன்று காலையில் தனக்குப் பிடித்த உணவுகளைச் செய்து தரும்படி முதல்முறையாக என்னிடம் சொல்லிக் கேட்டு வாங்கி உண்டார்கள்.

அதன் பிறகு மாமா, அத்தை இருவரும் பழைய நினைவுகளை என்னிடம் சொல்லிச் சிரித்துப் பேசிக்கொண்டு இருந்தார்கள். இரவு 7 மணியளவில் இப்பொழுதே நான் எட்டயபுரம் செல்ல வேண்டும்

என பிடிவாதம் பிடித்தார்கள். நானும், அத்தையும் எவ்வளவோ எடுத்துரைத்தும் அவர் கேட்கவில்லை. அதன்பின் 9 மணியளவில் காரில் இருவரையும் எட்டயபுரம் அனுப்பி வைத்தேன். ஆனால் மறுநாள் மார்ச் 5ஆம் தேதி இரவு 11.30 மணியளவில் எட்டையபுரத்தில் இருந்து போன் வந்தது. மாமாதான் பேசினார்கள். "நீ நன்றாக இருப்பாய் அம்மா" என்று என்னை வாழ்த்தினார்கள். அதுதான் அவர் என்னிடம் பேசிய கடைசி வார்த்தை. பிறகு 06.03.20 இரவு "1.30" மணியளவில் மிகுந்த அதிர்ச்சியான தகவல் வந்தது. மாமா அவர்கள் நம் அனைவரையும் விட்டுப் பிரிந்து இறைவனடி சேர்ந்துவிட்டார் என்ற செய்திதான் அது.

மாமா அவர்கள் நம்மைவிட்டுப் பிரிந்தாலும் நம் அனைவரது மனங்களிலும் வாழ்ந்துகொண்டுதான் இருக்கிறார். ஊர்போற்றும் ஓர் உத்தமரின் மருமகள் என்கின்ற வகையில் நான் மிகவும் பெருமை அடைகிறேன்.

அவர் என்னிடம் சிறந்த பாட்டனாராக மட்டுமல்ல, என் வாழ்வின் பல்வேறு தருணங்களில் என்னை வழிநடத்தும் ஆகச்சிறந்த ஆசானாகவும் இருந்திருக்கின்றார்.

ஆசான்

இராமமூர்த்தியின் புதல்வர் மருத்துவர் இரா.ஸ்ரீநாத்

எனது பாட்டனாரின் நினைவலைகளைச் சுமந்துவரும் இந்நூலினைக் கண்டு பேருவகை அடைகின்றேன். இச்சீரிய செய்கையினை முன்னெடுத்த அனைவருக்கும் எனது நன்றியை நவில்கிறேன்.

எனது பாட்டனார் அவர்களைப் பற்றி எண்ணும்போதெல்லாம் எத்தனை எத்தனை நினைவலைகள் என்னுள்ளே. சிந்தித்துப் பார்த்தால் என் வாழ்வின் பெரும்பாலான தருணங்களில் நேரடியாகவோ மறைமுகமாகவோ எனது பாட்டனாரின் குறியீடுகளே என்னை வழிநடத்திக் கொண்டிருக்கின்றன. நேர்த்தியான உடுப்புகளாகட்டும், அரிமாவினை ஒற்றிய நடையாகட்டும், கேட்பவர்களை ஆட்கொள்ளும் சொற்பொழிவாகட்டும், மழலையும் தோற்கும் அந்த மாசற்ற சிந்தனையும் அதனைத் திறம்படச் செயலாற்றும் திறனாகட்டும், அவர் இன்றளவும் எனக்கு ஒரு உதாரணமாகத் திகழ்கிறார்.

ஒரு சமயம் எனது பள்ளி ஆண்டு விழாவில் நான் சாக்ரட்டீஸ் நாடகத்தில் சாக்ரட்டீஸாக நடித்தேன். எனது இல்லத்தில் அதன் வசனங்களை ஒத்திகை செய்ததினைக் கண்ட என் பாட்டனார், என்னை வெகுவாக பாராட்டியதோடல்லாமல் அன்றைய பள்ளிச் சிறார்களின் கனவான ஹீரோ பேனாவினைப் பரிசளித்தார். மேலும் அன்றிரவே எனக்கு சாக்ரட்டீஸ், ப்ளாட்டோ மற்றும் அரிஸ்டாட்டில் பற்றியும் அவர்களது சிந்தனைகள் எவ்வாறு பண்டைய கிரேக்கத்தினை சீரமைத்தன எனவும் எடுத்துரைத்தார். எப்படி நம் தாத்தாவிற்கு இதெல்லாம் தெரிந்தது? என நான் எண்ணி வியந்த நாட்கள் அவை.

பாட்டனாரின் பேச்சாற்றலை நேரில் காணும் பெரும்பேற்றை ஒருமுறை பெற்றேன். என்னுடைய பன்னிரண்டாம் வகுப்பில் மாவட்டத்தின் முதன்மை மாணவனாகத் தேர்ச்சி பெற்றதினை ஒட்டி பரிசளிப்பு விழா. என் வேண்டுகோளுக்கு இணங்க பாட்டனார் அவர்களும் என்னுடன் வருகை புரிந்தார். பார்வையாளர்கள் வரிசையில் என்னருகில் அமர்ந்திருந்த அவரைக் கண்ட விழா

அமைப்பாளர்கள், மேடைக்கு வந்து வாழ்த்துரை வழங்குமாறு பாட்டனாரை வேண்டினர். அவர்களுக்கு நான் இவரின் பேரன் என்று தெரியாது. மேடையேறிய எனது பாட்டனார் இன்று பரிசு பெறும் ஸ்ரீநாத் என்னுடைய பேரன். இவன் பரிசு பெறுவதினைக் காண ஆவலாக வந்தேன் என்று என்னை வாழ்த்திப் பேசினார். மேலும் அங்கு கூடியிருந்த மாணவர்கள் இளைஞர்கள் மத்தியில் வருங்கால இந்தியாவினை வழிநடத்த வேண்டிய கடமை உங்களிடத்திலே உள்ளது என எடுத்துரைத்தார். பரிசு ஒருபுறம் பாட்டனாரின் பேச்சாற்றலைக் கேட்டது மறுபுறம் என இரட்டிப்பு உவகை அடைந்தேன் நான்.

பாட்டனார் எங்கள் இல்லத்திற்கு வருகை புரிந்த நாட்களெல்லாம் இன்றளவும் என் நெஞ்சில் தித்திப்பை ஏற்படுத்தும் நினைவுகள். ஏனென்றால் அவை எனக்கும் அவருக்கும் மட்டுமே உரித்தான தருணங்கள். ஒவ்வோர் இரவும் இவ்வுலகைச் செதுக்கிய மனிதர்களைப் பற்றியும், பொதுவுடைமைச் சிந்தனைகளையும், கம்யூனிச இயக்க சித்தாந்தங்களையும் என்னுள் விதைத்தார். ரஷ்யப் புரட்சியும், மாவோவின் சீன நெடும்பயணமும், கியூபா போராட்டமும், விவசாய எழுச்சிகளையும் எனக்கு அறிமுகம் செய்தார். தோழர்கள் மார்க்ஸூம் ஏங்கெல்சும், லெனினும் ஸ்டாலினும், மாவோவும் ஹோ சி மின்னும் எங்கள் இருவரிடத்திலும் உரையாடிய பொழுதுகள் அவை.

நான் மருத்துவக் கல்லூரியில் சேர்ந்ததை அறிந்த என் பாட்டனார் என்னிடம் கூறிய அறிவுரையை இன்றளவும் நினைவில் இருத்தி யிருக்கின்றேன். மாவீரன் சே குவேராவைப் போன்று மருத்துவம் பயின்றும் மக்களிடமே செல் என்றார். அதனை ஏற்று பொதுச் சுகாதார பட்டமேற்படிப்பை ஏற்றேன்.

எண்ணிப் பார்த்தேனேயானால், அவர் என்னிடம் சிறந்த பாட்டனாராக மட்டுமல்ல, என் வாழ்வின் பல்வேறு தருணங்களில் என்னை வழிநடத்தும் ஆகச்சிறந்த ஆசானாகவும் இருந்திருக்கின்றார்.

அந்த மாமனிதரின் பேத்தி என்பதில்
மிகவும் பெருமிதம் கொள்கிறேன்.

மாமனிதர்

மூத்த பேத்தி லாவண்யா

இராமமூர்த்தி-கீதாவின் மகள் நான். நான் குழந்தையாக இருக்கும் போது 'என் அம்மாதான் எனக்குப் பேத்தியாக பிறந்து இருக்கிறாள்' என்று தாத்தா அடிக்கடி அவ்வாவிடம் கூறுவாராம். தாத்தா பல மாநிலங்களுக்கு அரசியல் வேலை நிமித்தமாகச் சென்று வரும்போது பேரன் பேத்திகளுக்கு பரிசுப் பொருட்கள் வாங்கி வருவதற்கு மறந்ததில்லை. அவர் சிறந்த அரசியல்வாதியாகவும் எங்களுக்கு பாசமிகு தாத்தாவாகவும் இருந்தார். அந்த மாமனிதரின் பேத்தி என்பதில் மிகவும் பெருமிதம் கொள்கிறேன்.

மூத்த மகள் ஜெயபாரதிக்கு இவரே
தகுதியான மாப்பிள்ளை.

ஊர்ப்பற்று

ஜெயபாரதியின் கணவர் நாராயணசாமி. சிவகாசி அருகிலுள்ள புலிப்பாறைப்பட்டி கிராமத்தில் உள்ள பரம்பரை விவசாயக் குடும்பத்தைச் சார்ந்தவர். அவருடைய தந்தை ஆழ்வார்ராமானுஜம் ஒரு நல்ல விவசாயி.

சிவகாசி தொடர்ந்து வறட்சியால் பாதிக்கப்பட்டு இருக்கக்கூடிய பகுதி என்றாலும் 1970களின் மத்தியில் கடும் பஞ்சம் நிலவிய நேரம். மழை பெய்தாலும் நீரைத் தேக்கி வைக்க முடியாமல் இருந்த நிலைமை. நாராயணசாமி சென்னைப் பல்கலைக்கழகத்தில் விரிவுரையாளராகப் பணியாற்றிக் கொண்டிருந்தார்.

ஊர்மக்கள் பலர் அதிகாரிகளைச் சந்தித்து ஊருக்கு ஒரு கண்மாய் வெட்டுவதற்கான முயற்சி செய்தார்கள். ஆனாலும் இறுதிக்கட்டப் பணிகளை முடிக்க முடியாத நிலைமை. அவர்களுடைய தொகுதி சட்டமன்ற, நாடளுமன்ற உறுப்பினர்களை அணுகியும் தாமதமாகியதால், ஊர்மக்கள் சென்னையிலிருந்த நாராயணசாமியைத் தொடர்புகொண்டு, அழகர்சாமியிடம் முறையிடச் சொல்ல, அவரும் அழகர்சாமியை 1976இல் MLA hostelஇல் சந்தித்து தன்னை அறிமுகப்படுத்திவிட்டு ஊர் பிரச்சனையைக் கூறி உள்ளார். நம் கதாநாயகனுக்கு ஊர்வேலை செய்கின்ற இளைஞர்களின் மீது ஒரு தனி பிரியம் உண்டு அல்லவா. படித்த இளைஞன், பொதுநல நோக்கோடு சுற்றியலைவதைக் கண்டு வியந்தார். விவசாயிகளின் கோரிக்கை எங்கு ஒலித்தாலும், அதை நிறைவேற்றுவது அவசியம் என்பதற்காக பல அதிகாரிகளை நேரில் சந்தித்து கண்மாய் வெட்டி விவசாயத்திற்குத் தண்ணீர் கிடைப்பதற்கான ஏற்பாடுகளைச் செய்தார். இளைஞர்கள் சென்னை போன்ற நகரங்களுக்குப் புலம்பெயர்ந்த பின்பும், ஊரின் மீது பற்றுக் கொண்டு, பொதுவேலையில், ஈடுபடுவதைக் கண்டு பாராட்டி தன்னுடைய மூத்த மகள் ஜெயபாரதிக்கு இவரே தகுதியான மாப்பிள்ளை எனவும் முடிவு செய்து நாராயணசாமியின் தந்தை மற்றும் அவருடைய மாமாவைத் தொடர்பு கொண்டு தனது விருப்பத்தைத் தெரிவிக்கிறார். அவர்களும் ஏற்றுக்கொள்கிறார்கள். நாராயணசாமி - ஜெயபாரதி திருமணம் 1978இல் இனிதே நடைபெற்றது.

பெண் குழந்தைகளுக்கு கல்வியின் அவசியம் பற்றி அறிவுரை கூறி ஊக்கப்படுத்தினார்.

பெண் கல்வி அவசியம்

மூத்த மகள் ஜெயபாரதி

எங்கள் அப்பாவின் வாழ்க்கை ஒரு மாபெரும் சரித்திரம். தமிழ்நாட்டு வரைபடத்தில் பிரதானமாக இடம் பெறாத ஒரு சிறு கிராமத்தில் பிறந்து, சிறுவயதில் தந்தையை இழந்து சொந்த முயற்சியில் சீரிய நேர்மையான ஒரு வாழ்க்கை முறையை கடைசி நாட்கள் வரை வாழ்ந்து மறைந்த ஒரு மாமனிதரின் சரித்திரம். அவர் பெயர் என்றென்றும் நிலைத்து நிற்கும்படியாக வாழ்ந்தார் என்று நினைத்துப் பெருமை கொள்கிறேன். எனது சிறுவயதில் அவர் பொது வாழ்க்கையில் ஈடுபட்டு சேவை மனப்பான்மையுடன் பிறர் நலனுக்காக நேரம் செலவழிப்பதால் தினசரி வாழ்க்கையில் அவரது அன்பும் அரவணைப்பும் கிடைத்ததில்லை என்ற ஏக்கம் இருந்தது. வயது ஏற ஏற இந்த மாமனிதர் எங்களுடன் செலவு செய்த நேரம் குறைவு என்றாலும், அது அர்த்தமுள்ளதாக செலவிடப்பட்டு எல்லா வகையிலும் எங்களை நெறிப்படுத்தி உள்ளார் என்று புரிந்த போது மனம் நன்றியால் திகழ்கின்றது. கண்கள் நனைகின்றன. பெண் கல்வி என்று வெறும் வாய்ச் சொல்லாக இல்லாமல் எங்கள் கிராமத்தில் உள்ள பெண் குழந்தைகளின் பெற்றோர்களிடம் அதையே வலியுறுத்தினார். பெண் குழந்தைகளுக்கும் கல்வியின் அவசியம் பற்றி அறிவுரை கூறி ஊக்கப்படுத்தினார். அவர் பெண்கள் கல்வியறிவு பெற்று சுயமாக வேலைக்குச் சென்று பொருளாதார சுதந்திரம் பெறுவது அவசியம் என்று கூறுவார். அது முற்றிலும் உண்மை என்பதை அனுபவத்தில் உணர்கின்றேன். அவர் அடிக்கடி கூறும் அறிவுரை குழந்தைகளுக்கு பொருள் சேர்த்து வைக்காதீர்கள், தானே சுயமாக வாழும் திறமையை அவர்களிடம் வளர்க்க வேண்டும். அதுவே நாட்டிற்கும் அவர்களுக்கும் நன்மை பயக்கும் என்பதே. அவரால் முடிந்த அளவு கல்வி கற்க வைத்து நான் சுயமாகச் சம்பாதித்தாலும் என்னிடம் எந்த ஒரு அவசரத் தேவைக்கும் பணம் கேட்கமாட்டார். எந்த ஒரு உதவியும் கேட்க மாட்டார் - சட்டப்பேரவை நடக்கும் நாட்களில் மாலை நேரங்களில் கோட்டூரில் இருக்கும் எங்கள் இல்லத்திற்கு வரும் பொழுது அவர் அரசுப் பேருந்தில் பயணம் செய்து பஸ் ஸ்டாப்பில் இறங்கி ஒரு

கிலோமீட்டர் தூரம் நடந்து எங்கள் இல்லத்திற்கு வந்து செல்வதை அறிந்த அக்கம் பக்கத்தினர் அவரது எளிமையைக் கண்டு அவரிடம் மட்டுமல்ல, எங்களிடமும் அன்பும் மரியாதையும் கொண்டு பழக ஆரம்பித்தனர். அவர் சட்டமன்ற உறுப்பினர் என்று தெரிந்தவுடன் எங்கள் பகுதியில் உள்ள மக்கள் எங்கள் பகுதி மேம்பாட்டிற்காக தண்ணீர் வசதி, கழிவுநீர் வசதி போன்ற பிரச்சனைகள் பற்றிக் கூறுவார்கள். இவற்றைக் கேட்டறிந்த எங்கள் தந்தையும் அரசாங்க அதிகாரிகளைச் சந்தித்து தீர்வு காணப் பெரிதும் உதவி புரிந்து இருக்கிறார். அவர் என்றும் இது தனது தொகுதிப் பிரச்சனை இல்லை என்று பாகுபாடு பார்ப்பதில்லை. அவரது ஒவ்வொரு செயலும் சிந்தனையும் தொலைநோக்குப் பார்வையுடன் சுயநலமில்லாமல், நாடு, நாட்டு மக்கள் நன்மை கருதியே இருந்தது.

மகாகவி பாரதியாரிடம் அவருக்கு உள்ள ஈர்ப்பு காரணமாக எனக்கு பாரதி என்று பெயர் வைத்து மகிழ்ந்தார். அவர் ஒவ்வொரு வருடமும் பாரதி விழாவிற்கு ஏற்பாடு செய்து நடத்துவது, எட்டயபுரத்தில் பாரதி நடந்து திரிந்த தெருவில் ஒரு திருவிழா மட்டுமல்லாது, இலக்கிய விழாவாகவும் நடக்கும். கிராம மக்களுக்கு அது ஒரு மறக்க முடியாத விழாவாக இருக்கும்.

எப்படி வேண்டுமானாலும் வாழலாம் என்றில்லாமல் இப்படித் தான் வாழவேண்டும் என்று ஒரு உதாரண புருஷராக வாழ்ந்தார். அவரது சந்ததியினர் அவரது பெருமையை உணர்ந்து அவரைப் பின்பற்றி வாழ வேண்டும் என்ற எனது எண்ணத்தினைப் பதிவு செய்கின்றேன்.

தெரியாத ஒன்றை மற்றவர்களிடம்
கேட்டுத் தெரிந்து கொள்வதில்,
அவர்கள் நம்மை விட வயதில் சிறியவர்
ஆயினும் தவறே இல்லை என்று அடிக்கடி சொல்வார்.

ஜெயபாரதியின் மூத்த மகள் மருத்துவர் கல்பனா

நான் அழகர்சாமி தாத்தாவின் மூத்த மகள் ஜெயபாரதியின் மகள் கல்பனா. கல்பனா என்று எனக்கு பெயர் வைத்தது தாத்தாவின் நண்பரும், இந்நூலின் ஆசிரியருமான திரு.காசி விஸ்வநாதன் அவர்கள். கல்பனா டத்தா (Kalpana Datta) என்ற சுதந்திரப் போராட்ட வீராங்கனை பெயரை எனக்கு வைத்தார்கள். அழகர்சாமி தாத்தாவை நாங்கள் கட்சி தாத்தா என்று அழைப்போம். கட்சி தாத்தா என்றால் மனதில் தோன்றுவது வெள்ளை நிற கதர் வேஷ்டி சட்டை, கதர் துண்டு, கருப்பு பிரேம் போட்ட கண்ணாடி, பச்சை நிற பெல்ட், சட்டைப் பையில் ஒரு ஹீரோ பேனா.

அவர் எம்எல்ஏவாக இருந்த காலத்தில் அடிக்கடி சென்னை வருவார். எங்கள் வீட்டுக்கு வரும்போதெல்லாம் என் தம்பி இராகவன் சொன்னதுபோல் சூஸ்பரி பிஸ்கெட் தவறாமல் வாங்கி வருவார்.

இப்பொழுதும் அந்த பிஸ்கட்டை பார்த்தால் தாத்தா ஞாபகம் தான் வரும்.

மாலை நேரத்தில் வேலை முடித்து விட்டு எங்கள் வீட்டுக்கு வருவார். நானும் என் நண்பர்களும் வீட்டுப்பாடம் செய்து கொண்டிருப்போம். நாங்கள் என்ன படித்துக் கொண்டிருக்கிறோம் என்று கேட்பார். நாங்கள் கடினமான கணக்கு செய்து கொண்டிருப்போம். நொடியில் மனக்கணக்கு போட்டு விடையைச் சொல்வார். எப்படி தாத்தா இவ்வளவு சுலபமாக விடையைக் கண்டுபிடித்தீர்கள், என்று நாங்கள் வியப்பாக கேட்போம். அதற்கு அவர், நான் படிக்கும்போது கணக்கில் 100 மதிப்பெண்ணுக்கு 120 மதிப்பெண் வாங்குவேன் என்பார். ஆசிரியர் 12 கணக்கு கொடுத்து ஏதேனும் பத்து செய்தால் போதும் என்று சொல்வார். நானும் 12ம் தப்பில்லாமல் செய்வேன் என்பார். படிப்பின் முக்கியத்துவத்தை முக்கியமாக பெண் கல்வியின் முக்கியத்துவத்தைப் பற்றி அடிக்கடி சொல்வார்.

கணக்கு மட்டுமல்ல, சரித்திரத்தில் எந்தக் கேள்வி கேட்டாலும் சட்டென்று விடை கொடுப்பார்.

தாத்தா தமிழ்ப் பற்று கொண்டவர். எனக்கு பாரதியார் கவிதைகள் மீது பற்று ஏற்பட்டதற்கு தாத்தாதான் காரணம். அவருடைய கணீர் குரலில் திருக்குறளும் பாரதியார் கவிதைகளும் உரைப்பார். கேட்பதற்கு மிகவும் இனிமையாக இருக்கும்.

அந்த வயதிலும் புதிதாகக் கற்றுக் கொள்வதில் எப்பொழுதும் ஆர்வமாக இருப்பார். தாத்தா தமிழ்வழிக் கல்வி கற்றார். ஆனாலும் ஆங்கில நாளிதழ் மற்றும் புத்தகம் இருந்தால் அதைப் படிப்பார். அதில் சில வார்த்தைகளுக்கு எங்களிடம் அர்த்தம் கேட்டுக்கொள்வார். தெரியாத ஒன்றை மற்றவர்களிடம் கேட்டுத் தெரிந்து கொள்வதில், அவர்கள் நம்மை விட வயதில் சிறியவர் ஆயினும் தவறே இல்லை என்று அடிக்கடி சொல்வார்.

1989ஆம் ஆண்டு சட்டமன்றப் பொன்விழா நிகழ்ச்சியில் ஐந்து முறை சட்டமன்றத் தேர்தலில் வெற்றி பெற்றதற்காக தாத்தா, அன்றைய முதலமைச்சர் மாண்புமிகு கலைஞர் அவர்களிடமிருந்து விருது பெற்றார். அதை நேரில் காண நாங்கள் குடும்பத்துடன் சென்றது நினைவிலிருக்கிறது. 1990இல் தாத்தாவிற்கு மாரடைப்பு ஏற்பட்டது. மருத்துவர்கள் அவரை ஓய்வு எடுத்துக் கொள்ளச் சொன்னார்கள். அவர் சென்னையில் எங்களுடன் சில மாதங்கள் தங்கினார். மருத்துவர் சொன்ன ஆலோசனைகளைத் தட்டாது பின்பற்றினார். அரசியல் பணியை சற்று குறைத்துக் கொண்டார். மருந்து மாத்திரைகளை சரியான நேரத்திற்கு தவறாமல் எடுத்துக் கொள்வார். உப்பில்லாமல் சாப்பிட வேண்டும் என்று மருத்துவர் சொன்னதால் அதைத் தவறாமல் பின்பற்றினார். இவை அனைத்தையும் தாத்தா தனது கடைசிக் காலம் வரை பின்பற்றினார்.

அவர் சென்னையில் ஓய்வில் இருந்த காலத்தில் நிறைய பேர் அவரைப் பார்க்க வீட்டுக்கு வருவார்கள். சாதாரண மக்கள் முதல், கட்சித் தொண்டர்கள், ஐ.ஏ.எஸ் அதிகாரிகள், அரசியல் தலைவர்கள், மந்திரிகள், தொழில் அதிபர்கள் என்று பலர். எத்தனை பேர் தாத்தாவின் மீது மதிப்பும் மரியாதையும் வைத்திருந்தார்கள் என்பதை நினைத்தால் இன்றும் வியப்பாக இருக்கிறது. இன்றும் நான் சிலரைச் சந்திக்கும் பொழுது அழகர்சாமி எம்.எல்.ஏவின் பேத்தி என்று கூறும்பொழுது தாத்தாவைப் பற்றி அவர்கள் புகழ்ந்து பேசுவார்கள். கேட்பதற்குப் பெருமையாக இருக்கும்.

தாத்தாவின் பேச்சாற்றல் அனைவரையும் ஈர்க்கும் சக்தி கொண்டது. எந்த வயதானவர்களாக இருந்தாலும் எந்தப் பிரிவைச் சேர்ந்தவர்கள் ஆயினும் அவர்களுக்கேற்ற தலைப்பில் உரையாடுவார். மூன்று வயதுக் குழந்தையானாலும் சரி, மூத்த ஐஏஎஸ் அதிகாரி ஆனாலும் சரி அவர்களிடம் மணிக்கணக்கில் பேசக் கூடிய ஆற்றல் அவரிடம் இருந்தது. அவர்களும் அவருடன் ஆர்வமாகப் பேசுவார்கள்.

தாத்தாவிடம் கற்றுக் கொண்டது ஏராளம். தன்னடக்கம், ஒழுக்கம், மற்றவர்களை மதிப்பது அனைவருக்கும் நம்மால் முடிந்த நல்லதைச் செய்வது, அனைவரிடத்திலும் நல்லதைக் காண்பது, கற்றுக் கொள்வதில் ஆர்வம் என்று எழுதிக் கொண்டே போகலாம். தாத்தா உயிருடன் இருக்கும்போது எங்களுக்கு வழிகாட்டியாக இருந்தார். இப்பொழுது அவர் மறைவிற்குப் பின்னும் இந்தப் புத்தகம் மூலம் அவருடைய வரலாறு இன்னும் ஏராளமானவர்களுக்கு ஒரு வழிகாட்டியாக இருக்கும் என்று நம்புகிறேன்.

அவருடைய எளிமையைக் கண்டு வியக்காதவர்கள் இல்லை.

நிறைய கற்றுத் தந்தவர்

பேரன் சீனிவாசராகவன்

என் பெயர் சீனிவாச ராகவன், அப்பா பெயர் நாராயணசாமி. அம்மா பெயர் ஜெயபாரதி. நான் அழகர்சாமி தாத்தாவிற்கு மகள் வழிப் பேரன்.

எனக்கு நினைவு தெரிந்து, கோடை கால விடுமுறைக்கு சென்னையில் இருந்து எட்டயபுரம் சென்று விடுமுறை நாட்களை பாட்டி தாத்தாவுடன் கழிப்போம். அப்போது தாத்தாவைச் சந்திப்பதற்காக பலர் தினமும் வீட்டிற்கு வருவர். நான் மிகவும் சிறிய பையன் என்பதால், அவர்கள் எதற்காக அங்கு வந்திருந்தனர். தாத்தா என்ன செய்கிறார் என்றும் எதுவும் பெரிதாக யோசித்ததில்லை. எனக்கு அவர் வெறும் தாத்தா. அவருக்கு நான் அவருடைய 'சேட்டைக்கார' பேரன். அதேபோல அவர் சென்னைக்கு வந்து, எங்கள் வீட்டில் தங்கும் நாட்களில் அங்கு அருகில் உள்ள குடிசை வாழும் மக்களின் கஷ்டங்களையும் அவர்களின் தேவைகளைப் புரிந்து கொள்வதற்காக அவர்களிடம் சரிசமமாகப் பழகும்போது அவர் மீது ஒரு மரியாதை உருவானது. அவர் எல்லோரோடும் பேசிப் பழகுவது வெறும் நேரத்தைக் கழிப்பதற்காக அல்ல. அவர்கள் வாழ்க்கையிலும் சமுதாயத்திலும் ஒரு முன்னேற்றத்தைக் கொண்டு வருவதற்காக என்பதை உணர்ந்தேன்.

அவருடைய எளிமையைக் கண்டு வியக்காதவர்கள் இல்லை. ஐந்து முறை எம்.எல்.ஏ-வாக இருந்தவர் அரசுப் பேருந்தில் மட்டுமே பயணிப்பார் என்பதைக் கண்டு என் நண்பர்கள் ஆச்சரியப்படும் போது நான் மிகவும் பெருமை கொள்வேன். அதிலும் அவர் ஒவ்வொரு முறை வெளியே சென்று வீட்டிற்குத் திரும்பும் பொழுது அருகில் உள்ள பேக்கரியில் எனக்கும் என் அக்காவிற்கும் சூஸ்பரி பிஸ்கட் வாங்கி வருவது என்றும் என் மனதில் ஒரு இனிய நினைவாக இருக்கும்.

என் தாத்தாவின் பழக்கவழக்கங்களில் நான் கவனித்த ஒரு முக்கியமான விஷயம் இது. அவருடைய சட்டைப்பையில் எப்போதும்

ஒரு சிறிய நோட்-புக் வைத்திருப்பார். அதில் அவருடைய ஒவ்வொரு செலவையும் பதிவு செய்வார். அவர் ஒரு பைசா செலவு செய்தாலும் அதில் பதிவு செய்வார். அப்போது அது எனக்கு மிகவும் வேடிக்கையாக இருந்தது. ஆனால் நாம் வாழும் இந்த கிரெடிட் கார்ட் காலத்தில் வரவு எட்டணா செலவு பத்தணா என்பதே வாழ்க்கைமுறை ஆகிவிட்ட நிலையில் இப்பொழுது அவர் கடைப்பிடித்த நிதி ஒழுக்கத்தின் முக்கியத்துவம் தெரிகிறது.

அடுத்த தலைமுறைக்கு வெறும் புத்திமதி மட்டும் கூறாமல் அவருடைய ஒவ்வொரு செயலிலும், வாழ்க்கை முறையின் மூலமும் நிறைய கற்றுக் கொடுத்தவர் என் தாத்தா.

அப்பா கல்விக்கு எப்போதும்
மிகவும் முக்கியத்துவம் கொடுப்பார்.

காலம் மாறுகிறது

இளைய மகன் ரவீந்திரன்

நாங்கள் அனைவரும் கூட்டுக் குடும்பமாக வளர்ந்தோம். எங்கள் சித்தப்பா ராமசாமி. அப்பாவுடன் பிறந்த ஒரே தம்பி, அவரது குடும்பமும், அப்பாவுடைய அத்தை பையன், வெங்கடசாமி என்ற சுந்தர்ராஜ் மாமாவின் குடும்பமும் கூட்டுக் குடும்பமாக ஒன்றாக இராமனூத்து கிராமத்தில் உள்ள வீட்டில் வளர்ந்தோம். அந்தக் கிராமம் சுமார் 200-250 வீடுகள் கொண்ட சிறிய கிராமமாக இருந்தது. நாங்கள் வளர்ந்த வீடு 1926இல் கட்டப்பட்டதாக அந்த வீட்டின்மேல் எழுதப்பட்டிருக்கும். அந்த வருடம்தான் அப்பா பிறந்தார். எங்கள் வீட்டில் நிறைய தூண்கள் மற்றும் மாடிப்படி ஏறிச் செல்லும் படிகள், விட்டம் அனைத்துமே பர்மா தேக்கு மரங்களால் செய்யப்பட்டிருந்தது.

எங்கள் தாத்தா மறைந்த போது எங்கள் அப்பாவும் சித்தப்பாவும், ஏழு மற்றும் நான்கு வயது உள்ளவர்களாக இருந்ததனால் பாட்டி கோப்பம்மாளுக்கு துணையாக இருக்கலாம் என்று அப்பாவுடைய அத்தை, எங்கள் தாத்தாவின் சகோதரியின் குடும்பம் இவர்களுடன் குடிபெயர்ந்து விட்டார்கள். அவர்கள் இதற்கு முன்பு நாங்கள் இருந்த வீட்டிற்குப் பின்புறம் இருந்த வீட்டில் வசித்து வந்தார்கள்.

எங்களுக்கு பரம்பரையாக 50, 60 ஏக்கர் நிலம் இருந்ததால் எப்போதுமே எங்கள் வீட்டில் நிறைய பருத்தி, கம்பு, சோளம், உளுந்து, எள்ளு போன்ற விவசாயத்தில் இருந்து எடுத்து வரப்பட்ட பொருள்கள் மூட்டைகளாக இருக்கும். நல்ல விவசாயம் நடந்து கொண்டிருந்ததால் எங்கள் வீட்டில் மூன்று குடும்பங்கள் வேலை பார்த்துக் கொண்டிருப்பார்கள். நிறைய காளை மாடு, எருமை மாடு, பசுமாடு, மற்றும் 120 முதல் 150 ஆடுகள் (வெள்ளாடு, செம்மறியாடு) முதலியவை இருக்கும்.

எங்கள் கிராமம் எப்பொழுதுமே ஒற்றுமையாக இருந்தது. பல ஜாதி மக்கள் இருந்தாலும் ஒரே குடும்பம் மாதிரி ஒற்றுமையாக இருப்போம். ஒவ்வொருத்தரையும் நாங்கள் அண்ணா, அக்கா, மாமா, தாத்தா, பாட்டி என்று முறை சொல்லித்தான் அழைப்போம் வேறு

சாதி என்று வேறுபடுத்திப் பார்ப்பதில்லை. அப்பாவின் தாத்தாவும் மிகவும் வசதியாக இருந்ததாகச் சொல்வார்கள். அவர் நிறைய பணம், தங்க நகைகள் எல்லாம் சேர்த்து வைத்திருந்ததாகவும், எனது தாத்தா அப்பாவின் அப்பா, மிகவும் தாராள குணத்துடன் நிறைய பேருக்கு உதவியதாகவும் சொல்லப்படுகிறது. அதேபோல் அப்பாவும் கிராமத்தில் யாராவது கஷ்டப்பட்டால் இருப்பதை தாராளமாகக் கொடுத்து உதவினார்.

நாங்களெல்லாம் 5ஆம் வகுப்புவரை இராமனூத்து கிராமத்தில் உள்ள ஆரம்பப் பள்ளியில் படித்துவிட்டு எட்டயபுரம் ராஜா மேல்நிலைப் பள்ளியில் 6 முதல் 11ஆம் வகுப்பு வரை படித்தோம். நான் எட்டாம் வகுப்பு படிக்கும் பொழுது தான் எங்கள் குடும்பம் எட்டயபுரத்திற்குக் குடியேறியது. அப்பாவைப் பார்ப்பதற்கு இராமனூத்துக்கு காலையில் எட்டயபுரம், கோவில்பட்டியில் இருந்து ஆட்கள் வர முடியாமல் கஷ்டப்படுவதை அறிந்தும், மற்றும் இரவு நேரங்களில் அப்பா லேட்டாக வருவதற்கும் வசதி இல்லாமல் இருந்ததால் அவரது கட்சித் தோழர்கள் மற்றும் நண்பர்கள் எட்டய புரத்திற்கு குடிவரச் சொல்லி வற்புறுத்தியதாலும், எட்டயபுரத்திற்கு குடி வந்தோம்.

அப்பா சின்ன வயதிலேயே கிட்டத்தட்ட 20-21 வயதிலிருந்து பொது வாழ்க்கையில் ஈடுபட்டதால் அவர் அடிக்கடி வெளியூர் சென்று விடுவார். வீட்டில் இருக்கும் பொழுது காலையில், அதிகாலை 4.30-5 மணிக்கு எழுந்து விடுவார். எழுந்தவுடன் ஊரில் உள்ள தோட்டத்திற்குச் சென்று அங்கு என்ன வேலை செய்யவேண்டும் என்றெல்லாம் சுற்றிப் பார்த்து விட்டு, முடிந்தால் செடிகளுக்குத் தண்ணீர் பாய்ச்சிவிட்டு, கிணற்றில் இறங்கி சிறிது நேரம் நீச்சல் அடித்து குளித்து விட்டு வீட்டுக்கு வருவார். அதேபோல் எங்களுக்கும் காலையில் எழுந்திருக்கும் பழக்கம் ஏற்பட ஆரம்பித்தது, அந்தப் பழக்கம் எனக்கு இன்றுவரை தொடர்கிறது.

அப்பா கல்விக்கு எப்போதும் மிகவும் முக்கியத்துவம் கொடுப்பார். எங்கள் அனைவரையும் நன்றாகப் படிக்க ஊக்குவிப்பார், ஏனெனில் அவரது இளம் வயதில் உயர் படிப்பு படிப்பதற்கு ஆர்வம் இருந்தபோதிலும், அவருக்கு அந்த வாய்ப்பு கிடைக்கவில்லை. அவரது தந்தை இளம் வயதிலேயே காலமான பிறகு மற்ற பொறுப்புகளை ஏற்க வேண்டியிருந்தது. அதே நேரத்தில் பொது வாழ்வில் இளம் வயதிலேயே தன்னை இணைத்துக் கொண்டதால்

அவரால் உயர்கல்வி படிக்க இயலவில்லை. நாங்கள் கிராமத்தில் கூட்டுக் குடும்பமாக இருக்கும்போது மாலை நேரத்தில் அப்பா எப்போதாவது வீட்டில் இருந்தால், எங்கள் அனைவரையும் ஒன்றாக ஹாலில் உட்கார வைத்து, நடுவில் மண்ணெண்ணெய் லாந்தர் விளக்கு ஒளியில் நாங்கள், எங்கள் சித்தப்பா மகள் மணிமேகலை மற்றும் மாமாவுடைய குழந்தைகள் அனைவருக்கும் பாடம் சொல்லிக் கொடுப்பார்.

எனக்கு நான்கு வயது இருக்கும்பொழுது 1962இல் சீனா போருக்கு பிரதம மந்திரி அவர்களின் வேண்டுகோளுக்கு ஏற்ப, என் கையில் போட்டிருந்த இரண்டு தங்க வளையல்களை கட் பண்ணி எடுத்துக் கொடுத்தது எனக்கு இன்னும் மனதில் ஞாபகம் இருக்கிறது. என் குழந்தைப் பருவத்தில் இது போன்ற பல நிகழ்வுகள். அவர் எப்போதும் தான், தன் குடும்பம் என சுயநலத்துடன் வாழாமல் பொது நலத்துடன் ஒரு பெரிய நோக்கத்திற்காகச் சேவை செய்ய வேண்டும் என்ற நோக்குடன் இருந்ததை இப்பொழுது நினைத்துப் பார்த்தால் பெருமையாகத்தான் உள்ளது. (These instances throughout my childhood, showed me his mindset of contributing to the greater good and living his life to serve a larger purpose than his family and himself.)

குழந்தைகளாகிய நாங்கள் ஏதாவது தவறு செய்தால் எங்களுக்கு அறிவுறுத்துவார், சில சமயம் கோபம் வந்தால் திட்டுவார். மற்றபடி கட்டாயப்படுத்தி இதைத்தான் செய்ய வேண்டும், இதைத்தான் கடைப்பிடிக்க வேண்டும் என்று சொன்னதில்லை. அந்தச் சுதந்திரத்தை எங்களிடம் இருந்து பறித்தது கிடையாது.

அப்பா தனிப்பட்ட சுதந்திரத்தை மதித்தார். அவரது ஒழுக்கம், நேர்மை, நியாயமான மனப்பான்மை, அனைவரையும் சமமாக நடத்தும் முறை, அவரது அணுகுமுறை, மக்களின் முன்னேற்றத்திற்காக அவரது கடின உழைப்பு போன்ற நற்பண்புகளைப் பார்த்து வளர்ந்ததால் அதுவே எனக்கு ஒரு சிறந்த வழிகாட்டியாக அமைந்தது. அவர் ஒருபோதும் பெண் குழந்தை மற்றும் ஆண் குழந்தையை வித்தியாசப் படுத்திப் பார்த்ததில்லை. எங்கள் அனைவருக்கும் பேசுவதற்கும், கல்வி கற்பதற்கும் சமமான வாய்ப்புகள் வழங்கப்பட்டன. இதனால் எங்கள் அனைவரிடமும் இந்த சமத்துவப் பண்புகள் வேரூன்றியுள்ளது.

எனக்கு நினைவு இருக்கிறது நான் சிறுவனாக இருந்த பொழுது எங்க அப்பாவைப் பார்க்க வந்த நண்பர் ஒருவர் என்னைப் பார்த்து, ரவி தலைமுடியை வெட்டாமல் ஏன் இவ்வளவு நீளமாக

வைத்திருக்கிறாய் என்று கேட்டார். அந்த நேரத்தில் அப்பா அங்கு இருந்தார், அவர் உடனடியாக, தான் இளம் வயதில் இருக்கும் பொழுது பெரியவர்கள் எல்லாம் குடுமி வைத்திருந்தார்கள் அதுபோல எங்களையும் குடுமி வைக்கச் சொன்னார்கள். ஆனால் நாங்கள் சென்று முடி வெட்டி விட்டு வருவோம். அதுபோல இப்பொழுது உள்ள இளைஞர்கள் நீளமாக முடி வளர்க்க விரும்புகிறார்கள், வாழ்க்கையின் சுழற்சி இப்படித்தான் காலத்திற்குத் தகுந்த மாதிரி மாறிக் கொண்டிருக்கும் என்று கூறினார். மாற்றத்தை ஏற்றுக் கொள்கின்ற பக்குவம் அவரிடம் நிறையவே இருந்தது. அவர் எப்போதுமே தனிப்பட்ட சுதந்திரத்திற்கு இடம் கொடுத்தார், நியாயமாக இருந்தால் எப்பொழுதும் தன் மனதில் இருப்பதை மறைக்காமல் பேசுவார்.

அப்பா எப்பொழுதும் தான் செய்கின்ற செலவுகளை எல்லாம் பேப்பரால் தைக்கப்பட்டிருந்த ஒரு சின்ன 3X2" குறிப்பேட்டில் எழுதி தனது சட்டைப் பையில் வைத்திருப்பார். அந்தக் கணக்கை வீட்டில் இருக்கும்பொழுது பற்று வரவு செலவு நோட்டில் எடுத்து எழுதி, பின்பு அதை ஒவ்வொரு தலைப்பிலும் தனியாக லெட்ஜெர் போஸ்ட் செய்து கணக்கை சமன் பண்ணுவார். அதே பழக்கத்தை என்னிடமும் குறிப்பாக ஏற்படுத்தினார். அவர் வீட்டுக்குத் தேவையான செலவுக்கும் எங்களுடைய சொந்த செலவுக்கு கொடுக்கிற பணத்துக்கும் கணக்கு எழுதி வைக்க வேண்டும் என்பதை வலியுறுத்தினார், அந்தப் பழக்கம் எனக்கு இன்னும் தொடர்கிறது.

எனது மனதில் மிகவும் முக்கியமாக பதிந்து இருப்பது எனக்கு மிகவும் பிடித்ததும் கூட, ஆ. முத்துசாமி ஆசிரியரின் மூத்த சகோதரர், அவரை நாங்கள் தாத்தையா என்று அழைப்போம். அவருடன் நான் நிறைய பேசியிருக்கிறேன். அவர் பேசுவதை சிறுவயதில் நான் ஆச்சரியமாகப் பார்ப்பேன், ஏனென்றால் அவர் பேசும் பொழுது அடிக்கடி திருக்குறள், நாலடியார் போன்ற தமிழ் இலக்கியங்களில் இருந்து நிறைய உதாரணங்களைக் காட்டி நல்ல உச்சரிப்புடன் பேசுவார். நான் அவரிடம் 'எப்படி இவ்வளவு தெரிந்து வைத்திருக்கிறீர்கள்' என்று கேட்டபொழுது. இது எல்லாம் உன் தந்தையால்தான் நான் படித்தேன். உன் தந்தை எல்லாப் புத்தகங்களையும் வாங்கிக் கொண்டு வருவார், நானும் அவரும் சேர்ந்து அனைத்து தமிழ் இலக்கியங்களையும் படிப்போம், என்னை விட அவருக்கு அதிகம் தெரியும். இதையெல்லாம் நான் அவர் மூலமாகத்தான் படித்தேன் என்று அடிக்கடி சொல்வார். அவர் எங்கள் வீட்டுக்கு வரும்போதெல்லாம் நான் அவருடன் நிறைய பேசுவேன். அவர் தமிழில் பேசுவது கிருபானந்த வாரியார் உபதேசித்த மாதிரி இருக்கும்.

அப்பாவுக்கு எப்பவுமே புத்தகங்கள் மீது அதிக ஆர்வம் இருந்தது, அவர் சென்னைக்கும் மற்ற ஊர்களுக்கும் சென்று திரும்பி வரும் பொழுது நிறைய புத்தகங்களை வாங்கி வருவார். ஒரு சூட்கேசில் துணியும் மற்றொன்றில் புத்தகங்களும்தான் இருக்கும். இவற்றை யெல்லாம் நாங்கள் எங்கள் எட்டயபுரம் வீட்டு மாடியில் நிறைய அடுக்கி வைத்து இருந்தோம்.

ஒரு முறை சென்னையில் கோட்டூரில் உள்ள என் சகோதரியின் வீட்டிலிருந்து, கடற்கரை சாலை வழியாக ஸ்கூட்டரில் அப்பாவை தமிழக சட்டசபைக்கு அழைத்துச் சென்றேன். அந்த வழியில் சென்ற அமைச்சர் ஒருவர் தனது காரை நிறுத்திவிட்டு அப்பாவிடம் கொஞ்சம் பேசிவிட்டு காரில் வாருங்கள் போகலாம் என்றார். ஆனால் அப்பா நீங்கள் செல்லுங்கள் நான் ஸ்கூட்டரில் வந்துடறேன் என்று கூறி காரில் ஏறவில்லை. அவர் ஒருபோதும் வசதியான வாழ்க்கையை நாடவில்லை. அவர் தன் வாழ்க்கையின் ஒவ்வொரு நாளும் தனது எளிய கொள்கையைப் பின்பற்றினார்.

சென்னையில் இருக்கும் பொழுது சில சமயங்கள் அவர் எங்கள் வீட்டில் தங்கி இருப்பார். அவர் எப்போதுமே காலையில் சீக்கிரம் எழுந்து எங்கள் வீட்டிற்கு அருகில் உள்ள திரு.வி.க. பூங்காவில் வாக்கிங் போயிட்டுதான் வருவார். ஒரு முறை ஒரு குடும்பம் குழந்தைகளைக் காட்டி பிச்சை எடுப்பதைக் கண்டு வீட்டிற்குக் கூட்டி வந்து காசை எடுத்து அவர்களுக்குக் கொடுத்தார். அப்பொழுது பக்கத்து வீட்டில் இருந்த ஒருத்தர் சொன்னார். 'இந்த மாதிரி சென்னையில் திரு.வி.க. பூங்காவில், குழந்தைக்கு உடம்பு சரி இல்லை, உயிர் போகிற மாதிரி இருக்குன்னு பொய் சொல்லி காசு வாங்குவாங்க' என்று கூறினார். அப்பா அதுக்கு எனக்குத் தெரியும் இருந்தாலும் அவர்கள் தன் குழந்தைக்கே உடம்பு சரியில்லை அல்லது இறக்கும் தறுவாயில் என்று கூறி காசு கேட்டால். அவர்களுக்கு எவ்வளவு கொடுமையான வறுமை இருக்கும். அதனால்தான் அவர்களுக்கு நான் உதவி செய்கிறேன்' என்று சொல்வார். அவர் யாரும் பொய் சொல்வதை சகித்துக்கொள்ள மாட்டார். ஆனால் தனது தாராள மனதால் அவர்கள் பொய் சொன்னாலும், அவர் மனம் அவர்களை மன்னிக்க வைத்தது, ஏனென்றால் அவர் அவர்களின் வறுமையையும் பசியையும் உணர்ந்தார்.

அவர் தனிப்பட்ட சுதந்திரத்தை மதித்தார். எங்கள் யாருக்கும் எதைப் படிக்க வேண்டும், யாரைத் திருமணம் செய்து கொள்ள வேண்டும்

என்று அவர் ஒருபோதும் வலியுறுத்தியது இல்லை, பரிந்துரைத்ததும் இல்லை. அவரவர் விருப்பப்படி அவர்கள் செய்து கொள்ள வேண்டும் என்பதை விரும்பினார். அவருக்குக் கடவுள் நம்பிக்கை இல்லை என்றாலும் மற்றவர்கள் சாமி கும்பிடுவது மற்றும் திருமணச் சடங்குகளை மதப்படி செய்தாலும், அதை மதித்து திறந்த மனதுடன் அனைத்து மரபுகளிலும் பங்கேற்பார்.

நான் சிறு குழந்தையாக இருக்கும் பொழுது, அவரை யாராவது குடும்பப் பிரச்சனை என்று பார்க்க வந்தால் அவர்களுக்கு சரியான ஆலோசனை சொல்வதை நான் பார்த்திருக்கிறேன். குடும்பச் சண்டை, கணவன்-மனைவி, அப்பா-மகள், சகோதரர்களுக்கிடையே எந்த சண்டை நடந்தாலும் அவர்கள் அப்பாவிடம் வந்து பிரச்சனையைச் சொல்லும் பொழுது அவர் சரியான ஆலோசனை சொல்லி அவர்களை சமாதானப்படுத்தி ஒற்றுமையாக இருக்கும்படி வலியுறுத்துவார். அவர்களும் அதை ஏற்று சமாதானமாகிச் செல்வதை நான் பார்த்திருக் கிறேன். குறிப்பாக புதிதாக மணம் முடித்து வந்த பெண்களுக்கும், கணவருக்கும் அவர்களுடைய குடும்பத்திற்கும் ஏதாவது குறைபாடுகள் இருந்தால் அவர் அடிக்கடி சொல்லும் அறிவுரை எனக்கு ஞாபகம் வருகிறது, 'ஒரு புதிய மருமகள் தனது கணவரின் வீட்டிற்கு வரும் ஆரம்ப காலம் மிக முக்கியமான காலம். ஒரு பெண் கணவன் வீட்டிற்கு முதல்முறையாக வரும்பொழுது ஒரு நாற்றை ஓரிடத்தி லிருந்து மற்றொரு இடத்தில் நட்டு அது வேரூன்றி வளர்வதற்கு எவ்வளவு பாதுகாப்பு தேவையோ, அதே போல் ஒரு பெண் கணவர் வீட்டுக்கு புதிதாக வரும்பொழுது நீங்கள் அவளின் குறைகளை மிகைப்படுத்தாமல் அவளிடம் அன்பும் ஆதரவும் செலுத்தி உங்கள் வீட்டில் நிரந்தரமாக வேரூன்றி மகிழ்ச்சியாக இருப்பதற்கு அவளுக்கு உதவி புரிய வேண்டும்,' என்று கூறுவார்.

எனது கல்யாணத்திற்கு முன்பு, நான் சென்னையில் வேலை செய்து கொண்டிருக்கும் பொழுது, அங்குச் சில நண்பருடன் சேர்ந்து ஒரு வீட்டில் தங்கியிருந்தோம். அப்பொழுது அப்பா அந்தப்பக்கம் வேலையாக வந்த பொழுது, எங்கள் வீட்டிற்கு வந்திருந்தார். அந்த நேரத்தில் என்னுடன் தங்கியிருந்த நண்பர் சிவில் இன்ஜினியரிங் முடித்த அவர் ஒரு பெரிய கட்டுமான ஆர்கிடெக்ட் கம்பெனிக்கான முக்கியமான கட்டிட ப்ராஜெக்ட் கட்டிடத்திற்கான டிராயிங் வரைந்து, அதற்குரிய எஸ்டிமேஷன் கால்குலேஷன் பண்ணிக் கொண்டிருந்தார் (கட்டடத்திற்கு மொத்தம் கட்டுமான செலவு எவ்வளவு ஆகும் என கணக்கிட்டுக் கொண்டிருந்தார்). அப்பொழுது அப்பா வழக்கம் போல

அந்த நண்பரிடம், என்ன செய்து கொண்டு இருக்கிறீர்கள் என்று அவர் செய்வதைப் பற்றி விசாரித்துக் கொண்டிருக்கும் பொழுது அவர் தன்னுடைய கட்டிடத்திற்கு எஸ்டிமேட் பண்ணிக்கொண்டு இருக்கிறேன் என்று சொன்னார்.

அப்பாவுக்கு கட்டுமானத்தைப் பற்றி நன்றாக நுணுக்கமாக தெரிந்திருந்ததால் அவர் கட்டப்போகும் கட்டிடத்தின் ஒவ்வொரு சுவரின், உயரம், அகலம், நீளம் எவ்வளவு என்று அனைத்து கட்டுமான அளவுகளையும் கேட்டுவிட்டு உடனே தன் மனத்திலேயே தேவையான செங்கல், மணல், சிமெண்ட், கான்கிரீட் கற்கள் போன்ற வற்றுடன் கொத்தனார், வேலையாட்கள் எத்தனை தேவைப்படும் என்பதை எல்லாம் மொத்தக் கணக்கிட்டு. இப்போ உள்ள சிமெண்ட் விலை, மணல் விலை, வேலையாட்களினுடைய கூலியைச் சேர்த்து மொத்தம் எவ்வளவு பணம் தேவைப்படும் என்று கணக்கிட்டு சரியாகக் கூறினார். அதையே என் நண்பர் தன்னுடைய Estimation formula template-ல் போட்டு அனைத்தையும் கணக்கு எடுப்பதற்கு சில மணிநேரங்கள் ஆகியது, அப்பாவுடைய கணக்கும் நண்பர் எஸ்டிமேஷன் ஃபார்முலா டெம்ப்ளேட் மூலமாக போட்ட கணக்கும் கிட்டத்தட்ட ஒரே மாதிரியாகத்தான் இருந்தது. இப்பவும் அந்த நண்பரைச் சந்திக்கும்போதெல்லாம் அதைப்பற்றி நினைவுகூர்ந்து பெருமையாகச் சொல்வார்.

எங்கள் கிராமத்தில் சில பெரியவர்கள் அப்பாவைப் பற்றி பெருமையோடு சொல்வதை நான் கேட்டறிந்துள்ளேன். அவர்கள் அப்பா சிறுபையனாக இருக்கும்போது விவசாய நிலத்தை உழவு செய்தபோது மிகவும் நேர்த்தியாக இருக்குமாம். நேர்கோட்டை போடுவதைப் போல் அவரது ஏர் உழவு சரியாக இருக்கும் என்று கூறுவார்கள். அப்பா இதே போன்று அவர் செய்த எல்லா செயல்களிலும் நேராக, நேர்மையாக இருக்க வேண்டும் என்பதில் மிகவும் கவனமாக வாழ்ந்தார். அப்பாவின் சமகாலப் பெரியவர்கள் கூறுவதைக் கொண்டு பார்த்தால், அவரது குழந்தைப் பருவத்திலிருந்தே நேர்மையான குணாதிசயங்கள் அவரிடம் இருந்துள்ளது என்பதை அறிகிறோம். அப்பா எப்போதும் ஒழுக்கத்துடனும், எடுத்த வேலைகள் அனைத்தையும் சரியாகச் செய்ய வேண்டும் என்பதில் கவனமுடன் இருந்தார். அவரது வாழ்க்கையே ஒழுக்கத்திற்கும், நேர்மைக்கும், உண்மைக்கும் வாழ்நாள் சாட்சியாக அமைந்தது என்பதில் பெருமை கொள்கிறோம்.

அப்பா விவசாயத்தில் மிகவும் ஆர்வமுள்ளவராக எப்போதும் இருந்தார். தனது இதயத்தையும், ஆன்மாவையும் விவசாயத்திற்காகவே

அர்ப்பணித்தார். ஒரு ஏக்கர் நிலத்திற்கு எந்த அளவு விதைகளை விதைக்க வேண்டும் என கணக்கிட்டுச் சொல்வதில் வல்லவர். அவரது அளவு கணக்கீடு துல்லியமாக இருக்கும். அவை பருத்தி, கம்பு, சோளம், தினை, கேழ்வரகு, குதிரைவாலி என எதுவாக இருந்தாலும் கணக்கிடுவது மிகவும் சரியாக இருக்கும். அவர் நிலத்தில் விதைக்கும் போது, விதைகளை சரியான இடைவெளிவிட்டு சமமாக விதை விழுமாறு விதைப்பார். இது மகசூலை அதிகரிக்கும். அதிகபட்ச வெள்ளாமையை ஒவ்வொரு விதைப்பிலும் அவர் ஈட்டுவார். கூடவே கூட்டுறவுச் சட்டங்கள், விதிகளைப் பற்றி சொல்வதென்றால் அப்பாவிற்கு அவை அனைத்தும் அத்துபடியாகத் தெரியும். சாதாரண மக்களுக்கு சட்டத்தின் அடிப்படை உரிமைகள் அனைத்தும் சென்றடைய வேண்டும் என்று அப்பா கடுமையாகப் பாடுபட்டார். ஆனால் சட்டங்களை கடைப்பிடிப்பதன் மூலமும், விதிகளின் மீது நம்பிக்கையுடன் இருப்பதன் மூலமும் அவை பாதுகாக்கப்படுவதாக அவர் உறுதியுடன் நம்பிக்கை கொண்டிருந்தார். கூட்டுறவு விதிகள் மற்றும் சட்டங்களை நன்றாக அறிந்த அவர், அதைப் பற்றிய ஞானம் இல்லாத அதிகாரிகள், சாதாரண மனிதர்களுக்குச் செய்ய வேண்டிய பணிகளைக்கூட செய்ய தடை போட்டபடி இழுத்தடித்தால் அவர்களிடம் போராடக்கூட தயங்கமாட்டார். இவரது ஆழ்ந்த ஞானத்தாலும், போர்க் குரல்களாலும் அதிகார வர்க்கம் சட்டங்களையும், விதிகளையும் கற்றறிந்து, தனது தவறை உணர்ந்து அப்பா சொன்னதை ஏற்றுக்கொண்டு, உரிமைகளை சாதாரண மக்களுக்கு வழங்கிய சம்பவங்கள் பலமுறை நடந்துள்ளன. ஏழை மக்களுக்கு அவர்களின் உரிமைகளைப் பெறுவதற்கான அப்பாவின் முயற்சியில், யாரும் அவரை சவால் செய்ய முடியாத வகையில், அனைத்து சட்டங் களையும் விதிகளையும் நன்றாகப் படித்து புரிந்து கொண்டிருந்தார்.

எங்கள் கிராமத்தில் உள்ள பெரியவர்கள், அப்பா குழந்தையாக இருந்தபோது, தீண்டாமை என்றால் என்னவென்று தெரியாத வயதிலேயே, சிலருக்கு பாத்திரங்களைத் தொடுவதற்கு அனுமதி இல்லை என்பதை அவர் ஏற்க மாட்டார் என்று சொல்வதை நான் கேட்டிருக்கிறேன். அந்தக் காலத்தில் சிலர் தாகத்தைத் தணிக்க சிரமப் படுவதை, குழந்தையாக இருக்கும்போதே அப்பாவால் ஏற்க முடியாதாம். உடனே அவர் அவர்களுக்கு ஒரு பாத்திரத்தில் தண்ணீர் கொடுப்பாராம். இதுபோன்ற அவரது வயதுக்கு மீறிய உன்னதமான குணங்கள் சிறு வயதிலேயே வெளிப்பட்டுள்ளது.

அந்த நாட்களில் சிலர் கிராமத்தில் உள்ள பொதுக் கிணற்றிலிருந்து, மற்றவர்களைப் போல தண்ணீர் எடுக்க தாழ்த்தப்பட்டவர்கள்

அனுமதிக்கப்படவில்லை. அப்பா பஞ்சாயத்துத் தலைவராக தேர்ந் தெடுக்கப்பட்ட பின்பு, தீண்டத்தகாதவர் என்று மற்றவர்களால் பழிக்கப்பட்ட இழிநிலையைப் போக்க நடவடிக்கைகளை உளப்பூர்வமாக மேற்கொண்டார். அத்தகைய மக்களின் நல்வாழ்வுக்காக மேற்கொண்ட முக்கிய செயல் 'சுதந்திரமாக தண்ணீர் எடுத்துப் பயன்படுத்துவதற்கான' வாய்ப்பை உருவாக்கித் தருவதுதான் என்பதை செயலில் காட்டினார். அவர்களுக்கு என தனியாக ஒரு கிணற்றைத் தோண்டி விட வேண்டும் என்ற எண்ணமே அப்பாவுக்கு இருந்தது. பொதுக் கிணற்றை அனைவரும் பயன்படுத்த வேண்டியிருந்தால் அது முன்வைக்கும் சவால்களை அப்பா நன்கறிந்தார். மேலும் அது வகுப்புவாத அமைதி யின்மையையும், கலவரத்தையும் உருவாக்கும் என்பதையும் நன்கு அறிந்திருந்தார். கிராமத்தில் உள்ள அனைவரையும் ஒரே கிணற்றிலிருந்து தண்ணீர் எடுக்க அனுமதிக்கும் ஒரு பகுதியை அவர் செயல்படுத்த முயன்றார், அத்தகைய எண்ணங்கள் அவர் பஞ்சாயத்துத் தலைவராவதற்கு முன்னாலேயே மனதில் வேரூன்றி இருந்தன. அது ஒற்றுமைக்கு ஊறு விளைவிக்கும். எனவே, அவர்களுக்கு என தனி கிணற்றைத் தோண்டும் வேலையைத் தொடங்கினார். அதுதான் தீண்டாமைக்கு ஆளாக்கப்பட்ட மக்களுக்கான தேவையை பூர்த்தி செய்யும்பணி என்று எண்ணினார். அவர் தேர்வு செய்த இடம் தாராளமாகத் தண்ணீர் கிடைக்கும் ஊற்றுக்கள் நிரம்பிய இடமாகவும் அமைந்திருந்தது. ஏற்கனவே இருந்த பொதுக் கிணற்றில் கிராம மக்கள் தேவையை பூர்த்தி செய்யும் அளவு தண்ணீர் இல்லை. எனவே, கிராம மக்கள் புதிதாகத் தோண்டிய கிணற்றை தண்ணீருக்காக நாட வேண்டிய அவசியம் ஏற்பட்டது. இறுதியில் தீண்டாமை ஒழிந்து, மனமாச்சரியங்களை மறந்து ஒற்றுமையாக ஒரே கிணற்றில் தண்ணீர் எடுத்தனர்.

அப்பாவிற்கு 1990இல் மாரடைப்பு ஏற்பட்ட போது, நடந்த சம்பவம் என் மனதில் அவர் மீதான மரியாதையும் அன்பும் மேலும் பெருகியது.

உடுமலைப் பேட்டையில் விவசாயிகள் சங்கக் கூட்டம் நடைபெற்றுக் கொண்டிருந்தது. அப்பா அந்த அமைப்பின் மாநிலத் தலைவர். சட்டமன்ற உறுப்பினருங்கூட. அந்தக் கூட்டத்தின் சிறப்பு பேச்சாளர். பேசும்போதே இருதய வலி தொடங்கிவிட்டது. வார்த்தை குளறுகின்றன. உடல் வேர்க்கிறது. தோழர்கள் பதட்டமடைந்து விட்டனர். உடனடியாக கோயம்புத்தூர் அரசு மருத்துவமனையில் சேர்த்து விட்டனர்.

அங்கு அவருக்கு மிகுந்த மரியாதையுடனும், அன்புடனும் மருத்துவ சிகிச்சை அளிக்கப்பட்டது. பல நூறு மக்கள் கவலையுடனும்,

கனிவுடனும் மருத்துவமனையில் குழுமிவிட்டனர். அவருடைய முகத்தைப் பார்க்க வேண்டும் என்ற ஆர்வம் மேலோங்கியது. அவருக்குத் தேவையான அனைத்து உதவிகளையும் எளிய மக்கள் தாங்களாகவே முன் வந்து செய்தனர். முன்னணி பஞ்சாலைகளின் நிர்வாகிகளும் இதில் அடங்குவர். சில பஞ்சாலைத் தொழிலதிபர்கள் பிரம்மாண்டமான மருத்துவமனைகளுக்குச் சொந்தக்காரர்களும் கூட. அவர்கள் அப்பாவை தங்கள் மருத்துவமனைக்கு அழைத்துச் சென்று சிறப்பான, அதிநவீன வசதிகளுடன் சிகிச்சை தர அன்புடனும், நல்ல மனதுடனும் அழைத்தனர். அங்கு அழைத்துச் செல்ல கடும் முயற்சிகளைக் கூட மேற்கொண்டனர். ஆனால் அப்பா அவற்றை உறுதியாக ஏற்க மறுத்துவிட்டார். சாதாரண பொது மக்களுக்குக் கிடைக்கும் சிகிச்சையே தனக்கும் கிடைத்தால் போதும். வேறு வசதிகள் எதுவும் தனக்கு தேவையில்லை என்பதை அழுத்தமாகச் சொன்னது அவர்மீதான பெருமையை அதிகரித்தது. தான் ஒரு சட்டமன்ற உறுப்பினர் என்பதற்காக எந்த முன்னுரிமையையும் மருத்துவ சிகிச்சைக்காகக் கோரவில்லை. எம்எல்ஏ என்பவர் மக்களுக்காகச் சேவையாற்றுபவர் என்ற உணர்வே அந்தச் சமயத்திலும் அவருக்கு இருந்தது.

தனக்கு சலுகைகள் எதுவும் தேவையில்லை என்பதை அழுத்தமாகச் சொன்னது அவர்மீதான பெருமையை அதிகரிக்கச் செய்தது.

எங்கள் பாட்டி கோப்பம்மள் பிறந்த ஊர் காளாம்பட்டி. அப்பாவும், சித்தப்பாவும் பாட்டியின் மேல் அளவுகடந்த பாசமும், மரியாதையும் வைத்திருந்தனர். பாட்டிக்கு கோபால்சாமி என்ற தம்பி உண்டு. அவர் அடிக்கடி எங்கள் ஊருக்கு வருவார். கோபால்சாமி மாமாவுக்கும், அப்பாவுக்கும் அவ்வளவாக வயது வித்தியாசம் இல்லை என்றாலும் அப்பா தாய்மாமாவிடம் மிகுந்த மரியாதையும் அன்பும் வைத்திருந்தார்.

அப்பாவும், சித்தப்பாவும் பாட்டியைப் போலவே நல்ல நிறமாக இருந்தது மட்டுமல்லாமல், எங்கள் பாட்டி கோப்பம்மளிடம் இருந்த கடின உழைப்பு, நேர்மை, நல்லதனம், சுறுசுறுப்பு மற்றும் தயங்காமல் அடுத்தவருக்கு உதவும் பண்பு ஆகியவற்றைக் கொண்டிருந்தனர். அதேபோன்று எங்களது தாத்தா சோலைய்ய நாயக்கரின், மற்றவர்களுக்கு உதவும் தாராள குணத்தையும் அவர்கள் இருவரும் பெற்றிருந்தனர். அப்பாவின் ஏழாவது வயதில் தாத்தா இறந்தவுடன், எங்கள் குடும்பப் பொறுப்பை ஏற்று நடத்திய, தாத்தா சோலைய்ய நாயக்கரின் அத்தை பையன் ஆழ்வார்சாமி தாத்தாவும், மட்டத்துப்பட்டி குருசாமி மாமாவும் இதை அடிக்கடி கூறுவார்கள்.

கணினிகள் எப்படிச் செயல்படுகின்றன என்பதை அறிந்து கொள்ள மாமா எப்போதுமே விரும்பினார்.

புதுப்புது தேடல்கள்

இளைய மருமகள் மகாலட்சுமி

நாங்கள் சென்னையில் வாழ்ந்தபோது, மாமா சில சமயங்களில் எங்களுடன் தங்குவார். ஒருமுறை, நான் காலையில் வேலைக்குச் செல்லும்போது, மாமாவும் அதே பஸ்ஸில் தமிழ்நாடு சட்டசபைக்கு பயணம் செய்தார். மாமா பஸ் நடத்துனரிடம் தனது எம்.எல்.ஏ பஸ் பாஸைக் காட்டினார். அந்தப் பாஸ் மூலம் அவர் பஸ்ஸில் இலவசமாகப் பயணம் செய்யலாம் என்று மாமா பஸ் நடத்துனருக்கு விளக்கினார். பஸ் நடத்துனர் ஒரு வயதானவர், உணர்ச்சிவசப்பட்டு அவர் மாமாவிடம் கூறினார் - 'ஐயா நான் பல ஆண்டுகளாக சென்னையில் பஸ் நடத்துனராக உள்ளேன். ஆனால் ஒரு எம்.எல்.ஏவும் பஸ்ஸில் பயணம் செய்வதை நான் பார்த்ததில்லை. ஒரு எம்.எல்.ஏ பஸ் பாஸை என் வாழ்க்கையில் இதுவே முதல் முறை பார்க்கிறேன். இன்று இவ்வளவு நேர்மையான ஒரு பெரிய மனிதரைச் சந்தித்தது எனது அதிர்ஷ்டம்' என்றார். பஸ்ஸில் இருக்கும் அனைவரும் இந்த நிகழ்ச்சியை ஆச்சரியமாகப் பார்த்துக் கொண்டிருந்து மாமாவை மிகுந்த மரியாதையுடன் 'வணக்கம் ஐயா, வணக்கம் ஐயா' என வணங்கினார்கள்.

கணினி சார்ந்த தகவல் தொழில்நுட்பத் துறையில் பணி செய்து கொண்டிருந்தவளாகையால், கணினிகள் எப்படி செயல்படுகின்றன என்பதை அறிந்து கொள்ள மாமா எப்போதுமே ஆர்வமாக இருந்தார். கணினி நிரல்களை எப்படி உருவாக்குகிறோம், அவை எவ்வகையில் வேலைகளை வேறு முறைகளில் செய்து முடிக்க மக்களுக்கு உதவுகின்றன என்பது குறித்தெல்லாம் என்னிடம் கேட்பார். புதிய தொழில்நுட்பங்கள், தொழில்நுட்ப முன்னகர்வுகள் குறித்து பேரார்வம் காட்டுவார். அவரது சமூக அக்கறைக்கான விளைவு காரணமாக, கூட்டுறவு சங்கங்களுக்கும், விவசாயிகளுக்குமான கணினி செயலிகளை உருவாக்குவது எப்படி என்று என்னிடம் கேட்பார், மாமா. சமூக மேம்பாட்டுக்கு உதவ கணினியின் சாத்தியங்களைப் பயன்படுத்துவதற்கான பல புதிய யோசனைகளை

வழங்குவார். அது 1989, இந்தியாவில் கணினிகளின் ஆரம்ப காலகட்டமாக இருந்ததால், கிராமப்புற மாணவர்களுக்கு கணினி குறித்த அறிவைப் பரப்புவது எவ்வாறு என்றும், அவர்களுக்கு கணினி நிரல் உருவாக்க கற்பிப்பது எவ்வாறு என்றும் எப்போதும் கேட்டுக் கொண்டேயிருப்பார். கல்வி மற்றும் தொழில்நுட்பத்தில் நிகழும் புதிய வளர்ச்சிகள் கிராமங்களையும், பின்தங்கிய பகுதிகளையும் சென்றடைவதை உறுதி செய்வதில் அவர் பேரவா கொண்டிருந்தார். ஏனெனில், இவை அப்பகுதி சிறாருக்கான சமவாய்ப்பை கிட்டச் செய்யும். ஆகையால் கணினி வழியாக எப்படி கல்வியில் புதிய முன்னேற்றத்தைக் கொண்டு வருவது என்பது பற்றிய சிந்தனைகளில் மிகுந்த ஆர்வம் கொண்டிருந்தார். மாமாவின் நோக்கம் நவீன தொழில்நுட்பம் கிராமங்களைச் சென்றடைய வேண்டும் என்பதே. ஆகவே, அத்தகைய பகுதிகளிலுள்ள குழந்தைகளும் சமமான வாய்ப்பைப் பெற்று முன்னேற வேண்டும் என்பதில் மாமாவின் சிந்தனையும், செயலும் அமைந்திருந்தன.

ஒருவர் செய்யும் வேலையை வைத்து
ஏற்றத்தாழ்வு பார்த்தது இல்லை.

அப்பாவின் மீது ஏக்கம்

இளைய மகள் கீதாராணி

நான் பிறந்த காலக்கட்டத்தில் அப்பா முழுமூச்சாக பொதுத் தொண்டில் (அரசியலில்) இருந்த காலம். அப்பாவை இராமனுத்து வீட்டில் பெரும்பாலும் பார்த்த நினைவுகள் குறைவுதான். பெரும்பாலும் இரவு நேரத்தில்தான் பார்த்திருக்கிறேன். அப்பொழுது எல்லாம் வீட்டின் வலதுபுறத் திண்ணையில் பாய் விரித்து லாந்தர் விளக்கின் வெளிச்சத்தில் சுற்றி சக தோழர்களுடன் பொதுப் பணி பற்றியே பேசிக்கொண்டிருப்பார். என் வயதுக்குரிய ஏக்கம் என்னிடம் அப்பாவின் பாசம் குறித்து ஏற்படும். அது நாங்கள் எட்டயபுரம் வீட்டுக்குக் குடிபெயர்ந்த பின்னரும் தொடர்ந்தது.

அப்பா நான் தூங்கிய பின்புதான் வருவார்கள். நான் எழுவதற்கு முன்பே வெளியே சென்று விடுவார்கள். இரவு எந்த நேரத்தில் படுத்தாலும் அப்பா காலையில் 4 மணிக்கே எழுந்துவிடுவார்கள். அப்பாவிற்கு குடும்பத்தைப் பற்றியும் குடும்பச் செலவுகள் மற்றும் பிள்ளைகளின் கல்வி பற்றியும் நினைத்துப் பார்க்க நேரமே இருக்காது. ஒரு முறை நான் 7ஆம் வகுப்பு படிக்கும்போது தோழர் எஸ்.எஸ்.டி. வந்திருக்கும் போது, நான் என்ன படிக்கிறேன் என்று அப்பாவிடம் கேட்டார்கள். அதற்கு அப்பா என்னை அழைத்து நேரடியாகவே கூறிவிடும்படி சொன்னார்கள். அப்பொழுது எனக்கு மிகவும் வருத்தமாக இருந்தது. அப்பாவைப் பொறுத்தவரையில் பொது வாழ்க்கைக்குத்தான் முக்கியத்துவம் அளித்தார்கள். ஆனால் அதை எல்லாம் தன்னுள் அடக்கி வைத்து பொது நலத்திற்கு முன்னுரிமை அளித்தது பற்றி இப்பொழுது நினைக்கையில் பிரமிப்பாக இருக்கின்றது.

ஒருவர் செய்யும் வேலையை வைத்து ஏற்றத்தாழ்வு பார்த்தது இல்லை. அதற்கு உதாரணமாகக் கூறுவது என்றால் அப்பா இயற்கை எய்திய செய்தி கேட்டு சேலம் நகரிலிருந்து துப்புரவுத் தொழில் செய்யும் ஒரு அம்மா வந்து என் கணவர் புருஷோத்தமனிடம் அப்பாவைப் பற்றி மிகப் பெருமையாக அவருக்கு உதவியதைப் பற்றிக் கூறினார்கள். எங்கள் குடும்பத்தில் யாரையும் அவருக்குத் தெரியாது என்றும் கூறினார்கள்.

அப்பாவிற்கு எடுத்த பொருளை எடுத்த இடத்தில் வைக்க வேண்டும் என்பதில் கண்டிப்பாக இருப்பார். ஆனால் என்னால் இப்பொழுதும் அதைக் கடைப்பிடிக்க முடியவில்லை என்று பார்க்கும் போது அது எவ்வளவு கடினம் என்று புரிகின்றது.

அப்பா வெளியூர் செல்லும் பொழுது அவர் அணியும் கதர் வேஷ்டி சட்டையை நான்தான் ஒவ்வொன்றாகப் பிரித்துப் பார்த்து மிகவும் கவனமாகவும் ஆசையாகவும் அவரது சூட்கேசிற்குள் எடுத்து வைப்பேன். ஒருவேளை சிறு வயதில் அப்பாவின் பாசத்திற்காக ஏங்கியதும் ஒரு காரணமாக இருக்கலாம்.

அப்பா காலையில் நேரம் கிடைக்கும் போது எல்லாம் தவறாமல் தோட்டத்திற்குச் சென்று விவசாயம் பார்ப்பார்கள். அவர் விவசாயம் பார்க்கும் பொழுது எல்லாம் முழு மூச்சாகப் பார்ப்பார்கள். எதையுமே மிகத் தீவிரமாகச் செய்வார்கள். அந்தக் குணம்தான் அவருக்கு பொது வாழ்வில் வெற்றியைத் தொடர்ந்து அளித்தது என்று கருதுகிறேன்.

அவர் தினமும் அன்றைய வரவு செலவுக் கணக்குகளை ஒரு சிறு சிட்டையில் எழுதி வைக்கும் பழக்கம் கொண்டவர். பின்பு அதை ஒரு கணக்குப் புத்தகத்தில் எழுதி வைப்பார். அவர் இதைத் தன்னுடைய இறுதி மூச்சு வரை கடைப்பிடித்தார்.

நானோ அல்லது எனது அக்காவோ எங்களுக்கு என அப்பாவிடம் எதையும் கேட்டது இல்லை.

நான் எட்டயபுரம் ராஜா மேல்நிலைப் பள்ளியில் ஆசிரியையாகப் பணிபுரிந்து கொண்டிருந்தேன். அதுசமயம் எட்டயபுரம் பாரதி உயர்நிலைப் பள்ளியை மேல்நிலைப் பள்ளியாக மாற்ற அப்பா தீவிர முயற்சி செய்து வந்தார்கள். அதை அறிந்த எனது பள்ளியின் தலைமை ஆசிரியர் என்னிடம் அவ்வாறு அரசுப் பள்ளி மேல்நிலைப் பள்ளியாக மாறினால் நமது பள்ளியில் மாணவர் சேர்க்கை குறைந்து அதனால் உன் வேலைக்கு ஆபத்து ஏற்படலாம் என்று கூறினார்கள். நானும் அதை அப்படியே அப்பாவிடம் கூறினேன். அதற்கு அவர் அப்படி நடந்தால் உன் ஒருத்திக்கு மட்டும்தான் வேலை போகும். ஆனால் எத்தனையோ ஏழைப் பெண் குழந்தைகளுக்கு மிகவும் உதவியாக இருக்கும் என்று கூறினார்கள். அரசுப் பள்ளியை மேல்நிலைப் பள்ளியாக மாற்றவும் செய்தார்கள். இதில் ஆச்சர்யப்படும் விஷயம் என்னவென்றால் அப்பா மட்டுமல்ல, எனது கணவரும் இதற்கு முழு ஆதரவு கொடுத்தார்.

அப்பாவிற்கு இருதயக் கோளாறு வந்த பின் நான் அப்பாவை அருகில் இருந்து கவனித்துக் கொள்ள வாய்ப்பு அமைந்தது. அப்பாவின் இறுதிக் காலத்தில், நானும் எனது கணவரும் அப்பாவிற்கு அடிக்கடி, திடீர் திடீர் என்று முடியாமல் போகும் பொழுதெல்லாம் அப்பாவை நன்றாகக் கவனித்துக் கொள்ள பக்கபலமாக இருந்தது எங்களுக்குக் கிடைத்த பெரிய வாய்ப்பு. அது உண்மையிலேயே எனக்கு மிகுந்த மனநிம்மதியாக உள்ளது.

பாரதியார் பற்றிப் பேச தாத்தா தான் எனக்கு குரு.

சேட்டைக்காரி

கீதாராணியின் மூத்த மகள் பவித்ரா பாரதி

நான் அழகர்சாமி தாத்தாவின் இளைய மகள் கீதாராணியின் மூத்த மகள் பவித்ரா பாரதி. தாத்தாவைப் பற்றி புத்தகம் வெளியிடுவது அறிந்து மிக்க மகிழ்ச்சி அடைந்தேன். அதை முன்னெடுக்கும் அனைவருக்கும் எனது நன்றியைத் தெரிவித்துக் கொள்கிறேன். எனக்கு தாத்தாவின் தோரணையான பேச்சும், சத்தமான சிரிப்பும் மிகவும் பிடிக்கும். சிறு வயதில் நான் தாத்தா வீட்டில்தான் வளர்ந்தேன். தாத்தா எல்லா பொருட்களையும் மிக நேர்த்தியாக அடுக்கி வைப்பார். அதனால்தான் என் எல்லா விளையாட்டுப் பொருள்களையும் அதே போல அடுக்கி வைக்கச் சொல்வார். ஆனால் நான் அவ்வாறு செய்ய மாட்டேன். அதற்கு மிகவும் செல்லமாக சேட்டைக்காரி என்று கூறுவார். அதை நான் மிகவும் ரசிப்பேன்.

ஒரு சமயம் எனது பள்ளி விழாவில் நான் கட்டபொம்மன் நாடகத்தில் கட்டபொம்மனாக நடித்தேன். வீட்டுக்கு வந்த பின் என்னிடம் அந்த வசனத்தைப் பேசச் சொல்லிக் கேட்டார். அவர் அதை மிகவும் ரசித்துக் கேட்டுப் பாராட்டினார். இதை இன்றளவும் மிகவும் பெருமையாகக் கருதுகின்றேன்.

நான் பள்ளியில் பேச்சுப் போட்டியில் கலந்து கொண்டு பாரதியார் பற்றிப் பேசுவதற்கு தாத்தாதான் எனக்கு குருவாக சொல்லிக் கொடுப்பார். தாத்தாவின் புத்தகத்தை ஆவலோடு எதிர்பார்க்கின்றேன்.

என் பிறந்த நாளுக்கு எப்போதும்
ஒரு ஹீரோ பேனாவைப் பரிசாகக் கொடுத்து
கல்வியின் முக்கியத்துவத்தைப் பற்றிச் சொல்வார்.

குட்டிப் பேத்தி

கீதாராணியின் இளைய மகள் சங்கவி

நான் அழகர்சாமி தாத்தாவின் கடைக்குட்டி பேத்தி. கீதாராணி - புருஷோத்தமனின் இரண்டாவது மகள் சங்கவி. தாத்தாவை எனக்கு அரசியல்வாதியாகத் தெரியாது. ஏனென்றால் எனக்கு அவரை தாத்தாவாக மட்டுமே தெரியும். நான் உருவ அமைப்பிலும் நிறத்திலும் தாத்தாவைப் போன்று இருப்பதால், தாத்தா பாட்டிக்கு என் மேல் கூடுதல் பிரியம் உண்டு.

தாத்தா எப்போதும் ஒரு சிறிய ரேடியோ வைத்திருப்பார்கள். அதில் அடிக்கடி செய்திகள் மற்றும் கர்னாடிக் சங்கீதம் கேட்டுக் கொண்டு இருப்பார்கள். அவர் என்னை எப்பொழுதும் சங்கி என்று செல்லமாகத்தான் கூப்பிடுவார். எனக்கு அது மிகவும் பிடிக்கும்.

தாத்தாவைத் தேடி எப்போதும் ஆட்கள் வந்துகொண்டே இருப்பார்கள். அவர் தினமும் காலை எழுந்து பால்பண்ணைக்கு தவறாமல் செல்வார். எனக்கும் என் அக்கா பவித்ராவுக்கும் பால்கோவா பிடிக்கும் என்பதால், அதை அடிக்கடி வாங்கிக் கொண்டு வருவார். என் பிறந்த நாளுக்கு எப்போதும் ஒரு ஹீரோ பேனாவைப் பரிசாகக் கொடுத்து கல்வியின் முக்கியத்துவத்தைப் பற்றிச் சொல்வார்.

எனக்குத் தெரிந்த வரையில் தாத்தா தினமும் காலையில் நடைப் பயிற்சிக்குப் போகாமல் இருந்தது இல்லை. அவர் மிகவும் வேகமாக மனக்கணக்கு போடுவது ஆச்சரியமாக இருக்கும். அது எனக்கு மிகவும் பிடிக்கவும் செய்யும்.

என் அப்பாவிடம் தாத்தாவைப் பற்றி அவர் அரசியலில் செய்த பல நற்செயல்களைப் பற்றி சொல்லக் கேட்டிருக்கிறேன். அப்பொதெல்லாம் எனக்கு மிகவும் பூரிப்பாக இருக்கும். மேலும் அவர் மீது மிகுந்த மரியாதையை ஏற்படுத்தியது. எனவே தாத்தாவைப் பற்றிய புத்தக வெளியீடு நிகழ்வை மிகுந்த ஆவலுடன் எதிர்பார்த்துக் கொண்டிருக்கிறேன்.

59. சட்டமன்றத்தில் அழகர்சாமி

போராட்டங்களையே வாழ்க்கையாகக் கொண்ட அழகர்சாமி சட்டமன்றத்தில் ஆற்றிய பல்வேறு உரைகள் இன்றைய காலக்கட்டத்தில் நடைமுறைப்படுத்தப்பட்டு வருகின்றன. காலத்தின் கண்ணாடியாய் அப்பொழுதே தன்னுடைய கருத்துக்களை ஆணித்தரமாக முத்திரை பதித்தவை, அவரது உரைகள். ஒரு கம்யூனிஸ்டாக அவருடைய குரல் சட்டமன்றத்தில் எதிரொலித்தது. அவர் சட்டமன்ற உறுப்பினராக இருந்த காலத்தில் அறிஞர் அண்ணா, கலைஞர், எம்.ஜி.ஆர்., மீண்டும் கலைஞர் என முதலமைச்சர்களை நேரில் கண்டவர் மட்டுமல்ல, அவர்களோடு நெருங்கிய தொடர்பும் கொண்டிருந்தார். அழகர்சாமியின் வாழ்க்கையில் ஏற்பட்ட மாற்றங்கள் தமிழகத்தினுடைய அரசியல் பொருளாதார சமூக மாற்றங்களாகவே அமைந்திருந்தன. 1967 முதல் 1984 வரையிலும் மற்றும் 1989 முதல் 1991 வரையிலும் அவருடைய குரல் இடைவிடாது சட்டமன்றத்தில் எதிரொலித்தது. திராவிட முன்னேற்றக் கழகம், அனைத்திந்திய அண்ணா திராவிட முன்னேற்றக் கழகம் ஆகிய இரண்டு கட்சிகளின் ஆட்சியிலும் அவர் மக்களுடைய கருத்தை சட்டமன்றத்தில் எடுத்து வைப்பதற்குத் தயங்கியதே இல்லை. போராட்ட காலங்களில் ஆவேசமாக அவர் குரல் ஒலித்த போதிலும், ஒவ்வொரு விஷயத்தையும் நாம் சுட்டிக்காட்டுவதும் அவசியமான தேவையாக இருக்கின்றன.

இவை சுவையானது மட்டுமல்ல, கால மாற்றத்தை அரசியல், பொருளாதார சமூக மாற்றங்களைப் பிரதிபலிக்கவும் செய்கின்றது. எனவே, அவர் சட்டமன்றத்தில் ஆற்றிய உரைகளில் முக்கியமான அம்சங்களைத் தொகுத்துப் பார்ப்பதும் காலத்தின் உரைகல்லாகவே இது அமைந்திருக்கின்றது. கவிஞர் கே.ஜீவபாரதி தொகுத்துள்ள 'சட்டப்பேரவையில் சோ.அழகர்சாமி' காலத்தில் எடுத்த மிகச் சிறந்த முயற்சி. மக்களின் பிரச்சனைகளை அவர் ஆற்றிய சட்டமன்ற உரைகள் சுவைபட உள்ளன. இவற்றை சுருக்கமாகப் பார்ப்பதும் இன்றைக்குத் தேவையாக உள்ளது.

தமிழக முதல்வராக அறிஞர் அண்ணா (1967-1969)

- உழைப்புக்கு எதிராக போலீஸ்
- பாரதி பெயரில் நூற்பாலை
- நில வரி மீது நியாயம் தேவை
- ஆட்சி மாற்றமும் விவசாயிகள் எதிர்பார்ப்பும்
- அனைத்துக் கல்விக்கூடங்களையும் அரசே ஏற்று நடத்துக
- கட்டுமரம், வலைகள் ஆகியவற்றை அரசு வாடகைக்குவிட வேண்டும்
- டாக்டர் இருந்தால் மருந்து இல்லை! மருந்து இருந்தால் டாக்டர் இல்லை!
- அனைத்து அதிகாரமும் பஞ்சாயத்துக்கு...
- மூடிய ஆலைகளும் வாடும் தொழிலாளர்களும்
- ஹரிஜன மக்கள் வாழ்க்கையும் அரசாங்க உதவியும்
- கூட்டுறவு சங்கங்களில் கடன் பெற எத்தனை எத்தனை சிக்கல்கள்
- விவசாய விளைபொருளுக்கு அரசு விலை நிர்ணயம் செய்ய வேண்டும்
- பயிர் செழிக்க மின்சாரம் தேவை...
- நிலத் தகராறு போலீஸ் அத்துமீறல்...

என பல பிரச்சனைகளை சட்டமன்றத்தில் ஒலித்த அழகர்சாமி யினுடைய குரல் மக்கள் மத்தியில் நம்பிக்கையை உருவாக்கியது.

1967ஆம் ஆண்டு காவல்துறை மானியக் கோரிக்கை மீது ஜூலை 5ஆம் நாள் அன்று அவருடைய கன்னிப்பேச்சு இவ்வாறு தொடங்குகிறது.

"இங்குப் பேசிய சக உறுப்பினர்களின் குரல் ஜனநாயக நாட்டுக்கு உகந்த முறையில் நடவடிக்கை இல்லை என்பதைத்தான் காட்டுகிறது.

உழைக்கக்கூடிய ஏழை எளிய மக்கள் போலீஸ் இலாகாவின் மூலம் பலவிதமான தொந்தரவுகளுக்கு ஆளாகியிருக்கிறார்கள். ஆங்கிலேயர் ஆட்சியில் போலீஸ் இலாகா மக்களை அடக்கி ஒடுக்கி ஆள்வதற்காக அமைக்கப்பட்டது. அதே முறைதான் இன்னமும்

தொடர்ந்து நடைபெற்று வருகின்றன. ஒரு குற்றமும் செய்யாத தாழ்த்தப்பட்ட மக்களைப் பிடித்து பொய்யாக கேஸ்கள் போட்டு வைக்கிறார்கள். குடித்தார் என்றோ, சாராயம் காய்ச்சினார்கள் என்றோ ஏழை எளிய மக்கள் தண்டிக்கப்படுகிறார்கள். சந்தேகக் கேஸ்கள் போடப்படுவது தடுத்து நிறுத்தப்பட வேண்டும்.

சாதாரண ஜனங்களின் மீது பொய் கேஸ் போடப்படுகிறது. இதனை கேட்பதற்காக செல்கின்ற லோக்கல் தலைவர்களை மரியாதை கொடுத்து காவல்துறை பேசுவதில்லை."

தீயணைப்பு நிலையம்

கோவில்பட்டியில் தீயணைப்பு நிலையம் வேண்டும் என்பதற் காகவும் அவருடைய குரல் அன்றைய தினமே ஒலித்தது. ஒவ்வொரு தாலுகா தலைநகரத்திலும் தீயணைப்புப் படை வைத்தாக வேண்டும் என்று வலியுறுத்துகிறார். "என்ன காரணத்தினாலோ அடிக்கடி தீ விபத்துக்கள் ஏற்படுகின்றன. கோவில்பட்டி பக்கத்தில் கூட சமீபத்தில் ஏற்பட்ட தீ விபத்தினால் 80 முதல் 90 ஹரிஜன மக்களின் வீடுகள் சேதம் ஆகியிருக்கின்றன. கோவில்பட்டிக்கு 40 மைல் தூரத்திற்குள் தீயணைக்கும் படை இல்லை. ஆகவே, கோவில்பட்டியில் தீயணைக்கும் படை நிறுவ வேணடும். ஒவ்வொரு தாலுகா தலைநகரத்திலும் தீயணைப்புப் படை ஏற்படுத்த வேண்டும் என்று கேட்டுக் கொள்கிறேன்."

தொடர்ந்து பேசிய அவருடைய கன்னிப்பேச்சு "போலீஸ்காரர்கள் குறைந்த வருமானத்தில் கஷ்டப்பட்டுக் கொண்டிருக்கிறார்கள். வீட்டு வசதி இல்லாமல் இருக்கிறது. அதையும் கவனிக்க வேண்டும்" என்று கேட்டுக் கொள்கிறேன் என்ற அவருடைய பேச்சுக்கள் மனிதாபிமானத்தின் உச்சத்தில் அமைந்திருந்தன.

கிராமப்புறத் தொழில் வளர்ச்சி பற்றி அவர் பேசுகின்ற பொழுது அலுமினிய இயந்திரங்களில் பாத்திரங்களைத் தயாரிக்கவும், மூங்கில் போன்றவற்றை வைத்து தொழில் ஆரம்பிக்கலாம் என்றும் சொல்லியுள்ளார்.

- தீப்பெட்டி தயார் செய்ய கிராமங்களில் சின்னச்சின்ன ஆபீஸ்களை மேற்கொண்டதன் விளைவாக அவர்களுக்கு வேலை வாய்ப்பு இருந்து வந்தது. தற்போது உள்ள உத்தரவுப் படி ஏ, பி, சி என்று இருக்கக்கூடியதை 'பி' வகுப்புக்கு

என மாற்றப்பட்டிருக்கிறது. அதனால் பல கஷ்டங்கள் ஏற்பட்டிருக்கின்றது. தீப்பெட்டி தொழில் கிராம மக்களுக்கு நல்ல வேலை வாய்ப்பு கொடுத்துக் கொண்டு வந்தது. இந்த உத்தரவு காரணமாக அவர்களுக்கு வேலை வாய்ப்பு கெடும் ஆபத்து ஏற்பட்டு இருக்கின்றது. மத்திய சர்க்காரை அணுகி வற்புறுத்தி, முன்னால் இருந்த 'சி' வகுப்பு சலுகையை தொடர்ந்து அளிக்க வேண்டும். வேலை வாய்ப்பை அளிக்கும் முறையை மாற்றக்கூடாது.

- கைத்தறி தொழில் மிக மோசமாக பாதிக்கப்பட்டு இருக்கின்றது. நம்முடைய மாநிலத்தில் 13 கூட்டுறவு நூற்பாலைகள் இருக்கின்றன. இவற்றின் பலன் விவசாயிகளுக்கு மட்டுமல்ல, மக்களுக்குச் சேரவேண்டும்.

- கைத்தறி நெசவாளர்களுக்கு மலிவாக நூல் கிடைக்காத நிலை இருப்பதால்தான் என்று குறிப்பிட்ட அழகர்சாமி நூல் விலை உயர்ந்து கஷ்ட நிலைமை ஏற்படாதவாறு பார்த்துக் கொள்ள வேண்டும் என்று வலியுறுத்துகிறார்.

- தேக்கம் அடையக்கூடிய ஜவுளிகளை வாங்குவதற்கு மத்திய கூட்டுறவு சங்கத்திற்கு அதிக நிதி உதவி அளிக்க வேண்டும். கோவில்பட்டி வட்டாரத்தில் இதற்கு முன்னால் உள்ள அரசு கூட்டுறவு நூற்பு மில் ஏற்படுத்துவதாக ஏற்பாடுகள் செய்து கொண்டு வந்தது. அந்த ஏற்பாட்டின்படி நூற்பு ஆலை எட்டையபுரத்தில் பாரதியின் பெயரால் ஏற்படுத்தி அந்த வட்டாரத்தில் உள்ள கைத்தறி தொழிலில் ஈடுபட்டிருக்கும் அதிகமான நெசவாளர்களுக்கும் அதே நேரத்தில் பருத்தி உற்பத்தியாளர்களுக்கும், ஜமீன் ஒழிப்பினால் பாதிக்கப் பட்டவர்களுக்கும் வேலை வாய்ப்பு அளிக்க வேண்டும் என கேட்டுக் கொண்டார்.

- விவசாய வருமான வரியைப் பொறுத்தவரையில் பெரிய அளவு நிலம் வைத்திருப்பவர்களை பாதிக்கக்கூடிய வகையில் வரி கட்டுவதை ஆதரித்தும் 20 ஸ்டாண்டர்டு ஏக்கர் வைத்துக் கொண்டு நேரடியாக நிலத்தில் பாடுபடக் கூடிய சாதாரண விவசாயி அதிகமான அளவு வரி செலுத்தக்கூடிய நிலை ஏற்பட்டால் உற்சாகமாக வேலை செய்ய முடியாது என்றும் விவரித்தார்.

- ஸ்டாண்டர்டு ஏக்கர் விகிதங்களைப் பொறுத்தவரை 1.5 ரூபாய்க்கு கீழ் தீர்வைச் செலுத்தக்கூடிய புஞ்சை நிலங்களில் எந்தவிதமான வருமானமும் இல்லாதிருப்பதால் 4 ஏக்கர் ஒரு ஸ்டாண்டர்டு ஏக்கர் என்று இருப்பதை 8 ஏக்கர் என்றும், 1.5 ரூபாய்க்கு மேல் இருப்பதற்கு 3 ஏக்கர் என்று இருப்பதை 6 ஏக்கர் என்றும் மாற்றவேண்டும் என்று கூறினார்.

- எந்தவிதமான வரிகளையும் போடாமல் இருப்பதால் மக்கள் எல்லோரும் மகிழ்ச்சியோடு நல்ல முறையில் இந்த நிதிநிலை அறிக்கைக்கு வரவேற்பு கொடுப்பதை விளக்கினார். மேலும் மத்திய சர்க்காருக்குக் கொடுக்க வேண்டிய கடன்களும் வட்டியும் சக்திக்கு மீறிய அளவில் ஏறி இருக்கின்றது என்பதை சொன்னதோடு மட்டுமல்லாமல், வருமான வரியை வசூல் செய்யாமல் 550 கோடி ரூபாய் வரை வாங்கி வைத்துக் கொண்டு பாராமுகமாக இருப்பது பற்றியும் அறிக்கையில் குறிப்பிட்டிருப்பது பாராட்டத்தக்கது. பலவிதமான தொழில்கள் ஏற்பட்டு உற்பத்தி பெருகி இருந்தாலும் மக்களுடைய தேவைகள் பூர்த்தி செய்யப்படாத நிலை இருக்கிறது என்பதையும் சுட்டிக் காட்டினார்.

- மாநில அரசாங்கத்தைப் பொறுத்தவரையில் பஸ்களை தேசியமயமாக்கும் காலத்தில் இன்று பேருந்துகளுக்கு ஒரு உச்சவரம்பு நிர்ணயிக்கலாம். பத்து பேருந்துகளுக்கு மேல் வைத்திருக்கும் முதலாளிகளின் பேருந்துகளை அரசாங்கமே எடுத்து தேசியமயமாக்க வேண்டும்.

- விற்பனை வரியை கறாராக வசூல் செய்தால் நம் வருமானம் அதிகப்படும்.

- அரசாங்கக் கல்லூரிகளில் தமிழைப் பயிற்சி மொழியாகக் கொண்டு வருவதை நாம் அனைவரும் வரவேற்கிறோம். அதே நேரத்தில் அரசாங்கக் கல்லூரிகளில் பயிற்சி மொழியை தமிழாக வைத்துவிட்டு, தனியார் கல்லூரிகளில் ஆங்கிலத்தில் வைத்துக் கொள்வதற்காக அனுமதித்தால், கல்வியைப் பொறுத்தவரையில் மாணவர்கள் இரண்டு தரமாகப் பிரிக்கப் பட்டு, தமிழ்வழிக் கல்லூரியில் சேர்ந்து படிக்கும் மாணவர்கள், ஆங்கிலவழிக் கல்லூரியில் படிக்கும் மாணவர்களுக்கு அதிகமான வேலை வாய்ப்பு கிடைக்கும் என்ற பயம் ஏற்பட்டு, தமிழ்வழிக் கல்லூரியில் படிக்க விரும்பாத நிலை

ஏற்பட்டுவிடும் என்பதால், தமிழ்வழிக் கல்லூரியில் படிக்கும் மாணவர்களுக்கு வேலைவாய்ப்பில் முதலிடம் கொடுப்பது, அவர்களுக்கு மேலும் பல சலுகைகள் கொடுப்பது, ஸ்காலர்ஷிப் கொடுப்பது போன்ற சலுகைகளை அளிக்க வேண்டும்.

- தனியார் பள்ளிகளை அரசாங்கமே ஏற்று நடத்துவது, ஆரம்பப் பள்ளிகளையும் மற்ற பள்ளிகளையும் தனியார் நடத்துவதை அனுமதிக்காமல் அவைகளை சர்க்கார் ஏற்று நடத்த வேண்டும். அப்பொழுதுதான் சிறு குழந்தைகள் நல்லவர்களாக, திறமைசாலிகளாக வளர்க்கப்படுவார்கள்.

தமிழக முதல்வராக கலைஞர் (1969-1971)

- ஆரம்பப் பள்ளியிலிருந்து கல்லூரிகள் வரையிலும் ஜாதிகள் பெயரில் இருக்கும் முறையை மாற்றுவதற்கு அரசு முயற்சிக்க வேண்டும். இல்லையெனில் மானியத்தை பாதியாகக் குறைக்க வேண்டும். ஜாதிப் பெயர்கள் மாணவர்களிடம் அவ்வுணர்வை ஊட்டும்.
- கிராமங்களுக்கு போக்குவரத்து வசதியை மேம்படுத்த வேண்டும்.
- ஆசிரியர்கள் நியமனத்தில் பாரபட்சம் காட்டக்கூடாது
- மதிய உணவுத் திட்டம் ஆறு பைசா என்பது காணாது. பொய்க் கணக்கு எழுதுவது தடுக்கப்பட அரசாங்கம் உணவுக் காசை 10 பைசாவாக உயர்த்த வேண்டும். மக்களின் உதவியோடு பள்ளிக் குழந்தைகளின் வயிற்றுக்கு வயிறார உணவு அளிக்க வேண்டும்.
- தொழில் கல்வியை இலவசமாக்க வேண்டும்.
- தனியார் பயிற்சிப் பள்ளிகளுக்கு அரசே 'அட்மிஷன் கமிட்டி' அமைக்க வேண்டும்.
- ஜமாபந்தி முறை ஒழிக்கப்படவேண்டும்.
- ரெவின்யூ போர்டை எடுத்துவிட வேண்டும்
- நில உச்ச வரம்பை திருத்த வேண்டும். ஒரு குடும்பத்திற்கு 15 ஸ்டாண்டர்டு ஏக்கர் போதும்.

- நியாய வாரச் சட்டத்தில் 75 பங்கு சாகுபடிதாரர்களுக்கு 25 பங்கு நிலச் சுவான்தாரர்களுக்கு என திருத்தம் செய்ய வேண்டும்.
- சர்வகட்சிக் குழுக்களை அமைத்து புறம்போக்கு நில விநியோகம் செய்ய வேண்டும். ஏழை அரிஜன விவசாயிகளுக்கு முன்னுரிமை தரவேண்டும்.
- சமுத்திரத்தில் விழும் தண்ணீரை விவசாயத்திற்குப் பயன் படுத்த வேண்டும்.
- தண்டத் தீர்வை போடக் கூடாது.
- நில வெளியேற்றம் செய்ய அனுமதிக்கக்கூடாது. குத்தகைக்கு ரசீது தர வேண்டும். சாகுபடியாளர்களின் உரிமையைப் பாதுகாக்க வேண்டும்.
- கோவில்பட்டி தாலுகாவை வறட்சிப் பிரதேசமாக அறிவித்து, சகல வரிகளையும் ரத்து செய்து, கடன் வசூலை ஒத்திவைக்க வேண்டும். புதிய கடன்களை அளிக்க வேண்டும்.
- முதியோர் பென்சன் விண்ணப்பித்தவுடன் வழங்க வேண்டும்.
- இராஜபாளையம் சத்திரப்பட்டி ஏரியாவில் 20 கிராமங்களில் குடிநீர் வசதி செய்துதர வேண்டும். அங்கு வறட்சி நிவாரணப் பணியை மேற்கொள்ள வேண்டும்.
- விவசாயிகளுக்கு, பாதுகாப்பு அளிப்பதற்காக கடன் ஏனைய வசூல்கள் நிறுத்தி வைக்கப்படுகின்றன. அடுத்த ஆண்டு தவணையோடு நிறுத்தப்பட்டதையும் சேர்த்து கட்ட வற்புறுத்தக் கூடாது. வரக்கூடிய கடன் தவணைகளை ஈவு செய்து வசூல் செய்யக்கூடிய முறையை அரசு கையாள வேண்டும். அபராத வட்டி வசூலிக்கக்கூடாது.
- மின் வசதியை எல்லா கிராமங்களுக்கும் விஸ்தரிக்க அரசு எடுக்கும் முயற்சியை வரவேற்கிறேன். மின் கட்டணத்தை 8 பைசாவிலிருந்து 10 பைசாவாக உயர்த்தக் கூடாது. குறைக்க வேண்டும்.
- விவசாய விளைபொருளுக்கு நியாயவிலை தர வேண்டும். விலைகள் உயர்வதைத் தடுக்க வேண்டும். இடைத்தரகர்

- கொள்ளையைத் தடுக்க வேண்டும். கிராமப்புற வேலை வாய்ப்பைப் பெருக்க வேண்டும்.
- வேலை இழக்கக்கூடிய தொழிலாளர்களை அரசு போக்குவரத்தில் வேலைக்கு எடுத்துக்கொள்ள வேண்டும்.
- 75 மைல்களை அதற்கு மேற்பட்ட வழித்தடங்களை தேசியமயமாக்குவது என்பதற்குப் பதிலாக 20 மைல்கள் அதற்கு மேற்பட்ட வழித்தடங்களை நாட்டுடைமை ஆக்க வேண்டும்.
- தொழிலாளர்களின் அடிப்படை கோரிக்கைகளை நிறைவேற்ற வேண்டும். பஸ் உடைமையாளர்களிடம் பேசி சம்பள போர்டு சிபாரிசை அமலாக்க வேண்டும்.
- காலாகாலத்தில் கிராமப்புறங்களுக்கு புதிய ரூட் அனுமதி வழங்க வேண்டும். 3 பஸ்களுக்கு குறைவாக இருப்பவர்களுக்கு புதிய ரூட் கொடுக்கப்பட வேண்டும்.
- ஆலோசனைக் குழுவில் தொழிலாளர் பிரதிநிதிகளையும் சேர்த்து உடனடியாக கூட்டம் நடத்தப்பட வேண்டும்.
- காட்டுப் பகுதியையொட்டி விவசாயத்திற்கு லாயக்கான சமவெளி வேளாண் நிலங்களை விவசாயத் தொழிலாளர்களுக்கும், நிலம் இல்லாதவர்களுக்கும் வாழ்வு அளிக்க கொடுக்க வேண்டும்.
- கிராமக் காடுகளை உருவாக்க வேண்டும். விவசாயத்திற்கு லாயக்கில்லாத நிலங்களில் விறகுக் காடுகளை, புல் காடுகளை அமைக்கவும், விறகுப் பஞ்சத்தை போக்கவும், கால்நடைகளை வளர்க்கவும் முடியும்.
- காட்டு மூங்கில்களை ஏல அடிப்படையில் அதிக லாபம் வரக்கூடிய வகையில் விற்கப்பட வேண்டும்.
- காடுகளில் தலைச் சுமையாக விறகு கொண்டு வருபவர் மீது காட்டு இலாகா கடுமையாக நடந்து கொள்ளக்கூடாது.
- வேடந்தாங்கல் போல வேதாரண்யம், கோடியக்கரைக் காட்டிலும் வனவிலங்கு, பறவைகள் சரணாலயம் ஏற்படுத்த வேண்டும்.

- கூட்டுறவு சங்கங்களின் மூலம் கிராமப்புறங்களில் விவசாயிகளுக்கு வழங்கும் கடன்களில் சில இடங்களில் நடைபெறும் ஊழல்கள் தடுத்து நிறுத்தப்பட வேண்டும்.

- விவசாயிகள் கடன் அளவு உயர்ந்து போவது நல்லதல்ல. வட்டி விகிதத்தை உயர்த்தக் கூடாது. கிராமச் சங்கங்களில் பங்குத் தொகையின் அளவு ரூ.10க்கு மேல் போகக்கூடாது.

- விவசாயிகளின் கடனுக்கு வட்டி விகிதம் அதிகரிக்கக் கூடாது. லேவாதேவிக்காரர்களிடம் கந்து வட்டிக்கு கடன் வாங்கி விவசாயம் அழிந்து போகிற நிலை தடுக்கப்பட வேண்டும்.

- 4,5 விதமான பயிர்களைச் செய்யும் விவசாயிகளுக்கு 4,5 விதமான கடன்களை வழங்கினால் 3,4 தவணைகளில் திரும்பச் செலுத்த வேண்டும் என்பது பொருத்தமல்ல. விவசாயிக்கு ஒரு வருடத்திற்குத் தேவையான மொத்தக் கடனை கணக்கிட்டு பாஸ்புக் சிஸ்டம் மூலம் கடன் வழங்கி ஒரு வருடத்திற்குள் திருப்பிச் செலுத்த ஏற்பாடு செய்ய வேண்டும்.

- ரிசர்வ் பாங்க் 3 சதத்திற்கு தரும் கடன் விவசாயிக்கு வரும் போது 8 சதமாக உயர்கிறது. 5 சதவீதம் பாங்கு கமிசன் என்பதை மாற்றி, மொத்தத்தில் 4.5 சதவிகித வட்டியில் கடன் வழங்க ஒரு அமைப்பை ஏற்படுத்த வேண்டும்.

- நிலவள வங்கிகளை முறைப்படுத்த வேண்டும். சிறுபாசன அபிவிருத்தித் திட்டத்தில் பின்தங்கிய கோவில்பட்டி தாலுகாவையும் சேர்க்க வேண்டும்.

- ஊராட்சித் தலைவர்களையும், ஊராட்சி ஒன்றியத் தலைவர்களையும் மக்களே நேரடியாகத் தேர்வு செய்ய வேண்டும்.

- நாட்டில் இருக்கும் பல தொழிற்சாலைகளில் உற்பத்தி செய்யும் பொருட்களுக்கு மார்க்கெட் கிடைக்காமல் போவதற்கு பிரதான காரணம், கிராமப்பகுதியில் இருக்கும் படியான செல்வம் ஒரு சிலர் கையில் குவிந்து, ஒரு சிலரே அதிக வருமானம் பெறக்கூடிய சூழ்நிலைதான். குத்தகைதாரர்களுக்கு ஒன்றும் கிடைக்காமல், வரவேண்டிய வருமானத்தை நிலச்சுவான்தாரர்கள் சுரண்டும் முறை நீடிக்கிறது. இது அகற்றப்பட வேண்டும்.

- ஏழை எளியவர்களின் வாழ்க்கை மேம்பட நிலச் சீர்திருத்தம் கொண்டு வரப்பட வேண்டும்.

- உழைக்கக் கூடிய விவசாயிக்கு நிலம் சொந்தமாக்கப்பட வேண்டும்.

- திட்டக் கமிஷன், முற்போக்கு கட்சிக்காரர்கள் ஆகியோர், நாட்டில் தொழில் வளர்ச்சி, முன்னேற்றம் ஏற்பட வேண்டுமென்றால் நிலச் சீர்திருத்தத்தின் அடிப்படையில் கிராமப் புறங்களில் ஏழை, எளிய விவசாயிகளின் வருமானம் கூடி, அவர்களுடைய வாங்கும் சக்தியை அதிகமாக்க வேண்டும் என்று கூறியிருக்கிறார்கள். உழைப்பவர்களுக்கு நிலம் சொந்தம் என்ற நிலை ஏற்பட வேண்டும்.

- குடும்பத்திற்கு 15 ஸ்டாண்டர்டு ஏக்கர் என்ற நிலையிலிருந்து ஒருவருக்கு 15 ஸ்டாண்டர்டு ஏக்கர் என்ற நிலை ஏற்படக்கூடாது.

தமிழக முதல்வராக கலைஞர் (1971-1977)

- வருவாய்த் துறையின் செயல்பாடுகளை மாற்ற வேண்டும். சிறந்த திட்டங்களை நிறைவேற்றுவது இந்த இலாகாதான். எல்லா இலாகாக்களோடும் தொடர்புகொள்ளும் இலாகா.

- விவசாய அபிவிருத்திக்குக் கடன், மின் இணைப்பு போன்றவற்றிற்கு 'ஓனர் சர்டிபிகேட்' இந்த இலாகாதான் தரவேண்டும். காலதாமதத்தைத் தவிர்க்க தனியாக பணிகள் ஆற்றிடும் வகையில் வருவாய்த் துறை மாற்றியமைக்கப்பட வேண்டும். ஜமாபந்தி முறையை ஒழித்து கணக்குகளைத் தணிக்கை செய்வதற்கு வேறுவிதமான முறைகளைக் கையாளலாம்.

- பஞ்சத் தணிப்பு சம்பந்தமாக தீவிர நடவடிக்கைகளை எடுக்க வேண்டும். மழை இல்லை. வறட்சி என்றால் துரிதமாக நடவடிக்கைகளை எடுக்க வேண்டிய அளவில் மாற்றங்கள் செய்ய வேண்டும்.

- கரிசல் காட்டு வட்டாரத்தில் குடிதண்ணீருக்காக கிணறு வெட்டினால் உப்புத் தண்ணீராக இருக்கிறது. எனவே, கிராம ஊரணிகளை ஆழப்படுத்த வேண்டும்.

- விவசாயக் கூலிகள் பலபேர் வயோதிக நிலையில் வேலை செய்ய முடியாத நிலையில் முதியோர் பென்சன் கிடைக்கும் வகையில் நிதி வசதி செய்ய வேண்டும். இதற்காக அதிக நிதி ஒதுக்க வேண்டும்.
- விவசாயிகளுக்குக் கொடுத்த கடனைத் திரும்பி வசூல் செய்யும்போது உழவு மாடுகள், உழவுக் கருவிகள் போன்ற வற்றோடு பம்பு செட், ஆயில் இன்ஜின் போன்றவற்றையும் ஜப்தி செய்யக்கூடாது. மொத்தமாகக் கூறுவதென்னவெனில் ஜப்தி செய்வது அறவே கூடாது.
- தமிழ்நாட்டில்தான் விவசாயிகள் அதிகமாகக் கடன் பளுவில் சிக்கித் தவிக்கிறார்கள். கூட்டுறவுத் துறை மூலம் வழங்கப் படும் கடன் விவசாயிகளின் தேவையை பூரணமாக பூர்த்தி செய்யவில்லை. நிலவள வங்கிகள் விவசாயிகள் முன்னால் வாங்கிய பழைய கடன்களைத் தீர்க்க கடன் கொடுப்பதில்லை.
- நடைமுறையிலுள்ள முறைகளை மாற்றி, விவசாயிகளுக்கு இருக்கும் பழைய கடன்களைத் தீர்க்கவும் ஏனைய வகையிலும் கடன்கள் கொடுக்க வேண்டும்.
- கோவில், மடங்களின் நிலங்களைப் பயிரிடுவோர்களிடையே சாகுபடியாளர்களின் கூட்டுறவு சங்கங்கள் நல்ல முறையில் செயல்பட்டு வருகிறது. இப்படிப்பட்ட கூட்டுறவு சங்கங்களை கோவில், மடங்களின் நிலங்களைப் பயிரிடும் இடங்களிலேயே ஊக்குவிக்க வேண்டும்.
- கூட்டுறவு சங்க நிர்வாகஸ்தர்களை தேர்தல் மூலம் தேர்வு செய்யவேண்டும்.
- வருமானம் பெற முடியாத நிலையில் விவசாயிகளிடம் கடன் களுக்கு நிர்ப்பந்தம் கொண்டு வரக்கூடாது. கடனுக்காக வட்டியை மட்டும் பெற்றுக் கொண்டு, முதலுக்கான தவணைகளைத் தள்ளிப் போட வேண்டும்.
- கூட்டுறவுத் துறையில் ஒழுங்கீனங்கள் நடைபெறாதவண்ணம் பாதுகாக்கப்பட வேண்டும்.
- விவசாயிகளின் உற்பத்திப் பொருள்களில் கொள்ளை லாபமடிக்கும் இடைத்தரகர்கள் அகற்றப்பட வேண்டும்.
- பெரிய பெரிய கமிஷன் வியாபாரிகள் விற்பனைக் கடைகள் மூலம் ஏழை எளிய மக்கள், விவசாயப் பெருங்குடி மக்கள்

விளை பொருட்களை அந்தக் கடைகளில் விற்பனைக்காகக் கொடுக்கிறார்கள். இரண்டு, மூன்று நாட்கள் கழித்து வரச்சொல்கிறார்கள். அதற்குள் விலை அதிகமாகிறது, ஏறிய விலைக்கு விற்றுவிட்டு, ஏழை விவசாயிகளுக்கு ஏற்கனவே சொன்ன விலையைக் கொடுத்துவிட்டு, கூடுதல் லாபம் கமிஷன் வியாபாரிகள் அடைகிறார்கள். எடை குறைவதையும் விவசாயிகளிடமே பெறுகிறார்கள்.

- ஐந்து, ஆறு மைல் தூரத்திற்குள் ஒரு மார்க்கெட்டிங் கமிட்டி விற்பனைக் கூடத்தை ஏற்படுத்த வேண்டும்.
- ஆட்சிகள் மாறினாலும், போலீசாரின் போக்கில் மாற்றமில்லை
- தொழிலாளர் போராட்டங்களில் போலீசார் கடுமையான தாக்குதலை நடத்துகிறார்கள். லாக்கப் கொலைகள் நடக்கின்றன. கரிவலம்வந்த நல்லூரில் துப்பாக்கிச்சூடு நடந்து, இருவர் இறந்துள்ளனர். சந்தேகக் கேஸ் போடுகிறார்கள்.
- போலீசாருக்கு பென்ஷனை உயர்த்த வேண்டும். அவர்களின் வீடுகளை ரிப்பேர் செய்துதர வேண்டும்.
- மதுக்கடைகள் ஊருக்கு வெளியேதான் இருக்க வேண்டும்.
- பாசன வசதிகளை அரசே செய்துதர வேண்டும்
- வறட்சிப் பகுதிகளில் கண்மாய் அமைத்துத் தர வேண்டும்
- சிவகிரிக்கு பக்கத்தில் உள்ள கோம்பை மலை அடிவாரத்தில் ஒரு அணை கட்டித்தர வேண்டும்.
- ரோடுகளின் அளவைக் கணக்கில் எடுத்து மானியம் கொடுக்க வேண்டும்.
- ஹைவேஸ் துறையில் மஸ்தூர்களுக்கு பணி நிரந்தரம், விபத்துக் காப்பீடு, லீவுச் சம்பளம், உடனடியாகச் செய்ய வேண்டும்.
- வறட்சியான பகுதிகளுக்கு தனி சிறப்பு அதிகாரிகளை நியமித்து பாசன வசதி, குடிநீர் வசதி செய்துதர வேண்டும்.
- உலக பாங்கி நிபந்தனை காரணமாக 650 அடி சுற்றுப் பக்கத்தில் கிணறு இருந்தால் கடன் தரக்கூடாது என்று இருப்பதை அனுமதிக்கக் கூடாது.
- விவசாயிகளுக்குக் கொடுக்கும் கடனைத் திரும்பச் செலுத்த 20 ஆண்டுகள் என்று இருந்ததை மாற்றி 7 ஆண்டுகள் என்று

மாற்றுவதைக் கண்டிக்கிறோம். விவசாயிகளை அனுதாபத்தோடு அணுக வேண்டும். கடனைச் சுலபமாகச் செலுத்தும் முறையில் தவணைகளை மாற்றி அமைக்க வேண்டும்.

- கிராம கூட்டுறவு சங்கங்கள் கைவினைஞர்களுக்கும் கடன் கொடுக்க வேண்டும்.

- விவசாயிகள் வாங்கிய கடன்களுக்கு அதிக வட்டியும், குறுகிய காலத்தில் திரும்பச் செலுத்தக் கூறுவதும்தான் கடனைத் திரும்பச் செலுத்த முடியாமைக்குக் காரணம்.

- விமானம் மூலம் பூச்சி மருந்து 'ஸ்பிரே' அடிப்பதற்குப் பதிலாக வேலையில்லா இளைஞர்களுக்கு பயிற்சி அளித்து பயன்படுத்த வேண்டும். சிறு சிறு நிலங்களாக உள்ள நமது நாட்டில் ஏரியல் ஸ்பிரே செய்ய முடியாது.

- பம்பாய் பஞ்சு கார்ப்பரேஷன் போன்று தமிழகத்திலும் ஏற்படுத்தி, பருத்தியை விவசாயிகளிடமிருந்து நியாயமான விலைக்கு வாங்கி, மில்களுக்கு விற்றுத் தரவேண்டும்.

- மத்திய சர்க்காரின் மானியத் தொகை சிறு விவசாயிகளுக்கும் கிடைக்கச் செய்ய வேண்டும்.

- வேளாண்மை செழிக்க கால்நடைச் செல்வம் செழிக்க வேண்டும். கால்நடைகளைப் பெருக்க அரசு உதவி செய்ய வேண்டும்.

- இளம்புவனம் கிராமத்தில் காளிமுத்து செட்டியார் என்ற சிறு விவசாயி இறைவை இறைத்துக் கொண்டிருக்கும்போது மாடுகளை ஜப்தி செய்துள்ளார்கள். தண்ணீர் இறைத்துக் கொண்டிருக்கும் போது பம்பு செட், மாடுகளை ஜப்தி செய்வதை வன்மையாகக் கண்டிக்கிறேன். ஜப்தி செய்வது கூடாது. பம்பு செட்டின் இணைப்பை எக்காரணம் கொண்டும் துண்டிக்கக்கூடாது.

- விவசாய நிலங்கள் மீது வரிவிதிப்பில் உள்ள குழப்பங்கள் போக்கப்பட வேண்டும்.

- சிறிய விவசாயி 'என்க்ரோச்மென்ட்' செய்து பயிர் செய்திருந்தால் அந்த நிலத்தை பட்டா போட்டுத் தர வேண்டும். 15 ரூபாய்க்கு மேல் வரி போடக் கூடாது என்ற சீலிங்கை அமலாக்க வேண்டும்.

- வருமானம் இல்லாத விவசாயிகளுக்கு வரி போடக்கூடாது. மானாவாரி நிலங்களுக்கு 4 ஏக்கர் வரை வரி போடக்கூடாது.
- உற்பத்தி செலவு விவசாயிகளுக்கு கூடுதலாகிறது. இடு பொருள்கள் விலையை கட்டுப்படுத்த வேண்டும்.
- நில உச்சவரம்பில் விதிவிலக்குகள் தேவையற்ற முறையில் அனுமதிக்கக் கூடாது. தோப்பு, பழப் பண்ணைகள் பெயரால் விதிவிலக்கு கூடாது.
- உச்சவரம்பு காலத்தில் சட்டத்திலுள்ள வரையறைக்கு மேல் உள்ள நிலங்களை எடுத்து ஏழை, எளிய நிலம் இல்லாத மக்களுக்குப் பகிர்ந்தளிக்க வேண்டும்.

தமிழக முதல்வராக மீண்டும் கலைஞர் (1989-1991 வரை)

- ஆளுநர் உரை என்பது அரசு தன் கொள்கையை, திட்டங்களை மக்களுக்கு அறிவிக்கக்கூடிய ஒரு அறிவிப்பாகும்.
- பினாமி நில ஒழிப்பு, விவசாயத் தொழிலாளர்களுக்கு பென்ஷன், விவசாயிகளுக்குக் கடன் நிவாரணம், வீட்டுமனை ஐந்து சென்ட், பட்டா, மத்திய ஊழியர்களுக்கு இணையான மாநில அரசு ஊழியர்களுக்கு ஊதியம், குடிநீர் வசதி, நெசவாளர்களுக்கு நிவாரணம், வேளாண்மை பெருக்கம், தொழில் வளர்ச்சி இவைகளை எதிர்பார்த்தேன். ஏமாற்ற மடைந்தேன்.
- பெண்களுக்கு 30 சதவிகிதம் வேலை வாய்ப்பளித்திருப்பதை வரவேற்கிறேன்.
- மாநிலங்களுக்கு அதிக அதிகாரம், மத்திய அரசிடம் அதிகாரக் குவியல் கூடாது. இது நெருக்கடியைத் தோற்றுவிக்கும்.
- 30 பஞ்சாலைகள், ஸ்டாண்டர்டு மோட்டார் நிறுவனம் போன்றவை மூடப்பட்டுள்ளன. இவற்றைத் திறக்க முதலமைச்சர் தீவிரமாக முயற்சிக்க வேண்டும்.
- நெசவாளர்கள் வாழ்விழந்திருக்கிறார்கள். நூல் விலை ஏறுகிறது. துணிகள் தேக்கமடைந்திருக்கிறது. நெசவாளர் பிரச்சனைகள் தீர்க்க வேண்டும். ரிபேட்டை நிறுத்தக் கூடாது. 60 நாள் ரிபேட் வழங்க வேண்டும்.

- கடும் பொருளாதாரப் பிரச்சனைகளுக்கிடையே மேலவை அமைக்கக் கூடாது. மேலவை தேவையில்லை.
- உள்ளாட்சி மன்றங்களின் காலத்தை 5 ஆண்டுகளாக்க வேண்டும்.
- வளமான நிலமும், உழைக்கின்ற தகுதியும் உள்ள விவசாயிகளுக்குத் தேவையான உதவிகளை அரசு செய்ய வேண்டும்.
- கூட்டுறவு சங்கங்களின் தேர்தல்களை நடத்த வேண்டும். கடன் பாக்கிகளை ரத்து செய்ய வேண்டும். கடன் நிவாரணம் வழங்க வேண்டும்.
- மத்திய அரசு தீப்பெட்டித் தொழிலுக்கு அதிக வரி போட்டிருப்பதை மாநில அரசு பரிசீலிக்க எடுத்துரைக்க வேண்டும். சிறு தீப்பெட்டி நிறுவனங்கள் பாதுகாக்கப்பட வேண்டும்.
- மது சம்பந்தமான கொள்கை ஏற்படுத்த வேண்டும்
- எட்டயபுரம் பாரதி மில் ஐசிடிசி-க்கு காலாகாலத்தில் மனு அனுப்பாததால் கடன் கிடைக்கவில்லை. அதிக வட்டிக்கு கடன் வாங்கி நஷ்டம் அடையக்கூடிய நிலையில் இருக்கிறது. அதற்கு மாற்று ஏற்பாடு செய்ய வேண்டும்.
- எட்டையபுரத்தை ஒரு புதிய தாலுகாவாக ஆக்க வேண்டும்.
- மோட்டார் வாகனங்களுக்கு விதிக்கப்பட்டுள்ள வரிகளில் மாற்றம் செய்ய வேண்டும். சிறு வாகனங்களின் வரியைக் குறைக்க வேண்டும்.
- ஒரு முனை வரியாக விற்பனை வரி வசூலிக்க வேண்டும்
- அரசே ஆம்னி பஸ்களை நடத்த வேண்டும்.
- சிறு தீப்பெட்டி மீதான விற்பனை வரியை ரத்து செய்ய வேண்டும்.
- ஏழைகளுக்கு நிவாரணம் தரும் திட்டங்களை அமல்படுத்த வேண்டும்.
- அனைத்து கிராமங்களுக்கும் குடிநீர் செய்து தர நிதி ஒதுக்க வேண்டும்.
- வேலைவாய்ப்பை அதிகரிக்க வேண்டும்.

- சிறு, குறு விவசாயிகளின் கடன்களை ரத்து செய்ய வேண்டும்.
- மின் இலாகா - தனி சாம்ராஜ்யம். இதனை சீர்படுத்த வேண்டும். மின் இணைப்பை எக்காரணம் கொண்டும் துண்டிக்கக் கூடாது.
- ஏரி, கண்மாய்களைச் செப்பனிடுவதோடு, மகாநதி, கோதாவரி, கிருஷ்ணா, காவேரி, வைகை இவற்றை இணைக்க வேண்டும். காவிரிப் பிரச்சனைக்கு தீர்வு காண வேண்டும். நதி நீர் இணைப்பு காலத்தின் கட்டாயம்.
- அனைவருக்கும் கல்வி சட்டத்திலிருந்தால் போதாது. நடைமுறைப்படுத்த வேண்டும்.
- இடைத் தேர்தல் பணிகளுக்கு அமைச்சர்கள் போகக்கூடாது.

சுழன்றும் ஏர்ப் பின்னது உலகம் அதனால்
உழந்தும் உழவே தலை.
உழவைக் காப்போம்!
உழவர்களைக் காப்போம்!

தமிழக முதல்வராக எம்.ஜி.ராமச்சந்திரன் (1977-1980)

- லஞ்ச ஊழலை ஒழிப்பது, நியாய விலைக் கடைகள் திறப்பது, வேலையின்மையைப் போக்குவது, கிராமப் புறங்களில் தொழில்களை ஆரம்பிப்பது, எல்லா கிராமங் களுக்கும் குடிநீர் வசதி, ஊராட்சி, நகராட்சித் தலைவர்களை மக்களே தேர்ந்தெடுப்பது போன்ற நல்ல செயல்களுக்கு வரவேற்பு கூறுகிறேன்.
- அவசரகால நிலைமை மாற்றப்பட்டு ஜனநாயகம் மலர்ந்துள்ளதை வரவேற்கிறேன். விலைவாசி உயர்வைக் கட்டுப்படுத்த வேண்டும். ஜப்தி செய்வது நிறுத்தப்பட வேண்டும். அரசுப் பணியாளர்களுக்கு 3வது சம்பள கமிஷன் அமைத்து தீர்வு காண வேண்டும். குத்தகை பாக்கிக்காக நில வெளியேற்றம் கூடாது. கிராமப்புறக் கடன் நிவாரணம் நியாயமான முறையில் கிடைக்க வேண்டும். பயிற்சி பெற்ற ஆசிரியர்களுக்கு வேலை வழங்க வேண்டும். இளைஞர் அணி கலைக்கப்பட்டதால் அவர்களுக்கு மாற்று வேலை

வழங்க வேண்டும். வேலையில்லாத் திண்டாட்டம் போக்கப் படவேண்டும். தொழிலாளர்களுக்கும், உழைப்போர்க்கும் போனஸ் 8.33 சதம் வழங்க தீர்மானம் போட வேண்டும்.

- மிசா கால அரசியல் கைதிகள் அனைவரும் விடுதலை செய்யப்பட வேண்டும்.
- மேற்குத் தொடர்ச்சி மலையிலிருந்து மேற்காகப் போகக்கூடிய தண்ணீரைத் திருப்பி விடவேண்டும்.
- சிறு விவசாயிகள் மேம்பாடு திட்டத்தை சீராக நடைமுறைப் படுத்த வேண்டும். இத்திட்டத்தில் ரோடு போடுவது, பாலம் கட்டுவது என்பன தவிர்க்கப்பட வேண்டும். வட்டாரங்களில் ஆலோசனைக் குழுக்கள் அமைக்க வேண்டும்.
- விவசாய உற்பத்தி பெருகியுள்ளது. ஆனால் விளை பொருட் களுக்கேற்ற விலை கிடைக்கவில்லை. சீரான விலை தேவை. லாபம் வசதி படைத்தவர்களுக்கு போவதைத் தடுத்து சாதாரண விவசாயி பலனை அடைய வேண்டும். விவசாய உற்பத்தி பொருட்களை மூலப் பொருளாகக் கொண்டு உபதொழிலாக ஆங்காங்கே வேறு பொருளாக மாற்ற சிறு தொழிலை வளர்க்க வேண்டும். மானியத்திற்கு சமமாக கடன் வழங்க வேண்டும்.
- ஆலைக் கழிவுகள் வெளியேறாமல் தடுக்க வேண்டும்.
- ஆழ்துளை போடும் கருவிகளை அதிகரிக்க வேண்டும். கழிவுநீர் குளங்களை அதிகரிக்க வேண்டும்.
- பால்பண்ணை, பால் உற்பத்தி பெருகியிருக்கிறது. பால் பதப்படுத்தும் பிளான்ட்களை அதிகரிக்கவும், பால்படு பொருட்கள் உற்பத்தி செய்யும் தொழிற்சாலைகளை அமைக்கவும் வேண்டும். பாலுக்கு சீரான விலை கொடுக்க வேண்டும்.
- அரசுப் பணியாளர் போராட்டங்களில், காவல்துறை தலையீடு கூடாது. சுமுகமான நிலையை அரசு ஏற்படுத்தி தீர்வு காணவேண்டும். கோரிக்கைகளைப் பேசித் தீர்வு காண வேண்டும். அரசு அணுகுமுறையிலே, சரியாக இருந்து, நம்பிக்கை ஊட்டக்கூடிய வகையிலே, அனுதாபமான நடைமுறையைக் கடைப்பிடிக்க வேண்டும்.

- இந்திய அரசியல் அமைப்புச் சட்டத்தின்படி அடிப்படை உரிமைகள் சரியான வகையில் பாதுகாக்கப்பட வேண்டும். தேர்ந்தெடுக்கப்பட்ட அரசாங்கத்தைக் கலைக்கக் கூடாது. மக்களுக்காகத்தான் அரசியல் சட்டமே தவிர, அரசியல் சட்டத்திற்காக மக்கள் அல்ல. மக்களுடைய உரிமைகளில் அடிப்படைப் பிரச்சனைகளைத் தீர்ப்பதில் குறுக்கே நிற்கும் எந்த ஷரத்தும் மாற்றப்பட வேண்டியது அவசியம்தான். ஆனால் இப்போது வந்திருப்பது முற்போக்கான திருத்தம் இல்லை. அவர்கள் விருப்பத்திற்கேற்றவாறு கொண்டு வந்திருப்பதை ஏற்க இயலாது.

- தொழிலாளர் விரோதக் கொள்கைகளைக் கண்டிக்கிறோம். இந்த அரசில் தொழிலாளர்கள், தொழிற்சங்கத் தலைவர்கள் தாக்கப்படுகிறார்கள். கேவலப்படுத்தப்படுகிறார்கள். தொழிலாளர் போராட்டங்கள் மீது வெண்படை, போலீஸ், குண்டர்கள் இவர்களை வைத்து தாக்குகிறார்கள். எங்கள் தலைவர்கள் கே.டி.கே.தங்கமணி, ஏ.எம்.கோபு தாக்கப் பட்டார்கள். தொழிலாளர் பிரச்சனைகளைப் பொருத்த வரையில் இந்த அரசு முதலாளிகளுக்கு ஆதரவாக இருக்கிறது. லஞ்சம் வாங்குவது கட்சிக்காக எனும் போது அரசின் கொள்கைகள் நாசமாகி விடுகிறது.

- விவசாயம் குறுவை சாகுபடி 5½ லட்சம் ஏக்கர் 3½ லட்சம் ஏக்கராகக் குறைந்திருக்கிறது. நெல்லுக்கு நியாய விலை நிர்ணயிக்க வேண்டும். விவசாயிகள் போராட்டத்தில் ஒருவரோடு ஒருவர் மோத விட்டு அரசு வேடிக்கை பார்க்கக் கூடாது.

- ஆசிரியர் மாணவர் பிரச்சனைகளுக்கு தீர்வு காண வேண்டும். கல்லூரிகளுக்குள் நுழைந்து ஆசிரியர்கள், மாணவர்கள் தாக்கப்படுவது பெரிய கொடுமை. அரசு துரித நடவடிக்கை எடுக்கவில்லை. இதனால் கல்விக் கூடங்கள் காலவரையின்றி மூடப்படுகின்றன.

- ஊராட்சிகளில் தேர்தல் நடத்தப்பட வேண்டும். ஸ்பெஷல் ஆபீசர்களை வைத்திருப்பது முறையல்ல, சர்வாதிகாரம்தான். அது ஜனநாயகம் இல்லை.

- வெள்ள நிவாரணத்திலும் முறைகேடு நடந்துள்ளது.

- வாக்குறுதிகளை நிறைவேற்றவில்லை. ஜப்தி தொடர்கிறது. ஏலம் விடப்படுகிறது. நில அடமான வங்கியில் கடன் வாங்கிய காரணத்தால் நிலத்தையும் இழந்துவிட்டான்.
- தஞ்சை மாவட்டத்தில் தட்டிமால்படுகை கிராமத்தில் அரிஜனங்கள் மீது தாக்குதல், செங்கற்பட்டு மாவட்டத்தில் சிச்கனாங்குப்பத்தில் தாக்குதல். பெரியார் நூற்றாண்டு விழா கொண்டாடத் தகுதியுண்டா?
- பரமக்குடியில் முத்துசாமி, சேலம் அர்த்தநாரி, தர்மபுரி முத்து என கட்சிக்காரர்கள் தாக்கப்பட்டிருக்கிறார்கள். கடைசியாக எங்கள் கட்சி எம்.பி. எஸ்.ஜி.முருகையன் படுகொலை செய்யப்பட்டிருக்கின்றார். நாங்கள் உண்மையைக் கொண்டு வராமல் விடமாட்டோம். இது பெரிய கொலை. ஐ.ஜி ஏன் போகவில்லை? நீங்கள் தடுத்துவிட்டீர்களா? அவர் போனால் உண்மையைச் சொல்லுவார் என்று பயம் வந்துவிட்டதா? அவர் ஏன் போகவில்லை? இங்கு டி.ஐ.ஜி.தான் போயிருக்கிறார். இங்கு ஐ.ஜி. போகவில்லை. ஆகவேதான் சந்தேகம் இருக்கிறது.
- ஆளும்கட்சி மீதான என் குற்றச்சாட்டுகளை உரிமைக் குழுவிற்கு அனுப்பி வைத்தால் நிரூபித்துக் காட்டுகிறேன்.
- ஆளும் கட்சி சட்டமன்ற உறுப்பினரே, “என்னைக் கேட்கவில்லை. ஆகவேதான் அந்தச் சங்கத்தை கலைக்க ஏற்பாடு செய்திருக்கிறேன்” என்று போனஸ் வழங்கும் விழாவிலே பேசியிருக்கிறார். இது சரியல்ல.

தமிழக முதல்வராக எம்.ஜி.ராமச்சந்திரன் (1980-1984)

- உரத்தைப் பரிந்துரைக்கும் அதிகாரிகள் விவசாயிகளுக்கு நியாயமான விலையைச் சொல்வதில்லை.
- நம்முடைய வேளாண் உற்பத்தி அதிகரித்ததன் காரணமாக 50 ஆயிரம் டன் அரிசியை கியூபா மற்றும் ஆப்பிரிக்க நாடுகளுக்கு ஏற்றுமதி செய்ததன் மூலம் நமது மாநிலத்தின் அரிசி உற்பத்தியில் புதிய சாதனையை ஏற்படுத்தியுள்ளோம். இது வரவேற்கத்தக்கது.
- ஆனால், சிறு தானிய உற்பத்தி ஏன் குறைந்தது என்பதற்கு காரணம் சொல்லவில்லை. பருத்தி உற்பத்தி இலக்கை அடையவில்லை. கூடுவதற்கு பதிலாக குறைக்கப்பட்டிருக்கிறது.

- உற்பத்திப் பெருக்கத்திற்கு அரசு, கூட்டுறவு கடன்கள் காரணமாக இருந்தது. அவைகளைப் பெற்று லாப நட்டம் கணக்கு பார்க்காமல் விவசாயத்திலே விவசாயிகள் ஈடுபட்டார்கள். உற்பத்தி வேகமாக வளர்ந்தது. இப்போது வளர்ச்சியிலே தேக்கம் ஏற்பட்டுள்ளது.
- கட்டுப்படியான விலை கிடைக்கவில்லை. எனவே நிலங்களைத் தரிசாகப் போடும் நிலை ஏற்பட்டுள்ளது.
- வேளாண்மைத் துறை அதிகாரிகள் விவசாய உற்பத்திக்கு செம்மையான ஆலோசனைகளைச் சொல்கிறார்கள். நியாயமான விலை தரவேண்டுமெனக் கேட்டால் தங்களுக்கு சம்பந்தமில்லை என்கிறார்கள்.
- கடன் சுமை விவசாயிகளை அழுத்துகிறது. உரங்களின் விலையை மத்திய அரசு உயர்த்துகிறது. கோதுமை உற்பத்திற்கு விலையை சரியாக நிர்ணயிக்கிறார்கள். நெல்லுக்கு விலை இல்லை.
- விவசாயம் சீரழிந்தால், ஏனைய தொழில்களும் பாதிப்புக் குள்ளாகும். நெல்லுக்கு நியாய விலை கொடுக்க வேண்டும்.
- விளையும் காலத்தில் ஒரு விலை. விளைந்து முடிந்து விற்பனை செய்த பிறகு வேறு ஒரு விலை. நியாயமான விலை கிடைக்க ஏற்பாடு செய்ய வேண்டும்.
- வியாபாரிகள் நலனுக்காகவே மார்க்கெட்டிங் கமிட்டி, விற்பனைக் கூடங்கள் இருக்கின்றன.
- அரசே நேரடியாக பாடுபடுகின்ற சிறு விவசாயிகளுக்கு அவர்கள் பொருளைக் கொடுத்தவுடன், நிர்ணயிக்கின்ற கட்டுபடியான விலையைக் கொடுத்து வாங்கிக் கொள்ள வேண்டும்.
- விளை பொருட்களை பக்குவப்படுத்தக் கூடிய தொழிற் சாலைகளைத் துவங்க அரசு முன்வர வேண்டும்.
- மானியத்தை பெறக்கூட கடன் வாங்கும் நிலையிலேயே விவசாயிகள் உள்ளார்கள்.
- கோவை, ராமநாதபுரம், நெல்லை, மதுரை ஆகிய மாவட்டங் களுக்குத் தேவையான தண்ணீர் 85 டி.எம்.சி. ஆனால் மொத்தமாக 40 நதிகளின் மூலமாக மேற்குத் தொடர்ச்சி

மலையிலே உற்பத்தியாகி, மேற்கு நோக்கிக் கடலுக்குச் செல்லும் தண்ணீர் 1400 டி.எம்.சி. என்று சொல்லப்படுகிறது. வேண்டிய முயற்சி செய்து அந்த தண்ணீரைத் தமிழகத்திற்கு பெற வேண்டும்.

- விவசாய இலாகாவின் மூலம் நவீன வித்துக்களை தடங்கல் இன்றி விவசாயிகளுக்கு நியாய விலையில் கிடைக்கச் செய்ய வேண்டும்.
- வெங்காயத்தை மூலப் பொருளாகக் கொண்டு பவுடர் தொழிற்சாலை ஆரம்பிக்க வேண்டும்.
- மார்க்கெட்டிங் கமிட்டிகளை ஜனநாயகப்படுத்த வேண்டும்.
- ஸ்டேட் டிரேடிங் கார்ப்பரேசன் அமைக்க வேண்டும்.

அழகர்சாமியின் குரல் சட்டமன்றத்தில் பல தொனிகளில் ஒலித்தது. பல உழைக்கும் மக்கள் நலன் காக்க, விவசாயி, தொழிலாளி உரிமைகள் காக்க கம்யூனிஸ்டாக சிறு மாறுபாடு கூட இல்லாமல் பேசிய பேச்சுக்கள் கால மாற்றத்தைப் பிரதிபலித்தது. 'சட்டப்பேரவையில் அவர் பேசிய பேச்சுக்கள் பெரும் மழையாகவே பொழிந்தன. அவற்றுள் சில பனித் துளிகளை மட்டுமே பதிந்துள்ளோம். கவிஞர் கே.ஜீவபாரதி அவரது உரைகளை மட்டும் தொகுத்து சட்டப்பேரவையில் சோ.அழகர்சாமி என நூலாகவே வெளியிட்டுள்ளார். கவிஞரின் அரிய செயலுக்கு நன்றி.

அழகர்சாமி நீங்கள் சட்டமன்றத்திலும் பேசினீர்கள். இங்கும் பேசுகிறீர்கள். இதுபற்றி யோசித்து முடிவு சொல்கிறேன் என்று கூறிவிட்டு கூட்டத்தை எம்.ஜி.ஆர். முடித்து விட்டார்.

60. தலைவர்கள், தோழர்கள் பார்வையில்

ஒளிவு மறைவில்லாத பேச்சு

ஆர்.நல்லகண்ணு - விவசாயிகளின் தலைவர்

விவசாயிகளுக்கு வழங்கப்படும் கூட்டுறவுக் கடனுக்கு வட்டி, அபராத வட்டி, தண்டவட்டி, வசூல் கட்டணம் எல்லாம் சேர்த்து லேவாதேவிக் கொள்ளை போலாகி விடுகிறது என்று பலமுறை சட்டமன்றத்தில் அழகர்சாமி பேசியிருக்கிறார். பயிர்க்கடன் வட்டியை 7 சதவீதமாகக் குறைக்க வேண்டுமென்று 1972-80ஆவது ஆண்டுகளில் வலியுறுத்திப் பேசியிருக்கிறார். மத்திய அரசும், இப்போதுதான் 4 சதவீத வட்டி என்று நிர்ணயிக்கப்படும் என்று இறங்கி வந்திருக்கிறது.

கூட்டுறவுக் கடன் கெடுபிடி வசூல் பற்றி விவாதிப்பதற்காக விவசாயிகள் சங்கங்களின் பிரதிநிதிகளை அன்றைய முதல்வர் எம்.ஜி.ஆர். அழைத்திருந்தார். அக்கூட்டத்திற்கு தோழர் அழகர்சாமியோடு தோழர் ஆதிமூலமும் நானும் சென்றிருந்தோம். அன்றைய சூழலில் திரு.நாராயணசாமி நாயுடுவையும் அழைக்க வேண்டுமென்றும் அவரையும் அழைத்து வருவதாக முதல்வரிடம் நாங்கள் தெரிவித்ததன் அடிப்படையில்தான் இக்கூட்டம் ஏற்பாடு செய்யப்பட்டது.

நீண்ட விவாதத்துக்குப் பின்னர் மொத்தக் கடனில் 4இல் 1 பங்கு செலுத்த ஒத்துக் கொண்டால் கெடுபிடி வசூலை நிறுத்திவிடலாமென்று முதல்வர் அறிவித்தார்.

இறுதியில் தோழர் அழகர்சாமி எழுந்து 4இல் 1 பகுதியைக் கொடுத்து விடுகிறோம். இத்தொகை அசல் பாக்கியில் வரவு வைக்கப்படுமா? வழக்கம்போல் வசூல் செலவிலும், அபராத வட்டியிலும் கழிக்கப்படுமா? என்ற கேள்வியை எழுப்பினார். அழகர்சாமி நீங்கள் சட்டமன்றத்திலும் பேசினீர்கள், இங்கும் பேசுகிறீர்கள். இதுபற்றி யோசித்து முடிவு சொல்கிறோம் என்று கூறிவிட்டு கூட்டத்தை முடித்து விட்டார்.

விவசாயம், கூட்டுறவு அமைப்புகள், நீர்ப்பாசனம் மற்றும் மக்கள் பிரச்சனைகள் பற்றி சம்பந்தப்பட்ட மானியங்களில் பேசும்போது, அத்துறை சம்பந்தப்பட்ட அதிகாரிகள் தனிக்கவனம் செலுத்துவார்கள், ஏனென்றால் அவருடைய பேச்சில் ஒளிவு மறைவிருக்காது. பிரச்சனைகள் பீறிட்டுவரும் என்று கருதுவார்கள். இருபதாண்டுகளிலும் இதே சீரான அணுகுமுறை இருந்து வந்தது. தடம் புரளவில்லை, சட்டமன்ற சபலங்கள் அவர் உள்ளத்தை நெருங்கவில்லை.

புதிய புதிய தோழர்களை வளர்க்க வேண்டும் என்பதிலும், பொறுப்புக்கள் கொடுக்க வேண்டும் என்பதிலும் அழகர்சாமி போன்றவர்கள் அக்கறை காட்டினார்கள்.

வழிகாட்டிய தலைவர்

வே.துரைமாணிக்கம்,
மாநிலச் செயலாளர், தமிழ்நாடு விவசாய சங்கம்

தோழர் சோ.அழகர்சாமியை அவருடைய அரசியல் வாழ்வின் முற்பகுதியில் அவருடன் சேர்ந்து பழகும் வாய்ப்பு எனக்கில்லை. பிற்பகுதியில் பழகும் வாய்ப்புக் கிடைத்தது. என்னைப் போன்றவர்களுக்கு அவர் வழிகாட்டிய தலைவர். நான் தமிழ்நாடு விவசாயிகள் சங்க மாநிலத் துணைச் செயலாளராகவும், தஞ்சை மாவட்டச் செயலாளராகவும் செயல்பட்டுக் கொண்டிருந்த காலம். சாகுபடி செய்திருந்த நெல் கதிர்கள் இயற்கை இடர்பாட்டின் விளைவாக பதராகிவிட்டது. விவசாயிகள் மிகப்பெரும் இழப்பைச் சந்திக்க வேண்டியதாயிற்று. விளைந்த நெல் முட்டுவழிச்செலவைக் கூட ஈடுகட்டவில்லை.

அப்போது அரசிடம் பல கோரிக்கைகளை முன்வைத்து நிவாரணம் கேட்டு பலவிதமான போராட்டங்களை நடத்தினோம். அதன் பகுதியாக சாலையில் நெல்பதர் கொட்டும் போராட்டத்தை நடத்தினோம். ஒரத்தநாடு பட்டுக்கோட்டை சாலையில் 10 கி.மீ. தூரம் வண்டியில் கொண்டுவந்து பதரைக் கொட்டி விவசாயிகளைத் திரட்டிப் போராட்டம் நடத்தப்பட்டது. சாலை நெடுகிலும் மாட்டுவண்டிகளும், விவசாயிகளுமாகக் காட்சியளித்தது. அந்தப் போராட்டத்தை விளக்கி ஒரத்தநாட்டில் பொதுக்கூட்டம் நடத்தப்பட்டது.

அக்கூட்டத்திற்கு தோழர் சோ.அழகர்சாமி வந்திருந்தார். அவரைத் தஞ்சையிலிருந்து அழைத்துச் செல்வதற்கு தனியாக வாடகைக் கார் ஏற்பாடு செய்தேன். அதைத் தெரிந்து கொண்ட அழகர்சாமி வீணாக வாடகைக் காருக்குச் செலவழிக்க வேண்டாம். என்னிடம் பேருந்து பாஸ் இருக்கிறது. இதன்மூலம் அரசுப் பேருந்தில் இருவரும் கட்டணம் இல்லாமல் பயணம் செய்யலாம் என்று கூறி வாடகைக் கார் எடுப்பதை தடுத்துவிட்டார். பேருந்தில் பயணம் செய்து ஒரத்தநாடு சென்றோம். கூட்டம் துவங்குவதற்குக் கொஞ்சம் நேரம் இருந்தது. அந்தப்

பகுதியில் உள்ள விவசாயிகளை அழைத்துவந்து சந்திக்க ஏற்பாடு செய்தோம். பல விவரங்களை அவர்களிடம் கேட்டறிந்தார்.

கூட்டம் துவங்கி அவர் பேச எழுந்ததும், இந்த ஊரில் சில விவசாயிகளைச் சந்தித்துப் பேசிக் கொண்டிருந்தேன். அவர்கள் அழ முடியாமல் அவர்களுக்கு எற்பட்டுள்ள பாதிப்புகள் பற்றியும் சோதனைகள் பற்றியும் கூறினார்கள். நான் கலங்கிப்போனேன். இந்த மாதிரி பாதிக்கப்பட்டுள்ள விவசாயிகளின் கண்ணீரைத் துடைக்காத அரசு ஏன் இருக்க வேண்டும்? என்ற கேள்வியுடன் பொதுக்கூட்டப் பேச்சைத் தொடர்ந்தார். கூடியிருந்த விவசாயிகளிடம் ஒரே ஆரவாரம்.

'மக்களிடம் கற்றுக்கொள், மக்களுக்குக் கற்றுக்கொடு' என்று மாமேதை லெனின் கூறியது எனது மனதில் அப்போது பளிச்சிட்டது. மக்களிடமிருந்து கற்றுக் கொள்வதற்கு ஒன்றுமில்லை, எனக்கு எல்லாம் தெரியும் என்ற எண்ணத்துடன் வலம் வரும் தலைவர்கள் உள்ள சூழ்நிலையில் சாதாரண விவசாயிகளிடம் விவரம் கேட்டு அதையே பொதுக்கூட்டப் பொருளாக்கினார் தோழர் அழகர்சாமி. இதுபோன்ற நிகழ்வுகள் எங்களைப் போன்றவர்களுக்கு வழிகாட்டியாகத் திகழ்ந்தன.

1986ஆம் ஆண்டு குளித்தலையில் விவசாயிகள் சங்கத்தின் மாநில 19ஆவது மாநாடு நடைபெற்றது. அப்போது அழகர்சாமி சங்கத்தின் மாநிலத் தலைவராக இருந்தார். ஆலோசனை கூறுவதற்காக தோழர் எம்.கல்யாணசுந்தரம் வந்திருந்தார். அந்த மாநாட்டிற்குத் தஞ்சை மாவட்டத்திலிருந்து முதன்முதலாக பிரதிநிதியாகச் சென்றிருந்தேன். ஒரு தீர்மானம் இறுதி செய்யும் விவாதத்தில் நானும் பங்கெடுத்து சில விவரங்களைக் கூறினேன். எம்.கல்யாணசுந்தரமும், அழகர்சாமியும், எம்.ஆதிமூலமும் மாநாட்டுப் பிரதிநிதிகளும் நான் கூறிய விவரத்தை ஏற்றுக்கொண்டனர்.

பின்னர் இடைவேளையின்போது அழகர்சாமி என்னைத் தனியாகச் சந்தித்து நீண்ட நேரம் பேசிக் கொண்டிருந்தார். அப்போது அவர் கூறிய முக்கியமான கருத்து உங்களைப் போன்றவர்கள் இந்தச் சங்கத்திற்கு பொறுப்புக்கு வரவேண்டும் என்றும், உங்களைப் போன்றவர்கள் வளர்க்கப்படவேண்டும் என்றும் தனது விருப்பத்தைத் தெரிவித்தார்.

அந்த மாநாட்டில்தான் நான் சங்கத்தின் மாநிலத் துணைச் செயலாளராகத் தேர்வு செய்யப்பட்டேன். புதிய புதிய தோழர்களை வளர்க்கவேண்டும் என்பதிலும், பொறுப்புக்கள் கொடுக்கவேண்டும் என்பதிலும் அழகர்சாமி போன்றவர்கள் அக்கறை காட்டினார்கள்.

1972ஆம் ஆண்டு ஜூன் மாதம் கலைஞர் முதலமைச்சராக இருந்தபோது விவசாயத்திற்கு வழங்கிய மின்சாரத்திற்கான கட்டணம் யூனிட் ஒன்றுக்கு 10 பைசாவிலிருந்து 12 பைசாவாக உயர்த்தப்பட்டது. அதை எதிர்த்து நாராயணசாமி நாயுடு போராட்டத்தை அறிவித்தார்.

அப்போராட்டத்தில் மேற்கு மற்றும் தெற்கு மாவட்டங்களைச் சேர்ந்த விவசாயிகள் அதிகமாகக் கலந்து கொண்டனர். மாநில அரசு கடுமையான அடக்குமுறைகளை ஏவியது. 19 விவசாயிகளை போலீசார் துப்பாக்கியால் சுட்டுக் கொன்றனர். பெத்தநாயக்கன் பாளையத்தில் மட்டும் ஒரே குடும்பத்தைச் சேர்ந்த 4 விவசாயிகள் பலியானார்கள். விவசாயிகள் மீது கடுமையான அடக்குமுறைகள் ஏவிவிடப்பட்டன. அரசின் அடக்கு முறையைச் சந்திக்க முடியாமல் விவசாயிகள் மத்தியில் பீதியும், அச்சமும் தொற்றிக் கொண்டு போராட்டம் திசை திரும்பும் நிலை ஏற்பட்டது.

நாராயணசாமி நாயுடு அடுத்து என்ன செய்வதென அறியாமல் திகைத்துப் போய் விட்டார். அந்தப் போராட்டம் ஏரோட்டும் விவசாயிகள் போராட்டமல்ல, காரோட்டும் விவசாயிகள் போராட்டம் என்று சிறுமைப்படுத்தப்பட்டது. அந்தப் போராட்டத்தில் பலியான 19 விவசாயிகளும் காரோட்டும் விவசாயிகள் அல்ல ஏரோட்டும் ஏழை விவசாயிகள் என்று நமது மாநில சங்கம் சரியாக மதிப்பீடு செய்து அப்போராட்டம் திசை திரும்பவிடாமல் போராட்டத்தில் ஈடுபட்டு போராட்டத்தின் வடிவத்தை மாற்றி முன்னெடுத்துச் சென்றது. அப்போது நமது சங்கத்தின் மாநிலத் தலைவராக சோ.அழகர்சாமியும், பொதுச் செயலாளராக எம்.ஆதிமூலமும், விவசாயத் தொழிலாளர் சங்கத்தின் மாநில பொதுச் செயலாளராக ஆர்.நல்லகண்ணுவும் செயல்பட்டு வந்தனர். இம்மூன்று பேரும் கலந்து பேசி அப்போராட்டத்தை நமது சங்கத்தின் சார்பில் துரிதப்படுத்தினர்.

சட்டமன்றத்திலும் இப்போராட்டம் பற்றியும், விவசாயிகள் கோரிக்கைகள் பற்றியும் அழகர்சாமி கோபாவேசத்துடன் பேசினார். இந்த நிகழ்வுகளுக்குப்பின் தமிழக முதல்வர் கலைஞர் தனது பிடிவாதமான போக்கை மாற்றிக்கொண்டு பேச்சுவார்த்தைக்கு சம்மதித்தார். பேச்சுவார்த்தையில் நமது சங்கம் சார்பில் அழகர்சாமி, ஆதிமூலம், நல்லகண்ணு ஆகிய மூவரும் கலந்து கொண்டனர். உயரத்தப்பட்ட மின்கட்டணத்தைக் குறைப்பது உட்பட பல கோரிக்கைகளை முதல்வர் ஏற்றுக் கொண்டார். அப்போராட்டத்தை நடத்துவதற்கு தமிழ்நாடு முழுவதும் ஓய்வின்றி சுற்றி அலைந்தார். அப்போராட்டத்தை நமது தலைவர்கள் பங்கேற்று நடத்தவில்லையென்றால் எவ்விதப் பலனுமின்றிப் போயிருக்கும்.

அதைத் தொடர்ந்து ஏற்பட்ட ஆட்சி மாற்றத்தில் எம்.ஜி.ஆர் முதலமைச்சரானார். அவரது ஆட்சியில் சிறு மற்றும் குறு விவசாயி களுக்கு இலவசமாக மின்சாரம் வழங்கப்படும் என்று அறிவித்தார். அதற்குப்பிறகு ஏற்பட்ட ஆட்சி மாற்றத்தில் திரும்பவும் கலைஞர் முதலமைச்சராகப் பொறுப்பேற்றார். அப்போது அனைத்து விவசாயி களுக்கும் இலவச மின்சாரம் வழங்கப்படும் என்று அறிவித்தார். விவசாயிகளின் கோரிக்கைகளை வென்றெடுப்பதிலும், போராட்டத்தில் பங்கேற்று முறையாக வழிகாட்டுவதிலும் நமது சங்கமும் நமது தலைவர்களும் மகத்தான சாதனை படைத்துள்ளனர். அவர்களில் குறிப்பிடத்தக்கவர் எஸ்.அழகர்சாமி என்றால் மிகையாகாது.

கோவில்பட்டியில் நண்பர்களிடம் நன்கொடை பெற்று விவசாயிகள் சங்கத்திற்கு நிரந்தரமாக அலுவலகம் அமைத்துக் கொடுத்துள்ளார். தனக்கென வாழாமல் பிறர்க்காக வாழ்ந்த பெருந்தகையாளர். 5 முறை சட்டமன்ற உறுப்பினராக இருந்தும் தனக்கென ஒரு கார் வாங்கிக் கொள்ள விரும்பாதவர்.

விவசாயிகளுக்காக கோரிக்கைகளை முன்வைத்து போராட்டத்தைத் துவங்கினால் அக்கோரிக்கையை அரசு ஏற்றுக் கொள்ளும் வரை எல்லா வழிகளிலும் தொடர் போராட்டங்கள் நடைபெறவேண்டும். அப்போராட்டங்களில் பயனாளிகளான விவசாயிகளை அதிகமாக பங்கேற்கச் செய்ய வேண்டும் என்பதை வலியுறுத்துவார். எட்டயபுரம் வளர்ச்சிக்காக இடைவிடாது சிந்தித்தவர்.

பாரதி மீது நீங்காத பற்றுக்கொண்டவர். எளிமை, தூய்மை, தன்னலம் கருதாத அர்ப்பணிப்பு ஆகியவை அவரிடமிருந்து பிரிக்க முடியாதது. தென் மாவட்டங்களுக்கு இயக்கப் பணியாகச் செல்லும் போதெல்லாம் அவருடைய வீட்டிற்குச் சென்று நலம் விசாரித்து வருவேன். அவரது உடல்நலம் கருதி சங்கப் பணியிலிருந்து ஓய்வு கொடுத்தோம். இருப்பினும் மாநில மாநாடுகள் அனைத்திலும் அவரை பங்கேற்கச் செய்வதை வழக்கமாகக் கொண்டிருந்தோம். 2005ஆம் ஆண்டு டிசம்பரில் பெருந்துறையில் நடைபெற்ற மாநாட்டில் உடல்நலக் குறைவின் காரணமாக அவரால் பங்கேற்க முடியவில்லை. ஓராண்டிற்கு முன்னால் சென்னையில் அவரது மகள் பாரதி வீட்டில் தங்கி இருந்தார். அவரைச் சந்தித்து உடல்நலம் விசாரிப்பதற்காக நானும் தோழர் ஆர்.நல்லகண்ணுவும் சென்றிருந்தோம்.

அவரின் இழப்பு பொதுவுடைமை இயக்கத்திற்கும், தமிழ்நாடு விவசாயிகள் சங்கத்திற்கும் பேரிழப்பாகும்.

பதவிக்குப் பெருமை சேர்த்த பண்பாளர்.
எளிமை அவரது தோற்றம், இயக்கம் அவரது மூச்சு,
பாரதி அவரது குரு, தொண்டு அவரது கடமை,
தோழமை அவரது பண்பு என வாழ்ந்து காட்டியவர்
தோழர் சோ.அழகர்சாமி.

எளிமை அவரது தோற்றம்

கவிஞர் கே.ஜீவபாரதி

மகாகவி பாரதி பிறந்த எட்டயபுரம் நீண்ட நெடுங்காலமாகச் சின்னஞ்சிறு கிராமத்தைப் போன்றே இருந்து வந்தது. இன்று அந்த எட்டயபுரத்தில் கூட்டுறவு பால்பண்ணை, எட்டயபுரம் பாரதி கூட்டுறவு மில், பாரதி பெண்கள் பாலிடெக்னிக், பெண்கள் உயர்நிலைப்பள்ளி, சீவலப்பேரி குடிநீர்த்திட்டம், தொ.மு.சி.ரகுநாதன் நூல் நிலையம், பாரதி முற்போக்கு வாலிபர் சங்கம் ஆகியவைகளால் எட்டயபுரம் ஒரு நகரத்தின் தோற்றத்தைக் கொண்டிருக்கிறது. இவை அத்தனையும் தோழர் சோ.அழகர்சாமி உழைப்பால் உருவானவையாகும்.

1957 தேர்தலில் முதன்முதலாக கோவில்பட்டி சட்டமன்றத் தொகுதிக்கு கம்யூனிஸ்ட் கட்சி வேட்பாளராகத் தோழர் சோ.அழகர்சாமி நிறுத்தப்பட்டு வெற்றி வாய்ப்பை இழந்தார். 1962 தேர்தலிலும் தோழர் சோ.அழகர்சாமிக்கு வெற்றி கிட்டவில்லை. 1967 தேர்தலில் கோவில்பட்டி தொகுதியில் காங்கிரஸ் கட்சி வேட்பாளரை எதிர்த்துப் போட்டியிட்டு தோழர் சோ.அழகர்சாமி வெற்றி பெற்று முதன்முதலாகத் தமிழகச் சட்டமன்றத்திற்குச் சென்றார்.

தோழர் சோ.அழகர்சாமி சட்டமன்றத்திற்குச் சென்றபோது தமிழக முதல்வராக அறிஞர் அண்ணா இருந்தார். இந்தக் காலக்கட்டத்தில் தான் கீழத் தஞ்சையில் கீழ வெண்மணி கிராமத்தில் ஆதிக்க சக்திகள் 44 தாழ்த்தப்பட்ட மக்களைத் தீயிட்டுக் கொளுத்திக் கொன்றது. இந்தக் கொடுமையைக் கண்டித்து தோழர் சோ.அழகர்சாமி முழங்கியது பலரையும் வியக்க வைத்தது. இதன்பின் 1971, 1977, 1981, 1989 ஆகிய தேர்தல்களிலும் அழகர்சாமி போட்டியிட்டு வென்று சட்டமன்றத்தில் சாமான்யர்களின் குரல்களைச் சிறப்பாக எதிரொலித்தார்.

ஐந்துமுறை சட்டமன்ற உறுப்பினராக இருந்த தோழர் சோ.அழகர்சாமி பதவியைப் பயன்படுத்திச் சொத்துச் சேர்த்ததில்லை,

பதவிக்காக கொள்கையை விட்டுக் கொடுத்ததில்லை, அரசியல் முரண்பாடு ஏற்பட்ட போதும் பண்பை இழந்ததில்லை, சட்டமன்றம் நடக்கின்றபோது தங்கள் காரியம் ஆக வேண்டுமென்று யாராவது அவரைத் தேடிவந்தால் அவர்களை டாக்ஸி பிடி, ஆட்டோ பிடி என்று தொல்லை கொடுத்ததில்லை, பஸ்ஸில் பயணிகளோடு பயணியாகச் சென்று காரியத்தை முடித்துக் கொடுத்த பலநூறு சம்பவங்களுக்குச் சொந்தக்காரர் தோழர் சோ.அழகர்சாமி.

எளிமை அவரது தோற்றம், இயக்கம் அவரது மூச்சு, பாரதி அவரது குரு, தொண்டு அவரது கடமை, தோழமை அவரது பண்பு என வாழ்ந்து காட்டியவர் தோழர் சோ.அழகர்சாமி.

எட்டயபுரத்திற்கு அருகில் ஒரு மைல் தூரத்தில் உள்ள இராமனூத்து என்ற கிராமத்தில் சோலை நாயக்கர்-கோப்பம்மாள் தம்பதிக்கு 1926 ஆகஸ்ட் 9 அன்று தோழர் அழகர்சாமி பிறந்தார். ஐம்பது ஏக்கர் நிலமுள்ள விவசாயக் குடும்பம் அவருடையது. ஆரம்பக் கல்வியை இராமனூத்திலும் அதன்பின் படர்ந்தபுளி என்ற கிராமத்தில் எட்டாம் வகுப்பையும் முடித்தார். இந்தக் காலகட்டத்தில் தோழர் அழகர்சாமியின் தந்தை இறந்ததால் அவருடைய படிப்பு நின்றது.

சின்னஞ்சிறு வயதிலேயே தேசப்பற்றும், அடித்தட்டு மக்கள் மீது அன்பும் கொண்டிருந்த அழகர்சாமி, முதன்முதலாகத் தன் ஊரில் காங்கிரஸ் கட்சியையும் ஜவஹர் வாலிபர் சங்கத்தையும் உருவாக்கி மக்கள் பிரச்சனைகளுக்காகப் பாடுபடத் தொடங்கினார்.

காங்கிரஸ் கட்சியின் பணக்கார வர்க்கப்போக்குப் பிடிக்காததால் காங்கிரஸ் கட்சியிலிருந்து விலகி ஜெயப்பிரகாஷ் நாராயணன் தலைமையில் செயல்பட்ட சோஷலிஸ்ட் கட்சியில் இணைந்து மக்கள் சேவையைத் தொடர்ந்தார். ஜெயப்பிரகாஷ் நாராயணனையும் அவருடைய மனைவி பிரபாவதிதேவியையும் எட்டயபுரத்திற்கு அழைத்துவந்து பொதுக்கூட்டம் நடத்தினார்.

படர்ந்தபுளி, புதுப்பட்டி, தலைக்காட்டுப்புரம், இராமனூத்து ஆகிய ஊர்களில் ஊருக்கு இருவரைத் தேர்வு செய்து உணவுக் கமிட்டி அமைக்கப்பட்டது. இதன் செயலாளராகத் தோழர் அழகர்சாமி தேர்வு செய்யப்பட்டார். அப்போது அவருக்கு வயது இருபதுதான்.

தேசம் சுதந்திரம் கண்டபின் காங்கிரஸ் கட்சி அரசு கம்யூனிஸ்ட் கட்சியைத் தடை செய்தது. கம்யூனிஸ்ட் தலைவர்கள் தலைமறைவாக வாழ்ந்தனர். அப்போது “சுகுமாரன்” என்ற புனைபெயரில் ஆர்.எச்.நாதனும்,

பெரியசாமி என்ற புனைபெயரில் விருதுநகர் உலகநாதனும், கவுண்டன்பட்டியில் இருந்த தோழர் வி.பாலகிருஷ்ணனைச் சந்தித்தனர். அவர்தான் ஆர்.எச் நாதனையும், உலகநாதனையும் இராமனூத்தில் இருந்த தோழர் அழகர்சாமியைச் சந்திக்க அனுப்பி வைத்தார். சந்திப்பு நடந்தது. அழகர்சாமி வீட்டில் தங்கியபடி இரவு நேரங்களில் இரண்டு தோழர்களும் அரசியல் வகுப்பு எடுத்தனர். இந்த வகுப்புதான் தோழர் அழகர்சாமியை கம்யூனிஸ்டாக்கியது.

இராமனூத்தில் கட்சிக் கிளையை ஆரம்பித்த தோழர் அழகர்சாமி, அதன் முதல் கிளைச் செயலாளராகத் தேர்வு செய்யப்பட்டார்.

1955இல் பஞ்சாயத்து போர்டு தலைவராகத் தேர்வு செய்யப்பட்ட தோழர் அழகர்சாமி, தொடர்ந்து மூன்று முறை இந்தப் பதவிக்குத் தேர்ந்தெடுக்கப்பட்டார். அதன்பின் கட்சிப் பணி காரணமாக பஞ்சாயத்து போர்டு தலைவர் பதவியை கட்சிக்காரர் ஒருவரை ஏற்கச் செய்தார்.

பாரதி பிறந்த மண்ணில் பிறந்த தோழர் அழகர்சாமி பாரதி மீது அளவு கடந்த பற்றுக்கொண்டவர்.

கல்கி முயற்சியால் எட்டயபுரத்தில் பாரதி மணிமண்டபம் கட்ட அடிக்கல் நாட்டு விழா நடந்தது. இந்த விழாவிற்கு பாரதி புகழ் பாடிய வ.ரா. பாரதிதாசன், ஜீவா போன்றவர்களை அழைக்கவில்லை. கோவில்படடிக்குக் கட்சிக் கூட்டத்திற்கு வந்த ஜீவா எட்டயபுரத்தில் நடந்த விழாவிற்குச் சென்றார். மக்களின் வலியுறுத்தலால் ஜீவாவுக்குப் பேச ஐந்து நிமிடம் கொடுக்கப்பட்டது. அங்கு ஜீவா முழங்கிய முழக்கம் மக்களிடம் மகத்தான வரவேற்பைப் பெற்றது. இந்த விழா முடிந்ததும் தோழர் அழகர்சாமியிடம் ஜீவா, "பாரதிக்கு நாம் தனி விழா நடத்த வேண்டும்" என்றார். அப்போது தோழர்களின் துணையோடு அழகர்சாமி உருவாக்கிய "பாரதி முற்போக்கு வாலிபர் சங்கம்" இன்று வரை தொடர்ந்து பாரதி புகழ் பாடுவதைத் தவமாக மேற்கொண்டு பணியாற்றி வருகிறது.

பாரதி முற்போக்கு வாலிபர் சங்க விழாவில் பேசாத தமிழறிஞர்கள், கலைஞர்கள், இலக்கியச் சொற்பொழிவாளர்கள் தமிழகத்தில் இல்லை. அவர்களையெல்லாம் எட்டயபுரத்திற்கு அழைத்து பாரதி பற்றிப் பேச வைத்து மக்களோடு மக்களாக அந்த மகாகவிஞனைப் பற்றிய செய்திகளையெல்லாம் ஒரு மாணவரைப் போன்று கவனிப்பது தோழர் அழகர்சாமியின் தனிப்பண்பு.

1965இல் கோவில்பட்டி வட்டாரத்தில் மழையின்றிப் பயிர்களெல்லாம் வாடியது. இருந்த பணத்தையெல்லாம் புஞ்சைகளில் கொட்டிவிட்டு, மக்கள் அல்லல்பட்டனர். இந்த வேளையில் அதிகாரிகள் நிலவரி வசூலில் ஈடுபட்டனர். விவசாயிகள் ஆடு மாடுகளையும் உழவுக் கருவிகளையும் ஜப்தி செய்தனர். இதை எதிர்த்து தோழர் அழகர்சாமி களமிறங்கினார். விவசாயிகளைத் திரட்டி அதிகாரிகளின் ஜப்தி நடவடிக்கைகளைக் கண்டித்துப் போராடினார்.

நாச்சியார்புரம் வி.வி.ரெங்கசாமி ஏர்மாடுகளை ரெவின்யூ அதிகாரிகள் ஜப்தி செய்தனர். அதை ஏலம் விட்டபோது அந்தப் பகுதி மக்கள் ஏலம் எடுக்காமல் தங்கள் எதிர்ப்பைத் தெரிவித்தனர். அதனால் ஆளுவோர் பணிந்தனர். ஜப்தி செய்த ஏர்மாடுகளை அதற்குரிய விவசாயிகள் ஓட்டிச் செல்லலாம் என்று அதிகாரி அறிவித்தார். ஆனால் எப்படி வீட்டிலிருந்து ஜப்தி செய்யப்பட்டுக் கொண்டு செல்லப் பட்டதோ, அதே மாதிரி ஜப்தி செய்யப்பட்டவற்றை வீட்டிற்கே கொண்டு வந்து சேர்க்க வேண்டும் என்றனர் விவசாயிகள். அதுவும் நடந்தது. இப்படி விழுந்து கிடந்த விவசாயிகளை எழுந்து நிற்க வைத்ததும் ஆளுவோர்க்கெதிராகக் களமிறங்கிச் செய்ததும் போராட்டத்தை வழி நடத்தியதும் தோழர் அழகர்சாமிதான்.

பாரதி பிறந்த மண்ணில் பிறந்து, பாரதி பிறந்த மண்ணிலேயே தோழர் அழகர்சாமி மறைந்திருக்கிறார். மனிதன் பிறப்பதும் இறப்பதும் இயற்கை. ஆனால் இறந்த பின்பும் வாழ்வோர் சிலர். அந்தச் சிலரில தோழர் அழகர்சாமியும் ஒருவர்.

எட்டயபுரத்திற்குப் பாரதி பிறப்பால் சிறப்பு. அத்துடன் எட்டயபுரத்திற்குத் தோழர் அழகர்சாமியின் இறப்பும் சிறப்பைத் தேடித் தந்திருக்கிறது. நாளைய சமூகம் நினைவில் வைத்துக்கொள்ள மாபெரும் தோழர் சோ.அழகர்சாமி. அவருடைய எளிமையையும் இயக்கச் செயல்பாடுகளையும், பண்புமிக்க மனிதநேயத்தையும் கடைப்பிடித்து சமூக முன்னேற்றத்திற்குப் பாடுபடுவதே தோழர் அழகர்சாமிக்குச் செய்யும் மிகச் சிறந்த அஞ்சலி! அதுவே அவருடைய விருப்பம்!

குற்றம் சொல்ல முடியாத கொள்கை வீரர். கோபத்தினால்கூட தோழர் அழகர்சாமி மீது எதிர்த்துக் குற்றம் கூற யாராலும் முடியவில்லை.

குற்றமில்லாத தலைவர்

தா.பாண்டியன், முன்னாள் மாநிலத் தலைவர்

நான் கலை இலக்கியப் பெருமன்றத்திற்கு பொதுச் செயலாளர் "ஆக்கப்பட்ட" பிறகு, முதல் தடவையாக, எட்டயபுரம் பாரதி விழாவிற்காகச் சென்றேன். ஜீவா இருந்த காலம்.

கண்காட்சி, வில்லுப்பாட்டு, கவியரங்கம், பட்டிமன்றம், கருத்தரங்கம் என மக்கள் திரண்ட விழாவாக நடந்தது. இரவு முழுவதும் நடக்கும். விடிந்த பின் மக்கள் "வேலைக்காக" கலைந்து செல்லும் கோலாகலக் காட்சி.

இதைச் செம்மையாக நடத்திய மனிதர் தோழர் அழகர்சாமி, சிரித்த முகத்துடன், மாநிற உடற்கட்டுடன், கதராடையில் தோன்றிய மனிதர் எடுத்த எடுப்பிலேயே தோழமை விதை தூவி விட்டார். அவருடன் பழகப் பழக, அவரது பண்பாடு, விருந்தோம்பல், கட்சிப் பற்று, மக்கள் சேவை, இயக்கங்கள் இயக்குவது எனத் தொடர்ந்த வாழ்க்கையில், இலக்கிய ஈடுபாடும் அவரை இழுத்தது.

திருச்சிற்றம்பலக்கவிராயர் எனும் எழுத்தாளர் ரகுநாதன், எழுத்துலக சிந்தனையாளன் ஜெயகாந்தன், வில்லிசை வேந்தன் பிச்சைக்குட்டி, பேராசிரியர் ராமகிருஷ்ணன், புலவர் கீரன், குமரி அனந்தன், குன்றக்குடி அடிகளார், சிவகாம சுந்தரி போன்ற பலரையும் எட்டயபுரம் பாரதி விழாவில் பங்கேற்க வைத்தவர் தோழர் அழகர்சாமி. அவருக்கு உதவிடும் நண்பர்கள் பலர் அங்கிருந்தனர், இருக்கின்றனர்.

ஜீவாவுடன் ஓரிரு ஆண்டுகள்தான் எட்டயபுரம் விழாவில் பங்கு பற்றினோம். பாரதிக்கு மணிமண்டபம் திறக்கப்பட்ட நிகழ்ச்சியில் ஜீவா பங்கேற்றதை நேரில் கண்டு, கேட்ட சம்பவத்தை சுவைபடக் கூறுவார் அழகர்சாமி.

இலக்கியத் தளத்தில்தான், நான் அவருடன் முதலில் பழகினேன். பின்னர் அரசியல் மேடைகளில் சேர்ந்து பங்கேற்றோம். அவர்

தமிழ்நாடு சட்டப்பேரவைக்கு பலமுறை தேர்ந்து எடுக்கப்பட்டதை நாடறியும்.

விவசாயிகள் போராட்டத்தில் மாடுகள் கைதானது கோவில் பட்டியில்தானே! எத்தனை வகையான போராட்டங்கள். பல்லாண்டு சட்டப்பேரவை உறுப்பினராக இருந்தவர், முகதாட்சண்யம் பாராமல் அமைச்சர்களை விமர்சித்தார்.

கோபத்தினால் கூட, தோழர் அழகர்சாமி மீது எதிர்த்துக் குற்றம் கூற யாராலும் முடியவில்லை. அவரது உடையில் அழுக்குப் படிந்தது உண்டு. சலவை செய்யப்படும். ஆனால் அவரது நெடுங்கால பொது வாழ்க்கையில், ஒருசிறு துரும்புகூட அவர்மீது பட்டது இல்லை. எங்களைப் பேசவிட்டு, அவர் கேட்டு ரசிப்பார், குறைகண்டால் உடனே சுட்டிக்காட்டி விடுவார்.

வர்க்கப்போரின் தளபதி

(ஜனசக்தி தலையங்கம்)

ஜனசக்தி நாளிதழ் மார்ச் 07, 2009 வெளியிட்ட தலையங்கம் தோழமைக்கு இலக்கணமாய், தோழர்களின் தோழனாய் வாழ்ந்து புகழ்பெற்ற மாசுமறுவற்ற தோழர் சோ.அழகர்சாமி, மார்ச் 6 அதிகாலை காலமாகி விட்டார் என்ற இடிபோன்ற செய்தி கேட்டு வேதனை தாங்க முடியாத இதயக் கவலையைத் தெரிவிக்க, சொற்களைத் தேட வேண்டியுள்ளது.

கரிசல் காட்டில் உதித்த செஞ்சூரியனாக வலம் வந்தவர் அழகர்சாமி. படிக்கும் பருவத்திலேயே சுதந்திரப் போராட்டத்தில் நாட்டம், தேசியத் தலைவர்களைப் பின்பற்றி கதராடை தரித்த தேசியவாதி, கடைசிவரை கதரை உதறியறியாத பக்தி.

தேசிய இயக்கத்தில் இருந்தபோதே சமதர்மக் கொள்கையால் ஈர்க்கப்பட்டு ஜெயப்பிரகாசர் மீது பற்றுக் கொண்டார். அவரைத் தென் மாவட்டங்களுக்கு அழைத்து வந்து பிரச்சாரம் செய்தார். அவர் சோஷலிஸ்டுக் கட்சியில் இருக்கும் காலத்தில், கம்யூனிஸ்டுக் கட்சி தடை செய்யப்பட்டு அடக்குமுறைக்கு ஆளானபோது அவரது வீட்டில் தலைமறைவாகத் தஞ்சம் புகுந்தனர் விருதுநகர் உலகநாதனும், ஆர்.எச். நாதனும். அடைக்கலம் பெற்றவர்கள். பொதுவுடைமை பற்றி விளக்கிப் பேசி, சோஷலிஸ்டை, கம்யூனிஸ்டாக்கி விட்டனர். அன்று முதல் இறுதி மூச்சு வரை வர்க்கப் போர் தளபதியாகவே வாழ்ந்து மறைந்துள்ளார் தோழர் சோ. அழகர்சாமி.

ஐந்துமுறை தமிழ்நாடு சட்டமன்றத்திற்கு கோவில்பட்டி தொகுதியிலிருந்து தேர்ந்தெடுக்கப்பட்டவர். நீண்டகால சட்டமன்றப் பணிக்காலத்தில் பழி சுமத்த முடியாத தூய பொது வாழ்க்கையைக் கடைப்பிடித்துக் காட்டியவர். விவசாயிகளுக்காகத் தொடர்ந்து போராடியவர். இவர் நடத்திய போராட்டத்தில் மாடுகளும் சிறை சென்று மீண்டன.

அரசியல் கிளர்ச்சிகள், விவசாயிகளுக்கான போராட்டம் என நெருப்பாகப் பரவிய இவரது வாழ்க்கையில், இலக்கிய ஆர்வம் என்ற தென்றலும் வீசிக் கொண்டே இருந்தது.

எட்டயபுரத்தில் பாரதி விழாவை மக்களின் திருவிழாவாக ஜீவா, குன்றக்குடி அடிகளார் போன்றோருடன் தமிழறிஞர்களை அழைத்துக் கோலாகலமாக நடத்தியவர். பாரதி விழாவை நடத்தும் காலத்தில் அவர் உபசரிப்பும், நடந்து கொள்ளும் முறை அனைவரையும் கவர்ந்தது. அவர் பாரதிக்கும் பக்தன் ஜீவாவுக்கும் தோழன். தோழர்கட்கோ, தோழமை காட்டிய தோழன்.

தோழர் அழகர்சாமி இந்தியக் கம்யூனிஸ்டுக் கட்சியைக் கட்டிக் காத்து வளர்ப்பதில் கண்ணுறங்காது பாடுபட்டவர். கட்சியில் பிளவு ஏற்பட்டபோது, கொள்கைப் பிடிப்போடு கொடிகாத்து நின்றவர்.

பல கட்சிகளுடன், தேர்தல்களில் எதிர்த்துப் போராட நேரிட்ட போதும், யாரிடமும் பகைமை கொள்ளாத, காட்டாத பண்பாளர். அனைவராலும் சான்றோன் என மதிக்கப்பட்டவர்.

நடக்க இருக்கும் நாடாளுமன்றத் தேர்தலில் கட்சி வெற்றிபெற வேண்டும் என்ற விழைவை மீண்டும் மீண்டும் கூறிக்கொண்டே இருந்தவர். இன்னும் சிறிது காலம் இருந்து, இந்தியக் கம்யூனிஸ்டுக் கட்சியும், இடதுசாரிக் கட்சிகளும் வெற்றி பெற்ற செய்தியைக் கேட்டுப் புன்முறுவல் காட்டிவிட்டு மறைந்து இருக்கலாமே என்பது கவலையை ஆழப்படுத்துகிறது.

இயற்கையின் விதிகள் அனைவர்க்கும் பொதுவானவை. அவர் மட்டும் விதிவிலக்காக முடியுமா? அவரை இழந்து தவிக்கும் குடும்பத்தார்க்கும், தமிழ்நாடு முழுவதும் உள்ள கட்சித் தோழர்கட்கும், அவர்களுடன் சேர்ந்து "ஜனசக்தி"யும் சிரம் தாழ்த்தி, செங்கொடி இறக்கி, கண்ணீருடன் இரங்கலைத் தெரிவிக்கிறது.

எக்காலத்திற்கும் பொருந்தும்
தோழர்.அழகர்சாமி சட்டசபையில் பேசிய தலைப்புகளில் சில

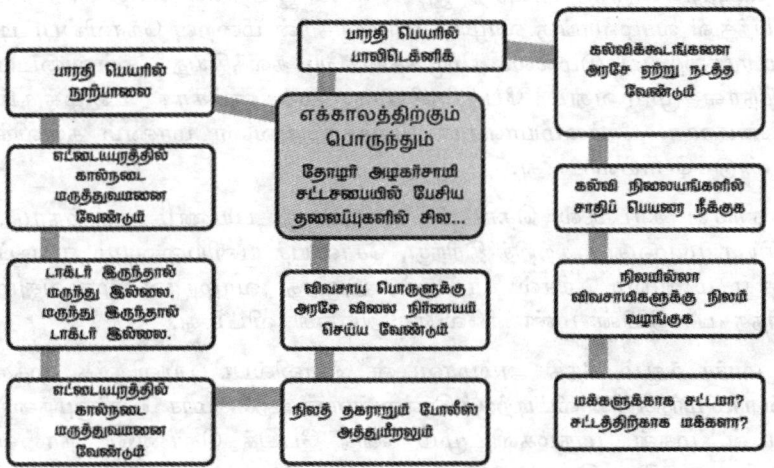

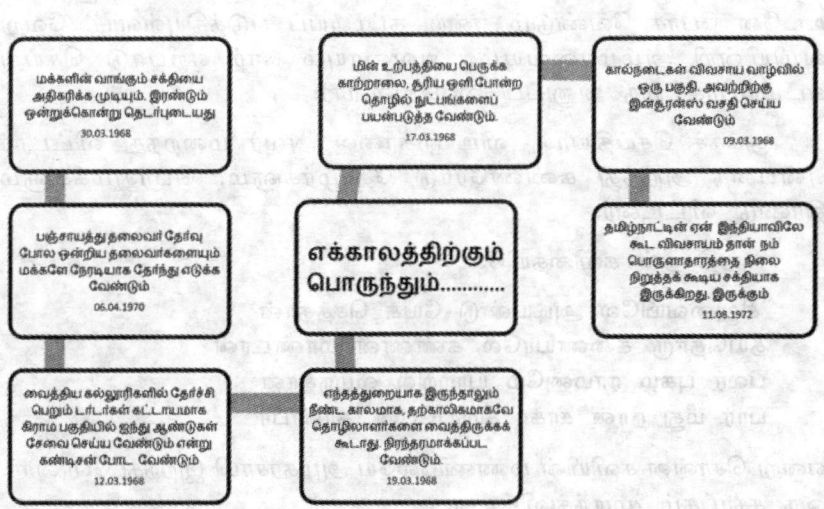

61. செவ்வணக்கம் தோழர் அழகர்சாமி

2009ஆம் ஆண்டு மார்ச் 6ஆம் நாள் அதிகாலை 1.30 மணியளவில் எட்டயபுரத்திலிருந்த அவரது இல்லத்தில் இயற்கை எய்திவிட்டார். வையத்துள் வாழ்வாங்கு வாழ்ந்த மாமனிதரின் மறைவு கோவில்பட்டி வட்டாரத்தை மட்டுமல்ல, தமிழகத்தையே கலக்கியது. தன்னுடைய வாழ்நாள் முழுவதும் போராளியாக, மக்களுக்காக உழைக்கும் தொண்டராக, நேர்மையாளராக வாழ்ந்த அவரை மரணம் கவ்விக் கொண்டு போய்விட்டது.

கரிசல் காட்டில் தொடங்கிய அவரது பயணம் தமிழ்நாடு, இந்தியா முழுவதும் சுற்றித் திரிந்து, சோவியத் யூனியனையும் எட்டிப் பார்த்து மீண்டும் கரிசல் காட்டில், அவரது வாழ்நாள் முழுவதும் நேசித்த பாரதியின் மண்ணிலேயே அடங்கி விட்டது.

மார்ச் 5ஆம் தேதி அம்மாவுடன் கோவில்பட்டியிலிருந்த மூத்த மகன் ராமமூர்த்தியின் வீட்டிற்குச் சென்றுள்ளார். உற்சாகமாக பேரக்குழந்தை களுடன், மகன், மருமகளிடமும் கதை பேசிக் கொண்டே நாளை கொண்டாடியிருக்கிறார். மருமகள் கீதாவிடம், தனக்குப் பிடித்த உணவுகளைச் செய்து தரக் கூறி, சாப்பிட்டுள்ளார். மாலை கீதாவிடமும், ராமமூர்த்தியிடமும் எட்டயபுரம் போகக் கார் ஏற்பாடு செய்யக் கூறியுள்ளார். நாளை போகலாம் என்று கூறியவர்களிடம், இல்லை உடனே போக வேண்டும் என்று கட்டாயப் படுத்தியுள்ளார். வேறு வழியின்றி அம்மாவையும், அவரையும் கார் ஏற்பாடு செய்து எட்டயபுரத்திற்கு அனுப்பி வைத்துள்ளார்.

துக்கச் செய்தியாக, விடியற்காலை அவர் மறைந்து விட்டார் என்பதை அறிந்து கண்ணீரோடு தோழர்களும், பொதுமக்களும் திரண்டு விட்டனர்.

பாரதி தன் கவிதையிலே

'சிலுவையிலே அடியுண்டு யேசு செத்தான்
தீயதொரு கணையாலே கண்ணன் மாண்டான்
பலர் புகழ ராமனுமே யாற்றில் வீழ்ந்தான்
பார் மீது நான் சாகா திருப்பேன், காண்பீர்'

என்று சொன்ன கவியின் மண்ணிலேயே அழகர்சாமி இறந்து போனார். ஒரு சகாப்தம் முடிந்துவிட்டது.

'அவன் மேகங்களுக்கு
மத்தியில் தான் லட்சியத்தை
பொருத்தி வைத்துக்
கொண்டு விட்டான்.
ஆனால் புழுதி மண்ணிலே தான்
அவன் தன் வாழ்க்கையை
நடத்த வேண்டியிருந்தது.
அன்றாடம் என்ன தேவையோ
அதுதான் அவனுக்கு
கிடைத்துக் கொண்டிருந்தது.
அவன் ஒடுக்கப்பட்டான், நாலா
பக்கங்களிலும் நெருக்கப்பட்டான்
அவனை வறுமை வாட்டியது
தேவை திணறச் செய்தது
அவன் பொதுவாக வாழ்க்கையிலே
புடமிடப்பட்டான்'

என்று மார்க்ஸ் பற்றி வெ.சாமிநாத சர்மா குறிப்பிட்டது நினைவுகளில் வந்து சென்றது. தடை செய்யப்பட்ட காலத்திலிருந்து கம்யூனிஸ்ட் கட்சியில் அழகர்சாமியின் பொதுவுடைமைப் பயணம் தொடங்கியது. தொடர்ச்சியாக, இடைவிடாது 60 ஆண்டுகள் மனித சகாப்தத்தின் வாழ்நாள் அடித்தடங்கள் சிறு பிசிறுமின்றி நடந்தேறியது.

பல மருத்துவர்கள் சிகிச்சை அளித்தார்கள். ஆனால் அவரோ அரசாங்க மருத்துவமனையிலே தனக்கு சிகிச்சை அளித்தால் போதும் என்றார். எளியவர்களின் சிகிச்சையே தனக்கும் கிடைக்கட்டும் என பிடிவாதம் காட்டினார்.

கவனம் பறந்து கொண்டேயிருக்கிறது. அய்யோ அவரை காப்பாற்ற முடியவில்லையே எத்தனை மருத்துவர்கள், மருந்துகள் இருந்தும் என்ன பயன்? மனம் புலம்பிக் கொண்டேயிருக்கிறது.

அப்போது ஒரு தோழர் சொன்னது சற்று ஆறுதலாகவும் இருந்தது. 'தோழரே, மரணம் தவிர்க்கவியலாதது. அது முதலும், முடிவுமான சத்தியம்.'

மதியம் கடந்த வேளை குடும்பத்தவர்களும், தோழர்களும் குழுமிக் கிடந்தனர். இறுதிச் சடங்குகள் தொடங்கிவிட்டன. ஆயிரக் கணக்கான மலர் மாலைகள் குவிந்து கிடந்தன. தூங்குவதைப் போலவே சாந்தமான முகம். வழக்கம்போல் வெள்ளை நிறக்

கதராடைகள். வேட்டியும், சட்டையும் எப்போதும் அணியும் காவித் துண்டும் போர்த்தப்படுகிறது. அவருக்கு மத, கடவுள் நம்பிக்கை கிடையாது. ஆனாலும் அவரது நெற்றியில் திருமண் இடப்படுகிறது. கூட்டம் கதறுகிறது. வாழ்நாளில் ஒருமுறை கூட இடப்படாத சின்னம், இறுதியில் அவரது உடலில் திருஷ்டிப் பொட்டாக அலங்கரிக்கிறது. கண்ணீரும், கதறலும் ஒலிக்க அவரது இறுதி யாத்திரை புறப்பட்டு விட்டது.

செங்கொடியும், கருப்புக் கொடியும் முன்னால் பிடிக்கப்பட்டு தோழர்கள் மெதுவாக நடக்கத் தொடங்கினார்கள். கோவிந்தா, கோவிந்தா என ஒலிக்கவும், நம்மால் பொறுத்துக் கொள்ள முடியவில்லை. துக்கத்தை அடக்கிக் கொண்டு, நெஞ்சின் அடி ஆழத்திலிருந்து முழங்கினோம்.

  வீரவணக்கம் வீரவணக்கம்
  எங்கள் தோழர் அழகர்சாமிக்கு
  செங்கொடி தாழ்த்தி வீரவணக்கம்
  மறையவில்லை மறையவில்லை
  அழகர்சாமி மறையவில்லை
  வாழ்கின்றார் வாழ்கின்றார்
  நமக்குள்ளே வாழ்கின்றார்
  செங்கொடிகளிலே வாழ்கின்றார்
  படபடக்கும் செங்கொடியிலே
  பட்டொளி வீசி வாழ்கின்றார்
  எங்கள் தோழர் அழகர்சாமி
  என்றும் இருப்பார் எங்கள் கூட
  கம்யூனிஸ்ட் கட்சி அழகர்சாமி
  விவசாய சங்கம் அழகர்சாமி
  மக்கள் தலைவர் அழகர்சாமி
  வீரவணக்கம் வீரவணக்கம்
  எங்கள் அருமைத் தலைவருக்கு
  வீரவணக்கம் செய்கின்றோம்

தோழர்களின் இடிமுழக்கம் எட்டயபுரத்து வீதிகளில் எதிரொலித்தது.

இறுதி ஊர்வலம் மெதுவாக ஊர்ந்தது. சாதி மத பேதமின்றி நான்கு புறங்களிலும் மக்கள் தங்கள் நேசத்திற்குரிய தலைவரை கடைசியாக ஒருமுறை பார்க்கக் கூடி நின்றார்கள். கூடவே நடந்தார்கள். அனைத்துக் கட்சியைச் சேர்ந்த தலைவர்களும், தோழர்களுடன் கூடி

நின்றதோடு சேர்ந்து நடந்தார்கள். அந்த அளவிற்கு மக்கள் அழகர்சாமியின் மீது எல்லையற்ற அன்பைச் செலுத்தினார்கள்.

மூத்த தலைவர் ஆர். நல்லகண்ணு, எஸ்.எஸ்.தியாகராஜன், இரா.முத்தரசன், வே.துரைமாணிக்கம் மற்றும் பல தலைவர்கள் ஈரம் தாங்கிய கண்களுடன் நடந்து வந்தனர்.

இனி நமக்கொரு அழகர்சாமி உருவாகப் போவதில்லை என்று மக்கள் தங்களுக்குள் பேசிக் கொண்டார்கள். உண்மைதான். அதே வேளையில் கட்சியிலும், விவசாய சங்கத்திலும், கூட்டுறவு சங்கங்களிலும், பொது அமைப்புகளிலும் அவருடன் சேர்ந்து வேலை செய்த தோழர்கள் அழகர்சாமியின் இடத்தை நிரப்ப முயற்சி செய்ய வேண்டும்.

அழகர்சாமி நமக்கொரு முன்மாதிரியான கம்யூனிஸ்டாக, பொது நலவாதியாக வாழ்ந்து காட்டியவர். தமிழ்நாட்டில், கோவில்பட்டி வட்டாரத்தில், ஒன்றுபட்ட நெல்லை மாவட்டத்தில் இந்திய கம்யூனிஸ்ட் கட்சிக்கு அடிப்படையை ஏற்படுத்திக் கொடுத்ததில் அழகர்சாமியின் பாத்திரம் சர்வ சாதாரணமானதல்ல. வர்க்கப் பகைவர்களோடும், தொழிலாளி விவசாயி எதிர்ப்பு சக்திகளோடும், தேச விரோத சக்திகளோடும், உழைக்கும் மக்களை எதிர்க்கும் சக்திகளோடும் சமரசமற்ற போராட்டங்களை அவர் வாழ்நாள் முழுவதும் நடத்தினார். தீண்டாமை என்ற தீமையை எதிர்த்த அவரது போராட்டம் வலுவாக நடைபெற்றது. பாரதியின் மீது வற்றாத காதல் கொண்டிருந்தார். எளிமை, நாணயம், நேர்மை அவரது அடிப்படைக் குணங்களாக அமைந்திருந்தது. துணிச்சலும், வெளிப்படைத் தன்மையும் அவரது சொத்துக்கள். அன்பும், பாசமும், தோழமையும் பிரிக்க முடியாத ஆன்ம பலமாக அவரிடம் இருந்தது என்றாலும் கூட அழகர்சாமியின் நடவடிக்கைகளிலும், தனிநபர் சம்பந்தப்பட்ட விஷயங்களிலும் பகை உணர்வு இருந்தது கிஞ்சிற்றும் கிடையாது. தன்னை அணுகும் எவரிடமும் மிகுந்த அன்பாகவும், மரியாதையாகவும் நடந்து கொள்வார். தோழர்களிடம் கனிவாக நடந்து கொள்வார். புதிய இளைஞர்களிடம் மிகுந்த நேயத்தோடு நடப்பது மட்டுமின்றி அவர்களைக் கண்டித்து சரியான வழிக்கு திருத்துவதற்கும் தயங்கியதில்லை. தோழமைக்கு அவர் ஓர் இலக்கணம். தவறு நிகழ்ந்தால் அரவணைப் போடும், கண்டிப்போடும் அடுத்த முறை ஏற்படாமல் பார்த்துக் கொள்ள கூறுவார்.

கட்சி இக்கட்டான சூழ்நிலைகளைச் சந்தித்த போதெல்லாம் அவர் உறுதியாக, எந்தவித மனச் சலனங்களுக்கும் ஆளாகாமல் கட்சி

எடுக்கும் நிலைகளுக்கு உறுதியாக, பற்றோடு இருந்தார். தனது அபிப்பிராயங்களை ஒளிவு, மறைவின்றி வெளிப்படையாகவே பேசுவார். திறந்த மனதோடு விவாதிக்கும் அவரது அணுகுமுறை பாரபட்சமின்றி இருக்கும். கட்சிக்குள் குழுப்போக்குகளை எதிர்த்து வலுவாகப் போராடுவார். கட்சிக் கட்டுப்பாட்டுக் குழுத் தலைவராக இருந்த காலங்களில், 'சமன் செய்து சீர்தூக்கும் கோல்' போலிருந்து தோழர்களைப் பாதுகாத்தார். எவ்வளவு பெரிய தலைவராக இருந்தாலும், தன்னிஷ்டத்திற்குச் செயல்படுவார்களேயானால் அழகர்சாமி அவர்களை விமர்சிக்கத் தயங்கியதேயில்லை.

இந்தக் குணங்கள் அழகர்சாமியின் சொத்துக்கள். இதனால்தான் கம்யூனிஸ்ட் கட்சிக்குள்ளும், மக்களிடமும் மிகுந்த மதிப்பையும், மரியாதையையும் பெற்றிருந்தார்.

அழகர்சாமியின் நற்குணங்களை நாம் பெறுவது சுலபமான காரியமில்லை. நம்மால் முடிந்த அளவு அந்தக் குணங்களையெல்லாம் நாம் சுவீகரித்துக் கொண்டு வளர வேண்டியது நமது கடமையாகும்.

கட்சியின் உண்மையான, வேகமுள்ள சுறுசுறுப்பான செயல் வீரராகச் செயல்பட்டுக் கொண்டிருந்த வேளையில்தான் தொடர்ந்து சட்டமன்றப் பொறுப்புக்கு போட்டியிடவில்லை என்று கட்சிக்கு தெரிவித்தார். எல். அய்யலுசாமி சட்டமன்ற உறுப்பினராகச் செயல்பட அவரே முன்மொழிந்தார். கட்சியின் மாவட்டச் செயலாளராக வர வேண்டுமென, நெல்லையிலிருந்து பிரிந்த தூத்துக்குடி மாவட்டக்குழு கருதிய போதிலும், ஏற்பதற்கு மறுத்துவிட்டார். இளைஞர்களை தலைமைக்குக் கொண்டு வருவதில் மிகுந்த விருப்பம் கொண்டிருந்தார்.

நாம் அழகர்சாமியிடமிருந்து கற்றுக்கொள்ள வேண்டிய அடிப்படைப் பாடம் ஒன்றே ஒன்றுதான்.

'முதலில் பொது நலம்; இயக்கம்
பிறகுதான் தன்னலம்'

1939இல் தனது 13ஆவது வயதில் தொடங்கிய பொது வாழ்வு ஒரே ஒரு நோக்கத்தை மட்டுமே கொண்டிருந்தது. அது பாரதியின் லட்சியமான

'முழுமைக்கும் பொதுவுடைமை' என்பதுதான்

'கடமை புரிவாரின்புறுவார்
என்னும் பண்டைக் கதை பேணோம்

கட்டென்பதனை வெட்டென்போம்
மடமை, சிறுமை, துன்பம், பொய்
வருத்தம், நோவு, மற்றிவைபோல்
கடமை நினைவுந் தொலைத்திங்கு
களியுற் றென்றும் வாழ்குவமே'

பொதுவுடைமை-சோஷலிசம் கட்டி எழுப்பப்பட வேண்டும்.

'எல்லோரும் எல்லாமும் பெற வேண்டும்.
இல்லாமை இல்லாத நிலை வேண்டும்'
இதுதான் அழகர்சாமியின் ஆதர்சம் குறிக்கோள்.

'சோஷலிசம் என்றும் அழியாது. அதனை இந்தியாவிலும் நிச்சயம் அடைவோம்' என்ற உறுதிமொழி ஏற்று உங்களை வழியனுப்பி வைக்கிறோம்.

லால் சலாம் காம்ரேட் அழகர்சாமி
நீங்கள் பிடித்த செங்கொடியை
உயர்த்தி உயர்த்திப் பிடிக்கின்றோம்
ரத்தச் செங்கொடியை தாழவிடோம்!
கரிசல் காட்டு செஞ்சூரியன் அழகர்சாமி அவர்களே
உங்கள் பெயரில் இன்று புதிதாய்ப் பிறந்தோம் தோழரே!

இளம் வயதில் தோழர் சோ.அழகர்சாமி

பாரதப் பிரதமர் இந்திராகாந்தி அவர்களைச் சந்தித்த
தமிழ்நாடு சட்டமன்றக் குழுவினருடன் தோழர் சோ.அழகர்சாமி

கோவில்பட்டி மார்க்கெட்டிங் சொசைட்டி தலைவர்
சோ.அழகர்சாமி மற்றும் இயக்குநர்கள்

இந்திய கம்யூனிஸ்ட் கட்சி - தேசியக் கவுன்சில் பிராந்திய கட்சிப் பள்ளி - குற்றாலம் 27.6.1973 முதல் 18.7.1973 வரை

குடியரசுத் தலைவர் வி.வி.கிரி அவர்களுடன் தோழர் சோ.அழகர்சாமி

இந்திய குடியரசுத் தலைவர் ஜியானி ஜெயில்சிங் அவர்களுடன் தோழர் சோ.அழகர்சாமி

பாரதப் பிரதமர் வி.பி.சிங் அவர்களைச் சந்தித்த தமிழகக் குழுவினருடன் தோழர் சோ.அழகர்சாமி

எட்டயபுரம் பாரதி நூற்றாண்டு விழா கொண்டாட்டத்தின்போது தோழர் சோ.அழகர்சாமி

பாரதி நூற்றாண்டு விழாவில் உரையாற்றும் தோழர் சோ.அழகர்சாமி

5.5.1989 அன்று சட்டமன்றப் பேரவை பொன்விழாவில் முதலமைச்சர் கலைஞரிடம் விருதுபெறும் தோழர் சோ.அழகர்சாமி

தோழர் ஆதிமூலம், தோழர் நடராஜன்,
ஆர்.நல்லகண்ணு ஆகியோருடன் தோழர் சோ.அழகர்சாமி

சோவியத் யூனியன் தூதுக்குழுவினருடன்
தோழர் சோ.அழகர்சாமி

1988 ஆகஸ்டில் ரஷ்யா சென்றிருந்த தோழர் சோ.அழகர்சாமி

மாஸ்கோவில் விருந்து மற்றும் கலந்துரையாடலின்போது தோழர் சோ.அழகர்சாமி

தோழர் ப.மாணிக்கத்துடன் தோழர் சோ.அழகர்சாமி

தோழர் எஸ்.ஆர்.கெங்கையா, ஆர்.நல்லகண்ணு
S.ராமசுப்பு ஆகியோருடன் தோழர் சோ.அழகர்சாமி

தோழர் காத்தமுத்து மற்றும் ஆர்.நல்லகண்ணு ஆகியோருடன்
தோழர் சோ.அழகர்சாமி

இந்திய பாராளுமன்றம் முன்பு:
தமிழ்நாடு சட்டமன்றப் பிரதிநிதிகள் குழுவுடன்
தோழர் சோ.அழகர்சாமி

தமிழக சட்டமன்றத்தில் உரையாற்றும்
தோழர் சோ.அழகர்சாமி

இந்திய கம்யூனிஸ்ட் கட்சி நடத்திய போராட்டக்களங்களில் தோழர் சோ.அழகர்சாமி

தோழர் எம்.கல்யாணசுந்தரம் கலந்துகொண்ட கூட்டங்களில் தோழர் சோ.அழகர்சாமி

அலுவல் ஆய்வுக் கூட்டத்தில் தோழர் சோ. அழகர்சாமி

1989ம் வருடத்தில் சோ. அழகர்சாமி